D1770953

பெண்கள் நடுவே

மொழிபெயர்ப்பாளரின்
பிற காலச்சுவடு வெளியீடுகள்

+ முன்கூறப்பட்ட சாவின் சரித்திரம்
  – காப்ரியேல் கார்சியா மார்க்கேஸ் (உலக கிளாசிக் நாவல்)
+ நிலத்தின் விளிம்புக்கு
  – டேவிட் கிராஸமன் (உலக கிளாசிக் நாவல்)
+ மந்திரவாதியின் சீடன்
  – இவால்ட் ஃப்ளிஸர் (உலக கிளாசிக் நாவல்)

பெண்கள் நடுவே

ஜான் மெக்காஹர்ன் (பி. 1934–2006)

1934இல் டப்ளினில் பிறந்தார். முழுநேர எழுத்தாளராவதற்கு முன்பு தொடக்கப்பள்ளி ஆசிரியராகப் பயிற்சி பெற்றவர். கற்பித்தல் பணியுடன் நீண்ட பயணங்களையும் மேற்கொண்டார். மைக்கேல் லாங்லி, ஷீமஸ் ஹீனி போன்ற புகழ்பெற்ற அயர்லாந்து எழுத்தாளர்களது தலைமுறையைச் சார்ந்தவர்; அவர்களுக்கு இணையான எழுத்தாற்றல் பெற்றவர். மிகவும் பாராட்டப்பட்ட ஆறு நாவல்கள், நான்கு சிறுகதைத் தொகுப்புகளின் ஆசிரியர். இவரது படைப்புகள் பல மொழிகளில் மொழிபெயர்க்கப்பட்டுள்ளன. ஆண்டுதோறும் அயர்லாந்து எழுத்தாளர் ஒருவரது சிறந்த புனைவு நூலுக்கு மெக்காஹர்ன் பெயரில் விருது வழங்கப்படுகிறது.

'பெண்கள் நடுவே' நாவல் 'ஐரிஷ் டைம்ஸ்' விருதை வென்றது. புக்கர் பரிசுக்கான குறும்பட்டியலில் இடம்பெற்றது. இந்த நாவலை நான்கு பாகங்கள் கொண்ட தொலைக்காட்சித் தொடராக *பிபிசி* தயாரித்திருக்கிறது.

அசதா

மொழிபெயர்ப்பாளர்

இயற்பெயர் அ. சகாய ஆரோக்கியதாஸ். சொந்த ஊர் விழுப்புரம் மாவட்டம் முகையூர். கவிஞர், சிறுகதை ஆசிரியர், மொழிபெயர்ப்பாளர். 'பிஷப்புகளின் ராணி' (கவிதை), 'வார்த்தைப்பாடு' (சிறுகதைகள்) ஆகியவை இவரது நூல்கள். மொழிபெயர்ப்புக்கென 2003இல் திருப்பூர் தமிழ்ச்சங்க விருதும், 'நிலத்தின் விளிம்புக்கு' நாவலுக்கு 2015இல் ஆனந்த விகடன் விருதும் 2023ஆம் ஆண்டுக்கான நா. மகாலிங்கம் மொழிபெயர்ப்பு விருதும் பெற்றிருக்கிறார். 2004ஆம் ஆண்டு சாகித்திய அகாதமியின் 'இளம் எழுத்தாளர்களுக்கான பயண நல்கை' இவருக்கு வழங்கப்பட்டது. ஆங்கிலத்தில் முதுகலைப் பட்டம் பெற்ற இவர் பள்ளி ஆசிரியராகப் பணிபுரிகிறார், விழுப்புரத்தில் வசித்துவருகிறார்.

மின்னஞ்சல்: jayanthandass@gmail.com

ஜான் மெக்காஹர்ன்

பெண்கள் நடுவே

தமிழில்
அசதா

காலச்சுவடு பதிப்பகம்

அன்பார்ந்த வாசகருக்கு,
வணக்கம்.

காலச்சுவடு நூலை வாங்கியமைக்கு நன்றி.

நூலின் உள்ளடக்கம், உருவாக்கம், அட்டைப்படம் இன்ன பிற அம்சங்கள் பற்றிய உங்கள் கருத்துகளையும் ஆலோசனைகளையும் காலச்சுவடு வரவேற்கிறது. தகவல், எழுத்து, வாக்கியப் பிழைகள் தென்பட்டால் அவசியம் தெரிவித்து உதவுங்கள். நூல் தயாரிப்பில் கடும் குறைபாடு இருப்பின் மாற்றுப் பிரதி உங்களுக்குக் கிடைக்கக் காலச்சுவடு ஏற்பாடு செய்யும்.

மின்னஞ்சல்: publisher@kalachuvadu.com

காலச்சுவடு நாகர்கோவில் அலுவலகத்துக்குக் கடிதம் அனுப்பலாம்.

தங்கள்
எஸ்.ஆர். சுந்தரம் (கண்ணன்)
பதிப்பாளர் – நிர்வாக இயக்குநர்

LITERATURE IRELAND
Promoting and Translating Irish Writing

"This book was published with the support of Literature Ireland"
AMONGST WOMEN by John McGahern
Copyright © 1990 by John McGahern

பெண்கள் நடுவே ♦ நாவல் ♦ ஆசிரியர்: ஜான் மெக்காஹர்ன் ♦ ஆங்கிலத்திலிருந்து தமிழில்: அசதா ♦ முதல் பதிப்பு: ஏப்ரல் 2025 ♦ வெளியீடு: காலச்சுவடு பப்ளிகேஷன்ஸ் (பி) லிட்., 669, கே.பி. சாலை, நாகர்கோவில் 629001

காலச்சுவடு பதிப்பக வெளியீடு: 1344

peNkaL naTuvee ♦ Novel ♦ Author: John McGahern ♦ Translation from English to Tamil by Asadha ♦ Language: Tamil ♦ First Edition: April 2025 ♦ Size: Demy 1 x 8 ♦ Paper: 18.6 kg maplitho ♦ Page: 272

Published by Kalachuvadu Publications Pvt. Ltd., 669 K.P. Road, Nagercoil 629001, India ♦ Phone: 91-4652-278525 ♦ e-mail: publications @kalachuvadu.com ♦ Printed at Mani Offset, Chennai 600077

ISBN: 978-93-6110-370-4

04/2025/S.No. 1344, kcp 5629, 18.6 (1) 9ss

மேடலினுக்கு

உடல் நலிவுற ஆரம்பித்தபோது மோரன் தன் மகள்களைக் கண்டு அஞ்சினார். ஒருகாலத்தில் நல்ல வலுவுள்ளவராக இருந்த அவர், அவர்களது வாழ்வில் மிக ஆழமாக ஊடுருவியிருந்தார். அதனால் பணி, திருமணம், குழந்தைகள், டப்ளின் அல்லது லண்டனில் சொந்த வீடு இவையெல்லாம் அமைந்தும் நிஜத்தில் கிரேட் மெடோவை விட்டு அவர்களால் போக முடியவில்லை. இப்போதோ, அவர்கள் அவரை விடுவதாய் இல்லை.

'அப்பா நீங்கள் தேற வேண்டும். இதுபோலவே இருக்க முடியாது. இதில் நீங்கள் எங்களுக்கு உதவுவதேயில்லை. நாங்கள் நினைத்தால் மட்டுமே உங்களை உடல் தேறச் செய்ய முடியாது.'

'எப்படியானால் என்ன? யாருக்கு இதுபற்றிக் கவலை?'

'நாங்கள் கவலைப்படுகிறோம். நாங்கள் எல்லோருமே மிகவும் கவலைப்படுகிறோம்.'

அவர்கள் அனைவரும் கிறிஸ்துமஸுக்கு வருவார்கள். அதற்குப் பிறகு அவர்களுள் திருமணமாகாதவளான மோனா டப்ளினிலிருந்து ஒவ்வொரு வார இறுதியிலும் வருவாள். சில நேரம் ஷீலா தனது குடும்பத்தாரிடமிருந்து தப்பிவந்து அவளோடு சேர்ந்துகொள்வாள். மோனா அவ்வப்போது வாரத்தின் நடுவிலும் சில மணிநேரம் காரை ஓட்டி அங்கு வருவாள். லண்டனிலிருந்து அங்கு வருவதற்கு ஆகும் விலைமிக்க விமானக் கட்டணத்தால் மேகியினால் அடிக்கடி வந்துபோக முடியவில்லை. அனைவரிலும் இளையவனான மைக்கேல் லண்டனிலிருந்து ஈஸ்டருக்கு வருவதாகச் சொல்லியிருந்தான். ஆனால் மூத்தவனான லூக்கா அப்போதும் வருவதாக இல்லை. பெண்கள் மூவரும் மோனஹன் தினத்தை

மீட்டுருவாக்க வந்திருந்தனர். மோனஹன் தினம் என்றால் என்னவென்று தங்களது சிற்றன்னை ரோஸுக்கு அவர்கள் விளக்க வேண்டியிருந்தது. அந்த வீட்டுக்கு வாழவந்து இத்தனைக் காலமாகியும் ஒருமுறைகூட அதைப்பற்றி அவள் கேள்வியுற்றதில்லை.

பிப்ரவரி இறுதியில் மோஹில்லில் நடக்கும் சந்தைதான் மோனஹன் தினம். ஒவ்வொரு வருடமும் மோனஹன் தினத்தன்று மெக்வெய்ட் வீட்டுக்கு வருவார். அவரும் மோரனும் சிறு தனிப்படையணியில் இருந்தபடி போரில் பங்கேற்றவர்கள். வீட்டுக்கு வரும்போதெல்லாம் மெக்வெய்ட் ஒரு போத்தல் விஸ்கி அருந்துவார்.

'அப்பாவுக்காக மோனஹன் தினத்தை மீட்டுருவாக்கம் செய்தால், அது மீண்டும் அவர் தனக்குள் திரும்ப உதவக்கூடும். ஒருகாலத்தில் மோனஹன் தினமென்றால் அவருக்கு அவ்வளவு பிடிக்கும்.'

'வீட்டில் ஒரு போத்தல் விஸ்கியை அருந்தும் விஷயம் உங்கள் அப்பாவுக்கு அவ்வளவாகப் பிடிக்காதென்றே நினைக்கிறேன்' ரோஸுக்கு இது சரிப்பட்டு வருமென்று கொஞ்சமும் நம்பிக்கையில்லை.

'இங்கே மெக்வெய்ட் விஸ்கி அருந்துவது பற்றி அவர் அலட்டிக்கொண்டதில்லை. விஸ்கி இல்லாமல் மெக்வெய்டை வீட்டுக்கு அழைக்க முடியாது.'

தங்களது முடிவில் அவர்கள் உறுதியாய் நின்றபோது ரோஸினால் அதற்கு மறுப்புச் சொல்ல முடியாமல் போனது. இந்த விஷயத்தை மோரனுக்கு முன்கூட்டியே சொல்லக் கூடாது என முடிவுசெய்துகொண்டார்கள். அவருக்கு அது ஒரு இன்ப அதிர்ச்சியாக, ஆச்சரியமாக அமையட்டுமென நினைத்தார்கள். மற்றெதையும்விட அது அவரை மெல்லப் பீடித்துவரும் உடல்நலிவிலிருந்து லூர்துமாதாவின் அற்புதம் போல மீட்கும் என எண்ணினர். வீட்டார் அனைவருக்கும் மோனஹன் தினம் அச்சமும் பரபரப்பும் கொண்டதாக இருக்கும் என்பதை அவர்கள் மறந்தேபோனார்கள். சற்றுத் தள்ளியிருந்து பார்க்க வீடு அளவில் பெரிதாகி, பராக்கிரமம் மிக்கதாய், தீவிர மர்மம் நிறைந்து, அதிலிருந்து ஓர் அற்புதத்தைப் பறித்தெடுத்துக் கொள்ளலாம் என்பது போல மாறிவிடும்.

மேகி அன்றைய தினம் காலையிலேயே லண்டனிலிருந்து விமானத்தில் வந்துவிட்டாள். மோனாவும் ஷீலாவும் டப்ளின் விமானநிலையத்தில் அவளைச் சந்தித்து, சகோதரிகள் மூவரும்

ஒன்றாக மோனாவின் காரில் கிரேட் மெடோவுக்கு வந்தார்கள். அவர்கள் அவசரப்படவில்லை. இத்தனை ஆண்டுகளில் அவர்கள் மிகவும் நெருக்கமாகிவிட்டிருந்தனர். மற்றவரது குறைகளைக் கண்டுபிடிப்பதில் வியக்கத்தக்க வகையில் கூர்மையானவர்களாக இருப்பார்களே தவிர, சேர்ந்து இருக்கையில் ஏதோ கிட்டத்தட்ட ஒற்றை நபர் என்பதுபோல தங்களது தனிப்பட்ட இயல்புகள் மறைந்து இணைந்திருப்பார்கள்.

தனித்தனியாக அவர்கள் டப்ளின் அல்லது லண்டன் என்ற பேரலைகளின் சிறு நுரைத்துளிகள்தான். ஆனால் ஒன்றுசேர்ந்துவிட்டாலோ, கிரேட் மெடோவின் மேட்டுக்குடி மோரன் குடும்பத்துப் பெண்கள். மோரனின் மகள்கள். ஒரு முழு உலகம். தாங்கள் ஒவ்வொருவரின் அல்லது தங்கள் குடும்பத்தின் – குழந்தைகள், கணவன், நாய், பூனை, பென்டிக்ஸ் பாத்திரம் துலக்கி, புதிய உடை அல்லது காலணி, தாங்கள் வாங்கிய பொருள்களின் விலைபற்றிய – சின்னச் சின்னச் செய்திகளைக்கூட அவர்கள் பரஸ்பரம் ஆவலோடு கேட்பார்கள், என்னவோ தங்களின் சொந்த வீட்டு விஷயத்தைக் கேட்பதைப்போல. அதோடு கிரேட் மெடோ தொடர்பான எந்தச் சிறு விஷயமும் அவர்களை இறுகப் பிணைத்துவிடக்கூடியதாக இருந்தது. சேர்ந்திருக்கையில், அடுத்தவர் சொல்வதைக் கேட்பதான பாவனையில் தலையை மட்டும் ஆட்டிக்கொண்டே, முகத்தில் பொறுமையின்மை தோன்றக் காத்திருந்துவிட்டு, பேசுபவர் மூச்செடுக்க எடுத்துக் கொள்ளும் இடைவெளியில் தங்களது வீட்டின் வளர்ந்துவரும் துன்பங்களையும் பெருமைகளையும் உள்ளே புகுத்திவிடும் பெண்களுக்கு நேரெதிராய் அவர்கள் இருந்தனர். தங்களுக்குள் ஒருவார்த்தையும் பேசிக்கொள்ளவில்லையே என அவர்கள் நினைத்தபோது மலிங்கார் கடந்திருந்தது. பயணத்தின் நடுவே தேநீருடன் சாண்ட்விச்சுகள் எடுத்துக்கொள்ள அவர்கள் லாங்ஃபோர்டிலுள்ள உணவுவிடுதியில் வண்டியை நிறுத்தினர். குளிர்காலத்தின் அந்தியொளி சீக்கிரமே மறையத் தொடங்கியிருந்தபோது நச்சு யூ மரத்தினடியில் திறந்திருந்த வெளிக்கதவு வழியே வீட்டினுள் நுழைந்தனர்.

தங்களது வருகையை அவர்கள் ரகசியமாக வைத்திருக்கச் சொல்லியும் ரோஸ், மோரனுக்கு அதுபற்றிச் சொல்லி விட்டிருந்தாள்.

‘நான் மெல்ல இறந்துகொண்டிருக்கிறேன் என அவர்கள் நினைப்பார்கள்.’

‘இல்லை, அதற்கு நேர்மாறாக நீங்கள் நன்றாகத் தேறி வருகிறீர்கள் என அவர்கள் எண்ணிக் கொண்டிருக்கிறார்கள்’ என்று அவள் உறுதிபடச் சொன்னாள்.

‘எப்படி மூவரும் ஒன்றாகச் சேர்ந்து வர முடிகிறது?’

‘அப்படி ஒரு சந்தர்ப்பம் வாய்த்திருக்கலாம். நீங்கள் உடைமாற்றிக் கொள்ளலாம் இல்லையா?’

‘அதெல்லாம் எதற்கு?’ உணர்ச்சியற்றவராய்ச் சொன்னாலும் தனது பழுப்புநிற சூட்டை அணிந்துகொண்டார். அவர்கள் வந்தபோது உளக்கிளர்ச்சியில் அவரது முகம் சிவந்திருந்தது.

பரபரப்பில், வந்தவுடனே கொண்டுவந்திருந்த பரிசுகளை அவரிடம் அவர்கள் கொடுத்தனர்: தேயிலை, பழங்கள், வரிவிலக்கில் வாங்கிய விஸ்கி–‘யாரும் இதை அருந்தவில்லையாயினும் வீட்டில் இது இருப்பது நல்லது, எங்களுக்குத் தேவைப்படலாம்’ – பூப்போட்ட பட்டு முக்காட்டுத் துணி, ரோமத்தாலான திடமான கையுறைகள்.

‘எனக்கெதற்கு இதையெல்லாம் வாங்கிக்கொண்டு வருகிறீர்கள்?’ எப்போதுமே அவர் பரிசுப்பொருட்களை ஏற்றுக்கொண்டதில்லை.

‘அப்பா, உங்கள் கைகள் எப்போதும் சில்லிட்டிருப்பதாக கிறிஸ்துமஸின்போது சொல்லிக்கொண்டிருந்தீர்கள்’.

தனது கைகள் எப்போதும் சில்லிட்டிருக்கும் விஷயத்திலிருந்து அவர்களது கவனத்தைத் திருப்ப அந்தக் கையுறைகளை அணிந்துகொண்டு விளையாட்டாக, பார்வையற்றவரைப் போல அந்த அறையைத் துழாவினார்.

‘நீங்கள் வெளியே போகும்போது அணிந்துகொள்ள மட்டும்தான் இந்தக் கையுறைகள். அப்பா, இந்த உற்சாகம் உங்களது தலைக்கேறிவிடக் கூடாதென நினைக்கிறேன்.’ அவற்றை வீட்டுக்குள்ளேயே அணிந்துகொண்டாக வேண்டும் என்பதுபோல அவர் நடித்தபோது சிரித்தபடியே ரோஸ் அந்தக் கையுறைகளைப் பிடுங்கிக்கொண்டாள்.

‘வீராங்கனைகள் அனைவரும் இங்கு வந்திருக்கும் காரணம் என்னவென்று இன்னும் எனக்குப் புலப்படவில்லை.’ சிரிப்பலை ஓய்ந்தபோது அவர் கேட்டார்.

‘இன்று என்ன தினமென்று உங்களுக்கு நினைவில்லையா? மோனஹன் தினம்! மோஹில் சந்தையிலிருந்து மெக்வெய்ட் வருவாரே அந்த தினம். நாமும் மாலையில் தேநீர் விருந்து ஏற்பாடு செய்வோமே.’

‘அதற்கென்ன இப்போது?’ பரிசுகளை வெறுப்பதுபோல பழைய நினைவுகளைக் கிளறுவதையும் அவர் வெறுத்தார். தனது வாழ்வென்று நிகழ்காலத்தில் அவர் உணர்ந்த ஒன்றின்மீது நிழல் படியவோ, அது சவாலுக்குள்ளாகவோ கூடாது என அவர் விரும்பினார்.

‘நாங்கள் அனைவரும் ஒரேநேரத்தில் வீட்டைவிட்டு வருவதற்கு அது நல்லவொரு சாக்கு என்று நினைத்தோம். அதனால் இங்கே வந்துவிட்டோம்.’

‘அப்படியானால் அதுவொரு மோசமான சாக்கு. போரின்போது என்னுடனிருந்த மெக்வெய்ட் ஒரு கேடுகெட்ட குடிகாரன். அவனுக்காகப் பரிதாபப்பட்டேன். மோனஹன் தினத்தில் அவனுக்கு நான் ஒரு வேளை நல்ல சாப்பாடு கொடுக்காமல் போனால் முட்டக் குடித்துவிட்டு மோஹில்லி லேயே கிடப்பான்.’

‘இவ்வளவு தொலைவிலிருந்து உங்களைப் பார்க்க வந்திருக்கிறார்கள், அவர்களுக்கு நீங்கள் கொடுக்கும் வரவேற்பு இதுதானா’ ரோஸ் அவரை மெல்லக் கடிந்துகொண்டாள். ‘மெக்வெய்டைக் குறித்து யாருக்குக் கவலை. கடவுள் அவருக்கு அமைதி அருளட்டும், அவர் போய் ரொம்ப நாளாகிவிட்டது.’

‘எப்படிப் பார்த்தாலும் யாருக்கு எதுபற்றியும் என்ன அக்கறை இப்போது?’ அவர் கேட்டார்.

‘நாங்கள் அக்கறைப்படுகிறோம். அதிக அக்கறை கொள்கிறோம். உங்களை நேசிக்கிறோம்.’

‘அப்படியானால் கடவுள் உங்களுக்கு நல்ல அறிவைக் கொடுக்கட்டும். என்னைப் பற்றிக் கவலைப்படாதீர்கள். உங்கள் மூத்த அண்ணனுக்கு இப்படி எழுதினேன் “என்னால் என்னவெல்லாம் இயல்கிறது என்பது இப்போது அவ்வளவு முக்கியமான விஷயமில்லை”, எதிர்பார்த்த பதில் வருமென்பதால் எனக்கு நானே கடிதம் எழுதிக் கொள்ளலாம் என நினைக்கிறேன்.’

அவர் மௌனமானர், மனங்குன்றியவராய்த் தன்னை உள்ளிழுத்துக்கொண்டார். கை கட்டைவிரல்கள் ஒன்று மற்றதைச் சுற்றிவர, கணப்பருகே இருந்த சாய்வு நாற்காலியில் அமர்ந்துகொண்டார். ரோஸையும் தனது மகள்களையும் சட்டென்று அவர் பார்த்தப் பார்வை தங்களுடைய அண்ணனைப் பற்றிப் பேசமாலிருப்பது நல்லது என்பதை அவர்களுக்கு உணர்த்தப் போதுமானதாயிருந்தது. உணவு தயாரிப்பதில் உற்சாகத்துடன் அவர்கள் மும்முரமானார்கள்.

ஏதாவதொரு சிறிய விஷயம் குறித்து அவர்கள் ஒருவர் மாற்றி ஒருவர் தொடர்ந்து மோரனுடன் பேச்சுக்கொடுக்க முயன்றனர். இந்த விசித்திர உபாயம் மோரனை அவர்களது உற்சாகத்துக்குள் கொண்டுவரும்வரை அவர்கள் விடவில்லை. உணவருந்த அவர்கள் அமர்ந்தபோது மோரனே மெக்வெய்டை அந்த நாளுக்குள் கொண்டுவந்தார்.

'மெக்வெய்ட் மோசமானவனில்லை, ஆனால் அவனைப் பீடித்த துரதிர்ஷ்டம் குடி. அவனைப் பற்றிய சுவாரஸ்யமான விஷயம் என்னவென்றால், எதைச் செய்தாலும் எப்போதும் அதிர்ஷ்டத்தின் பக்கமே இருப்பவர்களுள் அவனும் ஒருவன். மாடுகளை வாங்க ஆரம்பித்தபோது அதுபற்றி அவனுக்கு ஒன்றுமே தெரியாது. இருந்தும் அவன் அதில் நல்ல பணம் பார்த்தான். கண்ணியமான மனிதர்களை விடவும் அவனைப் போன்றோர் உலகத்தில் நல்லபடியாக வாழ்ந்துவிடுகிறார்கள்.'

'அவரது வாழ்வின் முக்கியத் தருணமென்றால் அது அவர் செய்தித்தாள் விற்கும் சிறுவனைப் போல உடையணிந்து ரயில்நிலையம் சென்றது தான்' தயக்கத்துடன் ஷீலா சொன்னாள். பல வருடங்களாக மோனஹன் தினத்தன்று அவள் அதை அடுத்தவர்கள் சொல்லக் கேட்டிருக்கிறாள். ஆனால் போர் குறித்துப் பேசுவதை மோரன் அனுமதிப்பாரா என்று அவளுக்குத் தயக்கமிருந்தது. அதுபற்றிய பேச்செழும்போதெல்லாம் கல்போல இறுகி மௌனமாகிவிடுவார்.

'அதிலும் அவனுக்கு அதிர்ஷ்டம்தான், அவனுக்குக் கொஞ்சமும் பதற்றமிருந்ததில்லை.'

'உங்களது சிறு படையணியின் மூளையே நீங்கள்தான் என எப்போதும் அவர் சொல்வார். ஒரு சிறு விஷயமும் மாறாமல் அவர்கள் செய்தவையெல்லாம் உங்கள் திட்டத்தின்படிதான்.' தான் நினைத்ததை வெளிப்படுத்த மோனாவுக்குத் தைரியம் வந்திருந்தது.

'மற்றவர்களைவிடவும் நான் அதிக காலம் பள்ளி சென்றவன். மோய்னில் இருக்கும் லத்தீன் பள்ளி. என்னால் வரைபடங்களைப் பார்த்து விவரமறிய முடியும், தொலைவுகளைக் கணக்கிட முடியும். நீங்கள் நினைத்துப் பார்த்திருக்க மாட்டீர்கள், தனது சட்டைப்பையில் இருப்பதை மட்டும் வேகமாகக் கூட்டவோ கழிக்கவோ தெரிந்திருந்தாலும் மெக்வெய்டைப் போலவே அவர்களில் பெரும்பாலோனோர் ஏறத்தாழப் படிப்பறிவற்றவர்கள். அந்தக் காலத்தில் மூளைக்காரன் எனப் பெயரெடுப்பது சுலபம்.'

திடீரென, இந்த மோனஹன் தினத்தில் தன் பெண்கள் காட்டிய நல்லெண்ணத்தைப் பதிலுக்கு அவர்களுக்கும் காட்ட வேண்டும் என நினைத்தவர்போல, வாழ்வில் முதல் தடவையாகப் போர் குறித்து அவர்களிடம் திறந்த மனதுடன் பேசினார். 'ஆங்கிலேயர்களுக்குத் தாம் செய்வது என்ன வென்று தெரியவில்லை. முன்பு எந்த நகர்வுகளெல்லாம் வெற்றிகரமாக அமைந்தனவவோ அவற்றை அப்படியே திரும்பவும் மேற்கொண்டனர். அந்த ரயில் விஷயத்தை எடுத்துக்கொள்ளுங்கள். கிராமம் மொத்தமுமே ஆயுதமேந்தி நின்றிருக்கையில் சதுப்புக்காட்டின் நடுவில் கர்னலை வரவேற்க வாத்தியக் குழுவை ஏற்பாடு செய்வதை நினைத்துப்பாருங்கள். சிறு குழந்தைகூட அதைச் செய்யாது.'

'யாரும் உங்களை முட்டாளாக்க அனுமதிக்காதீர்கள். அது அவ்வளவு நல்ல விஷயமில்லை. டேன்ஸ் படையினரைப் போல பெண்கள், குழந்தைகளை நாங்கள் சுடுவதில்லை, ஆனாலும் நாங்கள் கொலைகாரக் கூட்டம்தான். எல்லாம் நல்லவிதமாகப் போய்க்கொண்டிருந்தது, இருந்தும் குறைந்தது எங்களில் வாரத்துக்கு ஒருவர் கொல்லப்படுவது தொடர்ந்தது. ஆரம்பத்தில் இருபத்திரண்டு பேரைக் கொண்டிருந்த எங்கள் படையணியில் போர்நிறுத்தம் அறிவிக்கப்பட்டபோது ஏழு பேர் மட்டுமே உயிருடனிருந்தோம். ஒவ்வொரு நாளும், அடுத்த நாள் பிழைத்திருப்போமா என்ற உத்தரவாதம் இருந்த தில்லை. ஆனால் அவர்கள் உங்களை ஏமாற்ற அனுமதிக்காதே. போர் என்பது வேட்டைநாய்கள் துரத்திவர, ஒரு நீண்ட நடையின் அடுத்த அடியை எப்படி எடுத்து வைப்பது என்ற நிச்சயமின்றி ஓர் இரவு முழுக்கக் கழுத்துவரையிலான சாக்கடையில் நின்றிருப்பதன் குளிர், கசகசப்பு. அதுதான் போர். வாத்தியங்கள் இசைக்க ஒரு கேடுகெட்ட அரசியல்வாதி மெல்ல நடந்து வந்து தரையில் மலர்வளையம் வைப்பதல்ல.

அதனால் நாம் அடைந்தது என்ன? ஒரு நாடு. அதாவது, நீங்கள் அவர்கள் சொல்வதை நம்புவதாக இருந்தால். உயர்பதவி களில் சில ஆங்கிலேயருக்குப் பதிலாக நமது படைவீரர்கள் சிலர் அமர்ந்தது. என்னுடைய குடும்பத்தாரில் பாதிப்பேர் இங்கிலாந்தில் வேலை செய்கிறார்கள். பிறகு அதெல்லாம் எதற்கு? எல்லாமே ஏமாற்றுவேலை.'

'போருக்குப் பிறகு ராணுவத்தில் மிக உயர்ந்த பதவிக்கு நீங்கள் சென்றிருக்க வேண்டும் என்பார்கள். ஆனால் அப்படி உயரே செல்லவிடாமல் நீங்கள் தடுக்கப்பட்டீர்கள். நீங்கள் அந்தப் பதவியை அடையாமல் அவர்கள் பார்த்துக்கொண்டார்கள்

என மெக்வெய்ட் எப்போதும் சொல்வார்' வலிந்து ஏற்படுத்திக் கொண்ட உக்கிரத்துடன் ஷீலா சொன்னாள்.

'நான் தடுக்கப்பட்டேன், ஆனால் மெக்வெய்ட் சொன்னது போல அது அவ்வளவு சாதாரணமாக நடக்கவில்லை. அமைதிக் காலத்தில் ராணுவத்தில் தொடர்ந்து மேலே போகப் பலரது கால்களை நக்கி உகந்த ஆட்களைக் கண்டறிய வேண்டும். எனக்கு மற்றவர்களுடன் நைச்சியமாக நடந்துகொள்ளத் தெரியாது. இப்போது உங்களுக்கே அது தெரியுமென நினைக்கிறேன்.' சற்று நகைச்சுவையாக அவர் சொன்னார்.

பதிலுக்குப் புன்னகைக்க முயன்றபோது பெண்களின் கண்களில் கண்ணீர். ரோஸ் மௌனமாக அவர்களைக் கவனித்துக்கொண்டிருந்தாள்.

'மெக்வெய்டையும் என்னையும் போன்றவர்களது வாழ்வின் மிகச் சிறந்த பகுதி எதுவென்றால் அது போர்தான். அப்போதுபோல ஒருபோதும் விஷயங்கள் எளிதாகவும் தெளிவாகவும் இருந்ததில்லை. அப்போதுபோலப் பிறகு எப்போதும் அதை நாங்கள் சரியாகச் செய்ததில்லை. அது நடக்காமலே இருந்திருந்தால் நன்றாக இருந்திருக்கும். இப்போது களைப்பாக இருக்கிறது. ஒரு நோய்வாய்ப்பட்ட கிழவனைப் பார்க்க இவ்வளவு தொலைவு பயணித்து வந்திருக்கும் நீங்கள் போற்றத்தக்கவர்கள்.'

சிறிய கைப்பையிலிருந்து தனது ஜெபமாலையை எடுத்தார். மணிகள் அவர் கையிலிருந்து தளர்வாகத் தொங்கின. 'எப்படி யிருந்தாலும் அதில் உங்களுக்கோ எனக்கோ இனி எந்தச் சம்பந்தமுமில்லை. ஆனால் இந்த விஷயத்தில் இறுதியாக வெல்பவரே தாங்க முடியாத அளவுக்கு நீண்ட நேரம் சிரித்துக் கொண்டிருக்க வேண்டும். முடிந்த அளவுக்கு நாம் நன்றாக வேலைசெய்ய வேண்டும், *பிரார்த்தனை செய்ய வேண்டும்*.'

அவர் மிகவும் இறுக்கமுற்றிருந்தார், களைத்திருந்தார். எனவே அவர்கள் அவரது அறைக்குச் சென்று ஜெபமாலை சொல்லலாம் என்றனர், ஆனால் அவர் அதை ஏற்கவில்லை. எப்போதும்போல விறைப்பாக மேசையடியில் மண்டியிட்டார்.

'ஆண்டவரே, நீர் என் உதடுகளைத் திறவும்.' அவர் வாய்திறந்து செபித்தார். அர்ப்பணிப்புப் பகுதிக்கு வந்தபோது எதையோ தேடுபவர்போல ஜெபமாலை சொல்வதை நிறுத்தி னார். சிலநேரம் அவருக்கு இயலும் மின்னல் வெட்டுப்போன்ற வேகத்தில் தனது மகள்களின் தொடர்ந்த நல்லெண்ணத்தை, அன்பை, இயல்பில் எப்போதும் அவரால் திரும்பச் செலுத்த

முடியாத அன்பை நினைவுகூர்ந்தார். 'இன்றிரவு நாங்கள் இந்த ஜெபமாலையை ஜேம்ஸ் மெக்வெய்டின் ஆன்மா அமைதியில் துயில வேண்டி ஒப்புக்கொடுக்கிறோம்.'

பிரார்த்தனை முடிந்ததும் பதிலுக்குப் பெண்கள் மூவரும் அவரை முத்தமிட்டு நல்லிரவு சொன்னார்கள். ரோஸ் அவருடன் அவரது அறைக்குச் சென்றாள். பெண்கள் கழுவுதல், ஒழுங்குபடுத்துதல் என வேலைகளைத் தொடங்கினார்கள். சீக்கிரமே மாலைப் பொழுதின் குப்பைகள் அகற்றப்பட்டு அறை மறுநாள் காலை உணவுக்குத் தயாரானது.

இப்போதே காலை உணவுக்கு மேசை தயாராக இருந்ததைப் பார்த்த ரோஸ், 'நீங்கள் மட்டும் சற்று நீண்ட காலம் இங்கிருந்தால் நான் கெட்டுக் குட்டிச்சுவராகிவிடுவேன். மற்றவர்கள் என்ன எடுத்துக்கொள்கிறீர்களோ தெரியாது, நான் இன்றிரவு மோசமானவளாக இருக்கப்போகிறேன். சிகரெட்டும் சூடான விஸ்கியும் எடுத்துக்கொள்ளப்போகிறேன். இன்றிரவு நீங்கள் அப்பாவை அவருக்குள்ளிருந்து வெளியே கொண்டுவந்தீர்கள். எப்படியோ முயன்று நீங்களெல்லாம் வந்தது அப்பாவுக்கு அவ்வளவு மகிழ்ச்சி.'

மறுநாள் நீண்ட காலை உணவில் அவர்கள் சோம்பித் திளைத்துக்கொண்டிருந்தனர். உணவருந்தியபடி அறையின் கதகதப்பில் வம்பளந்தபடியும், சன்னலுக்கு வெளியே வெள்ளைப் பரப்பில் உறைபனி போர்த்தி விறைத்திருந்த கொத்துப் புற்களைப் பார்த்தபடியும், பெரிய அடர் பச்சை வட்டங்களாக சைப்ரஸ் மரங்களினடியில் மட்டும் இருந்த புற்களைக் கண்டபடியும் மகிழ்ந்திருந்தபோது முன்னறையிலிருந்து ஒருமுறை துப்பாக்கி வெடிக்கும் சத்தத்தை அவர்கள் கேட்டனர். அவர்கள் ஒருவரை ஒருவர் அச்சத்துடன் பார்த்துக்கொண்டனர். விரைவாக, அவர்கள் அனைவரும் ஒருவரே என எண்ணத்தக்க வகையில் ஒரேநேரத்தில் அந்த அறைக்குச் சென்றனர். இரவு உடையில் கையில் துப்பாக்கியுடன் திறந்த சன்னலருகே முன்னேயிருக்கும் வெளியைப் பார்த்தபடி அவர் நின்றிருந்தார். அவர் பார்த்த இடத்தில் ஓதிய மரத்தடியில் ஒரு ஜாக்டவ் காக்கை கறுப்பு வெளிச்சம்போல வெள்ளைத் தரையில் கிடந்தது.

'அப்பா, உங்களுக்கு ஒன்றுமில்லையே?' அவர்கள் சத்தமாகக் கேட்டனர்.

அவருக்கு ஒன்றும் ஆகவில்லை என்பது தெளிவான போது ரோஸ் அழுதபடி சொன்னாள் 'எங்களையெல்லாம் அச்சத்தில் துடிக்க வைத்துவிட்டீர்கள்.'

‘அந்தத் திருட்டுக் காக்கை பலநாட்களாக எனக்குத் தொல்லை கொடுத்துவந்தது.’

‘திறந்த சன்னலருகே நின்றால் உங்களுக்குச் சளிபிடித்துக் கொள்ளும்’ மேகி புகாராகச் சொல்ல, ரோஸ் சன்னல் கதவைக் கீழிறக்கி மூடினாள்.

‘ஆனாலும் உங்கள் குறி தப்பவில்லை,’ சிரிப்பின் மூலம் இசைகேடான அந்தச் சூழலைக் கடக்கும் முகமாக ரோஸ் சொன்னாள்.

‘அப்பாவின் குறி ஒருபோதும் தப்பியதேயில்லை’ என்றாள் மோனா.

‘ஒரு மனிதனுக்கு மிக நெருக்கத்தில் நான் இருந்திருக்கிறேன் என்றால் அது அவனை என் துப்பாக்கி வழியாகக் காண்கையில்தான். அதோடு என் குறியும் ஒருபோதும் தப்பியதில்லை.’ அவரது குரல் சுரத்தின்றிக் களைப்புடன் ஒலித்ததால் அந்த வார்த்தைகளில் இருந்த சில்லிட வைக்கும் தன்மை சற்றுக் குறைந்திருந்தது.

ரோஸ் துப்பாக்கியைத் தன்னிடமிருந்து எடுத்துக் கொள்ள அவர் அனுமதித்தார், அதுவும் தோட்டாப் பொதியுறையை நீக்கிய பிறகுதான். உடையணிந்துகொண்டு அவர்களோடு காலையுணவு மேசையில் அமர்ந்தார். துப்பாக்கி அதன் வழமையான இடமான அறை மூலையில் திரும்ப வைக்கப்பட்டது. இறந்த ஜாக்டவ் குறித்து அதன்பிறகு யாரும் எதுவும் பேசவில்லை.

ஒரு மணிநேரம் கழித்து ‘மறுபடியும் சோர்வாக இருக்கிறது’ என்று மட்டும் சொன்னவர் தனது அறைக்குத் திரும்பினார்.

மேகி அன்றிரவு விமானத்தில் லண்டன் புறப்படவிருந்தாள். ஷீலாவும் மோனாவும் அவளை விமான நிலையத்துக்கு காரில் அழைத்துச்செல்ல இருந்தனர். அவர்கள் இருவரும் எதிர்வரும் வார இறுதிவரை வர மாட்டார்கள். மோரன் ரோஸுடன் வீட்டு வாசற்படியில் நின்றபடி கார் புறப்பட்டுச் செல்வதைப் பார்த்தார். காரைப் பார்த்துப் பலவீனமாகக் கையசைத்தார், ரோஸ் வெளிக்கதவைச் சாத்தும்போது அவர் எதுவும் பேசவில்லை. இருவரும் வீட்டுக்குள் வந்தனர்.

ஏற்கெனவே இருந்ததன் ஒரு கற்பனை நிழலுருவைத் தவிர்த்து மோனஹன் தினம் எதையும் மீட்டுருவாக்கம் செய்திருக்கவில்லை. ஈஸ்டர் கடந்தது, இன்னும் பல எச்சரிக்கை மணிகளும் கடந்தன, பெண்களில் யாருக்கும் கிரேட் மெடோ

வர வாய்ப்பு அமையவில்லை. அப்போது ரோஸ் தன் சகோதரியிடம் சொல்லி நகரத்திலிருந்து பிரான்சிஸ்கன் மதகுருக்கள் அணியும் பழுப்புவண்ண அங்கியை வாங்கிவரச் செய்தாள். வீட்டுக்குள் அமைதியும் வெறுமையும் சூழ்ந்திருந்தாலும் திருடர்களைப்போல அவர்கள் அந்த அங்கியை மறைத்து உள்ளே கொண்டுவந்தனர். அன்று மாலை ரோஸ் அந்த அங்கியை, மோரன் ஒருபோதும் திறந்து பார்க்காத அலமாரியில், தனது மிக அந்தரங்கமான உடைகளுக்கு நடுவே மறைத்துவைத்தாள்.

○

இழந்த உறவை மீட்டெடுப்பதற்காக ஒரு ஆணும் பெண்ணும் திருமணம் செய்துகொள்வதைப் போலவே மோனஹன் தினத்தைப் புதுப்பிப்பதும் பலவீனமான செயலாக இருந்தது. கடினமான உண்மையை சௌகரியமான ஒன்றாக மனம் மாற்றிக்கொள்ள முயல்வதைப் போன்றது அது.

அவர்கள் கடைசியாக அனுசரித்த மோனஹன் தினத்தில் மெக்வெய்ட் வீட்டுக்கு வந்திருந்தார். எல்லா மோனஹன் தினத்தையும் போல அன்றும் அவருக்காகப் பதற்றத்துடன் காத்திருப்பார் மோரன். அது வருடத்தில் மெக்வெய்ட் கிரேட் மெடோவுக்கு வரும் ஒரே நாள். காலையிலிருந்தே சமையலறைக்குள் போவதும் வருவதுமாக இருந்தார். மேகியும் மோனாவும் சமையலறையைச் சுத்தம் செய்து ஒழுங்கு படுத்திப் பெரிய விருந்து தயாரிக்க ஆயத்தப்படுத்திக் கொண்டிருந்தனர். பதினெட்டு வயதில் நல்ல உயரமாகவும் அழகாகவும் இருந்த மேகி குழந்தையாக இருந்தபோது அப்பாவைப் பார்த்ததுபோலவே இப்போதும் அதே பிரம்மிப்புடன் பார்த்தாள். அவளைவிட இரண்டு வயது இளையவளான மோனா அவருடன் சண்டை போடுபவளாக இருந்தாள். ஆனால் இன்றைய தினம் மேகி சொல்வதை மறுபேச்சின்றி ஏற்றுக்கொள்வது என முடிவெடுத்திருந்தாள். மோனாவைவிட இன்னும் ஒரு வயது இளையவளான ஷீலா எப்போதும் தன்னைப் பற்றியே எண்ணுபவள். பொருந்தாத சாக்குச் சொல்லி அதிகாரத்துக்குச் சவால்விடுவதில் தேர்ந்தவள். அந்த நாளின் பரபரப்பிலிருந்து தப்பிக்கத் தனக்கு உடம்பு சரியில்லை எனச் சொல்லி ஒதுங்கிக்கொண்டாள். மற்ற இருவரும் தங்கள் பணிகளை விளையாட்டாகவும் சிலநேரம் சில்மிஷம் கலந்தும், கட்டுப்பாட்டுக்குள் அமைந்த கலாட்டாவுடனும் மேற்கொண்டனர். ஆனால் அப்பா அங்கு வந்த நொடியே பரம சாதுக்களாய் மாறி அங்கு அவர்கள் இருப்பதே தெரியாத அளவுக்கு, எவ்வளவு முடியுமோ அவ்வளவு ஒடுங்கி நின்றனர்.

‘செம்மறி ஆட்டிறைச்சித் துண்டங்கள் எப்படி இருக்கின்றன?’ மீண்டும் அவர் கேட்டார். ‘இவைதான் உங்களுக்குக் கிடைத்த சிறந்த இறைச்சித் துண்டங்களா? கவனா கடையைத் தவிர வேறு எங்கும் செம்மறி ஆட்டிறைச்சி வாங்க வேண்டாமென எப்போதும் நான் உங்களுக்குச் சொல்வதில்லையா? எதையுமே உங்களுக்கு நூறு முறை சொல்ல வேண்டுமா? கடவுளே, ஏன் இந்த வீட்டில் யாரும் எதையும் பொறுப்பாகச் செய்வதில்லை? ஒவ்வொன்றையும் வலிந்து செய்யவைக்க வேண்டியிருக்கிறது.’

‘மாட்டிறைச்சி ஒன்றும் அவ்வளவு பிரமாதமாக இல்லை, ஆனால் செம்மறித் துண்டங்கள் நன்றாக இருக்கின்றன என கவனா சொன்னார்’ என்றாள் மேகி. ஆனால் அவள் சொல்லி முடிக்கும் முன்னரே, சாதாரண விஷயங்களைக்கூட இவ்வீட்டில் யாரும் ஒழுங்காகச் செய்வதில்லை, சாதாரண விஷயங்களே ஒழுங்காக நடக்கவில்லையென்றால் இந்த உலகில் ஒரு மனிதன் ஒரு நாளைக் கடந்து அடுத்த நாளுக்குச் செல்வதெப்படி என முணுமுணுத்தபடியே அவர் வெளியே நடக்கத் தொடங்கியிருந்தார்.

கதவு மூடப்பட்டு நீண்ட நேரத்துக்குப் பெண்கள் இருவரும் மௌனமாக நின்றிருந்தனர். சட்டென்று, எந்தக் காரணமுமின்றி சத்தமாக மோரனைப் போலப் பேசியவாறே ஒருவர் மற்றவரைப் பிடித்துத் தள்ளத் தொடங்கினர். ‘கடவுளே, கடவுளே! இதுபோன்ற மக்களைப் பெற நான் என்ன செய்தேன்? கடவ்ளே, கடவ்ளே, சாதாரண விஷயங்களைக்கூட இவர்கள் சரிவரப் புரிந்துகொள்வதில்லை.’ சிரித்தவாறே அவர்கள் நாற்காலிகளில் சரிந்தனர்.

அவர்களது அந்தப் போக்கிரித் தனமான விளையாட்டுக்கு நடுவில் மேலே கூரைப் பலகைகளை ஆக்ரோஷத்துடன் பலமாகத் தட்டும் சத்தம் கேட்டது. அவர்கள் விளையாட்டை நிறுத்தி அதைக் கூர்ந்து கேட்க முனைந்தபோது சத்தம் நின்றுவிட்டது. ‘என் கால் பெருவிரலைக் காட்டிலும் அவளுக்கு அதிக நோயொன்றும் கிடையாது. ஏதாவது ஒரு சிறிய பிரச்சினையைக் கண்டால் போதும், உடனே ஆஸ்துமாவுடன் படுக்கையில் விழுந்துவிடுவாள். அவள் அங்கே புத்தகங்களையும் இனிப்புகளையும் மறைத்து வைத்திருக்கிறாள்’ என்றாள் மோனா. மறுபடியும் தட்டும் ஒலி அகங்காரத்துடன் காட்டமாக ஒலிக்கும்வரை அவர்கள் மௌனமாகக் காத்திருந்தனர்.

‘பூஹூ!’ என்று அவர்கள் பதிலளித்தார்கள். ‘பூஹூ! பூஹூ!’ பூஹூ!’ தட்டல் கூரைப் பலகைகளை அதிரவைத்தது.

அவள் காலணி அல்லது சப்பாத்தைக் கொண்டு தட்டிக் கொண்டிருந்தாள். 'பூஹூ!' அவர்கள் எதிரொலித்தனர். 'பூஹூ! பூஹூ!...'

படிகள் கிறீச்சிட்டன. அடுத்த கணமே ஷீலா கோபத்துடன் வாசல் கதவை அடைத்துக்கொண்டு அவர்கள் முன்னே வந்துநின்றாள். 'நான் நீண்ட நேரமாகத் தட்டிக்கொண்டிருக்கிறேன், நீங்கள் என்னைப் பார்த்துச் சிரிப்பதைத் தவிர வேறு எதுவும் செய்யவில்லை.'

'எங்களுக்கு எதுவும் கேட்கவில்லை. நாங்கள் யாரைப் பார்த்தும் சிரிக்கவில்லை.'

'உங்களுக்கு நன்றாகவே கேட்டது. நான் உங்கள் இருவரைப் பற்றியும் அப்பாவிடம் சொல்லப்போகிறேன்.'

'பூஹூ!' அவர்கள் மீண்டும் கத்தினார்கள்.

'நான் ஏதோ விளையாடுவதாக நினைக்கிறீர்கள். இதற்காக சீக்கிரமே அனுபவிப்பீர்கள்'.

'உனக்கு என்னதான் வேண்டும்?'

'எனக்கு உடம்பு சரியில்லை. குடிக்கக்கூட எனக்கு எதுவும் கொண்டுவந்து நீங்கள் தரவில்லை.'

அவர்கள் அவளிடம் ஒரு குவளை பார்லி நீரும் சுத்தமான தம்ளர் ஒன்றையும் கொடுத்தார்கள்.

'இன்று என்ன நாள் என்று உனக்குத் தெரியும். மெக்வெய்ட் சந்தையிலிருந்து வருகிறார். அவர் ஒரு பிசாசுபோல வேகமாக வந்து அதே வேகத்தில் கிளம்பிவிடுவார். அப்படியிருக்க நாங்கள் வந்து உனக்குப் பணிவிடை செய்ய வேண்டுமென நீ எதிர்பார்க்க முடியாது. அவர் வந்து உன்னை வாசலில் இப்படிப் பார்த்தால், ஏதாவது சொல்லிவிடுவார்' என்றாள் மேகி. ஆனால் ஷீலா அவள் சொல்லி முடிக்கும் முன்பே திரும்ப மேலே சென்றுவிட்டாள்.

அவர்கள் பெரிய மென்மர மேசையில் கஞ்சிபோட்ட வெள்ளை மேசைவிரிப்பை விரித்தனர். அறையில் நல்ல கதகதப்பு, அடுப்புத் தகடு மங்கிய ஆரஞ்சு நிறத்தில் ஒளிர்ந்தது. இறுக்கம் தளர்ந்தவர்களாய் அறையின் சம்பிரதாய ஒழுங்கை ரசித்தவாறு அவர்கள் மேசையை ஒழுங்குபடுத்தத் தொடங்கிய போது மோரன் வயலிலிருந்து மீண்டும் வந்தார். இந்த முறை அவர் அறையின் நடுவே வந்து நின்றார், எதற்காக உள்ளே

வந்தோம் என்று தெரியாமல், பேச்சின் நடுவே சொல்லவந்ததை மறந்த ஒருவரைப்போல, அறையில் எதையாவது ஊன்றிப் பார்க்க அவரது கண்கள் தேடின.

‘எல்லாம் சரியாக இருக்கிறதா?’

‘எல்லாம் சரியாக இருக்கிறது அப்பா.’

‘செம்மறி இறைச்சித் துண்டங்கள் நன்றாக இருக்கட்டும்’ என்று சொல்லிவிட்டு மீண்டும் வெளியே சென்றார். கதவு மூடிய உடனேயே அவரது இருப்பின் பதற்றத்திலிருந்து விடுபட்ட மோனா, தன் கையிலிருந்த தட்டை நழுவ விட்டாள். அது உடைந்து நொறுங்கியதை இருவரும் மிகுந்த ஈர்ப்புடன் மௌனமாக வேடிக்கை பார்த்தபடி நின்றனர். பின்னர் அவசர அவசரமாக உடைந்த துண்டுகளைப் பெருக்கித்தள்ளி ஒளித்துவைத்தனர். யாரும் கண்டுபிடிக்காமல் எப்படி மாற்றுத் தட்டை வைப்பது என்று யோசித்தனர்.

‘கவலைப்படாதே’ இன்னும் அதிர்ச்சியிலிருந்து மீளாமல் முகம் வெளுத்து நின்றிருந்த மோனாவுக்கு மேகி ஆறுதல் சொன்னாள். ‘இதற்கு ஏதாவது வழி கண்டுபிடிப்போம்’. கேலி கிண்டல் மூலம் இந்த மனநிலையை மாற்றிக்கொள்ள இயலாத அளவுக்கு அவர்கள் மனதளவில் மிகவும் சோர்ந்திருந்தனர். மாற்று அமையும் வரை அல்லது மறக்கப்படும்வரை உடைந்துபோன எதையும் மறைத்துவைக்கத்தான் வேண்டும்.

வெளியே குளிர், ஆனால் மழையில்லை. ஏழை விவசாயிகள் தங்கள் குளிர்கால விளைபொருட்களை விற்க, அவற்றைப் பணக்கார விவசாயிகள் உடல் கொழுப்பதற்காக வாங்கும் ஒரு பாரம்பரிய நாளான மோனஹன் தினத்தில் எப்போதுமே குளிராக இருக்கும். மோரன் பணக்காரரும் அல்ல; ஏழையும் அல்ல. ஆனால் வறுமை பற்றிய அவரது வெறுப்பும் பயமும் நோய் குறித்த அவரது பயத்தைப் போலவே தீவிரமானது. அதாவது அவர் ஒருபோதும் ஏழையாக இருக்க மாட்டார், ஆனால் அவரும் அவரைச் சுற்றியுள்ளவர்களும் பரம ஏழைகளைப் போல வாழ்வார்கள். மோரனுக்கு வயல்களில் வேலை எதுவும் இல்லை, ஆனால் புதர்வேலிகளைப் பார்த்தபடியும், சுவர்களை ஆராய்ந்துகொண்டும், கால்நடைகளை எண்ணிக்கொண்டும் அவர் வெளியே குளிரில் இருந்தார். வீட்டுக்குள்ளேயே அடங்கிக் கிடக்க முடியாத அளவுக்கு உற்சாகமாக இருந்தார். வெளிச்சம் மங்கத் தொடங்கியதும் மெக்வெய்டின் காரை எதிர்நோக்கி சாலையைப் பார்ப்பதற்காக அவர் ஃபிர் தோப்பு கொட்டகைக்குத் திரும்பினார்.

மெக்வெய்டுக்குப் ஏதாவது பெரிய கிராக்கி ஒன்று கிடைத்திருக்கும் பட்சத்தில் இருட்டும்வரை அவர் வர மாட்டார்.

வெள்ளை நிற மெர்சிடிஸ் கார் மெதுவாகச் சாலைவழியே வந்து திறந்திருந்த யூ மரத்தடி வாயிலுக்குள் திரும்பியபோது ஏறத்தாழ இருட்டிவிட்டிருந்தது. கார் நின்ற பிறகும் மோரன் நகரவில்லை. உண்மையில், காரின் கதவு திறந்தபோது உள்ளுணர்வு உந்த அவர் தோட்டத்துக்குள் பின்னோக்கி நகர்ந்தார். மெக்வெய்ட் காரிலிருந்தபடி தடுமாறுவதையும் யாருக்காகவோ காத்திருப்பது போலத் திறந்திருந்த கார் கதவின்மீது சாய்ந்து நிற்பதையும் அசையாமல் பார்த்துக்கொண்டிருந்தார். நின்ற இடத்திலிருந்து மெக்வெய்டை அவர் அழைத்திருக்கலாம், ஆனால் செய்யவில்லை. மெக்வெய்ட் கார் கதவை அறைந்து சாத்திவிட்டு வீட்டை நோக்கி நடந்தார். அவர் வீட்டுக்குள் சென்று பல நிமிடங்கள் கழித்தே மோரன் தோட்டத்தை விட்டு வெளியே வந்தார். மெதுவாக, வேண்டுமென்றே வயல்வெளிகளைத் தாண்டிப் பின்வாசல் வழியே வந்தார். குறிப்பிட்ட இந்த நேரத்துக்காக அவர் பல வாரங்கள் எதிர்பார்த்துக் காத்திருந்தாலும், இப்போது தனது வீட்டுக்குள் நுழைகையிலேயே மெக்வெய்ட்மீது அவருக்குக் கடுமையான வெறுப்புத் தோன்றியது.

மெக்வெய்ட் கணப்பருகே சாய்வு நாற்காலியில் அமர்ந்திருந்தார். அவரது வலுமிக்க உடலின் நடுப்பகுதியும் பெரிய தொந்தியும் நாற்காலியை நிரப்பியிருந்தன. மஞ்சள் வண்ண மாட்டுக்காரர் பூட்ஸுகள் அவரது கொழுத்த கால்களில் பாதியளவுவரை காலணி நாடாவால் இறுக்கப்பட்டிருந்தன.

அவர் நாற்காலியை விட்டு எழுந்திருக்கவும் இல்லை, மோரன் உள்ளே வந்ததைக் கண்டுகொண்டது போலக் காட்டிக்கொள்ளவும் இல்லை. பெண்களைக் கிறக்கத்துடன் பார்த்துக்கொண்டிருந்த பார்வை மட்டும் மோரன் பக்கம் திரும்பியது.

‘பெண்கள் பூத்துக் குலுங்கு கிறார்கள். உங்களது பழத் தோட்டங்களுக்கு நல்ல வேலி போடுங்கள், இல்லையானால் அக்டோபருக்குப் பின் ஆப்பிள்கள் இருக்காது’ என்றார்.

இந்த வார்த்தைகள் மிகுந்த நகைச்சுவையுடனும் ஆவேசமான உறுதியுடனும் சொல்லப்பட்டன, எனவே அவற்றைத் தவறாக எடுத்துக்கொள்வது சாத்தியமில்லை.

மோரனுக்கு இது காதில் விழவில்லை. வந்த வேகத்திலேயே மனக்கசப்பெல்லாம் போய்விட்டிருந்தது. மெக்வெய்ட் வந்திருக்கிறார், இது மோனஹன் தினம்.

'மைக்கேல்' என்றபடி மெக்வெய்ட் நாற்காலியிலிருந்து உடலை நீட்டி மோரனின் கையை இறுகப் பற்றினார்.

'ஜிம்மி' மோரன் அதே எளிமையுடன் பதிலளித்தார். 'வந்து நீண்ட நேரமாயிற்றா?'

'நீண்ட நேரமில்லை. இந்தப் பெண்களிடம் நன்றாகப் பேசிக்கொண்டிருந்தேன். அற்புதமான பெண்கள்.'

மோரன் அறைக்குள்ளாக நடந்து திரைச்சீலையிடப்பட்ட நிலையடுக்கை நோக்கிச் சென்றார். அங்கு தனக்கான மருந்துகளை வைத்திருந்தார்.

ஒரு தம்ளரையும் ஒரு முழுப் போத்தல் ரெட்பிரஸ்ட்டையும் எடுத்தார். தம்ளரில் நிறைய விஸ்கியை ஊற்றி மெக்வெய்டிடம் கொண்டுவந்தார். மேகி ஒரு குவளை ஊற்றுத் தண்ணீரை மேசையில் வைத்தாள். 'போதும் எனும்போது சொல்' என்று தம்ளரில் தண்ணீரை ஊற்றினார் மோரன். மெக்வெய்ட் முக்கால்வாசி நிரம்பும்வரை தம்ளரை நீட்டினார்.

'சந்தை முடிந்தபிறகு உனக்குத் தேவைப்படும்' என்றார் மோரன்.

'எனக்குத் தேவைப்படாது. இதைவிடவும் சிறப்பாகக் கிடைக்கும். ரசித்து மகிழ்வேன். எல்லோருக்கும் நல்வாழ்த்துகள்.'

'எப்படிப் போனது?' மோரன் தனக்குப் பொருந்தாத உற்சாகத்துடன் கேட்டார்.

'மற்ற மோனஹன் தினங்களைப் போலவேதான்' என்றார் மெக்வெய்ட்.

'நன்றாக இருந்ததா இல்லை மோசமாகவா?' மோரன் தொடர்ந்தார்.

'அது நன்றாகவும் இல்லை மோசமாகவும் இல்லை. பணம், அவ்வளவுதான். விவசாயிகள் எல்லோரும் தங்கள் கால்நடைகள் சிறப்பானவை என நினைக்கிறார்கள், ஆனால் எப்போதும் நான் பார்ப்பது பணத்தைத்தான். ஒரு கால்நடை குறிப்பிட்ட தொகையில் அல்லது அதற்குக் கீழிருந்தால் அதை வாங்குவேன். அதற்கும் மேலே போனால் அந்த வியாபாரத்தில் நான் இருப்பதில்லை.'

'கடந்த காலங்களில் அடிக்கடி உன்னைக் கவனித்திருக்கிறேன். ஏலத்தில் நுழையவும் வெளியேறவும் சரியான நேரம் உனக்கு எப்படித் தெரிகிறது என்று ஆச்சரியப்பட்டிருக்கிறேன்' என்று மோரன் புகழ்ந்தார்.

மெக்வெய்ட் தனது வியாபார உலகத்தில் கொண்டிருக்கும் தேர்ச்சி மீதான அவரது ஈர்ப்பு சிறுபிள்ளைத்தனமாக இருந்தது. மோரனால் எப்போதும் வெளியுலகைச் சமாளிக்க முடிந்ததில்லை. அவரது தொடர்புகள் அனைத்தும் அவருடனும் அவரது சுயத்தின் பெரியதொரு வடிவமாக இருந்த, ஒரு திருமணத்தையோ, விபத்தையோ அடுத்து ஒன்று சேரும் அவரது குடும்பத்துடன் மட்டுமே என்றிருந்தன. ஒருபோதும் அவரால் தனது சுயம் என்னும் ஓட்டை விலக்கி வெளியேற முடிந்ததில்லை.

'அது எனக்கு எப்படித் தெரிகிறது என்று எனக்குத் தெரியவில்லை' என்றார் மெக்வெய்ட். 'எனக்குத் தெரிந்த தெல்லாம் அதனைக் கற்றுக்கொள்ள எனக்கு நிறைய பணம் செலவானது என்பதுதான்'.

பெண்கள் புதிதாக துண்டமிடப்பட்ட ரொட்டி, வெண்ணெய், பால் ஆகியவற்றை மேசைமீது வைத்திருந்தனர். செம்மறித் துண்டங்களைப் பெரிய வாணலியில் போட்டதும் அவை ஓசையுடன் பொரிந்தன. தொத்திறைச்சிகள், கறுப்பு புடிங், பன்றியிறைச்சி, இரண்டாய் வகிர்ந்த தக்காளிகள் ஆகியன வாணலியின் ஓரங்களில் சேர்க்கப்பட்டன. முட்டைகள் சிறிய வாணலியில் வறுக்கப்பட்டன. மோனா அந்தப் பெரிய தேநீர்க் கெண்டியை அடுப்பில் வைத்து நீரைக் கொதிக்கவைத்தாள். இரண்டு பெண்களும் சமைக்கும்போது மௌனமாக இருந்தனர். பேச வேண்டியபோது விரைவாக, அவசரமாக, கிசுகிசுப்பாகப் பேசிக்கொண்டனர்.

தட்டுகள் மேசைமீது வைக்கப்பட்டபோது 'இது ஓர் அரசனுக்கான சாப்பாடு. பார்த்ததும் என் சட்டைக் கைப்பகுதிகளைச் சுருட்டிக்கொள்ள வேண்டும் போலிருக்கிறது' என்று பாராட்டாகவும் நகைச்சுவையாக அமையுமென்ற நோக்கிலும் மெக்வெய்ட் சொன்னார். நாற்காலியிலிருந்து எழும் முன் எல்லோரும் பார்க்கத் தனது தம்ளரிலிருந்த விஸ்கியை அருந்தி முடித்தார்.

இரண்டு பெண்களும் பரிமாற, ஆண்கள் இருவரும் மௌனமாக ருசித்துச் சாப்பிட்டார்கள். மெக்வெய்ட் திருப்தியுடன் காலித் தட்டைத் தள்ளிவைத்தபடி 'இவர்கள் மூத்தவர்கள், மற்ற படைவீரர்கள் எங்கே?'

'ஷீலா மாடியில் இருக்கிறாள், ஜலதோஷம்.' மேகி கூரையைக் காட்டினாள். 'மைக்கேல் ஒருவாரத்துக்கு மலையில் இருக்கும் எங்கள் அத்தை வீட்டுக்குச் சென்றிருக்கிறான்.'

'அப்படியானால் லூக்கா எங்கே?'

பெண்கள் மெக்வெய்டிலிருந்து மோரனுக்கும் மீண்டும் மெக்வெய்டுக்கும் பார்வையைத் திருப்பினார்கள். ஆனால் பேசவில்லை.

'அவன் எங்கேஇருக்கிறான் என்று தெரியாது.' தயக்கத்துடன் சொன்னார் மோரன். குறிப்பாக, அவருக்குக் குடும்ப விஷயங்களை வெளியே சொல்வது பிடிக்காது. 'அவன் வீட்டை விட்டுப் போவதற்கு முன் இங்கே யாரும் வாயைத் திறக்க முடியாது, கடுமையாகக் கோபப்படுவான்.'

'உங்களைப் பற்றி எனக்குத் தெரிந்திருந்தால் அவனுக்குரிய மதிப்பைக் கொடுப்பதாக உத்தரவாதம் தந்திருப்பேன்.' மெல்லச் சிரித்தார் மெக்வெய்ட். மோரன் பதிலேதும் சொல்ல வில்லை. 'இளைஞர்கள் தாங்கள் விரும்பிய வழியில்தான் போவார்கள், மைக்கேல். எப்படியிருந்தாலும் எப்போதும் எனக்கு லூக்காவைப் பிடிக்கும். அவன் நேர்மையானவன், ஆண்மை மிக்கவன்' என்றார் மெக்வெய்ட்.

'என் பிள்ளைகள் அனைவரையும் சமமாக மதிக்கிறேன்' என்ற மோரன், 'உன் பையன்கள் எப்படி இருக்கிறார்கள்?' எனக் கேட்டார்.

'அவர்கள் எல்லோருக்கும் திருமணமாகிவிட்டது. அவர்களுக்கு ஏதாவது தேவையென்றால் மட்டும் அவர்களைப் பார்க்க நேரிடும், மற்றபடி அவர்களோ நானோ அதிகம் ஒருவரையொருவர் பார்த்துக்கொள்வதில்லை. இருந்தாலும் நல்ல பிள்ளைகள் அவர்கள். நீண்ட நேரம் வேலை செய்கிறார்கள்.'

'அந்த நல்ல பெண்மணி?'

'ஓ, அந்தப் பரிதாபத்துக்குரிய வயதான பெண்மணி நன்றாக இருக்கிறாள். அவளிடம் கத்திக்கொண்டே இருக்க வேண்டும், இல்லாவிடில் நின்றவாறே உறங்கிப்போகிறாள்.'

அவர்கள் இளம் வயதிலேயே திருமணம் செய்து கொண்டவர்கள். அவர்களுடைய மூன்று மகன்களும் அவ்வாறே இளம் வயதில் திருமணம் செய்துகொண்டனர். அவர்கள் வயல்கள் நடுவே அமைந்த, வெள்ளைத் தடுப்புக் கைப்பிடிச் சுவர்களுடன் கூடிய பெரிய, கால்நடை வியாபாரிக்கான ஒரு

வீட்டில் இப்போது தனியாக வசித்துவந்தனர். சாப்பிடுவது, உறங்குவது தவிர்த்து அவர் வீட்டில் இருப்பதில்லை. அப்படி முழுநேரமும் வீட்டிலிருந்துவிட்டால் ஒரே கத்தல்தான். ‘டீ கொண்டு வா. பூட்ஸுகளுக்குப் பாலீஷ் போடு. அந்தக் கேடுகெட்ட பூனையை உதைத்து வெளியே துரத்து. பாழாய்ப்போன அந்தக் கழுத்துப்பட்டை எங்கே?’ ‘இதோ ஒரு நிமிடத்தில், ஜிம்மி. இதோ வருகிறேன். வந்துகொண்டே இருக்கிறேன். இதோ என் கையில்தான் இருக்கிறது’ அவர் மனைவி காலில் சக்கரம் கட்டிக்கொண்டு ஓடுவாள், பரபரப்புடன் இயங்குவாள், சத்தம் போட்டுச் சொல்வாள். பிறகு பல நாட்களுக்கு அவர் காணாமல் போய்விடுவார். அவள் செல்லம்கொடுத்துப் பூனைகளைக் கெடுத்துவைப்பாள், நூலகப் புத்தகங்களைப் படிப்பாள், தோட்டத்தையும், வீட்டின் தெற்குச் சுவரை ஒட்டிப் பாறைகளுக்கு நடுவே பூத்துக் குலுங்குகிற – மெக்வெய்ட் தனது கால்நடைகளை மேயச்செய்யும் – மலர்களையும் பராமரிப்பாள். நிம்மதியான நாட்களுக்குப் பிறகு கதவு படாரென்று திறக்கும்: ‘இங்கே ஆறு பேர் பாரவண்டிகளுடன் வந்திருக்கிறார்கள், தேநீர்க்கெண்டியை அடுப்பில் வை. மேசையைத் தயார் செய். சுறுசுறுப்பாக இயங்கு. வேகமாக ஓடு. நாங்கள் கடும் பசியிலிருக்கிறோம்.’ எப்போதுமே ஏதோ கூடாதது நடக்கப்போகிறது என்கிற அறிகுறி ஏதும் இருக்காது. அது அவ்வளவு பிடிவாதமான மொழியாக இருந்ததால் தான்தோன்றித்தனமான பேச்சுமுறை என்பதைத் தாண்டி அதில் குறிப்பிட்டுச் சொல்ல ஒன்றுமில்லை. அது ஏதோ அந்தரங்கக் காதல்மொழிகளுள் ஒன்று என்பதுபோல அவர்களது மகன்களும் அதுபற்றிப் பெரிதாக அலட்டிக்கொண்டதில்லை.

பாத்திரங்கள் கழுவி எடுத்து வைக்கப்பட்டிருந்தன. மோனா மாடியிலிருந்த ஷீலாவிடம் சென்றாள். மேகி யாரையோ பார்க்கப் போயிருந்தாள். வேறொரு இரவாக இருந்திருந்தால் மோரன் அவளைக் கேள்வி கேட்டிருப்பார். ஆனால் இந்த இரவு அவர் அப்படிச் செய்யவில்லை.

பல வருடங்களுக்கு முன் கால்நடைத் தொழில் தொடங்கியபோது மோரன் மெக்வெய்டுக்குப் பணம் கடன் கொடுத்திருந்தார். ஆனால் இப்போது மெக்வெய்ட் அவரை விடவும் அதிகச் செல்வமும் செல்வாக்கும் பெற்றிருந்தார். இப்போது அவர்கள் அதிகம் சந்தித்துக்கொள்வதில்லை. வருடத்துக்கு ஒருமுறை சந்தித்து, மெக்வெய்ட் சொல்வது போல, அவர்களது கடந்தகாலத்தின் மகத்தான நாட்களுக்குச் சென்றுவந்தனர். எதுகுறித்தும் தான் என்ன நினைக்கிறோம்

என்பதை அடுத்தவர் கண்டறிய முடியாத அளவிற்கு மிகவும் சிக்கலானவர் மோரன். போரில் அவர் ஒரு படையணியை வழிநடத்தினார். மெக்வெய்ட்தான் அவரது துணைநிலை அதிகாரி. கடந்தகாலத்துக்குள் செல்ல வருடாவருடம் அவர்கள் அதே கைப்பிடி கிராதியைப் பயன்படுத்தினர்: சாலை சந்திப்பில் வண்டிச் சக்கரத்தைத் தூக்குதல், ஆற்றோரம் போர்ப்பயிற்சிகள், மறைந்திருந்து தாக்குதல், பாதுகாப்பான வீடுகளுக்கு நடுவே இரவில் படைநடத்திச் செல்லுதல், பலவித மான வீடுகள், உணவு, பெண்கள்...

உளவாளி வில்லியம் டெய்லர் விசாரணைக்குட்படுத்தப் பட்ட பின்னர் ஒரு பாரஃபின் லாந்தர் வெளிச்சத்தில் அவரது தொழுவத்தில் அவரது கால்நடைகளுக்கு நடுவே அவருக்கு மரணதண்டனை நிறைவேற்றப்பட்டது. இந்த மரணதண்டனை நிறைவேற்றத்துக்குப் பிறகு டேன்கள் அவர்களைத் தேடி கிராமப்புறங்களில் குவிந்தனர். அவர்கள் கண்களில் படாமல் மறைவாகப் புல்தரைக் கரைகளில் பீட் எரிபொருள் வெட்டியெடுக்கப்படும் குழிகளில் சிறிதுகாலம் வாழ்ந்தனர். அந்த இடம் இரவு பகலாகக் கண்காணிக்கப் பட்டது. ஒருமுறை அவர்களுக்குத் தேநீரும் சாண்ட்விச்சும் கொண்டு வந்த மேரி டுவய்கனைப் பின்தொடர்ந்து பிரிட்டிஷ் வீரர்கள் அங்கு வந்தனர். டுவய்கன்கள் இயல்பாகவே வெளிறிய முகம் அமைந்தவர்கள். அதனால் மேரி இயல்பை மீறி எதுவும் இருப்பதற்கான எந்த அறிகுறியையும் காட்டவில்லை. அடுத்த புல்தரைக் குழியில் வேலை செய்யும் ஆண்களுக்கு அந்தத் தேநீரையும் சாண்ட்விச்சையும் கொண்டுசென்றாள். பிரிட்டிஷ் வீரர்களைப் பார்த்ததும் திடுக்கிட்ட அவர்கள் அப்போதுதான் நன்றாகச் சாப்பிட்டு முடித்திருந்தபோதும் எழுந்து அமர்ந்து மீண்டும் சாப்பிட்டனர்.

'மேரி அபாரமானவள்,' மெக்வெய்ட் உணர்ச்சிவசப் பட்டார். 'அன்றைய தினம் மேரி மட்டும் இல்லையென்றால் நம் கதை அவ்வளவுதான். அடுத்த புல்தரைக் குழிக்கு உணவைக் கொடுத்து நம்மைக் காப்பாற்றிய அவளது அறிவு அபாரம். இப்போது அவள் டப்ளினில் ஒரு மரத்தச்சரை மணந்திருக்கிறாள். நிறைய குழந்தைகள்.'

மோரன் காலித் தம்ளரில் மேலும் விஸ்கியை ஊற்றினார்.

'நிச்சயமாக நீங்கள் கொஞ்சம்கூடக் குடிக்கும் வாய்ப்பில்லையா?' மெக்வெய்ட் தனது தம்ளரை உயர்த்தினார். 'ஒருவரே குடிப்பதில் சுவாரஸ்யம் ஒன்றுமில்லை.'

'என்னால் சமாளிக்க முடியாது' என்றார் மோரன். 'அது உனக்குத் தெரியும். நான் அதை விட்டுவிட வேண்டியிருந்தது. இப்பொழுது அதுபற்றி என்னால் யோசிக்க முடிவதில்லை.'

'அப்படியானால் உங்களிடம் நான் கேட்டிருக்கக் கூடாது.'

'அதெல்லாம் ஒன்றுமில்லை. எனக்கு ஒன்றும் ஆட்சேபணை இல்லை.'

நினைவுகளை மீளநோக்குவது தொடர்ந்தது – நண்பர்களின் மரணம், இரவு முழுக்க ஒருவன் மட்டும் தனியாக நடந்து செல்வது, மிகக் கடுமையான உழைப்பு, அதில் சிலர் இறப்பது, ஒரு பாதுகாப்பான வீட்டிலிருந்து மற்றொன்றுக்கு இரவில் அணிவகுத்து நடப்பது, மழை, ஈரம், ஓதம்... ஒரே இடத்தில் மணிக்கணக்கில் பதுங்கிக் காத்திருப்பதன் அவஸ்தை.

'அதற்குள் அவர்களை ஓட ஓட விரட்டிவிட்டோம். பாதுகாப்பு வாகனத்தொடர் இன்றி அவர்கள் வெளியே செல்லப் பயந்தனர்.'

'மூன்று வருடங்களுக்கு முன்பு நம் முகத்தில் காறி உமிழ்ந்தவர்கள் இப்போது நம் முதுகில் தட்டிக்கொடுக்கிறார்கள். வெற்றி பெற்றவர்கள் பக்கம் இருப்பதற்காக விழுந்தடித்து ஓடிவருகிறார்கள்.'

'அவர்களில் ஓய்வூதியம், பதக்கங்கள், வேலைகள் பெற்ற பலருக்குத் துப்பாக்கியின் முன்பக்கம் எது பின்பக்கம் எது என்று தெரியாது. உண்மையில் போராடிய பலருக்கு ஒன்றும் கிடைக்க வில்லை. சீக்கிரமே அவர்களுக்குக் கல்லறை அமைந்தது அல்லது வேறுநாட்டுக்குச் செல்லும் கப்பலில் இடம் கிடைத்தது. நான் எதற்காகப் போரிட்டேன் என்பதைப் பார்க்கச் சிலசமயம் எனக்கு வெறுப்பாக இருக்கிறது' என்றார் மோரன்.

'நீங்கள் ஐஆர்ஏ ஓய்வூதியம் வேண்டாம் என்பதில் எந்த அர்த்தமும் இல்லை. அது உங்கள் உழைப்புக்கானது. நாளைக் காலையில்கூட அதை நீங்கள் ஏற்றுக்கொள்ளலாம்' என்றார் மெக்வெய்ட்.

'அவர்களைக் கடுமையாக வசைபாடிவிடுவேன்' இதைச் சொல்கையில் முஷ்டியை இறுக்கிப் பிறகு தளர்த்தினார் மோரன்.

'நான் யாருடைய பணத்தின் நிறத்தையும் கேள்விக்குள் ளாக்குவதில்லை. கொடுத்தால் வாங்கிக் கொள்வேன்' என்று மெக்வெய்ட் சொன்னபோது தீவிரச் சிந்தனையிலிருந்த மோரனால் பதில் பேச முடியவில்லை. மெக்வெய்ட்

தொடர்ந்தார் ‘பிறகு அது எளிதாகத் தொடங்கியது. அதன் பின்னர் நாம் மறைந்திருக்க வேண்டிய தேவையிருக்கவில்லை. எனக்கு நினைவிருக்கிறது. வெக்கை மிகுந்த ஒரு நாளில் துப்பாக்கிகளையும் உடைகளையும் கரையில் விட்டுவிட்டு, ஒட்டுத் துணியில்லாமல் ஆற்றில் நீந்திக்கொண்டிருந்தோம். இன்னொரு ஞாயிற்றுக்கிழமை ஒரு நீர்நாயைப் படகின் பின்னால் கட்டி இழுத்துச் சென்றோம். அப்பொழுது அவர்கள் இந்த விவகாரத்தில் பேசுவதற்கென்று ஜெனரலைக் கொண்டு வந்தனர்.’

‘ஜெனரல் அல்ல. அவர் ஜோடிக்கப்பட்ட ஒரு கர்னல்.’

‘யாராகவோ இருந்துவிட்டுப் போகட்டும். அவரை நாம் ஒழித்துக்கட்டினோம்’ என்று மெக்வெய்ட் பெருமிதத்துடன் சொன்னார். ‘ஆரம்பம் முதல் இறுதிவரை ஒன்றைத் திட்டமிட்ட விதத்தில் உங்களுக்கு அபாரமான மூளை. அதன் பின்னர் நீங்கள் வீணடிக்கப்பட்டுவிட்டீர்கள்.’

‘நீ இல்லாமல் அது நடந்திருக்காது. ஏதோ உலாவப் போவது போல இயல்பாக இருந்தாய்’ என்றார் மோரன்.

‘நீங்கள் திட்டமிடுவீர்கள். ஆரம்பம் முதல் இறுதிவரை அதை நுட்பமாக வகுப்பீர்கள். எங்களில் யாருக்கும் அப்படி ஒரு புத்திசாலித்தனம் கிடையாது.’

‘நம்மிடம் ஒற்றர்கள் இருந்தனர். நகரத்தில் நமது ஆட்கள் வாரக்கணக்கில் தங்கியிருந்தார்கள். அந்தப் பெரிய ஆளை மூன்று மணி ரயிலில் கூட்டிக்கொண்டு வந்தார்கள். பெரிய சம்பவத்துக்குத் திட்டமிட்டிருந்தார்கள். ரயில் நிலையத்துக்கு வெளியே வரிசையாக அமைந்திருந்த ரயில்வே ஊழியர்கள் குடியிருப்புகளுக்கு முதுகு காட்டியபடி ஒரு வாத்தியக்குழுவையும் மரியாதை செலுத்தும் வீரர்கள் அணிவகுப்பையும் நிறுத்தி வைத்திருந்தார்கள். எப்போதும் அவர்கள் குடிசைகளைச் சோதனையிட்டதில்லை.’

‘எப்படியும் அவர்கள் நம்மைக் கண்டுபிடித்திருக்க மாட்டார்கள்.’

‘நிப்ஸ் மெக்கவர்ன் தினமும் தள்ளுவண்டியுடன் சென்று செய்தித்தாள்களையும் விசேஷ வாடிக்கையாளர்களுக்காகக் கடைகளில் விற்க போலண்ட் ரொட்டிகளையும் ரயிலிலிருந்து எடுத்து வருவார். அவர் தினசரி அப்படி வருவதால் யாருக்கும் ஐயம் எழவில்லை. நம்மிடம் வகையாகச் சிக்கினர்.’

‘இப்போது பார்த்தால், அது சாதாரணத் திட்டமாகத்தான் தெரியும். ஆனால் நாம் அதை நாற்பதுமுறை ஒத்திகை பார்த்திருப்போம். இருட்டிய பிறகு எல்லோரும் அரவமின்றி ஊருக்குள் நுழைந்தோம். அரசு வழக்கறிஞரின் எழுத்தரான டாமி ஃப்ளெட் மட்டும்தான் தொந்தரவு கொடுத்த நபர்.’

‘பிறகு நாம் நிப்ஸைப் பிடித்தோம்’ என்று சிரித்தார் மெக்வெய்ட். ‘அவர் ஊரை விட்டு வெளியேற ஆயத்தமான நேரத்தில். அங்கும் நமக்கு அதிர்ஷ்டம்தான். குறிப்பிட்ட ஒரு மதுவிடுதிக்கு நிப்ஸ் செல்லவில்லை. அவரால் பிரச்சினையே இல்லை. தேவைப்படும்போது அவரால் விரைவாகச் சிந்திக்க முடியும். நாம் அவருக்கு விஸ்கி கொடுத்தோம். அதனால் காலைவரை அவரைக் கட்டிவைத்திருக்கும் தேவை ஏற்படவில்லை. அதுவும் அவரது நன்மைக்காகத்தான்.’

‘பிறகு அந்தக் காத்திருப்பு’ என்றார் மோரன் ஆவேசமாக.

‘நிப்ஸின் உடைகளை அணிந்திருந்தது – அதை நான் மறக்கவே மாட்டேன்’ என்றார் மெக்வெய்ட். ‘அந்த உடைகள் தாமாகவே எழுந்து நிற்பனவாக இருந்தன. அந்த அளவுக்குத் தூசியும் மசகும் கலந்து விறைப்பாக இருந்தன. காத்திருப்பு அச்சமூட்டுவதாக இருந்தது. வயது கூடிவிட்டதுபோல இருந்தது. முதலில் எதுவும் நடக்காது, பின்னர் அதை அறிவதற்கு முன்பே மொத்த விஷயமும் நம் தலைமேல் உட்கார்ந்திருக்கும். ரயில் நிலையத்தை நோக்கி டாமிகள் அணிவகுத்துச் சென்றனர். வாத்தியக் குழு. ரயில் நெருங்கிவரும் சத்தம். அது காதில் விழுந்த மறுநொடி தெருவில் தள்ளுவண்டியைத் தள்ளிக்கொண்டு சென்றேன். வண்டியின் சக்கரங்கள் மிகவும் தளர்வாக இருந்தன. அவை கழன்று விழுந்துவிடுமோ என்று பயந்தேன். சக்கரங்களைச் சரிபார்க்க வேண்டும் என்று எனக்குத் தோன்றவேயில்லை. மேல்கோட்டில் துப்பாக்கி, கையெறிகுண்டு, இவற்றுக்கு மேல் பொத்தான்கள் போடப்பட்டிருந்தன. நல்ல கோடையில்கூட நிப்ஸ் அந்த மேல்கோட்டை அணிந்திருப்பார்.’

‘சன்னல் ஒன்றுக்குப் பின்னாலிருந்தபடி நிறுத்துக் கடிகாரத்துடன் உன்னைக் கவனித்தபடி இருந்தேன். உனது ஒவ்வொரு அடியையும் கவனித்துக்கொண்டிருந்தேன். திட்டமிட்டதற்கும் முன்பாகச் சரிவுக்கு நீ வந்துவிடுவாய் என்று பயந்தேன். சரிவில் அதிக தூரம் சென்றுவிட்டால் நமது துப்பாக்கிச் சூட்டில் நீ சிக்கிவிடுவாய் என்று பயந்தேன்.’

‘ரயில்நிலையத்தின் வெளிக்கதவுகள் மூடப்பட்டிருந்தன. ரயில் புகை கக்கியபடி வந்தது. அந்தக் கேடுகெட்ட வாத்தியக்குழு ‘கடவுள் மன்னரைக் காப்பாராக’ பாடலை இசைத்தது. நடைமேடையையொட்டி மூன்று ஃபிர் மரங்கள் இருந்தன. புகை, நீராவி காரணமாக அவை சரியாக வளருவதில்லை என்பார்கள். சார்ஜென்ட் மேஜர் கத்திக்கொண்டிருந்தார். அவர்கள் அனைவரும் விறைப்பாக நின்றனர். கர்னலோ, ஜெனரலோ அல்லது வேறு யாரோ, நடைமேடையில் இறங்கி நடந்துவந்தார். அவருடன் மற்றொரு அதிகாரி வாளை நேராக உயர்த்திப் பிடித்துக்கொண்டு வந்தார். பாழாய்ப்போன சக்கரங்கள் கழன்றுவிடக் கூடாது என்று இயேசுவிடம் பிரார்த்தனை செய்தபடியே நான் வண்டியைத் தள்ளிக்கொண்டு வந்தேன். யாரும் என்னையோ, தள்ளுவண்டியையோ திரும்பிக்கூடப் பார்க்கவில்லை. அதிகாரிகள் இருவரும் படைவீரர் அணிவகுப்பைப் பார்வையிட்டபடி வந்தனர். வாளை ஏந்தியிருந்த அதிகாரி ஓர் இளைஞன். கர்னல் சிவந்த புருவங்களைக் கொண்ட பருமனான மனிதர். வண்டியைத் தள்ளியபடியே அந்தச் சிவந்த முகத்தையும் புருவங்களையும் பார்த்தபோது நான் நினைத்ததெல்லாம் இதுதான், நண்பா, இந்த வாழ்க்கையில் ஒரு மனிதன் மேற்கொள்ளக்கூடிய மிக நீண்ட பயணத்தை நீ மேற்கொள்ளப்போகிறாய். அவர் துப்பாக்கிக் குண்டை முழுமையாக வாங்கிக்கொண்டார். அந்த இன்னொரு அதிகாரி வாளை நிமிர்த்திப் பிடித்தபடியே விழுந்தான். கையெறி குண்டிலிருந்து ஊசியை வெளியே எடுத்தேன். நான் கடந்து சென்றபோது சிப்பாய்களின் வரிசையில் இன்னும் பாதி நின்றுகொண்டிருந்தது. நான் கைத்துப்பாக்கியைப் பயன்படுத்த வேண்டியிருக்கவில்லை. அந்தப் பக்கம் சென்று சேர்ந்ததும் கீழே விழுந்து உருள ஆரம்பித்தேன்.’

‘நான் காத்துக்கொண்டிருந்தது அதற்காகத்தான். நீ விழுவதைப் பார்த்தவுடனேயே சுடும்படி கட்டளையிட்டேன்’ என்றார் மோரன். ‘அவர்களில் சிலர் விறைப்பாக நின்ற நிலையிலேயே விழுந்தனர். நாம் எங்கிருந்து சுடுகிறோம் என்று அவர்களுக்குத் தெரியவில்லை. அப்போது மேலே சரக்குக் கிடங்கில் இருந்த சில வீரர்கள் தங்கள் ஆட்களை நோக்கியே சுட்டனர்.’

‘நான் சரிவின் அடிப்பகுதிக்கு உருண்டு வந்தபோது சன்னல்களிலிருந்து சீராகத் துப்பாக்கியால் சுட்டுக்கொண்டிருப்பதைப் பார்த்தேன். சாலையைக் கடப்பதற்காக மூச்சையடக்கிக் காத்திருந்தேன். என்னை நோக்கி யாரும் சுடவில்லையென்றே நினைக்கிறேன். குடியிருப்புகளுக்குப்

பின்னால் சென்றதும் நான் முதலில் செய்தது நிப்ஸின் ஆடைகளைக் களைந்ததுதான்.'

'அவர்கள் ரயில் நிலையத்துக்குப் பின்னாலிருந்து திருப்பிச் சுடத் தொடங்கியிருந்தனர். மைக்கேல் ஸ்வீனிக்குத் தோள்பட்டையில் குண்டு பாய்ந்தது. நான் வீரர்களைத் திரும்பி நடக்க உத்தரவிட்டேன். மைல்ஸ் ரெய்லியும் மெக்டெர்மாட்டும் சன்னல்களில் நின்றனர். அவர்கள்தாம் நமது சிறந்த துப்பாக்கி வீரர்கள். நாம் டோனஹ்யூ க்ராஸை அடைந்தபோது சாலை துண்டிக்கப்பட்டு வழியில் மரங்கள் வெட்டிப் போடப்பட்டிருந்தன. ரெய்லியும் மெக்டெர்மாட்டும் வருவதற்காக நாம் க்ராஸில் காத்திருந்தோம். பின்னர் நாம் பிரிந்தோம். நம்மில் பாதிப்பேர் ஏரிகளைச் சுற்றியுள்ள ரகசியத் தங்குமிடங்களுக்குச் சென்றோம், மீதமுள்ளவர்கள் மலைகளை நோக்கிப் பயணித்தோம். நாம் பெரிதாக அலட்டிக்கொள்ளவில்லை.'

'அவர்கள் தலையை வெளியே காட்டப் பயந்தனர். ஆனால் வெளியே வந்தபோதோ முழு வாகனத் தொடரணியுடன் வந்து பெண்களையும் குழந்தைகளையும் சுட்டனர்.'

'அவர்கள் முன்புபோல இல்லை' என்றார் மோரன். 'இந்தச் செய்தி நாடெங்கும் பரவியது.'

'உங்களுக்கு அபாரமான மூளை, மைக்கேல்.'

'நீ இல்லாவிடில் அது நடந்திருக்காது.'

'அந்த ஆளின் புருவங்கள் ஏதோ நேற்றுப் பார்த்தது போல இப்போதும் தெளிவாக நினைவிலிருக்கின்றன. சிவந்த புருவங்களுடன் ஓர் ஆங்கிலேயரைப் பார்ப்பது ஆபூர்வம். அவரைப் பார்க்க எனக்கு நிறைய நேரம் இருந்தது. வண்டியைத் தள்ளிச் சென்றது, நிப்ஸின் உடையில் இருந்தது – இதையெல்லாம் இன்னும் என்னால் நம்ப முடிவதில்லை. நான் ஏற்கெனவே மேல்கோட்டைத் தளர்த்திவிட்டிருந்தேன். அந்த ஆளைப் பார்த்தபோது, இந்த நிமிடமே ஒரு மனிதன் மேற்கொள்ளும் மிக நீண்ட பயணத்தை நீ மேற்கொள்ளப்போகிறாய் ஆனால் அதுபற்றி உனக்கு ஒன்றுமே தெரியவில்லை என்று நினைத்துக்கொண்டேன். பிறகு சுட்டேன்.'

'நிறுத்துக் கடிகாரத்துடன் உன்னைப் பார்த்துக் கொண்டிருந்தேன்.'

'அன்று நாம் பிரிந்து சென்றிருக்க வேண்டியதில்லை. ஊரைவிட்டு வெளியேவர பயந்து நடுங்கிக்கொண்டிருந்தார்கள்.

நாடு மீண்டும் நமதானது. அடுத்து உடன்படிக்கை செய்து கொண்டோம். பிறகு நாம் ஒருவருக்கொருவர் சண்டையிட்டுக் கொண்டோம்.'

'அது நம்மை எங்கே கொண்டுவைத்திருக்கிறது என்று பார். இப்போது நாட்டைப் பார். தங்கள் சொந்த நலனுக்காகச் சிந்திக்கும் சிறிய மனம் கொண்ட கொள்ளையர் கூட்டத்தால் நாடு ஆளப்படுகிறது. அது நடக்காமலே இருந்திருந்தால் நன்றாக இருந்திருக்கும்.'

'என்னால் அதை ஏற்றுக்கொள்ள முடியவில்லை' என்றார் மெக்வெய்ட். 'எப்படியோ, இப்போது நாடு நம்முடையது. ஒருவேளை அடுத்துவரும் கூட்டம் இப்போது நாம் சிக்கித் தவிக்கும் பாதிரிகளும் வஞ்சகர்களும் சேர்ந்த கலவையைவிட நன்றாக அமையலாம்.'

'இதில் பாதிரிகளைச் சேர்க்க வேண்டாம்' என்றார் மோரன் கறாராக.

'நான் யாரையும் விட மாட்டேன். அவர்கள் எல்லோரும் நம் முதுகில் ஏறினார்கள்.'

மோரன் பதில் சொல்லவில்லை. கோபம் கலந்த அச்சமூட்டும் அமைதி அந்த அறையை நிறைத்தது. பல ஆண்டு களாக மெல்லத் தனக்கென உருவாக்கியிருந்த, மோரனை விஞ்சிய ஒரு அதிகாரத்தின்பால் மெக்வெய்ட் ஈர்க்கப்பட் டிருந்தார். அவர் அசைந்துகொடுக்கவில்லை. மோரன் எழுந்து வெளியே சென்றார். மீண்டும் அவர் உள்ளே வந்தபோது மெக்வெய்ட் அதைக் கண்டுகொண்டதுபோலத் தெரியவில்லை.

மேகி திரும்பிவந்தபோது அவர்கள் இறுக்கமான மௌனத்தில் கட்டுண்டிருப்பதைக் கண்டாள். கைவிளக்கின் வெளிச்சத்தில் அவள் தன் கூந்தலைக் கோதிவிட்டு, ஆடை களைச் சரிசெய்துகொண்டாள். அவள் அப்படிச் செய்திரா விட்டாலும் இன்று மோரன் அதைப் பெரிதாக எடுத்துக் கொண்டிருக்க மாட்டார். உடன், அந்த நிசப்தத்தில் அவள் தேநீரும் சாண்ட்விச்சும் தயாரிக்கத் தொடங்கினாள். மாடியிலிருந்து கீழே வந்த மோனா மேகியிடம் கிசுகிசுத்துவிட்டு, ஒரு சிறிய கூஜாவில் பாலுடனும் சில சாண்ட்விச்சுகளுடனும் மீண்டும் மாடியில் சென்று மறைந்தாள். கடைசியில், மௌனத்தின் நடுவே மெக்வெய்டின் தம்ளர் காலியாக இருப்பதைக் கவனித்த மோரன், அதில் மேலும் விஸ்கியை ஊற்ற முயன்றார்.

‘முடித்துக்கொள்வோம்’ என்று சொல்லி தம்ளரைக் கையால் மூடிக்கொண்டார் மெக்வெய்ட்.

‘போத்தலின் பெரும்பகுதியை நீ தீர்த்த வருடங்கள் இருக்கின்றன.’

‘அந்த வருடங்கள் கடந்துவிட்டன. மேகி தயாரிக்கும் தேநீரை அருந்துவோம்.’

மோரன் தயக்கத்துடன் போத்தலை மூடி மருந்துகள் இருக்கும் நிலையடுக்கின் திரைச்சீலைகளுக்குப் பின்னால் திரும்பவும் வைத்தார். முடித்துக்கொள்வோம் என்று மெக்வெய்ட் சொன்ன தொனி மட்டும் வெட்டுக்காயம்போல வலித்தது.

‘மக்வயரின் தோட்டத்தில் இரவுக் காவலில் இருந்த எடி மெக்கினிஃப்பை நினைவிருக்கிறதா?’ மெக்வெய்ட் கேட்டார். ‘மக்வயரின் தோட்டத்திலிருந்து எல்லாச் சாலைகளையும் அவரால் பார்க்க முடியும். டேன்கள் இரவில் ஏரிகளில் ஊடுருவ முயல்வார்கள் என்று நாம் கண்காணித்துக்கொண்டிருந்தோம். எடி நிறைய வாத்துகளைச் சுடுவார், ஒரு கல்போல அசையாமல் நிற்பார். மக்வயரின் பெண்களில் ஒருத்தி, எல்லியோ மோலியோ, அது மோலி என்று நினைக்கிறேன். அவர்கள் அனைவரும் அழகான உயரமான பெண்கள். அவள் காலைக்கடனைக் கழிக்க வெளியே வந்து எடியிடமிருந்து சில அடி தூரத்தில் ஒரு ஆப்பிள் மரத்தின் கீழ் குத்துக்காலிட்டு அமர்ந்தாள். எடி செய்ததெல்லாம், சிறிதுநேரம் காத்திருந்துவிட்டு சத்தம் போடாமல் குனிந்து, துப்பாக்கிக் குழலை அவளது புட்டங்களில் வைத்ததுதான். பயத்தில் குதித்தபோது அவள் முகம்போன போக்கை நான் மட்டும் பார்த்திருந்தால்...’ சத்தமாகச் சிரித்தார் மெக்வெய்ட். ‘இரவு முழுவதும் வெளியே கிடந்த துப்பாக்கிக் குழலைவிட வெற்றுப் புட்டங்களில் குளிர்ச்சியாகப் படும் வேறொன்று இருக்க முடியாது.’

மோரன் சிரிக்கவில்லை. தான் அந்தச் செயலை ஏற்கவில்லை என்ற எண்ணம் ஏற்படுத்திய கனத்தினால் அவர் கையாலாகாதவராக உணர்ந்தார். வெறுப்பின் கனத்தால் அவர் நிராதரவாகக் காணப்பட்டார். எப்பொழுதும் பரபரப்படைந்து தாக்குவதற்கான வழியைத் தேடும்போது செய்வதுபோலவே அவருடைய இரண்டு கட்டைவிரல்களும் ஒன்றையொன்று சுற்றிச் சுழற்றின.

‘எடி மெக்கினிஃப் அதைச் செய்யுமளவுக்குக் கீழ்த்தர மானவன்தான். ஆனால் நடந்ததை வெளியே சொல்வதற்கு அவனுக்கு வெட்கமாயில்லை?’

‘அது வேடிக்கையன்றி வேறென்ன?’ மெக்வெய்ட் விமர்சனத்தை ஒதுக்கித் தள்ளினார். ‘அந்த மக்வயர் பெண்களில் ஒருத்தியுடன் உங்களுக்குத் தொடர்பு இல்லையா என்ன? மீதமிருந்த நாங்கள் அந்தப் பெண்களுக்காக அலைய வேண்டியிருந்தது, மைக்கேல். ஆனால் நீங்கள் என்ன செய்தாலும் கனிந்த பிளம் பழங்களைப் போல எப்போதும் உங்கள் கைகளில் அவர்கள் விழுந்தார்கள்.’

‘அதெல்லாம் வெறும் பேச்சுதான்’ என்றார் மோரன். தன்னைச் சுற்றித் தன்னியல்பாக வைத்திருந்த மீற முடியாத ரகசியத்தை அம்பலப்படுத்த யாரேனும் நினைக்கையில் கோபம் கொள்வதுபோல அப்போதும் கோபப்பட்டார்.

‘உங்கள் தந்தை அவரது காலத்தில் பெண்களுக்கு எட்டாத மனிதராக இருந்தார்’ என்று இரண்டு பெண்களையும் பார்த்து மெக்வெய்ட் கூறினார்.

‘திரு மெக்வெய்ட் இந்தப் பேச்சால் நன்மதிப்பைக் காட்டிலும் குறைந்த ஒரு விஷயத்தைத் தனக்குக் கூட்டிக் கொள்கிறார் என்று நினைக்கிறேன்’ என்று பதற்றமில்லாத கண்ணியத்துடன் கூறினார் மோரன்.

‘நீங்கள் மீண்டும் யாரையோ காதலிப்பதற்கான ஆயத்தத்தில் இருப்பதாக வதந்திகள் உலவுகின்றனவே. காதலில் விழும் எண்ணம் உண்டா மைக்கேல்?’

மோரன் மௌனமாக இருந்தார். பெண்கள் தேநீரும் சாண்ட்விச்சும் கொண்டுவந்தனர்.

‘அட! இந்தப் பெண்களும் ஆண்கள் சிலரை சந்தோஷப் படுத்துவார்கள்’ என்றார் மெக்வெய்ட். ‘ஆனால் நீங்கள் ஒரு தைரியமான ஆள், மைக்கேல். என் கிழவிக்கு ஏதாவது ஆகிவிட்டால் மீதிக் காலத்தை நிம்மதியாகக் கழிக்க முடியமா என்று பயமாக இருக்கிறது.’

கடைசியில் எவ்வித அச்சமுமின்றி பெண்கள் வெளிப்படை யாகச் சிரிக்க முடிந்தது. கொழுத்த வயதான அந்தக் கால்நடை வியாபாரி ஒரு காதலராக மாறுவது என்ற எண்ணமே அபத்தமானது என்பதால் மோரனுமேகூடப் புன்னகைத்தார்.

‘நானாக இருந்தால் அந்த ஓய்வூதியத்தை ஏற்றுக் கொள்வேன், மைக்கேல். அது உங்கள் உழைப்புக்கானது. அவர்கள் கொடுப்பதை வாங்கிக்கொள்ளுங்கள். பணத்தின் நிறத்தை ஒருபோதும் கேள்வி கேட்காதீர்கள்.’ தேநீர் அருந்தும் போது பேச்சு இயல்பு நிலைக்குத் திரும்பியது.

'நீண்ட காலமாக அந்த ஓய்வூதியமின்றி இருக்கிறேன். இப்போது மட்டும் ஏன் அதைப் பெற்றுக்கொள்ள வேண்டும்?' வீராப்பாகப் பேசியதிலிருந்தே அவர் அதில் அவ்வளவு உறுதியாக இல்லை என்பது தெளிவாகத் தெரிந்தது.

'அது எனக்குத் தீங்கு எதையும் செய்யவில்லை. கால்நடை வியாபாரத்தில் ஈடுபடத் தொடங்கிய காலத்தில் நான் தெருவுக்குப் போகாமல் அது தடுத்தது. இப்போது அதனால் பெரிய வித்தியாசம் ஒன்றுமில்லை, ஆனால் ஒவ்வொரு மாதக் கடைசியிலும் தபால் பெட்டி வழியாக மோசமான விஷயங்கள் வரும் கொடுமையான காட்சியைப் பார்க்க வேண்டியிருக்கிறது.'

'நான் அதைப் பெற்றுக்கொள்ளலாம் என நினைக்கிறேன்.' மோரன் ஒப்புக்கொண்டார்.

'அதைக் கொண்டு இங்கே இருக்கிற பெண்களுக்கு ஏதாவது வாங்கித்தரலாம், நீங்கள் அதைப் பெற்றுக்கொள்ள விரும்பாவிடில் யாரையாவது பள்ளிக்கு அனுப்ப அதைப் பயன்படுத்தலாம், இல்லையா? நீங்கள் அதைப் பல ஆண்டு களுக்கு முன்பே பெற்றுக்கொண்டிருக்க வேண்டும். இந்த உலகத்தில் பணம் இல்லாமல் இருக்க முடியாது. அதோடு வேறொரு உலகமும் நமக்குக் கிடையாது.' மோரனின் மத நம்பிக்கை மீதான இந்தத் தாக்குதலை மெக்வெய்டால் தொடுக்காமல் இருக்க இயலவில்லை.

'நாம் ஒன்று நினைக்க. . .' என்றார் மோரன் இறுக்கமான குரலில்.

'கடவுள் அதிலிருந்து விலகியே இருக்கிறார்' என்று பழமொழியைத் திரித்துச் சொன்னார் மெக்வெய்ட்.

பெண்கள் கோப்பைகளையும் தட்டுகளையும் கழுவி எடுத்துவைத்துவிட்டு மீதமிருந்த சில சாண்ட்விச்சுகளை ஈரத்துணி கொண்டு மூடிவைத்தனர். 'திரு மெக்வெய்டின் அறை தயாராக இருக்கிறது' என்றாள் மேகி. அவர்கள் தூங்குவதற்காக விடைபெறத் தயாரானார்கள். 'படுக்கை காற்றோட்டமாக இருக்கிறது.'

'ஓ, நான் மறந்துவிட்டேன்.' மெக்வெய்ட் அவசரமாகச் சொன்னார். 'நான் சீக்கிரமே கிளம்பவேண்டும். நான் முன்பே சொல்லியிருக்க வேண்டும், கிழட்டு மூளை மறந்துவிட்டது.'

மோரன் எதிர்ப்புத் தெரிவிக்கவில்லை. நாற்காலியில் நன்றாகப் பின்னோக்கிச் சாய்ந்தபடி, மூடிய இமைகளுக்கு அடியிலிருந்து மெக்வெய்டைக் கவனித்தார்: இத்தனை

வருடங்களில் அவர்கள் ஒன்றாக இருந்த மோனஹன் தினங்களில் எல்லாம் மெக்வெய்ட் எப்போதும் அங்கேதான் இரவைக் கழித்திருக்கிறார்.

'நான் வீட்டுக்கு வருவேனென்று என் கிழவியிடம் சொல்லியிருக்கிறேன்' என்று பொய் சொல்லிக்கொண்டே எழுந்தார் மெக்வெய்ட். 'இல்லையென்றால் அவள் பையன் களில் யாராவது ஒருவர் வீட்டுக்குச் சென்றிருப்பாள். இரவில் வீட்டில் தனித்திருக்கப் பயப்படுகிறாள்.'

தாங்கள் இனியும் அங்கு இருக்க வேண்டுமா என்பதைத் தெரிந்துகொள்ளுமளவுக்கு நீண்டநேரம் காத்திருந்த பின், இரண்டு பெண்களும் மோரனிடம் சென்று ஒவ்வொரு இரவும் செய்வது போலவே அவரது உதடுகளில் முத்தமிட்டனர்.

'நல்லிரவு திரு மெக்வெய்ட்' என்று கையை நீட்டினார்கள்.

'அற்புதமான உணவு. நீங்கள் இருவரும் அற்புதமான பெண்கள். வீட்டுப் பக்கம் வந்தால் என் கிழட்டுச் சிறுமியைப் பார்க்க வாருங்கள்' என்று அவர்களது கைகளைப் பிடித்துக் கொண்டார்.

'நல்லிரவு, திரு மெக்வெய்ட்' அவர்கள் இருவரையும் தனியே விட்டுச் செல்லும் முன் சங்கடத்துடன் பெண்கள் திரும்பச் சொன்னார்கள்.

மெக்வெய்ட் அமர்ந்தார், உடனே மீண்டும் எழுந்தார். நீண்டகால வழக்கப்படி, மற்ற எல்லா மோனஹன் தினங்களிலும் போலவே இரவு தங்கும் எண்ணத்துடனே அவர் வந்திருந்தார். இன்றிரவு, தானே ஆதிக்கம் செலுத்த வேண்டும், இருந்தால் எல்லாம் தன் கட்டுப்பாட்டில் இருக்க வேண்டும் அல்லது எதுவுமே இருக்கக் கூடாது என்ற மோரனின் வல்லடிப் போக்கினால் உண்டான எரிச்சல் பல ஆண்டு வழக்கத்தை மாற்றி உடனடியாக வீட்டை விட்டு வெளியேறும் முடிவையெடுத்தார். மோரன் மீண்டும் மெக்வெய்ட் எழுந்து நிற்பதைப் பார்த்தவுடனேயே அந்த மாலைப்பொழுது – எல்லா மாலைப்பொழுதுகளும் – தன்னிடமிருந்து விலகிப் போகும் என்பதை உணர்ந்து தனக்குள் ஒடுங்கினார். அவர் மெக்வெய்டை அங்கு தங்கும்படி இறைஞ்சவோ அல்லது அவர் வெளியே செல்ல உதவவோ செய்யவில்லை.

தனது இந்தத் திடீர் வன்முறையால் அந்த மாலைப் பொழுதில் மோரனின் ஆதிக்கத்தை மெக்வெய்ட் எதிர்கொண்டவுடன், சமரசம் செய்துகொள்ளும் முகமாக,

‘நல்லது, உணவுக்கும் இந்த மாலைப்பொழுதுக்கும் நன்றி, மைக்கேல். இது ஒரு அற்புதமான மாலைப்பொழுது’ என்றார்.

ஒரு கணம், மோரன் அப்படியே உட்கார்ந்திருந்து, மெக்வெய்ட் தானாகவே வீட்டை விட்டு வெளியேறும்படி செய்வார் என்று தோன்றியது. மெதுவாக, வேண்டாவெறுப்பாக நாற்காலியிலிருந்து அவர் எழுந்து, நடக்கவும் நகரவும் சிரமப்படுபவரைப் போல கல்பாவிய இடைவழியில் மெக்வெய்டைப் பின்தொடர்ந்து வந்தார். இருட்டில் கதவின் விளிம்பைப் பிடித்துக்கொண்டார்.

‘நல்லதிர்ஷ்டம் அமையட்டும், மைக்கேல்’ என வயதான அந்தக் கால்நடை வியாபாரி கடைசியாக ஒருமுறை கூறினார், ஆனால் மோரன் இருட்டிலிருந்து பதிலேதும் சொல்லவில்லை.

வெளியே மேகங்களுக்கிடையில் சற்று நேரமே தெரிந்த நிலவு மரத்தாலான வெளிக்கதவை நோக்கி நின்றிருந்த பாக்ஸ்வுட் அலங்காரப் புதர்ச்செடி வரிசையைத் தெளிவுறக் காட்டியது. மெக்வெய்ட் மெல்லத் தள்ளாட்டத்துடன் அதேநேரம் திடமாக அடிகளை வைத்து வாயிலை நோக்கி நடந்தார். அதைத் திரும்பவும் மூடுவது குறித்து அவர் அலட்டிக் கொள்ளவில்லை. அவருக்குப் பின்னால் அது விரியத் திறந்து கிடந்து ஆடியது. மெர்சிடிஸின் கதவைத் திறந்ததும் அதன் விளிம்பில் சாய்ந்து தொண்டையைக் கனைத்துக்கொண்டு மஞ்சள்நிறப் பாதையில் துப்பினார்.

‘சிலரால் இரண்டாவதாக வருவதை ஏற்றுக்கொள்ள முடிவதில்லை.’ உரத்த குரலில் சொன்னவர் காரில் ஏறி அதைப் பின்னால் எடுத்துத் திருப்பி ஓட்டிச் சென்றார். முகப்பு விளக்குகள் மறையும்வரை கதவின் விளிம்பைப் பிடித்துக் கொண்டு நின்ற மோரன் தெருவாசல் இரும்புக் வெளிக் கதவையோ அல்லது பாக்ஸ்வுட் வரிசைமீது சாய்ந்திருந்த சிறிய மரக்கதவையோ மூடாமல் வீட்டின் கதவை மட்டும் சாத்தினார்.

கடும் கோபத்துடன் அங்கேயே நீண்டநேரம் நின்றபடியும் உட்கார்ந்தபடியும் இருந்தார். இரண்டுமுறை ஒரு நாற்காலியிலிருந்து இன்னொன்றில் மாறி அமர்ந்தார். பல ஆண்டுகளுக்குப் பிறகு அவர் தனது பழங்கால நண்பரை, சிறந்த நண்பரை இழந்துவிட்டார். ஆனால் ஒருவகையில் அவர் எப்போதுமே நட்பை வெறுத்தார். குடும்பங்களே பிரதானம். குறிப்பாக அவரது சுயத்தின் விரிவுபடுத்திய வடிவமான அவரது குடும்பம். அதே தன்னலமிக்கக் கோபத்துடன் அமர்ந்திருக்கையில், தனது குடும்ப உறுப்பினர்கள் ஒவ்வொரு வரும் தனது பிடியிலிருந்து நழுவிக்கொண்டிருப்பதை

உணர்ந்தார். ஆம், அவர்கள் அனைவரும் அவரைவிட்டுப் போய்விடுவார்கள். அவர் தனித்து நிற்பார். அவரால் அதைத் தாங்கிக்கொள்ள இயலாது. தான் ரோஸ் பிராடியைத் திருமணம் செய்துகொள்ளலாமே என்று கசப்புமிக்க தெளிவுடன் இப்போது நினைத்தார். பல விஷயங்களையும் போலவே இதைப்பற்றி யோசிக்க ஆரம்பித்த உடனே தீவிரமாக அதை வெறுக்கவும் செய்தார்.

O

ஒன்று மெக்வெய்டுக்குத் தற்செயலாக உண்மை உரைத்திருக்க வேண்டும் அல்லது மோஹில் சந்தையில் நம்பத்தகுந்த வதந்திகளை அவர் கேட்டிருக்க வேண்டும்.

ரோஸ் பிராடி கிளாஸ்கோவிலிருந்து தனது தந்தையைப் பார்த்துக்கொள்ளவென்று வீட்டுக்கு வந்திருந்தாள். அவர் இறந்த பிறகு தீர்மானமின்றி அவள் அங்கேயே தங்கியிருந்தாள். ஒருநாள் என்பது பல நாட்களாக நீண்டது. கிளாஸ்கோவுக்கு வெளியே பன்னிரண்டு வருடங்களாக ஒரு பெரிய வீட்டில், குடும்பத்தில் ஒருத்தியாக அவள் வாழ்ந்திருந்த ரோஸன்ப்ளூம்களிடம் திரும்பிச் சென்றிருக்கலாம். திருமதி ரோஸன்ப்ளூமும் எங்களுக்கு நீ திரும்பி வந்தால் போதும் என்று கடிதம் எழுதி யிருந்தாள். ஆனாலும் அவள் சிறிய ஏரிக்கு மேலே அமைந்த பண்ணை வீட்டில் தனது அம்மாவுடனும் சகோதரனுடனும் தங்கியிருந்தாள். அந்த ஏரிக்கு அப்பால் அரிக்னாவை நோக்கி உயர்ந்து நின்ற மலையின் பாறைகள் மண்டிய தாழ் சரிவுகள்.

கோடைக்கால முற்றத்தில் கதவு எப்போதும் திறந்திருக்கும், அவளது சகோதரன் தொலைவில் வயல்களில் வேலைபார்த்துக்கொண்டிருப்பான், அம்மா வாளிகளைக் கையிலெடுத்துக்கொண்டு தடுமாற்றத்துடன் இப்படியும் அப்படியும் போய் வந்துகொண்டிருப்பாள். பேசுவதற்காக நிற்கும்போது மேசையின்மீதோ நாற்காலியின் பின்புறத்திலோ சாய்ந்து நிற்பாள். ஆனால் இப்படியெல்லாம் இருந்தாலுமே சிலநேரம் மாலைவேளைகளில் பண்ணை வீட்டு வாழ்க்கை முறைக்குள் தான் சிக்கிக்கொண்டதுபோன்று தீவிரமாக உணர்வாள் ரோஸ் பிராடி. ஒருநாள் மாலை கடிதத்துடன் தபால் அலுவலகம் செல்லும் சாக்கில் வீட்டை விட்டு வெளியே வந்தாள்.

அந்தச் சிறிய தபால் அலுவலக அறை முழுக்க மாலைக் கடிதங்களுக்காகக் காத்திருந்தவர்கள் நிறைந்திருந்தார்கள். அவர்களைப் பார்த்து ஆச்சரியப்பட்டாள். உள்ளே நுழைந்ததும் அவர்கள் அனைவரும் அவளை நோக்கித் திரும்பினர், அவள்

அலுவலரிடம் செல்வதற்கு வழிவிட்டனர். பெயர் இன்னதென உறுதியாக அவளுக்குத் தெரியாத பலரும் அவளைப் பெயர் சொல்லி அழைக்க, புன்முறுவலுடன் பொதுவாகத் தலையை அசைத்தாள். அந்தத் தபால் அலுவலகத்தை வெள்ளைத் தலைமுடி கொண்ட சகோதரிகள் ஆனியும் லிஸியும் நடத்தி வந்தனர். அவளுக்கு அவர்கள் தூரத்து உறவினர்கள். ஆனி அவளது கடித உறையில் தபால்தலை ஒட்டி முத்திரையிட்டு, அங்கிருந்த முரட்டுத் துணிப்பையில் போட்டாள்.

'நீ இன்னும் இங்குதான் இருக்கிறாயா, ரோஸ்?'

'இன்னும் இங்குதான் இருக்கேன் ஆனி. இன்று மாலை நிறைய கூட்டம் இங்கே.'

'தபால் வண்டிக்காகக் காத்திருக்கிறார்கள். நீயும் உன் வீட்டுக்கு ஏதாவது வந்திருக்கிறதா என்று பார்த்துவிட்டுப் போ.'

இன்னொருவருக்கு வழிவிட்டு அவள் ஒதுங்கியபோதுதான் மோரனுக்கு அருகில் நிற்பதைக் கண்டாள். அவள் பலமுறை அவரைப் பார்த்திருக்கிறாள், ஆனால் பேசியதில்லை.

'உன் அப்பாவின் மறைவு குறித்து மிகுந்த வருத்தப்பட்டேன்' என்றார் மோரன்.

'எனக்குத் தெரியும்' என்று சம்பிரதாயமாகச் சொன்னாள்.

மனைவி இறந்து பல ஆண்டுகளாகத் தனியே வாழ்பவர் அவர் என்பது அவளுக்குத் தெரியும். இராணுவ அதிகாரியாக இருந்தவர் ஒரு பிரச்சினை காரணமாக ராணுவத்தை விட்டு வெளியேறினார். ஒருகாலத்தில் தன் குழந்தைகளுடன் அவர் வாழ்ந்த கல்வீட்டை அவள் அடிக்கடி கடந்து போயிருக் கிறாள், அந்தக் குழந்தைகளில் சிலர் இப்போது வளர்ந்து பெரியவர்களாகியிருப்பார்கள். அவரைக் குறித்த மோசமான விஷயங்களைக் கேள்விப்பட்டிருக்கிறாள். ஆனால் அவரோடு பேசிய சில நிமிடங்களுக்குப் பிறகு அவையெல்லாம் வழமையான பொறாமையின்பாற்பட்ட பேச்சுகள் எனக் கருதினாள். அவர் கூர்ந்து கவனிப்பவராக, புத்திசாலியாக, ஏன் வசீகரமானவராகக்கூட அவளுக்குத் தோன்றினார். அவளுக்குத் தெரிந்த மற்ற உள்ளூர் ஆண்களிடமிருந்து புத்துணர்வூட்டும் வகையில் விலகித் தனித்துவமும் பெருமிதமும் கொண்டவராக அவர் இருப்பதைக் கண்டாள். வெளியே தபால் வண்டி வந்து நின்றதும், அவர்களைச் சுற்றியிருந்த பேச்சரவம் அடங்கியது. ஓட்டுநர் ஒருவார்த்தையும் பேசாமல் முத்திரையிடப்பட்ட தபால் பையைத் தூக்கி மேலே போட்டார். ஆனி பையைத் திறந்தாள். அவள் தபால் கட்டைப் பிரித்துக்

கடிதங்களை எடுத்துப் பார்க்கத் தொடங்கியதுமே மோரனின் கவனம் முழுவதும் அவள் கடிதங்களைப் பிரித்து அடுக்குவதில் நிலைத்தது. அவர் ரோஸை முற்றிலும் தவிர்த்தார். ஒரு கணம் அவரது கவனத்தின் மையமாக இருந்த அவள் திடீரென்று அங்கு இல்லாமல் போனது போலானாள். ஆனி கடிதம் ஒவ்வொன்றையும் கையிலெடுக்கும்போது அவரது வாழ்வே ஆனியின் கையில்தான் உள்ளது என்பதுபோல, அக்கடிதத்தை அவள் கூட்டத்தில் யாரிடமாவது கொடுக்கும்வரை அல்லது ஒரு பக்கமாக அடுக்கி வைக்கும்வரை அவரது கண்கள் அதைப் பின்தொடர்ந்தன. பின்னர் அவர் அடுத்த கடிதத்துக்கும் அதற்கடுத்தக் கடிதத்துக்கும் அவ்வாறே செய்தார். அந்தச் சிறிய அறையிலிருந்து வெளியே வந்து நல்ல காற்றைச் சுவாசித்தபோது இறுக்கம் விலகிச் சட்டென்று அவளுக்கு நிம்மதி ஏற்பட்டது.

'முக்கியமான கடிதம் எதையாவது எதிர்பார்த்தீர்களா?'

'இல்லை' என்று அவர் சிரித்தார். 'ஏன் அப்படிக் கேட்கிறாய்?'

'அப்படி இருக்குமென நினைத்தேன்.'

'கிட்டத்தட்ட தினமும் மாலை கடிதத்தை எதிர்பார்த்து வருகிறேன். அதனால் வீட்டை விட்டு வெளியே வர முடிகிறது. மறுநாள் ஜிம்மி லிஞ்ச் வீட்டுக்கு ஏதாவது கொண்டு வருவாரா இல்லையா என்று யோசிக்கத் தேவையில்லை.'

அவள் ஓட்டிய சைக்கிளின் சக்கரம் சாலையை மூடியிருந்த வெளிறிய புழுதியில் மெல்லிய தடங்களைப் பதித்துச் சென்றது. பாலத்தை ஒட்டிய நாற்சந்தியில் அவர்கள் பிரிந்தனர்.

'இன்னும் சிறிது நாட்களில் மீண்டும் உன்னைப் பார்க்க முடியாது என்று நினைக்கிறேன்' என்றார்.

'நான் எப்போது திரும்பிப் போவேன் என்று நிச்சயமாகத் தெரியவில்லை' என்றாள்.

அவள் முப்பதுகளின் இறுதியில் இருந்தாள். மெலிந்த, வலுவேறிய உடல். அழகியென்று சொல்லத்தக்க வகையில் மிகவும் நேர்த்தியாகவும் எளிய தோற்றத்துடனும் இருந்தாள். அவளுடைய பெரிய சாம்பல் நிறக் கண்களில் புத்திசாலித்தனமும் துடுக்குத்தனமும் உற்சாகமும் நிறைந்திருந்தன. அவள் வீட்டுக்கு வந்ததும் ஏனோ பேச்சில் மோரனின் பெயரை இழுக்காமல் இருக்க முடியவில்லை.

'அவர் அப்படியொன்றும் நல்லவரில்லை என்று பேசிக்கொள்கிறார்கள்' என்றாள் அம்மா கவனமாக.

'தபால் அலுவலகத்தில் அவரோடு பேசிக்கொண்டிருந்தேன்.'

அம்மா தன்னைக் கூர்ந்து பார்ப்பதைக் கண்டாள். 'வெளியே மக்கள் மத்தியில் இருக்கும்போது அவர் ஒரு மாதிரி, மிகவும் இனிமையானவராக இருப்பார் என்றும், தனது வீட்டில் நான்கு சுவர்களுக்குள் முற்றிலும் வேறுமாதிரியாக இருப்பார் என்றும் ஊரில் பேசிக்கொள்கிறார்கள்.'

'இங்குள்ளவர்கள் மற்றவர்களைப் பற்றி அதிகம் பேசுகிறார்கள். அதன் காரணம் பெரும்பாலும் அறியாமையின்பாற்பட்ட கெடுநோக்கு.'

அவளுடைய உண்மையான உள்ளுணர்வு எப்போதும் வழக்கமான சமூகக் கட்டமைப்புகளுக்குப் பின்னிருந்து வேலை செய்தது: குடும்பம், தொடர்புகள், நிலைப்பாடு, மரபுகள் ஆகியவை, நிபுணத்துவம் கூடும்போது ஆயுதங்களைப் போலப் பயன்படுத்தக்கூடிய நிறுவப்பட்ட வடிவங்கள். இவற்றுக்குப் பின்னிருந்து, தனது பெரிய சாம்பல் நிறக் கண்களில் தோன்றும் நட்புணர்வு தவிர்த்துச் சில்லிட வைக்குமளவுக்கு நெகிழ்வான வசீகரத்துடனும் மாறாத கவனத்துடனும் அவளால் வேலைசெய்ய முடிந்தது. சமூகத்தில் எங்கு வேண்டுமானாலும் அவளைத் தங்களுடன் அழைத்துச்செல்ல முடியும் என்பதை ரோஸன்ப்ளூம் குடும்பத்தினர் நீண்டகாலமாக அறிந்திருந்தனர். இந்தத் திறமைகளை அவள் மோரனிடம் காட்ட இயல வில்லை. அவள் மிகுந்த ஈடுபாட்டுடன் இருந்தாள், நேரமோ மிகக் குறைவாக இருந்தது. அவற்றுக்கேயுரிய வசீகரத்துடன் அவரைப்பற்றிய நியாயமற்ற விமர்சனங்கள் ஏராளம் இருந்தன. வலியோடும், எல்லோரும் அறியவும் அவளே எல்லாவற்றையும் செய்ய வேண்டியிருந்தது.

மறுநாள் மாலை தபால் அலுவலகத்துக்கு வந்தவள், அதற்கடுத்த மாலையும் வந்தாள். முதல்நாள் மாலை லிஸிக்குத் தேயிலையும் தேன்நிறைந்த தேன்கூடு ஒன்றையும் வாங்கி வந்திருந்தாள். வெள்ளிக்கிழமை ஆனியிடம் ஒரு கடிதத்தைக் கொடுத்துத் தபாலில் சேர்த்துவிட்டு, கடிதங்களைப் பிரித்து அடுக்கும்வரை காத்திருந்தாள். ஒவ்வொரு முறையும் மோரனுடன் தனியே தபால் அலுவலகத்தை விட்டு வெளியேறும்படியாகப் பார்த்துக்கொண்டாள். பிரிந்து செல்வதற்கு முன் அவர்கள் நாற்சந்தியில் நின்று நீண்டநேரம் பேசிக்கொண்டிருந்தனர், ஆனால் அவர் வார இறுதியில் அவளைத் தனியே சந்திக்க அழைப்பு விடுக்கவில்லை. தனது அமைதியின்மை, குறுக்கும் மறுக்கும் வேகமாக நடப்பது, ஒரு புதிய வாழ்க்கைக்கான வித்தியாசமான தொடக்கம் பற்றிய

தனது கனவு, நீண்ட காலமாகத் தான் பயன்படுத்திய பழைய வடிவங்கள் மீதான பொறுமையின்மை ஆகியவை வெளியில் தெரியாமல் அவள் பார்த்துக்கொண்டாள்.

அவள் இளமையானவள் அல்ல, தோல்வியை முன்கூட்டியே கணிக்கக்கூடிய அளவுக்கு வயதானவள். ஆய்வுக்கேதும் உட்படுத்தாமல் தனது ஏக்கத்தை மனக்குழப்ப மாக மாற்றிக்கொள்ள முடிந்த அவளால் திங்கட்கிழமையன்று தபால் அலுவலகம் செல்லாமல் இருக்க முடியவில்லை. அவள் தவறாமல் அங்கு வந்து போய்க்கொண்டிருந்ததை மற்றவர்கள் கவனித்தார்கள். ஆனியும் லிஸியும் மோரனுடன் நட்பாக இருந்தனர். அவரது குடும்பத்தைப் பற்றியும், ஒரு ஆண் தனியாகக் குழந்தைகளை வளர்ப்பது எவ்வளவு கடினம் என்பதைப் பற்றியும் அவர்கள் அடிக்கடி தங்களுக்குள் பேசிக் கொண்டனர். சுத்தமாகத் துடைக்கப்பட்ட அந்தச் சிறிய அறையில் ரோஸின் மாலைநேர வருகையை அவர்கள் கிண்டலுடன் எதிர்கொள்ளத் தொடங்கினர். இந்த முறையற்ற காதல் துரத்தல் ஒருவித விரோதத்துடன், வேடிக்கை என்பதாகப் பார்க்கப்பட்டது, ஏனென்றால் 'காதல்' ஆனியை யும் லிஸியையும் – அவர்களிலும் இளையோரான இன்னும் பலரையும் – நீண்ட காலத்திற்கு முன்பே கைவிட்டிருந்தது. அவர்கள் அதை மஞ்சள்காமாலைபோலக் கருதினார்கள். இந்தக் காதல் நடனம் ஒரு விசித்திரமான பகடி என்று அவர்களுக்குத் தோன்றியது.

ஊரின் ஆரம்பத்திலிருந்த தனது வீட்டின் வாசலைத் தாண்டிச் சாலைக்கு அந்தப் பக்கம் புல் மண்டிய வரப்பையடுத்து தான் வைத்திருந்த, டாலியாக்கள், மூன் டெய்ஸிகள், நாஸ்டர்டியம்கள் ஆகியவை அமைந்த மலர்ப்படுக்கைக்கு நீர் பாய்ச்சுவதற்காகத் திருமதி ரெனால்ட்ஸ் சாலையைக் கடக்கும்போது, ரோஸ் பாலத்தின் வழியே தபால் அலுவலகத்துக்குச் செல்வதைக் கண்டு நின்றார். தன்னுடைய இயல்பின் மிக மோசமான பகுதியை எதிர்கொள்வதைப் போல 'கிழட்டு முட்டாளைப் போன்ற முட்டாள் யாருமில்லை' என்று வன்மத்துடன் முணுமுணுத்தார். மாலைநேரத்தில் இரண்டு மதுவிடுதிகளிலும், பாலத்திலும், கால்பந்து மைதானத்திலும் ஆண்கள் கூடியிருந்தனர். 'கீழே நழுவும் கட்டை! எல்லாம் அந்த அழுக்குப் பொந்துக்குள்தான் போய் முடியும்' என்று கரடுமுரடான கூச்சல் கேட்டது. தொடர்ந்து துப்பாக்கிச் சுடும் சத்தம்போல உற்சாக முழக்கங்கள் எதிரொலித்தன. அந்த ஏளனத்தின் நடுவிலும் அவள் ஒவ்வொரு மாலையும்

தபால் அலுவலகத்திற்குச் சென்றாள். அந்த ஏளனத்தை அவள் கண்டுகொள்ளவோ கவனிக்கவோ எத்தனிக்கவில்லை.

'ஏதாவது முக்கியமான கடிதத்தை எதிர்பார்க்கிறாயா ரோஸ்?' என்று கவலையுடன் விசாரித்தாள் அம்மா.

'இல்லை, அம்மா. ஒன்று அல்லது இரண்டு மணிநேரம் நான் வீட்டை விட்டு வெளியே இருக்க அது உதவுகிறது.'

பிறகு அவளுடைய திருமணமான சகோதரி ரோஸ் ஒவ்வொரு மாலையும் தபால் அலுவலகத்திற்குச் செல்வதற்கான உண்மையான காரணத்தை எடுத்துக்கொண்டு வீட்டுக்கு வந்தாள். 'இந்த வயதில் அவள் அதிக புத்தியுடையவளாய் இருக்க வேண்டும் என்று நீங்கள் நினைக்கிறீர்கள். அப்படி இல்லையென்றால் அவள் நகைப்புக்குரியவளாகிவிடுவாள்.'

'திரு மோரனை நீ தபால் அலுவலகத்தில் சந்திப்பதாகக் கேள்விப்பட்டேன்' அவளுடைய அம்மா மெல்ல விஷயத்தை ஆரம்பித்தாள்.

'ஆம். தினமும் மாலையில் அவர் அங்கு வருவார்.'

'அவரைக் குறித்து எனக்கு எந்தப் பிரச்சினையுமில்லை. ஆனால் அவருக்குப் பெரிய குடும்பம் ஒன்று இருக்கிறது.'

'நாங்கள் இருவரும் நண்பர்கள் மட்டுமே, அம்மா' என்று சிறிதாகச் சிரித்து தனது ஆழ்ந்த எண்ணத்தை மறைத்த வசீகரமான அந்தப் புன்னகையை உதிர்த்தாள். 'எப்போதும் நாங்கள் பேசுவதெல்லாம் அவருடைய குழந்தைகளைப் பற்றித்தான். அவர் அவர்களைப் பற்றி மிகவும் கவலை கொண்டிருக்கிறார்'.

'நானாக இருந்தால் கவனமாக இருப்பேன் ரோஸ். மக்களது வாயில் அடிபட அதிகம் தேவைப்படாது'.

'அப்படியானால் அவர்கள் பேசட்டும்.'

ஆனாலும் மோரன் அவளை நோக்கி எந்த நகர்வையும் மேற்கொள்ளவில்லை. அவளது ஆர்வத்துக்குப் பதில் ஆர்வம் காட்டவில்லை. அவளுக்கு எந்த ஆதரவையும் வழங்கவில்லை. அவர் செய்ததெல்லாம் அவர்கள் முதலில் சந்தித்த இடத்திலேயே நின்றுகொண்டிருந்ததுதான். அவர் அவளை நோக்கி முன்னேறவுமில்லை, பின்வாங்கவுமில்லை. அது இப்படியே போய்க்கொண்டிருக்க முடியாது என்பது அவளுக்குப் புரிந்தது. ஒருநாள் மாலை திடீரென்று பெய்த மழைக்கு ஒதுங்கி, காட்டு அத்தி மரங்களின் அடர்த்தியான வரிசையின் கீழ் சென்று நின்றபோது அவள் சொன்னாள்: 'ஒருநாள் மாலை நீங்கள்

வீட்டுக்கு வர வேண்டும் மைக்கேல். வீட்டார் உங்களைச் சந்திக்க விரும்புவார்கள் என நினைக்கிறேன்.'

'நான் வீட்டிலிருந்து வெளியே வருவது எவ்வளவு கஷ்டம் என்று உனக்குத் தெரியும் ரோஸ்.'

'இருந்தாலும் எங்கள் வீடு உங்களை வரவேற்கிறது' என்று புன்னகைத்தவள் அங்கிருந்து சென்றாள். மறுநாள் மாலையோ அல்லது அதற்கு அடுத்த நாள் மாலையோ அவள் தபால் அலுவலகத்துக்கு வராதது அவருக்கு ஆச்சரியமளிக்கவில்லை. அவளைத் தனக்குப் பிடிக்குமென்றால் தான் அவளிடம் செல்லத்தான் வேண்டும் என்று அவருக்குப் புரிந்தது.

இளைஞராக இருந்தபோது பல பெண்கள் அவர்மீது ஈடுபாடு காட்டினார்கள். அவர் அவர்களை ரகசியமாக வெறுத்தாலும் அது அவர்மீதான கவர்ச்சியைக் குறைத்துவிடவில்லை, ஆனால் பிற்காலத்தில் அவரது பெரிய குடும்பமும் கூடிய வயதும் ஏதோவோர் ஊனத்தைப் போல எடையுடன் அவர் மேலே தொங்கின. ஆனால் ரோஸைப் போலத் தன்னை வெளிப்படுத்திக் கொள்ளும் அபாயத்தை அவர் ஒருபோதும் மேற்கொள்ள மாட்டார்.

அவர்மீதான பிராடியின் கவனமும் அதுபோலவே எதிர்பாராத ஒன்று. அது திடீரென்று நிகழ்ந்தது, வரவேற்கத்தக்க ஒன்றாக இருந்தது. அவள் தாராள உள்ளங்கொண்ட வானத்திலிருந்து விழுந்ததுபோல் இருந்தது. அவள் அவரைவிட மிகவும் இளையவள், வலுவானவள், பார்வைக்கு விரும்பத்தகாதவள் அல்ல. அவள் நிறைய சேமித்து வைத்திருக்கிறாள் என்று அவர் சந்தேகிக்கக் காரணம் இருந்தது. அவளுடைய தீவிரக் கவனிப்பில் அவரது வாழ்க்கை மீண்டும் பிரகாசிக்கக்கூடும். எவ்வளவு நேரம் காத்திருந்தாலும் அந்த அதிர்ஷ்டம் அவருக்கு மீண்டும் வர வாய்ப்பில்லை. அதே வாரத்தில் திடீரென அவர் மேகியிடம் அவளைத் தனியாகப் பார்க்க விரும்புவதாகக் கூறினார். மிகுந்த பதற்றத்துடனும் எச்சரிக்கையுடனும் அவள் அவரைப் பின்தொடர்ந்து அவருடைய அறைக்குச் சென்றாள்.

'குடும்பத்தில் அனைவரையும் பாதிக்கும் மிக முக்கியமான விஷயமொன்று இருக்கிறது, அதுகுறித்துத் தீவிரமாக விவாதிக்க விரும்புகிறேன்.' பேசுகையில் பொறுப்பு, விளைவு ஆகிய ஆடைகளைத் தான் அணிந்திருப்பதாக உணர்ந்தார். 'குடும்பத்துள் புதிதாக யாரையாவது நான் அழைத்துவந்தால் நீ என்ன நினைப்பாய்?'

மேகி அவரைப் பார்த்தாள், அவளுக்கு ஒன்றும் புரியவில்லை.

'உன் தாயின் இடத்தை நான் நிரப்ப வேண்டியிருந்தால் – கர்த்தர் அவளுடைய ஆன்மாவின்மீது இரங்கட்டும் – ஒரு புதியவரைக் கொண்டு' என்று திருத்தினார். 'நான் மீண்டும் திருமணம் செய்துகொண்டால்?'

திடீரென்று தன் அம்மாவைக் குறிப்பிட்டதாலோ அல்லது தீவிர உணர்ச்சிமிக்க துர்நிமித்தத்துடன் அவ்விஷயத்தை அவர் காட்சிக்குள் கொண்டுவந்ததாலோ மேகி விம்மி விம்மி அழத் தொடங்கினாள். அழுகை நீண்டநேரம் தொடர்ந்தது. அமைதியாக இருக்கும்படி அவளிடம் கத்த வேண்டும் என்ற உடனடி உந்துதலைக் கட்டுப்படுத்திக்கொண்டவர் தனது பாதங்களை அசௌகரியத்துடன் மாற்றி மாற்றி வைத்துக் கொண்டிருந்தார். சற்றுநேரம் கழித்து இந்த விம்மலுக்குப் பின் தான் சௌகரியமாக ஒளிந்துகொள்ள முடியும் என்பதை மேகி உணர்ந்தாள்.

'என்னால் உங்களுக்கு உதவ முடியாத விஷயங்களில் ஒரு பெண்ணால்தான் உதவ முடியும்' என்றார் மோரன். 'ஓர் ஆணால் சில விஷயங்களை மட்டும்தான் அவனே செய்து கொள்ள முடியும்.'

'உங்கள் எண்ணப்படியே அப்பா.' தான் என்ன சொன்னாலும் அது அவரது முடிவை மாற்றப்போவதில்லை என்று அவளுக்குத் தெரியும்.

'அப்படியானால் அது நல்ல விஷயம் என்று நினைக்கிறாயா?' முழுக் காட்சியையும் முடித்துவிட அவர் பரபரத்தார்.

'நல்ல விஷயமென்று நீங்கள் நினைத்தால் சரிதான் அப்பா.'

'அது நல்லதற்குத்தான் என்று எனக்குத் தெரியும். அது எல்லோருக்கும் நல்லதாக இருக்காதென்றால் ஒரு நிமிடம்கூட அதுகுறித்து யோசிக்க மாட்டேன். இத்தனை வருடங்கள் கழித்து மறுபடியும் இது நிஜமான வீடாக, இல்லமாக இருக்கும். நீங்கள் எப்போதும் வந்து போவதற்கு ஏற்ற இடமாக இருக்கும்.'

ஷீலாவிடமும் மோனாவிடமும் சொல்வதற்குள் அவளுக்கு இருப்புக்கொள்ளவில்லை. இருவரும் முதலில் அவள் ஏதோ நகைச்சுவையாகப் பேசுகிறாள் என்று நினைத்தார்கள், ஆனால் தான் மோரனுடன் நடத்திய உரையாடலை அவள் வார்த்தைக்கு வார்த்தை விவரித்தபோது அவர்கள் வெடித்துச் சிரித்தனர். தங்களது தம்பியிடம் அவர்கள் இதைச்

சொல்லவில்லை. தங்கள் சொந்தப் பிள்ளையைப் போல அவனை அவர்கள் நேசித்தாலும், வீட்டை நிர்வகிக்கும் விஷயத்தில் அவனை ஒதுக்கியே வைத்திருந்தார்கள்.

'யார் அது?' அவர்களுக்குள் மீண்டும் அமைதி திரும்பிய போது கேட்டார்கள்.

'கிளாஸ்கோவிலிருந்து வீடு திரும்பியிருக்கும் மிஸ் பிராடியாகத்தான் இருக்க வேண்டும்.'

'அப்பா அவளுக்குக் கிடைக்கவே மாட்டார்.'

'அவருக்குப் பின்னால் அவள் வெட்கமின்றி அலைகிறாள். தினமும் மாலை தபால் அலுவலகத்துக்குப் போகிறாள்' என்று சொல்லிவிட்டு, தங்களது இளமை பூரித்த நாட்களைப் பிரதிபலிக்கும் பரிகாசம் அது என்றெண்ணி மீண்டும் அவர்கள் சிரிக்கத் தொடங்கினர்.

ஞாயிற்றுக்கிழமைத் திருப்பலிக்குப் பிறகு சிறிய நீலநிற ஃபோர்டு காரைக் கொட்டகையிலிருந்து வெளியே எடுத்த மோரன், எஞ்சினையும் சக்கரங்களையும் சோதித்தார், பின்னர் காரைக் கழுவி உலர்த்திவிட்டு அது பளபளப்பாகும்வரை மெழுகு தேய்த்தார். மூன்று மணியளவில் நான்கு மைல் தொலைவேயிருந்த ரோஸ் பிராடியின் வீட்டுக்குக் காரை ஓட்டிச்சென்றார்.

ரோஸின் வீட்டுக்குச் செல்லும் பாதை குறுகலாகவும், பல வெளிவாயில் கதவுகளுடன் வளைந்து நெளிந்தும் சென்றதால், பெரிய பாலடைக்கட்டிக் கொள்கலன்கள் வைக்கப்படும் மேடைக்குப் பக்கத்திலிருந்த அகன்ற புல்விளிம்பில் காரை நிறுத்தினார். மரங்கள் சூழ்ந்திருந்ததால் காரை வீட்டில் இருந்து பார்க்க முடியாது. தான் அபூர்வமாக அணியும் நன்கு தேய்த்திருந்த அந்தப் பழுப்பு வண்ண சூட் கொடுத்த உணர்வையும், வாழ்வின் சலிப்புக்கு மத்தியில் கிடைத்த இந்தப் புதிய உற்சாகத்தையும் அனுபவித்தவராய் குறுகலான பாதையில் மெதுவாக நடந்தார், புத்துணர்வும் புதுமையும் கலந்த ஒன்றின் உச்சத்துக்கு மீண்டும் செல்வதுபோல உணர்ந்தார்.

முற்றத்தின் கனத்த சிவப்பு வெளிவாயில் கதவருகே ரோஸ் அவரைப் பார்த்தாள். அவர் வருவதைக் கண்டு அவளுக்கேற்பட்ட நிம்மதி எப்படி இருந்ததென்றால் வீட்டு வாசல் கதவருகே அப்படியே அசையாமல் நின்றுவிட்டாள். அந்த நிம்மதி தூய இன்பமாக அவளுள் பரவியபோது, கையசைத்தவாறு ஒரு சிறுமியைப் போல முற்றத்தைத் தாண்டி அவரை நோக்கி வந்தாள். தன் முகமும் கூந்தலும் எப்படி

இருக்கிறது என்று யோசிக்கும் முன்னரே அவள் அவரருகில் இருந்தாள்.

அவள் மோசமான நாட்களைக் கடந்து வந்திருந்தாள். மாலை நேரங்களில், தபால் அலுவலகத்தின் சிறு கூட்டத்தை, பாலத்தைக் கடக்கும் தபால் வண்டியை, ஆனி கடிதங்களைப் பிரித்து அடுக்குவதை, அவர்கள் இருவரும் பேசுவதற்காக நின்ற காட்டு அத்தி மரங்களுக்குச் செல்லும் ஆளரவமற்ற சாலை ஆகியவற்றை வலி மிகுந்த தெளிவுடன் உணர்ந்திருக்கிறாள். இந்த இடத்தை அடைய வேண்டுமென்ற ஏக்கம் அலைக்கழித்தபடி யிருக்க தனது தீர்மானத்தில் உறுதியுடன் இருக்க அவள் போராட வேண்டியிருந்தது. இதனை அவளாக முன்னெடுக்க இயலாது. போதுமான அளவு சமிக்ஞைகள் கொடுத்திருந்தாள். ஒருவேளை அவை அதிகமாகக்கூட இருக்கலாம். அவளால் காத்திருக்க மட்டுமே முடிந்தது. இப்போது அவர் அவளைத் தேடி வந்துவிட்டார்.

அவளுடைய தாய் அவரை வெறுத்தாலும், எவ்விதமான சுய வெளிப்பாட்டையும், விருப்பமின்மையும் அனுமதிக்காத வகையில் விருந்தோம்பல் வழக்கம் மிகவும் கண்டிப்பானதாக இருந்தது. அவளது சகோதரன் அவரை முன்பே சந்தித்திருந்தான். அந்த வருடத்தின் புல்தீவனச் சேமிப்புப் பற்றியும், ஆடு, கம்பளி, மாடுகளுக்கு எதிர்பார்க்கும் விலை பற்றியும் இருவரும் பேசிக்கொண்டிருந்தனர். மேசைமீது ஒரு வெள்ளைத்துணி விரிக்கப்பட்டு வீட்டில் செய்த ரொட்டியும் பழக்கூழும் ஆப்பிள் பொதியப்பமும் வைக்கப்பட்டிருந்தன. தேநீர் தயாரிக்கப் பட்டது. ரொட்டியையும் கருமுந்திரி பழக்கூழையும் மோரன் புகழ்ந்தார்.

‘ஒவ்வொரு வருடமும் கருமுந்திரி விளைச்சலால் தோட்டத்துக்கு மூச்சுத் திணறுகிறது. பெரும்பாலானவற்றைப் பறவைகளே எடுத்துக்கொள்கின்றன. அடுத்தக் கோடையில் அவற்றைப் பறிக்க உங்கள் பெண் பிள்ளைகள் இங்கு வர வேண்டும்.’

‘அது அதிகப்படியான விஷயமாயிருக்கும்’ என்றார் அவர்.

‘உங்கள் பெண்கள் அதைப் பறிக்க வராவிடில் அவை புல்தரையில் உதிர்ந்து வீணாய்ப்போகும் அல்லது பறவைகள் தின்றுவிடும்.’ இயன்ற அளவு நட்புணர்வுடன் சொன்னாள் ரோஸின் அம்மா.

‘உங்களுக்குக் கால்பந்தில் ஆர்வம் உண்டா?’ அவளது சகோதரன் கேட்டான்.

'அவ்வளவாக இல்லை, ஆனால் ஒரு நல்ல போட்டியைப் பார்ப்பது அருமையான விஷயம்.'

'அப்படியானால் ஆட்டத்தின் முடிவு என்னவென்று கேட்க விரும்புகிறீர்களா?'

'கண்டிப்பாக' என்று சொல்லிக்கொண்டே, மோரன் முற்றத்துக்குள் நுழைந்தபோது தான் கேட்டுக்கொண்டிருந்த ஞாயிற்றுக்கிழமைக் கால்பந்து போட்டியின் வர்ணனையை வானொலியில் மீண்டும் ஒலிக்கவிட்டான் ரோஸின் சகோதரன். ஏறத்தாழ பத்து நிமிடங்களுக்குப் பிறகு அது திருப்திகரமாக முடிவடைவதாகத் தோன்றியது. பின்னர் அவர்கள் விளையாட்டைப் பற்றி விவாதித்த சில நிமிடங்களில் மோரன் தன்னம்பிக்கை குறைந்தவராக, மிகுந்த கவனத்துடன் பேசுபவராக இருந்தார்.

சுமார் ஒரு மணிநேரம் கழித்து 'வயிறு நிறைய நான் உண்டும் குடித்தும் ஆகிவிட்டது. இப்போது கிளம்ப வேண்டும்' என்றார்.

ரோஸின் அம்மாவும் சகோதரனும் அவரது கையைப் பணிவுடன் குலுக்கினர். கம்பளி மேலாடை அணிந்திருந்த ரோஸ் குறுகலான தெருவழியே அவரை நடத்திச் சென்றாள். அவர்களுக்கு மேலே, அங்கொன்றும் இங்கொன்றுமாய்ப் பாறைகளும் கோர்ஸ் புதர்களும் காணப்பட்ட இரங்குதலுக்குரிய வயல் வெளிகளும், மலையின் தாழ்வான சரிவுகளும் உயர்ந்தபடி வந்தன. தெருவின் கீழே நாணல்கள் சூழ்ந்த சிறிய ஏரி இருந்தது.

'ஏரியில் மீன்கள் உள்ளனவா?'

'சிறிய பெர்ச், பைக், விலாங்குமீன்கள் என ஏராளமாக இருந்தன, ஆனால் அவை பெரியனவாக வளர்ந்ததாகத் தெரியவில்லை.'

இருவரும் மலையடிவாரத்தின் முதல் வாயில் வழியே சென்றபோது அவர்கள் சந்தித்த பொழுதிலிருந்து முதல் முறையாக மக்களின் கண்களில் இருந்து மறைந்தனர். புதர்வேலியின் ஹாதார்ன்களும் காட்டுரோஜாக்களும், சக்கரத் தடங்களுக்குள்ளாக அமைந்த தெருவின் பச்சை விளிம்பும், ஏரியின் கரைகளில் கருமையடையத் தொடங்கியிருந்த காட்டுச் செம்புற்றுப் பழங்களும் மட்டுமே அங்கிருந்தன.

'நான் வீட்டில் சரியாக நடந்துகொண்டேனா?' என்று கேட்டார்.

‘நீங்கள் கனகச்சிதமாக நடந்துகொண்டீர்கள். இதைவிடச் சிறப்பாக நடந்துகொண்டிருக்க முடியாது. நீங்கள் வந்தது ரொம்ப நல்ல விஷயம்’ என்று சொல்லி அவர் கையைப் பற்றிக்கொண்டாள். அவர் அவளை முத்தமிடக் குனிந்தபோது ஆவலுடன் தன் வாயை அவரது வாயை நோக்கி உயர்த்தினாள்.

‘எனக்கு வெளியே செல்லும் பழக்கம் இல்லை’ என்றார். ‘இப்போது நீ என் கூட்டத்தாரைப் பார்க்க வர வேண்டும்.’

‘நான் அவர்களைச் சந்திக்க ஆவலாக இருக்கிறேன்.’

‘விரைவில் ஒருநாள் மாலை சந்திக்க ஏற்பாடு செய்கிறேன். அவர்கள் நாகரிகமாகவே நடந்துகொள்வார்கள் என்று நம்புகிறேன்’ என்றார். நடக்க நடக்க வெளிப்படையாகவே அவர்மீது பொறுப்புணர்வு ஏறிக்கொண்டிருந்தது.

‘உங்களிடம் கார் இருப்பது எனக்குத் தெரியாது’ சாலையை அடைந்தபோது அவள் சொன்னாள்.

‘நான் அதை அடிக்கடி வெளியே எடுப்பதில்லை, ஆனால் அதை வைத்திருப்பது அருமையான விஷயம். விரும்பும் இடத்துக்கு விரும்பியபோது போகலாம்.’

அவரிடம் கார் இருப்பது குறித்து ரகசியமாக மகிழ்ந்தாள். ஒரு பசு அல்லது இன்னும் சில வயல்களை வாங்கவே விரும்பும் சுற்றியுள்ள மனிதரிடமிருந்து அவர் விலகியிருப்பதன் மற்றொரு அறிகுறி அது. இந்தப் பகுதியில் பூக்கள் அல்லது பழத்தோட்டம் அல்லது மூலிகைத் தோட்டம் ஆகியவற்றைக் காட்டிலும் ஒரு கார் விலைமிக்கது. அது வெறும் ஆடம்பரம்.

தான் உணர்ந்த மிக ஆழ்ந்த அமைதியை, ஆற்றலை அனுபவித்தவளாய் திரும்பி மெதுவாகத் தெருவில் நடந்தாள். இந்தக் குறுகலான தெரு அவளுக்குப் பிரியமானது. ஸ்காட்லாந்தில் தூக்கம் வராத நேரங்களில் மனதளவில் பலமுறை இதில் நடந்திருக்கிறாள். கரைகளில் கண்ட காட்டுச் செம்புற்றுப் பழங்கள், நீண்டு வளர்ந்த மெல்லிய புற்கள், தீவனச்செடியின் கறுப்புப் பழங்கள் என எல்லாமே அவளுக்கு நெருக்கமானவை. அவளுடைய வாழ்க்கையின் பல பொய்யான தொடக்கங்களுள், அவள் கைப்பற்றி உண்மையாக்கவிருக்கும் இந்தத் தூய தொடக்கத்துக்கு அவை சாட்சியாக இருந்தன. இனியும் அவள் பாதுகாப்பற்றவள் இல்லை, நொய்மை யானவள் இல்லை. ஓயாது பூசலிட்டபடி இனி அவள் மகிழ்ச்சியைத் துரத்திச் செல்ல வேண்டியதில்லை. உறுதிப்பட்ட, நம்பிக்கை மிகுந்த நிலையைப் பற்றிக்கொண்டு அவள் புறம் நோக்கி நகரவியலும்.

'டாம் எங்கே?' வீட்டுக்குத் திரும்பியவுடன் தனது சகோதரன் அங்கே இல்லாததை அவள் கவனித்தாள்.

'ஒருமணி நேரம் ஓ நீல் வீட்டில் இருந்துவிட்டு வருவதாகச் சொன்னான்.'

'நான் அவனைத் தெருவில் பார்க்கவில்லையே.'

'அவன் வயல் வழியே போயிருப்பான்.'

நீண்ட மௌனத்துக்குப் பிறகு அம்மா சொன்னாள் 'அது சற்றே எதிர்பாராத வருகையாக இருந்தது.'

'எப்போதாவது இந்தப் பக்கம் வந்தால் வீட்டுக்கு வாருங்கள் என்று நான்தான் சொல்லியிருந்தேன். உங்களுக்கு அவரைப் பிடித்திருக்கிறதா?'

'அவரை உனக்குப் பிடித்திருக்கிறது என்றால் நிச்சயம் எனக்கும் பிடித்திருக்கிறது. அவருக்குப் பெரிய குடும்பம் ஒன்று இருக்கிறது.'

'இது எப்படி அவரது குறையாக இருக்க முடியும் என்று எனக்குத் தெரியவில்லை.'

'உனக்கு நிறைய அபிமானிகள் இருந்தார்கள்' அம்மா பேச்சை மாற்றினாள்.

'அபிமானிகள் அனைவரும் போய்விட்டார்கள்.' பெண்களிருவரும் உரையாடலை அத்துடன் முடித்துக் கொண்டதில் மகிழ்ந்தனர். அவர்கள் மாறமாட்டார்கள்.

மறுநாள் மாலையோ அதற்கடுத்த மாலையோ அவள் தபால் அலுவலகம் செல்லவில்லை. காட்டு அத்தி மரங்களைச் சுற்றிச் செல்லும் அந்த வெண்ணிறச் சாலையை எதிர்பார்த்து ஏங்கும் வலி இப்போது அவளுக்கு இல்லை. ஞாயிற்றுக்கிழமை வீட்டுக்கு வந்ததன் மூலம் அந்தச் சாலையை எல்லாச் சாலைகளையும் போலவே மாற்றியிருந்தார் மோரன். எந்த நாள் தனக்குச் சிறந்தது என்று தோன்றுகிறதோ அந்த நாளில் அவள் அங்கு செல்வாள். மிக ஆர்வம் கொண்டவளாகவோ அல்லது மிக இயல்பானவளாகவோ தோன்ற அவள் விரும்ப வில்லை.

தபால் வண்டி வருவதற்குச் சற்று முன்னர் தபால் அலுவலகத்தை நெருங்கியபோது அத்தனைப் பதற்றமும் அவளிடம் திரும்பி வந்தது. அந்தச் சிறிய அறை நிரம்பியிருந்தது. ஏற்கெனவே அங்கிருந்த மோரன் அவளைப் பார்த்துப் புன்னகைத்தார், பேசினார். ஆனியும் லிஸியும் ஞாயிற்றுக்கிழமை

அவர் வீட்டுக்கு வந்ததைப் பற்றிக் கேள்விப்பட்டிருந்தார்களா அல்லது அவள் அங்கு வராததைக் கவனித்திருந்தார்களா என்பது தெளிவாகத் தெரியவில்லை, ஆனால் முந்தைய நாட்களுடன் ஒப்பிட அவர்கள் அதிகமும் ஓர் இணக்க பாவத்துடன் காணப்பட்டார்கள். அவரை அவள் அறிந்த நாளிலிருந்து அன்றுதான் மோரன் அசட்டையாக உடை அணிந்திருந்தார். அவர் முகச்சவரம்செய்து குறைந்தது ஒரு நாளாவது ஆகியிருந்ததையும் அவள் கவனித்தாள். தன்னால் முடிந்த அளவு அவளை நோக்கி வந்துவிட்டேன் என்று அவர் முரட்டுப் பிடிவாதத்துடன் சொல்வதுபோலிருந்தது. தபால் அலுவலகத்துக்கு வெளியே அவர் தனது கரடுமுரடான தோற்றத்துக்காக மன்னிப்புக் கேட்கவில்லை, ஆனால் எப்போதும் போல நட்புணர்வும் இனிமையும் கொண்டிருந்தார்.

'ஞாயிற்றுக்கிழமை அரங்கில் கச்சேரி ஒன்று இருக்கிறது. அந்த இசை நிகழ்ச்சியில் முதன்முறையாக எனது படையினரைச் சந்திப்பது எளிதாக இருக்கும்' என்றார். 'பிறகு, எப்போது வேண்டுமானாலும் நீ வீட்டுக்கு வரலாம்.'

'நீங்கள் சொன்னால் அது சரியாகத்தான் இருக்கும்.' அவர் விரும்பியதைச் செய்வதில் அவளுக்கு மகிழ்ச்சி.

சனிக்கிழமை இரவு வீட்டில் ஜெபமாலை சொல்லி முடித்ததும் 'உங்கள் தந்தையைச் சரியான பாதையில் வழி நடத்தக் கடவுளிடம் இறுதி செபம் ஒன்று செபிக்க விரும்பு கிறேன்' என்றார் மோரன். அவர்கள் அனைவரும், சிறுவன் மைக்கேல் உட்பட, அவர் என்ன சொல்ல வருகிறார் என்பதை அறிந்திருந்தனர். 'நாளைக்குக் கச்சேரியில் ரொம்ப விசேஷ மான ஒருவரை நீங்கள் சந்திக்க வேண்டுமென விரும்புகிறேன். உங்கள் அனைவருக்கும் அவளைப் பிடிக்கும் என்று நம்புகிறேன். அவள் மிஸ் பிராடி' அவர்கள் முழங்காலிலிருந்து எழுந்த வுடன் அவர் சொன்னார். அவளைச் சந்திப்பதில் தங்களுக்கு எவ்வளவு மகிழ்ச்சி என்று அவர்கள் பொத்தம்பொதுவான, சம்பிரதாயமான எண்ணங்களை வெளிப்படுத்தினார்கள். 'ஒவ்வொருவரும் சிறந்த ஆடைகளை அணிந்து வர வேண்டும்' என்று கோரினார் மோரன்.

ஞாயிற்றுக்கிழமை மாலை பெண்கள் பளிச்சென்று இருந்தனர். பையன் கறுப்புச் சப்பாத்துகள் அணிந்து தனது நீல நிற உறுதிப்பூசுதல் தினக் கோட்டை உடுத்தியிருந்தான். அவர்கள் அனைவரும் பரபரப்புடனும் சிறிது வெட்கத்துடனும் இருந்தனர். தேவாலயத்தில் திருப்பலியின்போது மிஸ் பிராடியை அவர்கள் தூரத்திலிருந்து பார்த்திருக்கிறார்கள். அவளிடம்

அவர்கள் பேசியதே இல்லை. கிராமத்தைத் தாண்டியிருந்த குன்றை அடைந்ததும் அவர்களிடம் பணத்தைக் கொடுத்து 'முன் வரிசையில் போய் இரண்டு நாற்காலிகளைப் பிடியுங்கள்' என்று சொல்லிவிட்டுப் போய்விட்டார். அரங்கு கிட்டத்தட்டக் காலியாக இருந்தும், முன்வரிசை இருக்கைகளைப் பிடிக்கும் அளவுக்கு அவர்கள் முன்கூட்டியே வரவில்லை. எனவே அவர்கள் மூன்றாவது வரிசையிலிருந்த இருக்கைகளில் அமர்ந்தனர், கோட்டுகளை மடித்து மேலே வைத்துக் கூடுதலாக இரண்டு நாற்காலிகளைப் பிடித்துவைத்தனர். மண்டபத்துக்குள் நுழைந்த அனைவரையும் அவர்களுக்குத் தெரிந்திருந்தது. அவர்களுக்கு அருகேயிருந்த இருக்கைகளில் அமர்ந்தவர்கள் அவர்களை நோக்கிப் புன்னகைத்தனர், அவர்களுடன் பேசினர். அவர்கள் பதற்றமாகவும் தங்களுக்கு உவப்பில்லாத ஒரு விஷயத்தில் ஈடுபட்டிருப்பதுபோலவும் உணர்ந்தனர்.

அரங்கிலிருந்தவர்கள் மேடையின் திரைச்சீலை உயரக் காத்திருக்கையில், ரோஸுடன் அப்பா உள்ளே நுழைந்தபோது அவர்களுக்கு இன்னும் சங்கடமாக இருந்தது. மிக நிதானமாக ரோஸை இருக்கைகளை நோக்கி அழைத்துவந்தார் மோரன். அவர்கள் இருவரும் தங்கள் இருக்கைகளை அடையும்வரை காத்திருந்த பெண்கள் தாங்கள் அனைவரது கவனத்துக்கும் உள்ளாவதன் தீவிர வேதனையை அனுபவித்தனர். மெதுவாகவும், சடங்கார்த்தமாகவும் மோரன் தனது குடும்பத்தின் ஒவ்வொரு உறுப்பினருக்கும் ரோஸை அறிமுகப்படுத்தினார். பார்வையாளர்களது கவனம் மேடைமீது இருந்ததை விடவும் இந்தச் சிறு குழுவினர் மீது இருந்தது. ரோஸின் சாதுர்யம் முன்னெப்போதும் இல்லாத அளவுக்கு வெளிப்படையாகத் தெரிந்தது. அவள் பதற்றமாக இருந்தாலும் அந்தப் பதற்றம் மறைக்கப்பட்டிருந்தது. சில நிமிடங்களில் அவள் சகோதரிகள் ஒவ்வொருவரையும் முற்றிலும் நிம்மதியடையச் செய்தாள். அவர்களது வெட்கமும் பயமும் காணாமல்போனயின.

அது தொழில்முறை சாராத இசைஞர்களது கச்சேரி. பதக்கங்களால் அலங்கரித்துக்கொண்ட பெண்கள் குழுவொன்று நடனமாடியது. நீலநிற கோட் அணிந்த ஒருவர் பாடினார். முதியவர் ஒருவர் அக்கார்டியனில் பல சுதிகளில் வாசித்தார். நாடகச் சங்கத்தினர் சிறிய நகைச்சுவை நாடகம் போட்டனர். அனைத்துக் கலைஞர்களும் பார்வையாளர்களுக்கு உறவினர்கள் அல்லது தெரிந்தவர்கள் என்பதால், ஒவ்வொரு நிகழ்வும் உரத்த, சமமான கைத்தட்டலுடன் வரவேற்கப் பட்டது. இடைவேளையின்போது ரோஸ் தன்னைச் சுற்றி இருந்தவர்களைப் பார்த்துத் தலையசைத்துப் புன்னகைத்தாள்.

மோரனிடமிருந்து எந்த உடலசைவு வெளிப்பாடும் இல்லை, அவர் சுற்றும்முற்றும்கூடப் பார்வையைச் செலுத்தவில்லை.

கச்சேரி முடிந்து நான்கு குழந்தைகளையும் மீண்டும் கிரேட் மெடோவுக்கு அழைத்துச் சென்றார் மோரன். ரோஸ் முன் இருக்கையில் அமர்ந்தாள். வீட்டை அடைந்தபோது அவர் ரோஸை உள்ளே அழைத்தார். ஆனால் மிகவும் தாமதமாகிவிட்டது என்ற சாக்கைச் சொல்லி மறுத்துவிட்டாள். அவர்களுக்கு அவள் இரவு வணக்கம் சொன்னாள். அதில் ஏதோவொரு வசியம் அல்லது அப்பட்டமான ஆளுமை என்னும் உத்தியைக் கைக்கொண்டு, தனிப்பட்ட வகையில் அவர்கள் ஒவ்வொருவரும் தனக்கு முக்கியம் என்பதை உணர்த்தினாள். அவளது கரிசனமெனும் கனிவான ஒளியில் பொதியப்பட்டவர்களாய் அவர்கள் அவளிடமிருந்து விடை பெற்றனர். அடுத்து வந்த நாள்களில் மோரன் திரும்பத் திரும்பக் கேட்டபோது அவர்கள் அவளை எவ்வளவு விரும்பினார்கள் என்பதை மெய்யாகவே சொல்ல முடிந்தது. உண்மையில், பதில் மிகவும் சீராகவும் திரும்பத் திரும்பவும் வெளிப்பட்டது. அது விரைவிலேயே அவருக்கு எரிச்சலூட்டத் தொடங்கியது.

தாங்கள் விரைவில் திருமணம் செய்துகொள்ள வேண்டும் என்று ரோஸ் விரும்பினாள். அதற்குத் தடையாக எதுவுமே இல்லை என்றபோதும் மோரன் எச்சரிக்கையுணர்வுடனும் மழுப்பலாகவும் நடந்துகொள்வதைப் பார்த்தாள். இந்தப் போக்கை உணர்ந்த அவள் தனது யுக்தியை மாற்றினாள். மோரன் மூலம் அனுப்பிய அழைப்பையடுத்து மூன்று பெண்களும் பையனும் ஒரு ஞாயிற்றுக்கிழமை அவள் வீட்டுக்கு வந்து நெடுநேரம் செலவிட்டனர். இதனை ரோஸே திட்டமிட்டதால், குழந்தைகள் பக்கத்து வீடுகளுக்குச் செல்லும்போது தான் காட்டும் கடுமையின் அளவுக்கு அவள் வீட்டுக்கு அவர்கள் செல்வதில் ஆர்வம் காட்டினார் மோரன்.

நாணல்கள் சூழ அமைந்திருந்த சிறிய ஏரியை ரோஸ் அவர்களுக்குக் காட்டினாள். மலையடிவாரச் சரிவுகளுக்கு அவர்களை அழைத்துச்சென்றாள். மைக்கேலுக்காக ஒரு தூண்டிலைத் தயார்செய்து, தான் சிறுமியாக இருந்தபோது மீன் பிடிக்கப் பழகிய ஏரியின் பகுதிக்கு அவனை அழைத்துச் சென்றாள். பசிமிக்க பெர்ச் ஒன்று தூண்டிலில் சிக்கத் தவறும்போதோ, சிக்கிய மீனைத் தூக்கித் தலைக்கு மேலாகக் கரையில் எறியும்போதோ அவன் மகிழ்ச்சியில் கத்தினான். ரோஸின் அம்மா சிறுமிகளுக்கு வீட்டையும் கோழியையும்

அதன் அம்மா ஆட்டின் மீது அடிக்கப்பட்ட வாசனை திரவியத்தை ரோஸின் அம்மா அடித்துக்கொண்டாலொழிய அவளைப் பால் கறக்க அனுமதிக்காத அவர்களது செல்ல ஆடு உட்பட்ட பண்ணை விலங்குகளையும் காட்டினாள். பிள்ளைகளுக்கு அருமையான தேநீர் விருந்து அளிக்கப்பட்டது. எப்போது விரும்பினாலும் இந்த வீட்டுக்கு அவர்கள் வரலாம் என்று சொல்லப்பட்டது. சில வாரங்களில் அவ்வீட்டுக்கு வாடிக்கையான விருந்தாளிகளாக அவர்கள் மாறினர். மோரன் அவர்கள் அங்கு செல்வதில் ஆர்வம் காட்டியதால் குற்றவுணர்வின்றி அவர்கள் செல்ல முடிந்தது. எப்போதுமான கிரேட் மெடோவின் பதற்றத்தை விட்டு வெளியேறுவது என்பது மொடமொடப்பான சம்பிரதாய ஆடைகளைக் கழற்றிப் போடுவது அல்லது கடிக்கும் காலணிகளை உதறித் தூரத்தள்ளுவது போன்றது. வயதான திருமதி பிராடிக்கு எப்போதும் மோரனைப் பிடித்ததில்லை. ஆனால் குழந்தைகளை அவள் மிக விரும்பினாள். அவளுடைய நம்பிக்கையைப் பெறும்வரை அவர்களுடைய நடத்தை மரியாதையான இடைவெளியுடன், அவளது இளமைப் பருவத்தின் பழமையான வழக்கங்களை ஒத்திருந்தது. பிள்ளைகள் அடுத்தவருக்கு உதவவோ ஒருவரிடமிருந்து மற்றவருக்குச் செய்திகளைக் கொண்டுசேர்க்கவோ எப்போதும் ஆர்வமாக இருந்தனர். அவர்களுக்குத் தேநீரும் கேக்குகளும் தயாரித்துத் தருவதில் அவள் மகிழ்ந்தாள். அவர்களை வீட்டுக்கு அழைத்துவந்த அதே சாதுர்யத்துடன், இந்தச் சந்தர்ப்பங்களில் முடிந்தவரை விலகி இருப்பதிலும் ரோஸ் கவனமாக இருந்தாள்.

வயல் வேலையில் ஈடுபட்டிருந்த தனது சகோதரனுக்கு சாண்ட்விச்சுகளும் பானங்களும் அவர்களிடம் கொடுத்துத் தனியே அனுப்பிவைத்தாள். தனிமையான வயல்வெளியில் அவர்களது அமைதியான உடனிருப்பு அவனுக்கும் மகிழ்வளித்தது. சில மாதங்களில் ரோஸின் வீடும் மோரனின் வீடும் கிட்டத்தட்ட ஒன்றோடொன்று கலந்துவிட்டிருந்தன. கிரேட் மெடோ வெறிச்சோடிவிட்டதாகவும் விரைவில் தானும் ரோஸின் வீட்டுக்குக் குடிபெயர வேண்டியிருக்கும் என்றும் பாதி நகைச்சுவையாக, ஆனால் சற்றே கடுமையுடன், மோரன் கூறினார். இதையெல்லாம் எப்படி அவர்கள் சமாளித்தார்கள் என்று யாருக்கும் தெரியாது. ரோஸின் சாதுர்யம் அசாத்தியமானது. புத்தகங்களைப் பட்டியலிடாமலே கற்றறிந்தவற்றை பயன்படுத்திப் பார்க்குமளவுக்கு ஆழமாக வாசிக்கக்கூடிய சிலரைப் போல அவள் இருந்தாள்.

'ரோஸ் உங்கள் அப்பாவைத் திருமணம் செய்துகொள்ளப் போவதைப் பற்றி என்ன நினைக்கிறாய்?' மேகியிடம் உற்சாகத் துடன், அழுத்தம் தொனிக்கக் கேட்குமளவுக்கு முதியவளுக்கு நம்பிக்கை வந்திருந்தது.

'எங்களுக்கு மகிழ்ச்சி.'

'நிச்சயமாக உங்களுக்கு ஆட்சேபணை ஏதுமில்லையா?'

'இல்லை, எங்களுக்கு மகிழ்ச்சிதான்.'

'அவர் உங்களை அடிப்பார் என்று பேசிக்கொள்கிறார்களே?'

'அப்பா எங்களை வெளியே மற்றவர்களுடன் பழகவிடுவ தில்லை என்பதால் அவர்கள் அப்படிச் சொல்கிறார்கள்.'

'அவர் உங்களை அடிப்பதில்லையா?'

'இல்லை... சிலநேரம் துடுக்குத்தனம் செய்யும்போது. ஆனால் அது எல்லா வீட்டிலும் நடப்பது போலத்தான்.' அன்பின் அளவுக்கு அவமானமும் இவ்வாறு மறுக்கத் தூண்டியது.

'உங்கள் சகோதரன் வீட்டை விட்டுப் போய் ஏன் திரும்பி வரவேயில்லை?'

'அப்பாவுக்கும் லூக்காவுக்கும் எப்போதும் ஒத்துப் போவதில்லை. இருவரும் ஒரே மாதிரி' என்று மேகி அழத் தொடங்கியபோது, ரோஸின் அம்மா தான் மிகவும் ஆழமாகப் போய்விட்டதை உணர்ந்தாள்.

'அவளது வயதையொத்த ஒருவராக இருந்தால் அது நன்றாக இருக்கும்' என்று தனக்குத்தானே முணுமுணுத்துக் கொண்டாள் முதியவள். 'அவளுக்கு நிறைய அபிமானிகள் இருந்தார்கள். நிறைய அபிமானிகள். நிறைய அபிமானிகள். எனக்கு ஒன்றும் புரியவில்லை' என்றாள்.

மேகி கண்ணீரைத் துடைத்துக்கொண்டே கேட்டுக்கொண் டிருந்தாள். அந்த முணுமுணுப்புகள் அவளுக்கு வேடிக்கையாக இருந்தன. அவளுக்கு ரோஸும் மோரனும் சம வயதினராகத் தெரிந்தார்கள். மேகியின் பதில்கள் ரோஸின் அம்மாவுக்குத் திருப்தியளிக்கவில்லை, ஆனால் அவள் மேகியை விரும்பினாள். வீட்டை வலம்வந்த சிறு பிள்ளைகளின் இருப்புக்கு அவள் குந்தகம் ஏற்படுத்திக்கொள்ள விரும்பவில்லை.

மைக்கேல் ரோஸின் அம்மாவுக்கு மிகவும் பிடித்தமானவ னாக மாறியிருந்தான். அவர்களுள் அவன்தான் சங்கோஜம்

குறைந்தவனாக இருந்தான். மணிக்கணக்கில் அவளிடம் பெரிய மனுஷத் தோரணையில் பேசிக்கொண்டிருப்பான். சில சமயங்களில் அவள் அவனுக்கு ரகசியமாகப் பணம் கொடுப்பாள், அவன் அவளுக்கு வீட்டுவேலைகளில் உதவுவான். அடிக்கடி அவர்களுக்குள் சண்டை வரும், அவன் சில நாள்கள் வீட்டுக்கு வர மாட்டான். ஆனால் அவனால் நீண்டகாலம் அப்படி இருக்க முடியாது. அவன் திரும்ப வரும்போது சண்டைக்கு முன்பிருந்ததைவிட இருவரும் இன்னும் நெருக்கமாக உணர்வார்கள். சீக்கிரமே அவர்கள் முற்றத்தில் ஒன்றாகச் சுற்றித் திரிந்து பேசிக்கொண்டிருப்பார்கள்.

எந்த நேரத்திலும் தன் வீட்டுக்கு வரலாம் என்று அவர்களை உற்சாகப்படுத்தினாலும், ரோஸ் கிரேட் மெடோவுக்குப் போகக் கூடாது என்பதில் எச்சரிக்கையாக இருந்தாள். அங்கு போக நேரும்போதெல்லாம் அவள் அதிக நேரம் இருப்பதில்லை. கிறிஸ்துமஸ் விருந்துக்கு வருமாறு மோரன் வற்புறுத்தியபோது அவள் மறுத்துவிட்டாள். 'கிறிஸ்துமஸ் தினத்தன்று என் வீட்டைவிட்டு வெளியே வருவது சரியாக இருக்காது' என்றாள். அவர்கள் இருவரும் இன்னும் திருமணம்செய்து கொள்ளவில்லை என்பதைச் சொல்லாமல் சொன்னாள். 'புனித ஸ்டீபன் தினத்தன்று சற்று முன்னதாகவே வந்துவிடுகிறேன்' என்றாள்.

கிறிஸ்துமஸ் தினத்தன்று ரோஸ் தங்களுடன் இருக்க வேண்டும் என்று பெண்கள் விரும்பினர். எப்போதும்போல அது நீண்டதொரு நாளாக இருந்தது. மோரன் பெரிய பக்கவாட்டுக் கண்ணாடியின் முன் தனியாகச் சாப்பிட்டார், பெண்கள் அச்சத்துடன் காத்திருந்தனர். அவர் சாப்பிட்ட பிறகு, பக்கத்து மேசையில் அவர்களுக்கான இரவுணவை அவர்கள் சாப்பிட்டார்கள். அவர்களில் ஒருவர் இல்லாத முதல் கிறிஸ்துமஸ் அது. லூக்கா இல்லாததை மோரன் வேதனை யுடன் உணர்ந்ததாகத் தோன்றியது.

'அவன் கிறிஸ்துமஸுக்கு வருவான் அல்லது கடிதமாவது எழுதுவான் என்று நினைத்திருப்பீர்கள், ஆனால் ஒரு வார்த்தை யும் இல்லை. தன்னைத் தவிர்த்து வேறு யாரைப் பற்றியும் சிந்தனையில்லை அவனுக்கு.' அதேநேரத்தில் இங்கிலாந்தில் லூக்கா எந்த மாதிரியான சூழலில் சிக்கியிருப்பான் என்று அவர்கள் கற்பனைசெய்ய முயன்றபோது அந்த இடத்தின்மீது துயரின் நிழல் கவிந்தது. ஆயினும் அவர்களால் அவன் நிலையைக் கற்பனைசெய்ய முடியவில்லை. அதிகமும் அது இருளை எதிர்கொள்வதுபோல் இருந்தது. பிறகு அவர்கள் வானொலியைத் திறந்தனர். ஜெபமாலை சொல்லப்பட்டது.

சீட்டுக்கட்டு வெளியே எடுக்கப்பட்டது. எல்லோரும் சீக்கிரமே படுக்கையைத் தயார்செய்தனர். அன்றைய நாள் முடிவுக்கு வந்துவிட்டது என்று உணர்ந்து போர்வைக்குள் நழுவுவது ஒருவித மகிழ்ச்சியாகவே இருந்தது.

மறுநாள் காலை ரோஸ் பரிசுப் பொருட்களுடன் வந்தாள். அவள் மோரனுக்கு ஒரு பட்டுக் கழுத்துப்பட்டி, பெண்களுக்கு தளர்சட்டைகளும் ஆழ்ந்த ப்ளம் வண்ண ஸ்வெட்டர்களும், மைக்கேலுக்கு ஒரு ஜோடி வெள்ளைக் கால்பந்துக் காலணிகள் எனக் கொண்டுவந்திருந்தாள். மோரன் பரிசுகளை விரும்பாதவர் என்பதால் அந்தப் பட்டுக் கழுத்துப்பட்டியை எவ்வாறு ஏற்றுக்கொள்ளப்போகிறார் என்பதை பெண்கள் உன்னிப்பாகக் கவனித்தனர்.

'நன்றி ரோஸ்' என்று சொல்லி அதை வாங்கி வானொலிப் பெட்டியின்மீது வைத்தார்.

அவரின் கஞ்சத்தனமான பதிலைக் கேட்டுத் திகைத்தவள் லேசாகப் புன்னகைத்தாள். 'உங்களுக்கு அது பிடிக்கவில்லையா?'

'இது அதிக விலைகொண்டது, என்னைப் போன்ற வயதானவனுக்கு மிகவும் ஆடம்பரமானது' இந்தப் பதில் நேர்மறையானதாக, உற்சாகமானதாக இருந்தது.

ரோஸ் புறப்படத் தயாரானபோது, புனித ஸ்டீபன் தினத்தில் ரென் பறவையை வேட்டையாடி குச்சியில் கட்டி ஊர்வலம் வரும் ரென் பையன்கள் அரிக்னா நிலக்கரி பாரவண்டியில் வந்தனர். பாரவண்டியின் பின்புறத்தில் முகமூடிகளுடனும் திருவிழா உடையுடனும் இருபது பேர் இருந்திருக்க வேண்டும். வெவ்வேறு வீடுகளிலிருந்து சேகரித்த பணத்தைக் கொண்டு பன்றி இறைச்சி, ரொட்டிகள், வெண்ணெய், எலுமிச்சைச் சாறு, விஸ்கி, அரை பீப்பாய்களில் போர்ட்டர் பீர் ஆகியவற்றை வாங்கி அன்றிரவு கிர்க்வுட்டின் தானியக் கொட்டகையில் ஒரு பெரிய நடன விருந்து நடத்தவிருந்தனர். சுற்றத்தார் அனைவரும் அழைக்கப்பட்டனர்.

அவர்கள் வீட்டுக்குள் வந்தவுடன் ஒரு மெலோடியன் இசைக்கத் தொடங்க அதனுடன் இரண்டு பிடில்கள் சரியாகச் சுதிபிடித்து இசைக்கப்பட்டன. பைக்குழல் மட்டும் தனியாக இசைக்கப்பட்டது. இளைஞர்கள் ரோஸ் பிராடியையும் பெண்களையும் நடனத்தில் சேர்த்தபடி சமையலறையைச் சுற்றிவந்தார்கள். கூச்சல்கள், கைதட்டல்கள், போலி முத்தமிடும் யத்தனங்கள், முகமூடி அணிந்த முகங்களுக்குப் பெயரிடும் போட்டிகள், பிறகு ஒரு பாடல்.

‘நீங்கள் இருவரும் இன்றிரவு மேஜர் வீட்டுக்கு வர வேண்டும்’ என்றான் பணத்தைச் சேகரித்தவன்.

‘பார்க்கலாம்’ என மோரன் பதிலளித்தார்.

மோரன் அவர்களுக்கு ஒரு பவுண்டு கொடுத்தார், ரோஸ் தன் கைப்பையிலிருந்து ஒரு சிவப்பு பத்து ஷில்லிங் நோட்டை எடுத்துத் தந்தாள். நுழைந்த அதே புயல்வேகத்தில் அவர்கள் பாரவண்டிவரை நடனமாடியபடியும் பாடியபடியும் வெளியேறினர். வண்டி அடுத்த வீட்டுக்குப் புறப்பட்டுச் சென்றபோது அவ்விடத்தைப் பயங்கரமான அமைதி சூழ்ந்தது.

‘நாம் நடனத்துக்குப் போகிறோமா?’ ரோஸ் மோரனிடம் கேட்டாள்.

‘தங்களைத் தாங்களே முட்டாள்களாக்கிக்கொள்ளும் அதே பழைய கூட்டத்தைத் தவிர பார்க்க அங்கே வேறு என்ன இருக்கிறது?’

‘இது கிறிஸ்துமஸ்.’

‘நீ போக விரும்புகிறாயா?’

‘போவதில் எனக்கு மிகவும் விருப்பம்.’

இரவு அவர் தயக்கத்துடனே சென்றார். கிர்க்வுட்டின் தானியக் கொட்டகையில் ரென் பையன்களது நடன விருந்தில் மிகுந்த மகிழ்ச்சியும் சுதந்திரமும் ஏன் கட்டற்ற இணக்கமும்கூட உணரத்தக்கதாயிருந்தன. மோரனுக்கு அங்கு இயல்பாக இருக்க முடியவில்லை. அங்கு கண்ட நட்புணர்வு அவருக்குச் சற்றும் பிடிக்காத ஒன்றாக இருந்தது. நாள் முழுக்க பாரவண்டியில் வீடுவீடாகச் சென்றுவந்திருந்த ரென் பையன்கள் இப்போது குளித்துத் தலை வாரிக்கொண்டு மேடையில் உற்சாகமாக இசை நிகழ்த்திக்கொண்டிருந்தனர். வெளியே கடுமையான உறைபனியாக இருந்தபோதும் ஜோடிகள் நடனத்திலிருந்து திருட்டுத்தனமாக விலகிச்சென்று, கிட்டத்தட்ட அரை மணிநேரம் கழித்துத் திரும்ப வருவதைக் காண முடிந்தது. அவர்கள் சற்றே சுணங்கியிருந்து மீண்டும் உற்சாகமாக நடனமாடினார்கள்.

மோரன் யாரிடமும் பேசவில்லை. மேடுபள்ளமான தரையில் ரோஸுடன் நடனமாடுகையில் யாரேனும் அவர்களை இடிக்க நேரும்போதெல்லாம் கடுமையாக எதிர்வினையாற்றினார். ரோஸுக்குக் கவலை உண்டானது. அவர் அந்தக் கல்வீட்டில் நீண்ட காலமாக அதிகப் பொறுப்புக்களைச் சுமந்து வாழ்ந்துவிட்டதை உணர்ந்தாள். அவரால் வெளியே

சென்று மக்களுடன் இயல்பாகப் புழங்க முடியவில்லை. தனது அழகிய தோற்றம், இராணுவப் புகழ் இவற்றுடன் ஒருகாலத்தில் இந்தத் தானியக் கொட்டகை நடன விருந்துகளில் ராஜாவாக இருந்தவர் மோரன் என்பது அவளுக்குத் தெரியாது. இப்போது அவருக்கு இளமையும் புகழும் இல்லையென்பதால் முன்னிலும் தகுதி குறைந்த இடத்தை ஏற்றுக்கொள்வதில் அவருக்கு விருப்பமில்லை, எனவே அவர் இவற்றில் பங்குகொள்வதில்லை.

மரபின்படி அமையாத கிறிஸ்துமஸ் சார்ந்த இந்தத் திருவிழாவில் மக்கள் நடுவே ஒரு ஜோடியாகத் தங்களது இடத்தைக் கோரும் முகமாக ரோஸ் நடனத்திற்கு வந்திருந்தாள். அவள் தொடர்ந்து அங்கேயே இருப்பதில் உறுதியாக இருந்தாள். புன்னகைத்தபடி தன்னைச் சுற்றியுள்ள அனைவருடனும் பேசினாள். தேநீர் அருந்தினாள். அண்டை வீட்டாருடனும் தனது பள்ளித் தோழர்களான ஆண்களுடனும் நடனமாடினாள். மோரனை நடனமாட வற்புறுத்தினாள். இரவின் முடிவில் இந்த ஒரு முயற்சியில் அவள் களைத்துப்போயிருந்தாள். இரவு முழுக்க அவர் அவளுக்கு எந்த வகையிலும் உதவ வில்லை, என்றாலும் அது அவர்மீதான அவளது அன்பைக் குறைக்கவில்லை.

காரில் வரும்போது, இணக்கத்துடனிருந்த அதேநேரம் கோபத்துடனுமிருந்த அவரது தோளில் தன் தலையைச் சாய்த்துக்கொண்டு அவள் சொன்னாள்: 'இங்குள்ள மற்றவர் களைப் போல நாம் இருக்க வேண்டியதில்லை. நாம் பல ஆண்டுகள் ஒன்றாக வெளியே செல்ல வேண்டியதில்லை. நம் திருமணத்துக்குத் தடையாக எதுவுமில்லை. நான் உங்களை நேசிக்கிறேன் மைக்கேல்.'

'எப்போது நாம் திருமணம் செய்துகொள்ளலாம் என விரும்புகிறாய்?'

'இந்த வருடம். கோடைக்கு முன்பாக. ஏதேனும் பிரச்சினை என்றால் மாற்றி அமைத்துக்கொள்ளலாம்.'

'பிள்ளைகள் இதை ஏற்றுக்கொள்ள வேண்டும்.'

'அவர்களின் வழியில் நான் குறுக்கிட மாட்டேன். அவர்களுக்கு இதில் உதவவே செய்வேன்.'

'அப்படியானால் திருமணத்தை எப்போது வைத்துக் கொள்ளலாம்?'

'தவக்காலம் தொடங்கும் முன். நமக்கு எந்தத் தடையும் இருக்கப்போவதில்லை.'

'அது மிகவும் விரைவாக இருக்கும்' என்றார். 'தவக்காலம் முடிந்து வைத்துக்கொள்ளலாம்.'

'அப்படியானால் ஈஸ்டருக்கு அடுத்த வாரம்.' அவள் தேதி குறித்தாள். அதிகமும் தனது மகிழ்வை நோக்கிச் செல்லும் ஒருவராக அன்றி ஒரு கதவு மூடப்படும் ஓசையைக் கேட்டுக்கொண்டிருக்கும் மனிதராக அவர் இருப்பதை அறிந்து அவள் மிகவும் மகிழ்ச்சியடைந்தாள்.

'திருமணத்தன்று காலை உணவை ராயல் ஹோட்டலில் வைத்துக்கொள்ளலாம். பலரை அழைக்க வேண்டிய அவசியம் இருக்காது' என்று சில நாள்கள் கழித்து மிகுந்த கவனத்துடன் அவரிடம் சொன்னாள்.

'ஹோட்டலில் வேண்டாம்.'

'வரவேற்புக்கு நமக்கு ஓர் இடம் வேண்டுமில்லையா?' என்று வாதிட்டாள்.

'நமக்கென்று இரண்டு வீடுகள் இல்லையா?'

'வீட்டில் நடத்துவதை யாரும் விரும்ப மாட்டார்க ளென்று நினைக்கிறேன். ஈஸ்டரன்று திருமணம் என்றவுடனே ராயல்தான் என்று சொல்லிவிட்டார்கள்'.

'ராயல் ஹோட்டலில் வீணடிக்க பிராடிகளிடம் அவ்வளவு பணம் இல்லை என நினைக்கிறேன்.'

'அவர்களுக்கு அதுவொரு பொருட்டாக இருக்காது. ஒரேயொரு நாள்தானே.'

'ஹோட்டல் வேண்டாம். நமக்கு வயது அதிகம், வசதியும் குறைவு.'

'விசித்திரமாக இருக்கிறது. எல்லோருமே அப்படித்தான் செய்கிறார்கள்.'

'எல்லோரும் ஆற்றில் குதிக்கிறார்கள் என்பதற்காக நாமும் போய் ஆற்றில் குதிக்க வேண்டிய அவசியம் இல்லையே.'

'நீங்கள் சொல்வதில் இருக்கும் நியாயம் எனக்குப் புரிகிறது அன்பே' அவள் கையை அவரது தோளில் வைத்தாள். 'வீட்டில் நடத்துவதில் அவர்களுக்கு விருப்பமிருக்காது. அவர்களுக்கு நீங்கள் சொல்வதன் நியாயமும் புரியாது. அவர்களுக்காக நாம் ராயலில் நடத்தக் கூடாதா?'

'அவர்கள் புரிந்துகொள்ளத் தொடங்கட்டும்' என்று விளையாட்டாக மிரட்டுவதுபோல் அவளது கையைத் தன்

தோளிலிருந்து எடுத்தார். 'விரும்பும் யாருக்கும் எங்கள் வீட்டில் உப்பிட்ட பன்றியிறைச்சி, தேநீர், விஸ்கி எல்லாம் கிடைக்கும். உணவுக்குப் பிறகு நாம் பயணிக்கும் நேரமும் குறையும்' என்றார்.

ஒரு நாடகமாக ஏறத்தாழ அது கச்சிதமாக இருந்தது. வரவேற்பு நிகழ்வை நடத்தும் கௌரவம் எப்போதும் மணமகளது வீட்டாருடையது. அதை மோரனின் வீட்டில் நடத்துவது முறையல்ல. மோரனுக்கோ ஹோட்டலில் நடத்துவதில் விருப்பமில்லை. ஒன்று பிராடி குடும்பத்தார் அதனைத் தங்கள் வீட்டில் நடத்த ஒப்புக்கொள்ள வேண்டும் அல்லது வரவேற்பை நடத்தவே கூடாது.

ஒருவழியாக ரோஸ் தனது வீட்டிலேயே வரவேற்பை நடத்த வீட்டாரைச் சம்மதிக்கவைத்தாள். வீட்டினருக்கு அதில் விருப்பமில்லை. அவர்கள் வாதிட்டார்கள். மொத்தத்தில் மணமக்களது ஜோடிப்பொருத்தம் குறித்தே கேள்வி எழுப்பினார்கள். ஆனால் அவள் உறுதியாக நின்றாள். அவளது வீட்டார் சொல்வதற்கு இணங்கும் வெகு சில ஆண்களே அங்கிருந்தார்கள், அதோடு அவள் இளமையானவளாகவும் இல்லை.

○

திருமணத்துக்கு முந்தைய இரவில் பெண்கள் தூங்கவேயில்லை. வழக்கமாகத் தூக்கம் வரும்வரை ஒருவருக்கொருவர் பேசிக்கொண்டிருப்பதுபோல பேசிக்கொண்டிருக்கவுமில்லை. காலையில் அப்பாவுக்குத் திருமணம். அவருடன், அது அவர்கள் விரும்ப ஆரம்பித்திருந்த ரோஸாகவே இருந்தாலுமேகூட, இன்னொரு பெண் வீட்டுக்குள் வருவாள். நீண்டகாலமாக அவர்கள் நன்கறிந்த, மாற்றம் ஏதுமின்றிக் கடந்துகொண்டிருந்த வாழ்க்கை மீண்டும் தன் பழைய நிலைக்குத் திரும்பவியலாத படிக்கு மாற்றப்பட்டுவிடும், மாற்றத்தின் மலைப்பையும் பயத்தையும் பிரமிப்பையும் கொண்டுவரும் ஒரு மரணம் அல்லது காயத்தைப் போல. அவர்கள் ஒவ்வொருவரது வாழ்க்கையும் இன்னுமொரு நிச்சயமற்ற தொடக்கத்தை மேற்கொள்ள வேண்டும்.

மோரனுமே அவர்களது தம்பிக்கு அருகிலேயே பாதி விழிப்பும் பாதி உறக்கமுமாகப் படுத்திருந்தார். அவ்வப்போது அவனைத் தொட்டுப்பார்த்தார், அவன் இரவு முழுக்க நல்ல உறக்கத்தில் ஆழ்ந்திருந்தான். அதுதான் அந்த அறையில் அவன் உறங்கும் கடைசி இரவாக இருக்கும். சிறிய தட்டுமுட்டுச் சாமான்கள் அறை ஒற்றைப் படுக்கையுடன் ஏற்கெனவே தயாராக இருந்தது. நாளை இரவு பையனது இடத்தில் ரோஸ் படுத்துக்கொள்வாள். பையன் விழித்ததும் மோரன் கையை

நீட்டி முரட்டுச் சட்டைக்குள்ளிருந்த அவனது தோளைப் பற்றி மெதுவாகப் பிடித்துவிட்டார்.

'காலையில் நாம் இரண்டு பேரும் ஒன்றாக எழுந்திருப்பது இதுதான் கடைசித் தடவை.'

'கடைசித் தடவை.' பையன் நிச்சயமற்ற தொனியில் திருப்பிச் சொன்னான்.

'இன்று என்ன நாள் தெரியுமா?'

'உங்கள் திருமண நாள்.'

'இது ஒரு வாழ்க்கையின் முடிவு. வேறுபட்ட இன்னொரு வாழ்க்கையின் ஆரம்பம். இது குடும்பத்தில் அனைவரது நலனிலும் அக்கறை கொண்டு எடுக்கப்பட்ட முடிவு என்று நம்புகிறேன். அது சிறப்பாக அமையுமென்று வேண்டிக் கொள்ளவும் நம்பிக்கை வைக்கவும் மட்டுமே நம்மால் முடியும்.'

திடீரென்று அவர் காட்டும் கடுமையை விடவும் இதுபோன்ற மென்மையான பேச்சு எப்போதும் பையனுக்குச் சங்கடம் தந்தது. உடனே படுக்கையில் எழுந்து உட்கார்ந்து அதைக் கேட்டான்.

'அவர்கள் எழுந்துவிட்டார்கள்' என்றான். 'அவர்கள் எல்லோரும் எழுந்துவிட்டார்கள். நான் திரைச்சீலையை இழுத்துவிடட்டுமா அப்பா?'

'வேண்டாம், இப்போது வேண்டாம்' என்றார் மோரன். ஆனால் பையன் அதற்குள் பிடித்துவிட்டுக்கொண்டிருந்த கையிலிருந்து விடுபட்டுத் தனது ஆடைகளுக்குள்ளாகப் போராடிக்கொண்டிருந்தான். கதவை மெதுவாகச் சாத்திவிட்டு மறுவார்த்தை பேசாமல் அங்கிருந்து போனான். மோரன் வெகுநேரம் வரை படுக்கையில் கிடந்தார். அவரை அழைக்க மகளொருத்தி அறை வாசலுக்கு வர வேண்டியிருந்தது.

'உங்கள் உடைகள் தயாராக இருக்கின்றன அப்பா. எழுந்திருக்க வேண்டிய நேரமாகிவிட்டது' என்றாள்.

அவர் தனது பழைய முழுக்கால்சட்டையிலும் இரவுச் சட்டையிலும் வந்தார். அவர்கள் ஏற்கெனவே திருமணத்துக்கான உடை அணிந்திருந்தார்கள். அவர் கவனித்துவிடுவாரோ என்று அவர்கள் பயந்த, இரவல் வாங்கிய சிறிய ஆடம்பர நகைகளை அவர்கள் அணிந்திருந்தார்கள். சிறுவன் நீல நிற சூட், பளபளக்கும் கறுப்புக் காலணிகள், வெள்ளைச் சட்டை, நீலக் கழுத்துப்பட்டை அணிந்திருந்தான். அவனது பொன்னிறத்

ஜான் மெக்காஹர்ன்

தலைமுடிக்கு எண்ணெய்த் தடவப்பட்டிருந்தது. கெண்டி கொதித்துக் கொண்டிருந்தது. மேகி சவரக் கண்ணாடிக்கு முன்னால் இருந்த கிண்ணத்தில் தண்ணீரை ஊற்றினாள். பெண்கள் அணிந்திருந்த இரவல் அணிகலன்களை அவர் கவனிக்கவில்லை, மாறாக, பேச்சற்றவராய்க் குழப்பத்துடன் தன்னைச் சுற்றிலும் பார்த்தார். அது மணநாள், அவரது வாழ்க்கையில் முக்கியத் தருணம். விசேஷ உடையணிந்திருந்த குழந்தைகளைத் தவிர்த்துப்பார்த்தால், அது வழக்கமான, சாதாரணமான ஒரு நாளாகத்தான் இருந்தது. அவரது ஆடைகள் கணப்புக்கு முன்னால் ஒரு நாற்காலியின் பின்புறத்தில் போர்த்தப்பட்டிருந்தன. துணியுலர்த்தும் குதிரை இழுத்து வரப்பட்டது. கண்ணாடிக்கு முன்புறம் ஆவி பறக்கும் நீர் கிண்ணத்தில் இருந்தது. வாழ்க்கையின் போதாமைக்கு எதிரான விரக்தியின் மெல்லிய கூக்குரல் மௌனமாக உள்ளே உடைந்து சிற்றலையாக வெளியேறுவதை அவர் உணர்ந்தார். 'மணி என்ன?' என்று ஆவேசமாகக் கேட்டார்.

'மணி பத்து அப்பா. திருப்பலிக்கு இன்னும் ஒரு மணி நேரம்தான் இருக்கிறது.'

'பத்து மணியிலிருந்து பதினோரு மணியாக ஒரு மணிநேரம் பிடிக்கும் என்று எனக்குத் தெரியும்.' இந்தக் கிண்டல் அவரைச் சற்றே ஆசுவாசப்படுத்தியதுபோலத் தோன்றியது. ஆணியில் மாட்டியிருந்த கறுப்புத் தீட்டு வாரை எடுத்தவர் சவரக்கத்திப் பெட்டியைத் திறந்தார். தீட்டுவாருக்கு மேல் இப்படியும் அப்படியும் இழுக்கப்பட்ட கத்தி பளிச்சிட்டது. சோப்பை நுரைக்கச் செய்து சவரத்தை ஆரம்பித்தார். அவர் சவரம் செய்வதைக் கண்கொட்டாது பதைபதைப்புடன் அவர்கள் அனைவரும் பார்த்துக்கொண்டிருந்தனர். ஆனால் அவர் காயம் உண்டாக்கிக் கொள்ளவில்லை. முகத்தைக் கழுவித் துடைத்துக்கொண்டார். 'உங்கள் சித்தப்பா இன்னும் வந்ததுபோலத் தெரியவில்லையே?'

'இல்லை, அவரைப் பற்றிய எந்த அறிகுறியும் இல்லை.'

அவர் கணப்பின் முன் உடை உடுத்தத் தொடங்கியபோது, மூத்த பெண்கள் இருவரும் முகத்தைத் திருப்பிக்கொண்டனர், அவர் கழுத்துப்பட்டை ஊசியொன்றைத் தேடியபோது, பையன் உதவ ஓடினான். மேகி சவரம் செய்யும் கண்ணாடியில் அவரது உருவத்தைப் பார்த்தாள். கால்சராயின்றி சட்டை, காலுறைகளுடன் இருந்தார். அந்த நிலையில் அவரைப் பார்க்கும்போது உண்டான அச்சத்தையும் தாண்டி அவளுக்குச் சிரிக்க வேண்டும் போலிருந்தது. கால்சராய் அணியாமல்

காலுறை மட்டும் அணிந்திருக்கும் ஆண்கள் அபத்த மாகத் தெரிந்தார்கள். மோரன் மிகவும் அக்கறையுடன் உடையணிந்தார். திருமணத்துக்குப் புதிய ஆடைகள் வாங்க அவர் மறுத்துவிட்டார். அவருடைய பழுப்பு நிற சூட் சுத்தம் செய்யப்பட்டுத் தேய்க்கப்பட்டிருந்தது. வெள்ளைச் சட்டை கஞ்சி போடப்பட்டிருந்தது, சப்பாத்துகள் பளபளத்தன. சவரம் செய்யும் கண்ணாடி முன் நின்று தலைமுடியை வாரினார். தலைவாரி முடித்ததும், மிகுந்த நிறைவுடன் மடித்து வைத்திருந்த கைக்குட்டையைச் சட்டைக் கைக்குள் திணித்துக்கொண்டார்.

'உங்கள் சித்தப்பாவுக்கு விசேஷத்துக்கு வர வேண்டு மென்ற இங்கிதம் தெரியாவிட்டால்கூடப் பரவாயில்லை, ஒரு வரி எழுதிப்போட வேண்டுமென்ற நாகரிகம்கூட இல்லை. ஆனால் ஒரு கழுதையிடமிருந்து உதையைத் தவிர வேறு எதையும் எதிர்பார்க்கக் கூடாதென்று நீண்ட நாட்களுக்கு முன்பாகவே தெரிந்துகொண்டேன்.' அதிகரித்துவந்த பதற்றம் அவரது குரலில் தெரிந்தது. 'ஏன் சிலரால் ஒருவரி எழுதிப்போடக்கூட முடிவதில்லை என்று தெரியவில்லை.'

அவர்கள் அனைவரும் விசேஷத்துக்கான உடை உடுத்தி யிருந்தனர். சித்தப்பாவுக்காகக் காத்திருப்பதைத் தவிர வேறு வழியில்லை. அவர்களது சித்தப்பாவின் பெரிய பழைய காரில் தேவாலயத்துக்குப் போகலாம் என்று மோரன் திட்டமிட் டிருந்தார். அவர்கள் அவரைப் பார்த்தே சில மாதங்களாகி யிருந்தன. மோரன் அவருக்கு எழுதியிருந்தார், அவர் வருவார் என்று நினைத்திருந்தார். பலமுறை மோரன் முன் வாசலுக்குச் சென்று சாலையைப் பார்த்தார். கைக்குட்டையை இடது கையிலிருந்து வலது கைக்கு மாற்றினார்.

'யாரையும் நம்பியிருக்கக் கூடாது என்பதை நான் இந்நேரம் கற்றுக்கொண்டிருக்க வேண்டும்.'

'வண்டிச்சக்கரத்தில் காற்று இறங்கிவிட்டிருக்கலாம்' என்றான் மைக்கேல்.

'இதுபோன்ற ஒரு நாளில் அப்படி நடக்கவிட்டிருப்பார் என்று நீ நினைக்கிறாயா?'

'அப்படி நடக்குமென்று அவர் நினைத்திருக்க...'

'நீ அதை நம்பலாம். அந்த மனிதனின் தலை காதுகள் இல்லாத வகையில் வடிவமைக்கப்பட்டது. எப்படியிருந்தாலும் நாம் அதிக நேரம் காத்திருக்க முடியாது.'

அவர் வெளியே சென்று தனது சிறிய நீல நிற ஃபோர்டு காரை இயக்கினார். அதைக் கொட்டகையிலிருந்து வெளியே எடுத்து எஞ்சினை ஓடவிட்டபடி நிறுத்தினார்.

'நாம் கிளம்புவது நல்லது. இனியும் இப்படியே காத்திருக்க முடியாது. கடவுளே, கடவுளே, இப்படிப்பட்ட மனிதர்களை எப்போதாவது நீ பார்த்ததுண்டா?' அவர்கள் அனைவரும் காரில் ஏறி இடமின்மை காரணமாக ஒடுங்கி அமர்ந்தனர். 'மக்கள் கருத்தூன்றிக் கவனிக்கிறார்கள் என்று நினைப்பீர்கள், ஆனால் யாரும் அப்படிக் கவனிப்பதில்லை, அடுத்தவர்மீது யாருக்கும் அக்கறையில்லை' வண்டியை ஓட்டிக்கொண்டே அவர் புகார் கூறினார். ஆனால் பாலம் வருவதற்கு முன்பாகவே மெக்கேப் வீட்டுக்கு முன்னால் காரை நிறுத்திவிட்டு மீதமுள்ள தூரத்தைக் கிராமத்தினூடாக நடந்து கடக்கவேண்டும் என்று கூறி அவர்களைத் திடுக்கிட வைத்தார்.

'நாம் சீக்கிரமே வந்துவிட்டோம். இந்த வழியாக அந்த மனிதன் வருவதாக இருந்தால் கேடுகெட்ட அவருடைய பாதையில் நாம் சந்தித்துக்கொள்ளலாம்' என்றார்.

அவர்கள் ஒன்றாகச் சாலைக்கு வந்து நடக்க ஆரம்பித்த வுடன் மோரனுக்குப் பின்னால் மைக்கேல் சிரித்தான். ஆனால் மேகி முறைத்த முறையில் அவன் அமைதியானான். பெண்கள் மிகவும் வெட்கப்பட்டார்கள். மணமகனோ, மணமகளோ தங்கள் திருமணத்துக்கு நடந்துசென்று அவர்கள் பார்த்ததே இல்லை. மிகவும் ஏழைகள்கூட அந்த நாளுக்கென ஒரு காரைக் கண்டுபிடித்துவிடுவார்கள். முன்காலத்தில் மட்டக்குதிரை வண்டி அல்லது இணை இருக்கை வைத்த மோட்டார் சைக்கிளில் சென்றனர். நல்வாய்ப்பாகப் பாலம் ஆளரவமற்று இருந்தது. அதேபோல் அடர் பசுமையுடன் தோன்றிய தேவாலயத்துக்குச் செல்லும் காட்டு அத்தி மரங்களமைந்த நீண்ட சாலையும் காலியாக இருந்தது. பாலத்தைக் கடந்ததும் மோரன் தன் கைக்கடிகாரத்தைப் பார்த்தார், அவர்கள் பெரும் நிம்மதி கொள்ளும் வகையில் வேகமாக நடக்கத் தொடங்கினார். சித்தப்பா வருவார், பெரிய காரில் ஏறி மறைந்துவிடலாம் என்று நினைத்தார்கள், ஆனால் அவர் வருவதாக இருந்த திசையில் எந்த மோட்டார் ஒலியும் கேட்கவில்லை. அவர்கள் மௌனமாக நடந்தார்கள். ஒரு வாரமாக மழையில்லை. சாலையின் வெண்ணிறப் புழுதி எல்லாக் காலணிகளினது பளபளப்பையும் மங்கச் செய்தது. நீண்ட சாலையின் முடிவில் கடந்து செல்ல வேண்டிய முதல் வீடு ரெனால்ட்ஸ்கள் வீடு. வெள்ளையடிக்கப்பட்ட கற்களுக்கு மேலே இருந்த அந்தச் சிறிய வேலியை நெருங்கும்

முன்னரே அவர்கள் ஒடுங்கிப் பதுங்கிக்கொண்டனர். திருமதி ரெனால்ட்ஸ் வாசலில் நின்றுகொண்டிருந்தாள். திருமணத்துக்குச் செல்லத் தயாராக இருந்தாள். ஒருபோதும் அவள் திருமணம், இறுதிச் சடங்கு போன்றவற்றைத் தவறவிடுவதில்லை. ஆனால் நெருங்கி வந்த ஊர்வலத்தைக் கண்டு திகைப்புற்று, இளம் பெட்டைக்கோழிகள் பின்தொடர அந்த வயதான சேவல் செல்வதை நன்றாகக் கவனிக்கும் பொருட்டு உள்ளே அறையின் இருட்டுக்குள் சென்றாள்.

'அந்தக் கேடுகெட்ட பைத்தியக்காரன் குழந்தைகளோடு தனது திருமணத்துக்கு நடந்து போய்க்கொண்டிருக்கிறான்' அவள் சொன்ன விதத்தில் சிரிப்பைக் காட்டிலும் குழந்தைகளின் மீதான அனுதாபம் அதிகமிருந்தது.

அவர்கள் எடுத்து வைக்கும் ஒவ்வொரு அடியும் ஒரு யுக காலத்தை எடுத்துக்கொள்வதாகத் தோன்றியது. பையன் மட்டும் வெளியே நீண்ட இரும்பைப் பட்டறைக்கல்லுக்கு வெளியே வைத்துச் சம்மட்டியால் அடித்துக்கொண்டிருந்த இருவரைப் பார்த்தான். பின்னர் தேவாலயச் சுவரை ஒட்டி நின்ற சிலரைக் கடந்து செல்ல அவர்கள் தங்களை ஆயத்தப் படுத்திக்கொள்ள வேண்டியிருந்தது. கடந்து செல்லும்போது அவர்கள் யாரும் நிமிர்ந்து பார்க்கவில்லை. மோரன் திரும்பி யாரிடமும் பேசவில்லை. தேவாலயத்தின் பின் இருக்கைகளில் திருமணம் தொடங்குவதற்காக ஆர்வத்துடன் ஊர்க்காரர்கள் காத்திருந்தனர். ஆனால் பிள்ளைகள் இடப்புறமோ வலப்புறமோ பார்க்கவில்லை. எல்லாப் பிள்ளைகளும் தீர்த்தத் தொட்டியிலிருந்து தண்ணீரைத் தொட்டு நெற்றியிலிட்டுக்கொண்டு நேராகத் திருப்பலிப் பீடத்தை நோக்கிப் போனார்கள். தங்கள் இருக்கைகளுக்குச் சென்று மோரனுக்கு அருகில் மண்டியிடுவது அவர்களுக்குக் குணமடைதலின் தொடக்கம்போல் இருந்தது. இனி யார் பார்வையிலும் படத் தேவையில்லை. மணமகளது வீட்டார் யாரும் வந்திருக்கவில்லை. நீண்ட அங்கி தரித்த பாதிரியார் திருப்பூட்டறை வாசல் வழியாக வந்தார். மோரன் கைப்பிடித் தடுப்புவரை சென்றார்.

'மாப்பிள்ளைத் தோழன் வரவில்லை. பையன் மாப்பிள்ளைத் தோழனாக இருக்கலாமா?' மோரன் கேட்டார். இருவரும் மைக்கேலைப் பார்த்தார்கள்.

'பையன் கொஞ்சம் இளையவனாக இருக்கிறான்' என்றார் பாதிரியார். 'மணமகளின் சகோதரர்களில் ஒருவரை இருக்கச் சொல்லலாம்.'

அப்போது வாசலில் கார் வந்து நிற்கும் சத்தம் கேட்டது. ஒன்று மணமகளாக இருக்க வேண்டும் அல்லது அவர்களது சித்தப்பாவாக இருக்க வேண்டும். ஓடுபாவிய தரையில் காலடிச் சத்தம் நெருங்கிவர எல்லோரும் திரும்பி வாசலைப் பார்த்தார்கள். சித்தப்பாவின் திரண்ட சிறிய உருவம் வாசலை நிறைத்தபோது அவர்களது முகத்தில் உடனடியாக நிம்மதி தெரிந்தது. அவர் தனது இடத்தை அடைந்ததும் மன்னிப்புக் கேட்கும் வகையில் தனது உள்ளங்கைகளைக் காட்டியபடி தேவாலயத்தின் இடைவழியில் விரைந்தார். இரண்டு உள்ளங்கைகளிலும் மண்ணும், மசகுக் கறைகளும். மசகில் புல் துணுக்குகள் ஒட்டியிருந்தன.

'நீ வரவே மாட்டாயென்று நினைத்தேன்' என்றார் மோரன்.

'வண்டி பழுதாகிவிட்டது' என்று மன்னிப்புக் கோரும் குரலில் முணுமுணுத்தபடி மோரனுக்குப் பக்கத்தில் சென்று ஒரு பெண்ணின் தலையில் தனது பிசுபிசுத்த கையை வைத்தார். திருப்பலிப் பீடத்திலிருந்து பாதிரியார் மாப்பிள்ளைத் தோழனைப் பார்த்து அங்கீகாரப் புன்னகையுடன் தலையசைத்தார். இறுதியாக ரோஸின் குடும்பம் இடைவழிக்குக் குறுக்காக இருந்த சாய்மானம் அமைந்த இருக்கைகளில் நுழைந்தது. ரோஸ் தனது சகோதரனின் கையைப் பிடித்தபடி அவனுக்குப் பின்னால் வந்தாள். இசை எதுவும் இல்லை. பாதிரியார் மோரனை முன்னால் வரும்படி சைகை செய்தார். எப்போது முழந்தாளிட வேண்டும், நிற்க வேண்டும், எப்போது அமர வேண்டும், எப்போது மோதிரத்தை – தங்கம் வெள்ளி சேர்ந்தது – எடுக்க வேண்டும், 'இந்த வார்த்தைகளைத் திரும்பச் சொல்ல வேண்டும்' என்பதையெல்லாம் சைகையால் சுட்டினார். ரோஸின் அக்கா மெல்லத் தேம்பினாள். பெண்களின் கண்களில் நீர் நிறைந்தது. பின்னால் சிற்றாலயத்தில் இருந்தபடி ஒருவர் புகைப்படம் எடுத்தார். மணமகனும் மணமகளும் திருமணத் திருப்பலிக்காக முன் இருக்கைக்கு ஒன்றாகத் திரும்பினர். மாப்பிள்ளைத் தோழனைத் தவிர அனைவரும் நன்மை வாங்கக் கைப்பிடிக் கிராதியருகே சென்றனர். வெளியே, பிரகாசமான பகலில், புதுமணத் தம்பதி மணிக் கயிற்றின் கீழ் நின்றபோது, ஒரு சிறிய பெட்டி வண்ணக் காகிதங்கள் வீசப்பட்டன. ரோஸின் சகோதரிகளில் ஒருவர் எடுத்த புகைப்படங்களுக்காக அவர்கள் சேர்ந்தும், தனித்தனியாகவும், பின்னர் குழுக்களாகவும் நின்றார்கள். அடர்த்தியான லாரல் மரங்களின் பின்னணியில் நடுகற்களும் பசுந்தாவரங்களும் எழுந்து நின்றன. சித்தப்பாவின் கார் மிகப்பெரிய மீன்துடுப்புகளைக் கொண்ட பழைய

ஃபோர்டு வி8, அதன் பின்புறத்தில் அவர்கள் அனைவருக்கும் போதுமானதைவிடவும் கூடுதலாகவே இடமிருந்தது. மணமகனும் மணமகளும் முன்னால் அமர்ந்து வந்தனர்.

'நீங்கள் எங்கள் எல்லோரையும் அச்சம்கொள்ள வைத்துவிட்டீர்கள்' என்றாள் ரோஸ் சந்தோஷமாக. 'சில நிமிடங்கள் கடும் பதற்றத்துக்கு ஆளாகிவிட்டோம். நீங்கள் வர மாட்டீர்கள் என்று நினைத்தோம், ஆனால் நீங்கள் வந்தது பிரமாதம்.'

'வண்டிச்சக்கரம் பழுது. காற்று இறங்கிவிட்டது' என்று வண்டியை ஓட்டிக்கொண்டே தனது மசகுக் கறை படிந்த கைகளை ஓட்டும் சக்கரத்தில் வைத்தே மீண்டும் திருப்பிக் காட்டினார்.

'வீட்டுக்குப் போனதும் கைகளைக் கழுவ உங்களுக்கு வென்னீர் தர வேண்டும்.'

'இவ்வளவு தாமதமாக வந்ததற்கு நீ கடைசி நேரத்தில் கிளம்பியிருக்க வேண்டும்' என்றார் மோரன்.

'என்ன நடக்கும் என்று யாரும் முன்கூட்டியே யோசித்துப் பார்ப்பதில்லை இல்லையா?'

'கண்டிப்பாக யாரும் யோசித்துப் பார்ப்பதில்லை. அது சொல்லாமலே விளங்கும்.'

'இப்போதுதான் எல்லாம் சரியாகிவிட்டதே. பிள்ளைகளது சித்தப்பா வந்துவிட்டார், அது போதாதா?' என்று திரும்பிப் பின்னாலிருந்த பெண்களிடம் சொன்னாள் ரோஸ்.

கார் போக முடியாத அளவு தெரு மிகவும் குறுகியதாக இருந்ததால் அவர்கள் நடந்து சென்றனர். அந்த ஏப்ரல் சனிக்கிழமை மிதமான வானிலையுடன் இருந்தது, மழைக்கான அச்சுறுத்தும் அறிகுறிகள் மிகச் சொற்பமாகவே இருந்தன. குட்டை முட்புதர்கள், புதர்வேலிகள் இவற்றில் எங்கு பார்த்தாலும் சிறுபறவைகளின் கீச்சொலியும் பாட்டுமாக இருந்தது. வீட்டுக்குக் கீழே இருந்த சிறிய ஏரி இன்னும் மழையில் நனைந்த கோதுமையின் நிறத்திலிருந்த குளிர்கால நாணல்களால் சூழப்பட்டிருந்தது. பாதிரியார் வரும்வரை அவர்கள் சாப்பிடாமல் காத்திருந்தனர். அவர் மட்டுமே துணிந்து தனது சிறிய காரைத் தெருவுக்குள் ஓட்டிவந்தார். நோய்வாய்ப்பட்ட ஒருவரைச் சென்று பார்க்க வேண்டி இருப்பதால் சீக்கிரம் கிளம்ப வேண்டும் என்றார்.

வாசிக்க வாழ்த்துக் கடிதங்களோ தந்திகளோ இல்லை. பாதிரியார் கைகளைக் கூப்பி, கண்களை மூடிச் செபித்தார். உணவு பரிமாறப்பட்டது. புகைப்படம் எடுத்துக்கொண்டிருந்த் ரோஸின் சகோதரியின் மகள் பரிமாறிய சூப், பச்சைக் காய்கறிக் கலவையுடன் கோழியிறைச்சி, உப்பிட்ட பன்றித் தொடை ஆகியனவும். திருமண கேக் வெட்டப்பட்டது. பாதிரியார் இரு வீட்டாரையும் திருமண விருந்தின் மகத்தான எளிமையையும் பாராட்டி ஒரு சிறிய உரை நிகழ்த்தினார். இப்போதெல்லாம் ரோல்ஸ் ராய்ஸ், பெரிய விடுதிகள், வீண் செலவுகள், விலைமிக்க பகட்டுகளுக்கு அதிக முக்கியத்துவம் கொடுக்கப்படுகிறது. பழைய முறைக்குத் திரும்பும் மக்களைப் பார்க்க மகிழ்ச்சியாக இருக்கிறது என்றார். மணமக்களைப் பாராட்டி அருந்த ஒயின், விஸ்கி, பீர் ஆகியன இருந்தன. தனக்குப் பேசிப் பழக்கம் இல்லை என்றார் மாப்பிள்ளைத் தோழன். தான் வந்து சேர்ந்ததே பெரிய விஷயம் என்றார். ஆனால் பாதிரியார் செய்த எல்லாவற்றுக்கும் மிகுந்த சிரமங்களுக்கிடையே பெண் வீட்டார் ஏற்பாடு செய்த விருந்துக்கும் நன்றி சொல்லி, மணமக்களைப் பாராட்டி கோப்பையை உயர்த்தி மது அருந்துதலைத் தொடங்கினார். ரோஸை மணம் செய்விக்க ஒப்பளித்த அவளது சகோதரன் இன்னும் சுருக்கமாகப் பேசினார். சிறிது நேரத்தில் பாதிரியார் அங்கிருந்து கிளம்பினார்.

மெல்லத் திருமண விருந்து தனித்தனிக் கொண்டாட்டங்களாக மாறத் தொடங்கியது. ரோஸின் உயரமான, அமைதியான சகோதரர்களில் ஒருவன் ஒரு போத்தல் ஒயினுடனும் ஒரு போத்தல் விஸ்கியுடனும் மேசைகளைச் சுற்றிவந்தான், ஆனால் அவர்கள் குறைவாகவே குடித்தனர். மாப்பிள்ளைத் தோழன் தொண்டையைச் செருமிக்கொண்டு புறப்படும் முன் கார் பங்க்சரைச் சரிசெய்யப் போகிறேன் என்று சொன்னபோது, மோரனின் பிள்ளைகள் அனைவரும் அவரைப் பின்தொடர்ந்து சாலைக்கு வந்தனர். அவர் சரி செய்வதற்கான உபகரணங்களை எடுக்கும்போது அவரைச் சுற்றி நின்றனர். அவர் திரும்ப வீட்டுக்குள் வந்தபோது அவர் அமரவோ எதுவும் அருந்தவோ மறுத்துவிட்டார்.

‘நான் உடனே புறப்படுவது நல்லது. இன்று மாலை எனக்கு இன்னும் ஒரு முக்கிய வேலை இருக்கிறது.’

‘நாங்களும் உங்களுடன் வருகிறோம்’ என்று மோரன் சொல்ல ரோஸ் ஆவலுடன் எழுந்தாள். அவள் தன்னோடு எடுத்துச்செல்ல வேண்டியவற்றைப் பொதியாக்கி வைத்திருந்தாள். மீதமுள்ளவற்றை எப்போதும் வந்து எடுத்துக் கொள்ளலாம். ரோஸின் அம்மா, சகோதரிகள், சகோதரர்கள்

அனைவரும் அவளைத் தழுவிக்கொண்டனர். ஆனால் அவள் எந்த உணர்ச்சியையும் வெளிக்காட்டவில்லை. தெருமுனையில் நின்றிருந்த பெரிய ஃபோர்டு காருக்கு அனைவரும் அவர்களை அழைத்துச்சென்றார்கள். அவர்கள் ரோஸை இரண்டாவது முறையாகத் தழுவிக்கொண்டனர், அனைவரும் கைகுலுக்கினர். பாலத்தில் மோரனும் ரோஸும் அவர்களது சிறிய நீல நிற காருக்கு மாறினார்கள். சித்தப்பா பிள்ளைகளை வீட்டுக்கு அழைத்துச்சென்றார். மணமக்கள் வரும்வரை அவர் காத்திருந்தார், ஆனால் என்ன சொல்லியும் அவர் வீட்டுக்குள் வர மறுத்துவிட்டார்.

ரோஸின் குடும்பத்தினர் அனைவரும் மௌனமாகத் தங்கள் வீட்டுக்கு அந்தச் சிறிய தெரு வழியாக நடந்தனர். 'அவளுக்கு நிறைய அபிமானிகள் இருந்தார்கள்' என்று குழப்பமும் துக்கமும் கலந்த குரலில் வீட்டை நெருங்கியபோது அந்த வயதான தாய் சொன்னாள். 'நிறைய அபிமானிகள்... நிறைய அபிமானிகள்...'

'எதுவும் அவளைத் தடுக்க முடியாது. அதில் அவள் உறுதியாக இருந்தாள். இனி அவள் வாழ்க்கை' திருமணமான அவளது சகோதரி மென்மையாகச் சொன்னாள்.

'அவளுக்கு அதிர்ஷ்டம் அமையும்' சகோதரர்களில் ஒருவனது மனைவி எந்த உணர்ச்சியுமின்றிச் சொன்னாள்.

நான்கு உயரமான சகோதரர்களும் தலைகுனிந்து மௌனமாக நடந்தனர், ஆனால் அவர்களது மனைவிமார்கள் மகிழ்வுடன் பேசியபடி வந்தனர். மகளொருத்தி பரிவுடன் தாயின் கையைப் பிடித்துக்கொண்டாள்.

அவர்கள் வீட்டுக்குள் நுழைந்ததும், சகோதரர்களில் ஒருவன் விஸ்கி பாட்டிலை எடுத்து அன்றைய நாளில் முதல்முறையாக நான்கு பெரிய தம்ளர்களில் ஊற்றினான். அவர்கள் மிகவும் அன்னியோன்னியமான குடும்பமாக இருந்தனர், ஆனால் அதன் பின்னரான ஆண்டுகளில் அவர்களது இல்லங்களில் ஒன்றுகூடல்களோ, திருமணமோ, சாதாரணமாக கூடிப் பேசுவதோகூட இல்லை. தங்கள் வாழ்நாளில் இப்படிப்பட்டதொரு 'வீட்டுத் திருமணத்தை' இனி ஒருபோதும் எதிர்கொள்ளக் கூடாது என்ற தீர்மானத்துடன் அவர்கள் பெரிய விடுதிகளுக்குச் சென்று கொண்டாடினார்கள். அவர்களது எந்தக் கொண்டாட்டத்திலும் ரோஸோ, மோரனோ கலந்துகொள்ளவில்லை. சொல்லப்போனால் அவர்கள் அழைக்கப்படவேயில்லை. அழைக்கப்பட்டிருந்தாலும் அவர்கள் போயிருக்க மாட்டார்கள்.

◯

‘மற்றவர்களுக்கு எப்படியோ தெரியாது, இப்போது எனக்கு சூடாக ஒரு கோப்பைத் தேநீர் கிடைத்தால் நன்றாக இருக்கும்’ எல்லோரும் வீட்டை அடைந்ததும் ரோஸ் சொன்னாள். தன்னிடமிருந்து யாரும் எளிதில் பிடுங்கிவிட முடியாத ஒரு பேச்சுத் தொனியை அவள் அங்கே நிறுவினாள். மோரன் மௌனமாகப் பார்த்துக்கொண்டிருந்தார்.

தொடர்ந்து கணப்பெரியப் பெண்கள் அவளுக்கு உதவினார்கள், மேசைவிரிப்பை விரித்தார்கள். கோப்பைகளை யும் தட்டுகளையும் எடுத்துவைத்தார்கள். சிரித்தபடி, கிசுகிசுத்தபடி, துறுதுறுவென வளையவந்தபடி இனி அவளுடையதாக இருக்கப்போகும் சமையலறையையும் அதன் ரகசியங்களையும் அவர்கள் அவளுக்குக் காட்டினார்கள். துறுதுறுவென்ற பரபரப்பில் சற்றே அச்சமும் சேர்ந்திருந்தது. சிறிய வேலைகளையும் அவர்கள் மிகைப்படுத்திச் செய்த விதம், என்ன செய்கிறார்கள் என்பதை விடவும் அவர்கள் மோரனுடன் அதிக ஈடுபாடு கொண்டிருந்தனர் என்பதைக் காட்டிக் கொடுத்தது. சிலநேரம் எதிர்பாராதவிதமாக ஒரு தட்டு அல்லது கோப்பையைத் தரையில் விழுந்து நொறுங்க விடுவதன் மூலம் அதையே அவர்கள் நெருக்கடியாக மாற்றினர். அவர்கள் அவளுக்கு வீட்டைச் சுற்றிக் காட்டிக் கொண்டிருந்தபோது, வீட்டுக்குள் போடப்பட்டிருந்த காரின் இருக்கையொன்றில் அமர்ந்து தியானத்தில் இருப்பது போலக் கை கட்டைவிரல்களை ஒன்றன்மீது ஒன்றாகச் சுழற்றிக்கொண்டிருந்த மோரனைக் குறித்து அவள் தீவிரமாக உணர்ந்துகொண்டதுபோலத் தோன்றியது. தனது இந்தத் திருமண நாளன்று அவர் விசித்திரமானதோர் அமைதியுடன் காணப்பட்டார், முழு அமைதியுடனிருக்க இதுபோன்ற தொரு கவனம் தன்மீது பதிந்திருக்க வேண்டியது அவசியம் என்பதுபோல.

எதுவுமே நடவாமல் தனது கண் முன்னே தன் ஒட்டுமொத்த வாழ்வும் நிகழ்ந்துகொண்டிருப்பதைக் கண்டு அன்று முழுவதும் மூர்க்கமும் அதிருப்தியும் நிறைந்த உணர்வு மேலிடவும் காணப்பட்டார் மோரன். நடந்தே சென்றார்கள். வார்த்தைகள் உதிர்க்கப்பட்டன. மோதிரங்கள் மாற்றிக்கொள்ளப்பட்டன. கொண்டாட்டம் தேவாலயத்திலிருந்து வீட்டுக்கு நகர்ந்தது. எல்லாமே ஒருவித கேலி என்பதாகத் தோன்றியது. எதுவுமே நடக்காததுபோல் இருந்தது. அதனுடன் மல்லுக்கு நின்றும் அதைப் பற்றி ஆழமாகச் சிந்தித்தும் சிலநேரம் தனது மணப்பெண்ணின் முதுகைத் தீவிரமான குழப்பத்துடன் பார்த்தும் களைத்துப்போயிருந்தார். ஆனால் இப்போது

தன்னைச் சூழ்ந்த இந்த ரகசிய கவனத்தினால் அதை மகிழ்வுடன் கைவிட்டார். அதை விட்டுவிடுவதில் மகிழ்ச்சியடைந்தார். இனி தனது குடும்பத்துடன் ஒரு பிரபுவைப் போல அவர் தேநீர் அருந்துவார்.

அவரது தேநீரில் பாலின் அளவு சரியாக இருந்ததா அல்லது சற்று அதிகமா? அவர் சில மிடறுகள் அருந்தியவுடன் அவர்கள் கூடுதலாகத் தேநீரைச் சேர்த்துக்கொள்ளலாம். இப்போதெல்லாம் அவர் சர்க்கரை எடுத்துக்கொள்வதில்லை. சாதாரண ரொட்டி அல்லது கருமுந்திரி பழக்கூழ் தடவிய ரொட்டி அல்லது ஆப்பிள் பொதியப்பம் ஒரு துண்டு, இவற்றில் அவர் எதை எடுத்துக்கொள்வார்? 'தேநீர் நன்றாகவே இருந்தது' என்று மறுப்பாகச் சொன்னார், அவருக்கு அதிருப்தி யொன்றுமில்லை என்பது அவர்களுக்குப் புரிந்தது. 'அது யாருக்கானதோ அவருக்குப் பிடிக்கும். ஒரு வாரத்துக்குத் தேவையானதை இன்று ஒரு நாளில் சாப்பிட்டுவிட்டேன். இன்னும் ஒரு கவளம் வாயில் போட்டால் வெடித்துவிடுவேன்.'

தேநீரும் தட்டுகளும் அவரைச் சுற்றி வந்தபடியிருக்க ரோஸும் பெண்களும் புன்னகைத்தனர். ஏற்கெனவே அவர்கள் சதிகாரர்களாகியிருந்தனர். தேர்ச்சிமிக்கவர்களாக இருந்தபோதும், தாங்கள் தேர்ச்சிகண்ட யாவற்றையும் ஒட்டுமொத்தமாகக் கட்டுப்படுத்தி வைத்துக்கொண்டிருந்தனர்.

'நன்றி' என்று கோப்பையைத் தூர வைத்தார். 'நான் சிலமணி நேரம் வயலுக்குப் போய் உள்ளே போனவற்றில் சிறிதைச் செலவாக்க முயல்கிறேன்.'

அவர் தனது பழைய ஆடைகளுக்கு மாறிக்கொண்டு வெளியேறினார். கோப்பைகளையும் தட்டுகளையும் கழுவி உலர்த்தி எடுத்து வைத்தார்கள். உணவுத் தயாரிப்பின்போதான காட்டுத்தனமான சலசலப்புக்குப் பதிலாக அங்கே தளர்வுக்கு நெருக்கமான ஓர் அமைதி இருந்தது, ஆனால் அவர்கள் ஒருவர் மற்றவரில் கொண்ட நெருக்கத்தை, விலங்குகள்போல அடுத்தவரது இருப்பில் காணும் ஆறுதலை, துரத்தியடிக்கப்பட்ட தனிமையின் இன்மையை அனுபவித்துக்கொண்டிருந்தனர்.

வெளியே, பழத்தோட்டத்தின் கீழே அமைந்த புதர் வேலியிலிருந்து பல சிறிய ஆஷ் மரங்களின் கிளைகளைக் கழித்து மெலிதாக்கினார் மோரன். அவருக்கு இயந்திரப் பொறிகள் பிடிக்கும். கடந்த காலத்தில் அவர் பலமுறை பிரித்துப் பூட்டிய சங்கிலிவாள் சரியாக இயங்கியதில் அவருக்கு மகிழ்ச்சி. 'இவ்வளவு நாளும் நேரப் பொருத்தமின்மைதான் பிரச்சினையாக இருந்திருக்க வேண்டும்.' வெட்டுதல், கத்தரித்தல், துண்டாடுதல்

ஆகியவை அவரை முழுமையாக உள்வாங்கிக்கொண்டன. சுழலும் சங்கிலியின் மூர்க்கம் அவரது கவனத்தை முழுமையாகக் கோரியது. மைக்கேல் அவரைப் பின்தொடர்ந்து வந்து கழித்த கிளைகளை எரிப்பதற்காக அவற்றைக் குவியல்களாக்க உதவினான். பின்னர் சிதறிக் கிடந்த நீளமான விறகுகளை அவர்கள் அடுக்கினர்.

உள்ளே பெண்கள் ரோஸுக்கு வீடு முழுவதையும் காட்டினர். அதற்குப் பிறகு ரோஸ், ஸ்காட்லாந்தில் தனது வாழ்க்கையைப் பற்றி, குறிப்பாக ரோஸன்ப்ளூம்களுடனான தனது வாழ்க்கையைப் பற்றி அவர்களிடம் சொல்லத் தொடங்கினாள்.

'சில சமயம் வார இறுதியில் திரு ரோஸன்ப்ளூம் என்னிடம் வந்து அவருடைய சட்டைகளைத் தேய்த்துத்தரச் சொல்வார். அவரிடம் நூற்றுக்கணக்கான சட்டைகள் இருந்தன, அவற்றை நான் தேய்க்க வேண்டுமென்று அவர் விரும்பியது ஏனென்று எனக்குத் தெரியாது. திருமதி ரோஸன்ப்ளூமுக்கு எப்படியும் இது தெரிந்துவிடும். குழந்தைகளைப் பார்க்கும் எனது வேலையிலிருந்து அவர் என்னை அழைத்துச் சென்றதற்காகக் கோபம் கொள்வாள். காலைப்பொழுது முழுக்கக் கடும் சண்டை நடக்கும். மதிய உணவுக்குப் பிறகு அவர் நகரத்திற்குச் சென்று பல சட்டைகளின் விலைக்கு ஈடாக ஒரு கை நிறைய ரோஜாக்களுடன் திரும்பி வருவார்.'

'அதில் அவர் மனைவிக்குத் திருப்தியா?' பெண்கள் ஆவலுடன் கேட்டனர்.

'சிறிது நேரம் முரண்டுபிடிப்பார், ஆனால் ரோஜாக்களுடன் கணவர் திரும்பி வந்தபிறகு எப்போதும் அது சரியாகி விடும். குழந்தைகளுடனான என்னுடைய கடமைகளிலிருந்து இனி ஒருபோதும் அவருக்குத் தெரியாமல் என்னை அழைக்க மாட்டேன் என்று அவர் சத்தியம் செய்வார். அவர் மனைவி ரோஜாக்களை வெட்டி அடுக்கி வைப்பார். அப்போதெல்லாம் நன்றாக உடுத்திக்கொண்டு இரவுணவுக்காக ஏதாவது ஒரு உணவகத்திற்குச் சென்று எதுவுமே நடக்காததுபோல் சிரித்துப் பேசிக்கொண்டிருப்பார்கள்.'

'எதைப்பற்றி பேசிக்கொண்டிருப்பார்கள் ரோஸ்?'

'அன்று மாலை உணவகத்தில் என்ன சாப்பிடலாம், என்ன ஒயின் அருந்தலாம் என்பது பற்றி. உணவைக் குறித்து இவ்வளவு நேரம் பேசிக்கொண்டிருந்துவிட்டு எப்படி அவர்களால் சாப்பிட முடிகிறது என்பது ஆச்சரியமாக இருக்கும்.'

மோரன் மைக்கேலுடன் வயலிலிருந்து திரும்பியபோது மிகுந்த உற்சாகத்துடன் இருந்தார்.

‘இவனும் நானும் அங்குள்ள சில மரங்களை வெட்டிக் கொண்டிருந்தோம்.’

அவர் தொப்பியைக் கழற்றித் தொங்கவிட்டதுகூடக் கவரும் விதமாக, முழு அறையையும் தனக்குள் ஈர்க்கும் விதமாக இருந்தது. முழுமையாக அதில் பங்கெடுக்கவில்லையாயின் எவ்வளவு சீக்கிரம் அவரது இந்த மனநிலை மாறிவிடும் என்பது பெண்களுக்குத் தெரியும்.

‘மீண்டும் உயிருள்ள ஒரு குழந்தையைச் சாப்பிட என்னால் இயலும்’ அவர்கள் சாப்பிடத் தயாரானபோது அவர் நகைச்சுவையாகச் சொன்னார்.

‘மைக்கேல், இப்போது அது தேவையில்லை.’ ரோஸ் மெல்ல அதட்டினாள்.

‘அப்படி இல்லாமலும் இருக்கலாம், ஆனால் அது கடவுள் சத்தியமாக உண்மை’ என்று அவர் விளையாட்டாகச் சொல்ல, அனைவரும் சிரித்தனர்.

தேநீர் அருந்திய பிறகு, சன்னலடியிலிருந்து எடுத்த சீட்டுக்கட்டைக் கலைத்துப் போட்டவாறே சீட்டாடலாம் என்றார். அவர்கள் இருபத்தொன்று விளையாடினர். லயான்ஸ் கிரீன் லேபிள் தேநீர்ப் பொதி அட்டையின் உட்புறத்தில் அவரவரது புள்ளிகள் குறிக்கப்பட்டன. மோரன் சிறப்பாக ஆடினார், பெரும்பாலும் அவரே வென்றார். ஆனால் அன்றிரவு தனது வெற்றிகளுக்குத் தனக்கு அமைந்த சீட்டுகளே காரணம் என்றார். அவர்கள் ஜெபமாலை சொல்ல மண்டியிட்டனர். ‘ஆண்டவரே, நீர் என் உதடுகளைத் திறவும்’ என்று தொடங்கினார் மோரன். முதல் தேவரகசியத்தை அவர் முடித்தபோது மௌனம் நிலவியது. அவர்கள் அனைவரது பார்வையும் ரோஸின்மீது திரும்பியிருந்தன. ஆனால் அவள் மோரனை ஒரு பார்வை பார்த்துவிட்டு, இரண்டாவது தேவரகசியத்தை, ஏதோ அதனை அவர்களது வாழ்வின் இரவுகள் அனைத்திலும் அவள் சொல்லிக்கொண்டிருந்ததைப் போலத் தானே எடுத்துக் கொண்டு சொல்ல ஆரம்பித்தாள்.

ஜெபமாலை முடிந்ததும் அவர்கள் சென்று ஒருவரை யடுத்து ஒருவர் மோரனையும் ரோஸையும் முத்தமிட்டனர். பதிலுக்கு அவள் அன்புடன் அவர்களை முத்தமிட்டாள். சத்தமின்றி அவர்கள் தங்கள் அறைகளுக்குச் சென்றனர். சிறுவன்

தட்டுமுட்டுச் சாமான்கள் அறைக்குச் சென்றுகொண்டிருந்தான், முதல் முறையாகத் தனக்கென ஒரு அறை அமைந்ததில் உற்சாகமாக இருந்தான். அவனும் ரோஸை முத்தமிட்டான். ரோஸும் மோரனும் அறையில் தனியே அமர்ந்திருந்தனர். அவர்கள் மௌனமாக இருக்கவில்லை. ஆனால் நீண்ட இடைவெளிகளுக்கு இடையே பேசிக்கொண்டிருந்தனர். அவர்கள் பேசியவை மாடி அறைகளில் கேட்கவில்லை. புதுமணத் தம்பதி தங்கள் படுக்கையறைக்குச் சென்றபோது, பெண்கள் முன்பைவிட இன்னும் கூர்மையுடன் செவிமடுத்தனர். கேட்டுக்கொண்டிருக்கையில் மூச்சுவிடாமல் இருக்க முயன்றனர். ரோஸுடன் தங்கள் தந்தை உறங்கச் சென்ற அறையிலிருந்து கேட்ட ஒலிகளுக்கு எதிர்வினையாற்றவோ அல்லது அவற்றை வார்த்தைகளாக்கவோ முடியாத அளவுக்கு அவர்கள் வாழ்க்கை குறித்த பதற்றமும் அச்சமும் கொண்டிருந்தனர்.

மறுநாள், வழக்கமாக வீட்டில் அசைவுகள் தொடங்குவதற்கு ஒரு மணிநேரம் முன்பாக, காலை ஏழு மணிக்கு ரோஸ் எழுந்தாள். பெண்கள் கீழே இறங்கிவந்தபோது, அறை ஏற்கெனவே வெம்மையாக இருப்பதையும், அடுப்பு எரிவதையும், தேநீர்க் கெண்டியில் ஆவி பறப்பதையும் கண்டார்கள். ரோஸ் மோரனுக்கு ஒரு குவளை தேநீர் கொண்டு செல்ல ஆயத்தமாகிக்கொண்டிருந்தாள்.

'அப்பா படுக்கையில் காலை உணவு சாப்பிட மாட்டார்' என்றாள் மேகி நட்பார்ந்த சிறு சிரிப்புடன். 'ஆனால் எழுந்திருக்கும் முன்பு இதை அவர் அருந்தலாம்.'

வீட்டில் ஒரு பெரும் மாற்றத்தை ஏற்படுத்தியிருந்தாள் மேகி. அவர்களின் அம்மா இறந்ததிலிருந்து மோனா, ஷீலாவின் உதவியுடன் மேகி வீட்டை நடத்திவந்தாள். ஆரம்பத்தில் அவர்களது அம்மாவின் சகோதரி அவ்வப்போது வருவார், ஆனால் அவளுக்கும் மோரனுக்கும் வாக்குவாதம் ஏற்படும். அதிக விலை இருக்கக் கூடாது, நன்றாகச் சமைக்கப்பட்டிருக்க வேண்டும் என்பவை தவிர்த்து உணவில் அவருக்கு வேறு ஆர்வங்கள் இல்லை. பெண்களுக்குச் சமையல் செய்யவோ, வீட்டை ஒழுங்குடன் வைத்திருக்கவோ கற்றுக் கொடுக்கப்பட்டிருக்கவில்லை. அவர்களால் காய்கறிகளையும் இறைச்சியையும் எளிமையாகச் சமைக்க முடிந்தது. முட்டை, பன்றி இறைச்சி சமைத்தல், கஞ்சி தயாரித்தல் ஆகியனவும் ஓரளவுக்குத் தெரிந்திருந்தது. மேலும் அவர்களால் அடுமனைப் பதார்த்தங்கள் செய்யவும் வீட்டைப் பராமரிக்கவும் முடிந்தது. போகப் போக அவர்கள் இவற்றைக் கற்றுக்கொண்டனர். அவர்கள் மேலும் கற்றுக்கொள்ள வேண்டியது அதிகம் இருக்கவில்லை.

ரோஸ் எல்லாவற்றையும் மாற்றினாள். மேகியைவிடக் குறைவான கஷ்டத்துக்கு ஆளானதாகத் தோன்றினாலும், உணவு எப்போதும் சுவையாகவும் சரியான நேரத்திலும் தயாராகும் வகையில் அவளால் தனது நாளை ஒழுங்கமைக்க முடிந்தது. பிறகு ஒவ்வொரு அறையாக வீட்டைச் சுத்தம் செய்து வண்ணமடிக்க ஆரம்பித்தாள். மோரன் தேவையற்ற இடையூறுபற்றிப் புகார் சொன்னார், ஆனாலும் அவர் ரகசியமாகக் கவலைப்பட்டது செலவைப் பற்றித்தான். வண்ணமடிக்காவிட்டால் பூச்சு விரைவில் உதிர்ந்துவிடும் என்று அவள் சுட்டிக்காட்டினாள். எப்போதெல்லாம் அவர் செலவு அதிகம் ஆகிறதென்று புகார் செய்கிறாரோ அப்போதெல்லாம் அவள் தன் சொந்தப் பணத்தில் தனக்குத் தேவையானதை வாங்கிக்கொள்வாள். இதை அவர் இன்னும் அதிகம் வெறுத்தார். கடைசியில் அவள் கேட்பதை அவர் கொடுத்தார், ஆனால் கொடுப்பதை வெறுத்தார். அவள் அதைப் பொருட்படுத்தியதாகத் தெரியவில்லை, ஆனால் அவள் அளவுக்கதிகமான கவனமுடையவளாக இருந்தாள். 'அப்பாவைப் பற்றி உங்களுக்குத் தெரியும்' பெண்களைப் பார்த்து, தான் சொல்வது சரிதானே என்பதுபோலச் சிரிப்பாள். பிள்ளைகள் அனைவரும் வீட்டை மீண்டும் அலங்கரிக்க அவளுக்கு உதவினார்கள். அலங்காரம் முடிந்ததும் வீட்டுக்குப் புதுவித இனிமையும் அமைதியும் வந்திருந்தது. தன்னைப் போன்றவர்களுக்கு பிடிக்கும் வண்ணம் இன்னும் நன்றாகச் செய்திருக்கலாம் என்று சொன்னாலும் மோரனும் அந்த மாற்றத்தை ஒப்புக்கொள்ள வேண்டியிருந்தது.

வீட்டில் மேகியின் தேவை இல்லாமல் போயிருந்தது தெளிவாகத் தெரிந்தது. ரோஸ் இதை மிகவும் மென்மையாக மோரனின் கவனத்துக்குக் கொண்டுவந்தாள்.

'நான் இந்த பூமியில் இருக்கும்வரை அவள் தலைக்கு மேல் ஒரு கூரை இருக்கும்' என்று அவர் ஆக்ரோஷமாகப் பதிலளித்தார்.

'நான் இங்கே இருக்கும் வரைக்கும் அவளுக்கு அது இருக்கும். ஆனால் அவளுக்கு இன்னும் கூடுதலான விஷயங்கள் தேவை என்று நினைக்கிறேன்.'

'இதற்கு மேல் என்ன வேண்டும்?'

'அவளுக்குக் கிட்டத்தட்டப் பத்தொன்பது வயதாகி விட்டது. யாரோ ஒரு ஆணுக்கு மனைவி தேவைப்படும்வரை ஒரு பெண் காத்திருக்கும் காலம் போய்விட்டது. அவளுக்கு வேலை என்கிற பாதுகாப்பு இருக்க வேண்டும்.'

'அவளுக்கு இங்கே என்ன வேலை கிடைக்கும்? பதினான்கு வயதில் பள்ளியை விட்டு நின்றுவிட்டாள். அவள் அவ்வளவு நன்றாகவும் படிக்கவில்லை.'

'இங்கிலாந்தில் செவிலியர்கள் பற்றாக்குறை உள்ளது. நான் செவிலியர் பயிற்சி பெறாததற்கு மிகவும் வருந்தியிருக்கிறேன். நான் அவளிடம் பேசினேன், அவள் ஆர்வமாக இருக்கிறாள்.'

'நீ சீக்கிரம் முடிவெடுத்துவிடுகிறாய் இல்லையா? நமது மக்கள் நிறைய பேர் இங்கிலாந்தில் தவறான பாதைக்குப் போய்விடுகிறார்கள்.'

'சிறிது காலம் நான் அங்கு இருந்தேன்' என்று குறிப்பாகச் சொன்னவள் அதில் அதிக அழுத்தம் கொடுக்காமல் பார்த்துக்கொண்டாள். மோரனின் கடுமையான எதிர்ப்பைத் தாண்டியும் மேகியை இங்கிலாந்துக்கு அனுப்ப லூக்கா முயன்றதையும், அவனும் மோரனும் எவ்வாறு சண்டையிட்டுக் கொண்டனர் என்பதையும், மேகி மோரனின் பேச்சுக்கு இணங்கி வீட்டிலேயே இருந்துவிட்டதையும், லூக்கா தனது தந்தையிடம் சொல்லாமலே சென்றுவிட்டதையும் அவள் ஏற்கெனவே பெண்களிடமிருந்து கேள்விப்பட்டிருந்தாள்.

மோரனே வந்து மேகியைப் பற்றிப் பேசட்டும் என்று அவள் காத்திருந்தாள். ஷீலாவும் மோனாவும் கான்வென்ட் உயர்நிலைப் பள்ளியில் படித்துக்கொண்டிருந்தார்கள், மைக்கேல் ஆரம்பப் பள்ளியின் இறுதியில் இருந்தான். மேகிக்குப் பகலில் செய்வதற்கு வேலையென்று பெரிதாக எதுவுமில்லை, ரோஸுடன் அரட்டையடிப்பதிலும் வம்பு பேசுவதிலும் அவள் அதிக நேரத்தைச் செலவிட்டாள். மோரன் வருவது தெரிந்தால் ஏதாவது வேலையில் மும்முரமாக இருப்பதுபோல் நடிப்பாள். 'யாரும் எதுவும் செய்யாமல் உட்கார்ந்திருப்பது அப்பாவுக்குப் பிடிக்காது.' 'பாவம் அப்பா' என்று அவர் போன பிறகு ரோஸ் அன்போடு புன்னகைப்பாள்.

மேகி வீட்டில் செய்வதற்குப் பெரிதாக ஒன்றுமில்லை என்பதையும், அவளுக்கு நடன வகுப்புக்கும் ஆடைகளுக்கும் பணம் தேவைப்படுகிறது என்பதையும் மோரன் உணரத் தொடங்கினார். ரோஸ் தனது சொந்தப் பணத்திலிருந்து கொஞ்சம் அவளுக்குத் தருகிறாளோ என்று சந்தேகித்தார்.

'மேகி இங்கிலாந்துக்குப் போய் செவிலியர் ஆக வேண்டும் என்று இப்போதும் நினைக்கிறாயா?' என்று ஒருவழியாக அவளிடம் வந்து கேட்டார்.

‘ஆமாம். அவளுக்கு ஒரு பிடிமானம் இருக்கும். வாழ்க்கையில் என்ன நடக்கும் என்று யாருக்கும் தெரியாதில்லையா. அது ஒரு தொழில்.’

‘எனக்குத் தெரியாது. அவளது அண்ணன் அவளை அங்கு சேரச் சொன்னபோது அதைக் கடுமையாக எதிர்த்தேன். பெண்களுக்கு எது நல்லது, எது கெட்டது என்பதில் அவனுக்கு அக்கறை இல்லை. அவன் எனக்கு எதிர்ப்பாக அதைச் செய்தான்’.

‘நான் உங்களுக்கு எதிரானவள் இல்லை, அது உங்களுக்குத் தெரியும். அவளுடைய நன்மைக்காகவே நான் இதைச் செய்ய விரும்புகிறேன். இந்த வீடு எப்போதும் அவளுக்காகத் திறந்திருக்கும். என் மூச்சு உள்ளவரை அவள் இங்கே வந்து போகலாம்.’

செவிலியர் பணியில் பெண்கள் பற்றாக்குறையை அடுத்து நாளிதழ்களில் விளம்பரங்கள் பல வெளிவந்தன. படிவங்களைத் தருவிக்கவும், படிவங்கள் வந்தபோது அவற்றை நிரப்பவும் மேகிக்கு ரோஸ் உதவினாள். மேகி ஐந்து மருத்துவமனைகளில் பயிற்சிக்குத் தேர்ந்தெடுக்கப்பட்டாள், மோரனுக்கு இது ஆச்சரியமாக இருந்தது. ஒருநாள் மாலை ஜெபமாலை முடிந்து அவள் சேரப்போகும் மருத்துவமனையைத் தேர்ந்தெடுக்கக் குடும்பம் மொத்தமும் அமர்ந்தது. அவர்கள் லண்டன் ஹாஸ்பிடலைத் தேர்ந்தெடுத்தனர், ஏனென்றால் சுற்றியிருந்த சிலர் ஏற்கெனவே அங்கு பணிபுரிந்தனர். அவர்கள் இந்த முடிவை எடுத்ததும் மைக்கேல் அழ ஆரம்பித்தான், யார் சொல்லியும் அவன் அழுகையை நிறுத்தவில்லை.

அவர்கள் கேட்டதெற்கெல்லாம் ‘எல்லோருமே சீக்கிரம் போய்விடுவார்கள்’ என்றான். ‘இது மோசம். இது நியாயமில்லை’.

மேகி லண்டன் சென்றதும் அவளை ரயில் நிலையத்தில் சந்திக்க வேண்டுமென லூக்காவுக்கு எழுதலாம் என்று ரோஸ் யோசனை கூறியபோது மோரன் கடும் கோபம் கொண்டார்.

‘அவளை மருத்துவமனையிலிருந்து வந்து சந்திப்பார்கள் என்று சொல்லப்பட்டதே?’

‘அவன் அவளுடைய அண்ணன். அவன் மேகியைச் சந்திப்பது இயல்பான விஷயம்’.

‘அந்தக் கனவானின் உடலில் ஒன்றுகூட இயல்பான எலும்பு கிடையாது. நான் அவனுக்குப் பலமுறை எழுதியிருக்கிறேன், எனக்கு வந்த பதில்களில் ‘நான் இங்கு நலம், நீங்களும் அங்கு நலமாய் இருப்பீர்கள் என்று நம்புகிறேன்’ என்பது

மட்டும்தான். இத்தனை வருடங்கள் அவனை வளர்த்ததற்கு இது இயல்புதானே?'

'இதெல்லாம் குடும்பங்களில் நடக்கும், பிறகு கடந்துபோகும்' என்றாள் ரோஸ் அமைதியாக. 'ஒரு விபத்து நடக்கிறது அல்லது ஒரு திருமணம் நடக்கிறது. மக்கள் மீண்டும் ஒன்றிணைய நிர்பந்திக்கப்படுகிறார்கள். நீங்கள் எப்படி உணர்கிறீர்கள் என்று எனக்குத் தெரியும், ஆனால் மிகத்தீவிரமான நிலைப்பாட்டை எடுக்காமல் இருப்பது நல்லது. எல்லாம் மாறிக்கொண்டே இருக்கின்றன. அவை எப்படியெல்லாம் மாறும் என்று உங்களுக்குத் தெரியாது. தாராள குணத்துடன் இருந்தால் யாரும் உங்களைக் குறை சொல்ல முடியாது' என்றாள்.

'என்னைக் குறை சொல்லலாம். அதில் தவறில்லை. இந்த விஷயத்தில் எப்போதும் நான் குறை சொல்லப்படலாம்.'

'இது உங்களுக்குச் சிரமம் என்று எனக்குத் தெரியும், ஆனால் உங்களுக்கு எதிராகச் சொல்லப்படுவதைப் புறக்கணிக்க முயல்வது நல்லது. நீங்கள் அதைப் புறக்கணிக்க முடிந்தால், உங்களை நீங்களே குற்றம் சாட்டிக்கொள்ள எதுவும் இல்லை என்பதை அறிவீர்கள். அவசரப்பட்டு எதுவும் செய்யாதீர்கள்.'

'நான் என்ன செய்யவேண்டுமென்று நினைக்கிறாய்?'

'நீங்கள் அவனுக்கு எழுதினால் நன்றாக இருக்கும் என்று நினைக்கிறேன்' என்று ரோஸ் யோசனை சொன்னாள்.

'எனக்கு இன்னொரு ஏமாற்றம் நிகழப்போகிறது, இருந்தும் நான் அதைச் செய்வேன்.'

மோரன் கடிதத்தை எழுத நீண்ட நேரம் செலவிட்டார். அவரால் கடிந்துகொள்ளாமல் இருக்க முடியவில்லை. லூக்கா தந்தி மூலம் கடிதத்துக்குப் பதிலளித்தான். அபூர்வமாகத்தான் தந்திகள் வரும், வீட்டுக்குத் தந்தி வருவதை யாரும் விரும்புவதில்லை. அயர்லாந்தின் தேசியச் சின்னமான யாழ் பொறித்த சிறிய பச்சை உறை பொதுவாகவே திடீர் மரணச் செய்தியைத் தாங்கி வரும். வழக்கமாக மெதுவான, வலிந்து மேற்கொள்ளப்படும் அசைவுகளால் மறைக்கப்படும் மோரனின் அதீதப் பதற்றம், அன்னியப் பிரதேசத்தில் அகப்பட்ட மிருகத்தைப் போலச் சுற்றிலும் பார்த்துவிட்டு அவர் உறையைக் கிழித்தபோது, பகிரங்கமாக வெளிப்பட்டது. *'மேகியைச் சந்திப்பதில் மகிழ்ச்சி / அன்புடன் / லூக்கா.'* இதைப் படிக்கையில் தன்னைக் கட்டுப்படுத்த அவர் போராட வேண்டியிருந்தது. தபால்காரரிடம் பணம் கொடுத்து அவரை

இரும்பு வெளிவாசல் கதவுவரை சென்று விட்டுவிட்டு வரும் வரைகூட அவரால் தனது கோபத்தை மறைக்க முடியவில்லை.

'ஒருவேளை அவன் தந்தியை முன்னதாக அனுப்பி யிருக்கலாம், சில நாட்களில் கடிதம் வரும்' என்று மேகி சமாதானப்படுத்த முயன்றாள்.

'கடிதம் வராது. அது எல்லோரும் பார்க்க என்னை ஒரு சரியான முட்டாளாக்கிவிட்டது.'

'நீங்க ஏன் இப்படிச் சொல்கிறீர்களென்று தெரியவில்லை. எல்லாவற்றையும் நீங்கள் நன்றாகவே செய்தீர்கள்' என்றாள் ரோஸ்.

'கடவுளின் பெயரால் நீ ஏன் உன் அறியாமையை இப்படிப் பட்டவர்த்தனமாகக் காட்டுகிறாய்' என்று அவள்மீது திரும்பினார். 'உனக்கு இந்த விஷயத்தில் துவக்கம் எது என்றுகூடத் தெரியாது பெண்ணே.'

அந்தத் தந்தி சம்பிரதாயமாக நாகரிகமாக இருந்ததும், தனது தாக்குதலை முற்றிலும் புறக்கணித்ததும் மோரனுக்கு ஆத்திரத்தை உண்டாக்கின. தந்தியை உரக்கப் படித்து முடித்ததும், அதைப் பார்க்கவே வெறுப்புற்றவர்போலக் கசக்கி அதை நெருப்பில் எறிந்தார். 'சரி, குறைந்தபட்சம் யூஸ்டனில் உன்னைச் சந்திக்க யாராவது இருப்பார்கள்' என்று ரோஸ் மேகியிடம் மென்மையாகச் சொன்னாள். இதற்குக் கடுமையான எதிர்வினை வருமென்று அவளுக்குத் தெரியும்.

'நிச்சயம் அவன் இவளைச் சந்திப்பான். இவளை எனக்கு எதிராகத் திருப்ப அவன் இவளைச் சந்திப்பான்' என்று கத்தினார் மோரன்.

'அவன் பணிவாகத்தான் எழுதியிருக்கிறான்' என்றாள் ரோஸ்.

'இதுபற்றி உனக்கு என்ன தெரியும்? நான் கேட்கிறேன் உனக்கு இதுபற்றி என்னதான் தெரியும்?'

சடாரென்று ஒப்பனை மேசையிலிருந்த தொப்பியை எடுத்துத் தலையில் அழுத்திக்கொண்டு, போகும் வழியிலுள்ள கதவுகளை உடைத்துவிடுவாரோ எனத் தோன்றும் வகையில் வேகமாக வெளியேறினார். விரைவிலேயே, நீளமான கிளை களை விறகுகளாக அவர் பிளக்கத் தொடங்க, கோடரியின் கூர்மையான, விரைவான ஒலியை அவர்கள் கேட்டனர்.

அவள் விக்கித்து நின்றாள். இதற்குமுன் அவளிடம் அவர் இப்படிப் பேசியதில்லை. நிலவிய அசௌகரிய அமைதியில் அவள் அவர்களைப் பார்த்தாள். மோரன் தந்தியை வாசித்தபோது அவர்கள் அனைவரும் அங்கிருந்தனர். எந்த அறிவுக்கும் அப்பாற்பட்ட அவரது மூர்க்கமான எதிர்வினையைக் கண்டு அவர்கள் சிரிப்பார்கள், ஆசீர்வதிக்கப்பட்ட இயல்புநிலைக்கு அவளைத் திரும்பக் கொண்டுவருவார்கள் என அவளின் ஒரு பகுதி எதிர்பார்த்தது. ஆனால் சுற்றிலும் அவள் பார்த்தபோது மேகி மட்டுமே அறையில் இருந்தாள். மற்றவர்கள் பேய்களைப் போல நழுவிவிட்டிருந்தனர். மேகி பக்கவாட்டு மேசையில் கண்ணாடிக் கிண்ணத்தில் மாவுடன் சேர்த்துக் கருமுந்திரி களைப் பிசைந்துகொண்டிருந்தாள். அவளுடைய வாழ்க்கை முழுவதும் வெளிறிய அந்த மாவினூடாகக் கடந்து செல்வதைப் போல பிசைவதில் அவள் மூழ்கியிருந்தாள்.

'திடீரென்று அவர்கள் எல்லாம் எங்கே போய் மறைந்து விட்டார்கள், மேகி?'

'அவர்கள் வெளியே போயிருக்க வேண்டும்' மேகி தீவிர கவனத்துடன் மாவிலிருந்து பார்வையை விலக்கி நிமிர்ந்து பார்த்தாள்.

'பரிதாபத்துக்குரிய அப்பாவைப் பார்த்து அவர்கள் சிரிப்பார்கள் என்று நினைத்தேன்' என்றாள் ரோஸ். பதற்றமான சிரிப்பில் தனது அதிர்ச்சியையும் பயத்தையும் வெளியேற்றினாள். ஆனால் மேகி முகம் வெளிறித் தீவிரமாகக் காணப்பட்டாள்.

'அப்பாவுக்கு என்ன ஆயிற்றென்று தெரியவில்லை' என்றாள் ரோஸ்.

'சில சமயம் அப்படி ஆகிவிடும்.'

'அவர் இவ்வளவு நிலைகுலைந்து நான் பார்த்ததே இல்லை.'

'ரொம்ப நாட்களாக அவர் இப்படி நடந்துகொண்ட தில்லை.'

'அடிக்கடி இப்படி நடந்துகொள்வாரா?'

'முன்பு நடந்துகொண்டதுண்டு, ஆனால் இப்போது நீண்டகாலமாக அப்படி இல்லை' என்று மேகி தயக்கத்துடன் ஒப்புக்கொண்டாள். ரோஸ் மேற்கொண்டு எதையும் தெரிந்து கொள்ள விரும்பவில்லை. சமாளிக்க வேண்டியவை அவள் நினைத்ததைவிட ஏற்கெனவே அதிகமிருந்தன. அந்த நிசப்தத்தில் அருகிலிருந்த வயல்கள் ஒன்றிலிருந்து கற்கள்மீது சறுக்குவண்டி

தடதடத்துச் செல்லும் ஓசை கேட்டது. அவர் விறகைப் பிளப்பதை எப்போதோ நிறுத்திவிட்டிருந்தார்.

பெண்களோடு தான் பேசிக்கொண்டிருக்கையில் மோரன் அறைக்குள் நுழையும்போதெல்லாம் நிசப்தமும் இறுக்கமும் அவர்கள்மீது கவிவதை அவள் அவ்வப்போது கவனித்தாள். அவர் தனியே உணவருந்திக்கொண்டிருந்தாலோ அல்லது ரம்பத்தில் பற்களைப் பொருத்துவது, மழைநாளில் உடைந்த மண்வெட்டிக்குக் கைப்பிடி பொருத்துவது, சரியாக எரியாத வாகன விளக்கைப் பிரித்துப் போடுவது என அறையில் வேலை செய்துகொண்டிருந்தாலோ அவர்கள் எப்போதும் அங்கிருந்து நழுவ முயலுவார்கள். அங்கே இருக்க நேர்ந்தாலோ நிழல்களைப் போல அங்குமிங்கும் உலவுவார்கள். எதையாவது கீழே போட்டுவிட்டோ அல்லது இடறிவிட்டோ திடுக்கிட்டு மோரனைப் பார்க்கும்போது அவர்களுக்கு உண்டான கடும் பதற்றம்தான் அவர்களைச் சத்தமின்றி நழுவ வைக்கிறது என்பது புரிந்தது. ரோஸ் இதைக் கவனித்திருந்தாள். தான் மிகவும் நேசித்த அந்த மனிதன்மீது இருந்த பிரமிப்பும் மரியாதையும்தான் அதற்குக் காரணம் என்று நினைத்த அவள் இப்போது அதனை வேறுவிதமாகப் பார்க்கையில் அருவருப்பு அடைந்தாள். அவள் மோரனை விரும்பி, வழக்கத்துக்கும் தனது குடும்பத்துக்கும் எதிராக அவரை மணம் செய்து கொண்டாள். அவளது பெருமிதம் கேள்விக்குள்ளானது. மோரன் தன்மீது காட்டிய மூர்க்கத்தை அவள் புறந்தள்ள முடிவு செய்தாள். தனது ஆத்திரத்தைக் கைவிட்டு விட்டு, தாங்கள் அங்கிருந்தால் அவரை எதிர்ப்பது போலாகிவிடும் என்றெண்ணி நழுவிவிடும் அந்தப் பெண்களோடு தானும் சேர்ந்து கொள்ளவேண்டியதுதான்.

அவர் மிகவும் தாமதமாக, எச்சரிக்கையுடன், விழிப்புடன் திரும்பி வந்தார். ரோஸ் உற்சாகமாக வரவேற்றபோதும் அவர் சுணக்கமாகவே இருந்தார். அவள் இதனை எதிர்பார்க்க வில்லை. அவருக்குத் தேநீர் கொண்டுவரப் பரபரப்பாக இயங்கியபோது அவளது பதற்றம் பத்து மடங்கு கூடியது. ஷீலாவும் மோனாவும் பக்கவாட்டு மேசைகளில் அமர்ந்து எழுதிக்கொண்டிருந்தார்கள். மைக்கேல் பெரிய சாய்வு நாற்காலியருகே பிரார்த்தனை செய்வது போலக் கையில் புத்தகத்துடன் மண்டியிட்டிருந்தான். சிலநேரம் படிப்பதற்கு அவன் இப்படித்தான் அமர்வான். மூவரும் தந்தையின் வருகையை அங்கீகரிக்கும் விதமாகத் தீவிர முகபாவத்துடன் நிமிர்ந்து பார்த்தனர். ஆனால் அவரது மனநிலையை உடனே உணர்ந்துகொண்ட அவர்கள் மீண்டும் தங்களது பாடங்களில் மூழ்கினர்.

'மேகி எங்கே?' என்று கேட்டார் மோரன்.

'ஊரிலிருக்கும் நண்பர்கள் சிலரைப் பார்க்கப் போயிருக்கிறாள்.'

'இப்போதெல்லாம் எப்போதும் அவள் சுற்றிக் கொண்டேயிக்கிறாள் போலிருக்கிறதே.'

'அவள் எல்லோரிடமும் போய்வருகிறேன் என்று சொல்லி விடைபெற்றுவரப் போகிறாள்.'

'அவளில்லாமல் அவர்கள் ஏங்கிப்போவார்கள் என்று தெரியும்' என்றார் காட்டமாக.

ரோஸ் அவருக்குத் தேநீர் ஊற்றிக் கொடுத்தாள். மேசையில் சிறு கறையுமில்லாதச் சுத்தமான துணி விரிக்கப்பட்டிருந்தது. அவர் உண்டபடியும் அருந்தியபடியும் இருந்தபோது தன் மனதில் ஓடிய விஷயங்கள், அன்றைய நாளின் சிறு சம்பவங்கள் எனப் பதற்றத்தினூடே அவருடன் பேசிக்கொண்டிருந்தாள். பயம், பாதுகாப்பின்மை, அன்பு என அவள் குழப்பமாகப் பேசினாள். பேசக்கூடாது என்று அவளுடைய உள்ளுணர்வு சொன்னது, ஆனால் அவளால் பேசாமலிருக்க முடியவில்லை. அவர் மேசையில் பல முரட்டுத்தனமான பொறுமையற்ற அசைவுகளை மேற்கொண்டார், அப்படியும் அவளால் நிறுத்த முடியவில்லை. பிறகு கடும் வெறுப்புடன் நாற்காலியோடு சேர்ந்து திரும்பினார். பாடப் புத்தகங்களில் கண்கள் இருந்தாலும் குழந்தைகள் இதைக் கேட்டுக்கொண்டிருந்தனர்.

'எப்போதாவது என்ன பேசுகிறோம் என்ற கவனத்துடன் பேசியிருக்கிறாயா ரோஸ்?' என்றார் அவர். 'உன் பேச்சைச் சற்றுக் கவனமாக நீயே கேட்டால் நீ பேசுவது குறைந்துவிடும் என்று நினைக்கிறேன்.'

எந்தவித முன்னறிவிப்புமின்றித் தாக்கப்பட்டவளைப் போல அவள் காணப்பட்டாள். ஆனால் அவள் அங்கிருந்து வெளியேறவோ கோபத்தில் சத்தம்போடவோ முயலவில்லை. நீண்ட ஒரு கணத்துக்கு அசையாமல் நின்றாள். மற்றவர்களுக்கு அது ஒரு யுகமாக நீண்டது. பிறகு, பரிதாபமாக, சலிப்பை மட்டுமே திரும்பத் தந்த ஆழ்ந்த சிந்தனை ஒன்றில் மூழ்கியவள்போல, தான் செய்துகொண்டிருந்த வேலைகளை முடித்துவிட்டு, எதிர்பார்த்துக் காத்திருந்த குழந்தைகளிடம் ஒரு வார்த்தைகூடப் பேசாமல் அறையைவிட்டு வெளியேறினாள்.

'எங்கே போகிறாய், ரோஸ்?' தான் சற்று அதிகப்படியாக நடந்துகொண்டதை அவளுக்கு உணர்த்தும் தொனியில் அவர் கேட்டார். ஆனால் அவள் நிற்காமல் போய்க்கொண்டிருந்தாள்.

பெண்கள் நடுவே

மௌனமாக இயலாமையோடு உட்கார நேரிட்டது அவருக்கு எரிச்சலூட்டியது. அதைவிட மோசம் என்னவெனில் அது மற்றவர்கள் முன் நிகழ்ந்தது. படிப்பதை எப்போதோ நிறுத்திவிட்டபோதிலும் பிள்ளைகள் புத்தகங்களில் தலை கவிழ்ந்தே இருந்தனர். அவருடைய கண்களில் படவோ, சத்தமாக மூச்சுவிடவோகூட அவர்கள் தயாராக இல்லை. வன்முறையின் முன்னால் அவர்களால் செய்ய முடிந்ததெல்லாம் அதற்கு வளைந்துகொடுப்பதுதான்.

மோரன் நீண்டநேரம் உட்கார்ந்திருந்தார். அந்த மௌனத்தை இனியும் தாங்கிக்கொள்ள முடியாது என்ற நிலையில் பக்கத்து அறைக்குள் வேகமாக நுழைந்தார். ‘என்னை மன்னித்துவிடு ரோஸ்’ என்று அவர் சொல்வது பிள்ளைகள் காதில் விழுந்தது. கதவை அவர் மூடியிருந்தபோதும் அவர்களால் தெளிவாகக் கேட்க முடிந்தது. ‘என்னை மன்னித்துவிடு ரோஸ்’ மீண்டும் அவர் சொன்னார். ‘நான் தன்னிலை இழந்து விட்டேன்.’ முடிவற்றதாக இருக்கும் என்று அவர்கள் நினைத்த ஒரு மௌனம் அங்கு நிலவியது, ஆனால் அதையுடைத்து ‘நான் தனியே இருக்க விரும்புகிறேன்’ என்ற தெளிவான ஒற்றை மணியொலி போன்ற, சுய உறுதியற்ற குரல் கேட்டது. அவர் அந்த அறையிலேயே இருந்தார். ஆனால் வெளியேறுவதைத் தவிர அவருக்கு வேறு எதுவும் செய்வதற்கு இல்லை.

அவர் திரும்பிவந்து, என்ன செய்வதென்ற நிச்சயமின்றி தனது உணவு இறைந்துகிடந்த மேசையில் தனது மூன்று பிள்ளை களுடன் அமர்ந்தார். பிறகு ஒரு பென்சிலையும் காகிதத்தையும் எடுத்துக்கொண்டு, அப்போது செலவாகியிருந்த தொகைக்குக் கணக்குப்போட ஆரம்பித்தார். கணக்கீட்டில் அவர் நீண்ட நேரம் செலவிட்டார். அது அவரை அமைதிப்படுத்துவதாகத் தோன்றியது.

‘இப்போதே ஜெபமாலை சொல்லலாம்’ என்று பென்சிலை யும் காகிதத்தையும் ஒதுக்கிவைத்துவிட்டு, ஜெபமாலையை எடுத்து எல்லோரும் பார்க்கக் கையில் தொங்கவிட்டார். அவர்கள் தங்கள் பாடங்களை ஒதுக்கி வைத்துவிட்டுத் தங்களது ஜெப்மாலைகளை வெளியே எடுத்தனர்.

‘ரோஸ் ஜெபமாலை கேட்க விரும்பலாம், கதவைத் திறந்து வை’ என்று பையனிடம் சொன்னார். மைக்கேல் அந்த அறையின் கதவைத் திறந்துவைத்தான். படுக்கையறைக் கதவருகே தயங்கி நின்றான். ஆனால் போர்வை தலையணைகளுக்கிடையே தெரிந்த தெளிவற்ற உருவம் பேசவோ, அசையவோ இல்லை.

இரண்டாவது மகிமை தேவரகசியத்தின்போது மோரன் ஜெபமாலை சொல்வதை நிறுத்தினார். சிலநேரம் வீட்டில் யாரேனும் நோய்வாய்ப்பட்டிருந்தால் கதவைத் திறந்துவைத்தபடி அறையிலிருந்தவாறே பிரார்த்தனையில் கலந்துகொள்வார்கள். ஆனால் உள்ளறையில் மௌனம் நீடித்தபோது அவர் மோனாவைப் பார்த்துத் தலையசைக்க, அவள் ரோஸுக்குரிய பத்து மன்றாட்டுகளைச் சொல்ல எடுத்துக்கொண்டாள். ஜெபமாலை முடிந்ததும், மோனாவும் ஷீலாவும் தேநீர் தயாரித்தனர். பின்னர் சீக்கிரமே அவர்கள் அனைவரும் தத்தமது அறைகளுக்குச் சென்றனர்.

சிந்தனையில் ஆழ்ந்தவராக அறையில் தனியே அமர்ந்திருந்த மோரன் நள்ளிரவுக்குச் சற்றுக்கழித்துப் பின்கதவு திறக்கும் சத்தம் கேட்டுத் திடுக்கிட்டார். உள்ளே வந்த மேகி அவர் தனியே அமர்ந்திருப்பதைக் கண்டு அவரைக் காட்டிலும் அதிகம் திடுக்கிட்டாள். கிராமத்திலிருந்து வீடுவரை அவளை விட்டுவிட்டு வர வந்த அந்தப் பையனை உள்ளேவரத் தான் அனுமதிக்காததை எண்ணி உடனே நிம்மதிகொண்டாள்.

‘மிகவும் தாமதமாக வருகிறாய்’ என்றார் மோரன்.

‘பதினோரு மணியாகியும் கச்சேரி முடிவடையவில்லை.’

‘வீட்டுக்கு வரும் வழியில் பிரார்த்தனையைச் சொல்லி முடித்தாயா?’

‘இல்லை அப்பா. மாடிக்குச் சென்றவுடன் சொல்கிறேன்.’

‘காலையில் பள்ளிக்கூடம் செல்ல வேண்டியவர்களை எழுப்பிவிடாதே, கவனம்.’

‘கவனமாக இருப்பேன். நல்லிரவு அப்பா.’ எல்லா இரவிலும் போல அவரருகே சென்று அவர் உதட்டில் முத்தமிட்டாள்.

தனது எல்லாத் தத்தளிப்புகளும் தன்னில் ஆழ்தல் என்னும் சொகுசு உணர்வில் மறைந்து போகும்வரை அவர் தனியே அமர்ந்திருந்தார். கணப்பு அணைந்துவிட்டது. நாற்காலியிலிருந்து எழுந்து விளக்கை அணைத்துவிட்டு, இன்னும் திறந்திருந்த கதவு வழியே இருட்டில் தடவித் தடவி நகர்ந்துபோய், உடைகளைக் களைந்து தரையில் போட்டுவிட்டுப் படுக்கைக்குச் சென்றபோது வீராப்பாக உணர்ந்தார். துடிப்புடன் ரோஸுக்கு முதுகுகாட்டிப் படுத்தார்.

மறுநாள் காலை வழக்கத்தைவிடச் சீக்கிரமாகவே எழுந்துவிட்டாள் ரோஸ். வழக்கமாக அவள் தனது காலைப் பணிகளை விரும்புவாள், ஆனால் கணப்பு நெருப்பைக் குலுக்கி

வெளியே கொட்டுதல், சாம்பலைப் புல்தரைமீது விசிறுதல், கிளறிவிடப்பட்ட நெருப்பு அறையைச் சூடேற்றுவதை உணர்தல் என அந்தச் சிறிய, கவனம் கோரும் வேலைகளுக்கு நன்றி பாராட்டினாள். மேசையை ஒழுங்குபடுத்திவிட்டுக் காலை உணவைத் தயாரிக்கத் தொடங்கினாள். மூவரும் பள்ளிக்குக் கிளம்ப ஆயத்தமாக வந்தபோது முதலில் அவளை எச்சரிக்கையாக அணுகினர், ஆனால் வடிந்திருந்த உற்சாகத்தை இருப்பதாகக் காட்டிக்கொள்ளப் போதுமான உற்சாகத்தை அவள் வரவழைத்துக்கொண்டாள். பள்ளிக்குப் புறப்படும் முன்பு அவர்கள் முற்றிலும் இயல்பாக உணர்ந்தனர். இறுதியாக மோரன் வந்தார். அவர் பேசவில்லை, ஆனால் காலுறைகளையும் சப்பாத்துக்களையும் அணிந்தபோது மிகையாகத் தனக்கு உதவி தேவை என்பதுபோலக் காட்டினார். அவள் அவருக்கு உதவவில்லை.

‘நான் வருத்தம் தெரிவிக்க வேண்டும் என்று நினைக்கிறேன்’ என்று அவர் நீட்டி முழக்கிச் சொன்னார்.

‘நீங்கள் சொன்னது மிகவும் கடினமாக இருந்தது.’

‘எனது அன்புக்குரிய மகன் அனுப்பிய அந்தத் தந்தி என்னை நிலைகுலைய வைத்துவிட்டது. நான் என்று ஒருவன் இல்லாதது போல உணர்ந்தேன்.’

‘எனக்குத் தெரியும். இருந்தாலும் நீங்கள் சொன்னது கடுமையானது.’

‘அப்படியானால் என்னை மன்னித்துவிடு.’

அவளுக்குத் தேவைப்பட்டதெல்லாம் அதுதான். உடனே அவள் மலர்ந்தாள். ‘பரவாயில்லை மைக்கேல். அது எளிதான விஷயமில்லை என்பது எனக்குத் தெரியும்.’ அவள் அவரை அன்பொழுகப் பார்த்தாள். தனிமையில் இருந்தபோதும் அவர்கள் தழுவிக்கொள்ளவோ முத்தமிட்டுக்கொள்ளவோ இல்லை. அது இருளுக்கும் இரவுக்கும் உரியது.

‘நான் என்ன நினைக்கிறேன் தெரியுமா ரோஸ்? சிலநேரம் நாம் இங்கேயே அடைந்துகிடக்கிறோம். நாம் ஏன் இன்று வெளியே போய்வரக் கூடாது?’

‘எங்கே போவது?’

‘நாம் எங்கே வேண்டுமானாலும் வண்டியில் போகலாம். கார் வைத்திருப்பதில் பெரிய வசதி இதுதான். நாம் செய்ய வேண்டியதெல்லாம் அதைக் கொட்டகையை விட்டு வெளியே எடுத்து ஓட்டிச் செல்வதுதான்.’

‘உங்களால் ஒரு நாளை ஒதுக்க முடியும் என்று நினைக்கிறீர்களா?’ இப்போதும் அவள் கவனமாக இருந்தாள்.

‘இப்போது ஒரு நாள் நாம் வெளியே செல்லாவிட்டால் நிலைமை மோசமாகிவிடும்’ என்றார் சிரித்தபடி. இப்போது அவர் மகிழ்ச்சியாக, நிம்மதியடைந்தவராக, தன்னைக் குறித்துப் பெருமைகொள்பவராக, தன் விருப்பம்போல இருக்கத் தயாரானவராக இருந்தார்.

அவர் ஃபோர்டு காரைக் கொட்டகையிலிருந்து வெளியே எடுத்துச் சாலையைப் பார்த்து நிறுத்தினார். உள்ளே வந்தபோது மேகி எழுந்து காலை உணவை உண்டுகொண்டிருந்தாள்.

‘உங்களுக்கு ஏதாவது வேண்டுமா அப்பா?’

‘பரந்த இந்த உலகில் எதுவும் தேவையில்லை, கடவுளுக்கு நன்றி.’ அவரது இந்த மனநிலை அவளுக்கு நிம்மதி தந்தது. ’இன்றைக்கு இந்த வீடு முழுக்க உனக்கே. ரோஸும் நானும் இன்று வெளியூர் போகிறோம்.’

‘எப்போது திரும்புவீர்கள் அப்பா?’

ரோஸ் அவரது பழுப்புநிற சூட், சட்டை, கழுத்துப்பட்டை, காலுறை ஆகியவற்றை வைத்துவிட்டுச் செல்ல அவர் உடை அணியத் தொடங்கினார்.

‘நீ வீடு திரும்புவதற்குள் நாங்கள் திரும்பி வந்திருப்போம். எப்படியும் இரவுக்கு முன்பே வந்துடுவோம்’ என்றபடி சட்டையை உள்ளே செருகிக்கொண்டு கால்சராயை இடுப்புக்கு உயர்த்தினார்.

‘நான் யாரையும் விட்டுக்கொடுக்காமல்தான் நடந்து கொள்கிறேன்’ என்று தன்னைத்தானே மெச்சியவளாய் ரோஸ் சொன்னாள். கம்பளி சூட், வெள்ளை மேல்சட்டை அணிந்து அழகாகவும், ரகசியமானதொரு வகையில் ஒயிலாகவும்கூட இருந்தாள்.

‘அப்பா ரொம்ப அழகாக இருக்கிறார். நான் அவ்வளவு ஒன்றும் குறைசொல்லும்படி இல்லையென்று நினைக்கிறேன்.’ மகிழ்வூட்டுவதற்கான ஒரு தெளிவான வாதத்தை மேற்கொள்பவளைப் போல கைகளையும் அங்கங்களையும் அசைத்தவாறு அவள் பதற்றமாகச் சிரித்தாள்.

‘நீங்கள் மிகவும் அழகாக இருக்கிறீர்கள் ரோஸ். பார்க்க சீமாட்டி போலிருக்கிறீர்கள்’ என்றாள் மேகி.

‘நான் அவளுக்குச் சாரதியாக இருக்க வேண்டியதுதான்’ என்று மோரன் சிரித்தார். சாரதி, அந்த வார்த்தையை அனுபவித்துத் தவறாக உச்சரித்தார். ஆனால் அவர் எதிர்பார்த்தபடி அவரை அவள் திருத்தவில்லை.

‘அப்படியாகாது, பயப்படாதீர்கள்’ என்றாள் உணர்ச்சிமிக்கவளாய்.

அந்தச் சிறிய காரில் அவர்கள் புறப்பட்டனர். சிறுமியுடையதைப் போன்ற ரோஸின் புன்னகையும் கையசைப்புகளும் மகிழ்ச்சியான ஒரு ஜோடி நாள் முழுவதும் தனியே வெளியே செல்லும் சித்திரத்தை வலியுறுத்தின. பிரதான சாலையில் கார் கவனமாகத் திரும்புவதைப் பார்த்த மேகி, பெரிய யூ மரத்தடி வாயிற்கதவைச் சாத்தினாள்.

மோரன் மனதில் ஒரு திட்டத்துடன்தான் வண்டியை ஓட்டினார். கார் பாய்ல் நகரின் ஆழமற்று வேகமாக நகர்ந்த ஆற்றைக் கடந்து, கூரையற்ற மடாலயத்தின் சாம்பல் வண்ணச் சுவர்களைக் கடந்து, பிரதான சாலையில் கர்லூ பறவைகளினூடாகத் தொடர்ந்து சென்றது. எங்கே போகிறீர்கள் என்று ரோஸ் கேட்கவில்லை. அவளுக்குக் கேட்கும் எண்ணமும் இல்லை. இந்தப் பகல் முழுவதும் அவருடன் இருந்தால் போதும்.

‘ஓநீலும் ஓடோனலும் கின்சேலுக்குச் செல்லும் வழியில் பீரங்கிகளுடனும் குதிரைகளுடனும் ஒரே இரவில் இவ்விடத்தைக் கடந்து சென்றனர்.’ கார் தாழ்வான மலைகளில் ஏறும்போது அவர் அவளிடம் கூறினார். ‘அன்றிரவு கறுப்பு உறைபனி தரையைப் பாறைபோல் கடினமாக்கியதால் அவர்களால் கடக்க முடிந்தது.’

பேச ஆரம்பித்த பிறகு அவர் சற்று இறுக்கம் தளர்ந்திருப்பது போலவும், வெறிச்சோடிக் கிடந்த சாலையில் அவ்வளவாகக் கவனம் கொள்ளாததுபோலவும் தோன்றியது.

‘நீங்கள் தப்பி ஓடிக்கொண்டிருந்த இரவுகளில் சிலவும் அப்படித்தான் இருந்திருக்குமென்று நினைக்கிறேன்.’ அவர்கள் இதுவரை பேசிக்கொள்ளாத விஷயத்தில் தலையிட அவள் துணிந்தாள்.

‘இல்லை. அந்த இரவுகள் வேறு மாதிரியானவை’ அவர் கடுகடுப்புடன் சொல்லவில்லையென்றாலும் அந்த இரவுகளைப் பற்றி அவர் பேச விரும்பவில்லை என்பது தெளிவாகத் தெரிந்தது.

‘ஸ்ட்ராண்ட்ஹில் போகலாமா? பிள்ளைகளது சிறு வயதில் நாங்கள் ஒவ்வொரு வருடமும் அங்கு செல்வோம்.’

'கடலைப் பார்த்தால் மகிழ்வேன்' என்றாள் அவள். அவர் மகிழ்வுடனிருக்கும் வரையிலும், அவள் அவருடன் இருக்கும் வரையிலும் எங்கே போகிறோம், எதைப் பார்க்கிறோம் என்பது குறித்து அவளுக்குக் கவலையில்லை. இப்போது அவளது இன்பத்திலும் வலியிலும் பெரும்பான்மையானவை அவரினூடாகவே கடந்துபோயின. அவருடனிருக்கையில் ஏதோ ஒன்று நடக்கப்போகிறது என்ற விசித்திரமான உற்சாகம் அவளைப் பீடித்திருந்தது. எதுவுமே எப்போதுமே இருந்த நிலையிலேயே இருந்ததில்லை. அவர் இயல்பாக நடந்து கொண்டபோது அவளுள் மட்டுமீறிய நன்றியுணர்வு உண்டானது.

'அதுதான் அமைதியான கடல்' அவர்கள் ஸ்ட்ராண்ட்ஹில் நோக்கி வளைந்து நெளிந்து செல்லும் குறுகலான சாலையில் வந்துகொண்டிருக்கையில் பாலிசதாரே நகரை நோக்கிச் சென்ற கழிமுகத்தைக் காட்டினார். 'நாங்கள் அங்கேதான் நீச்சலடிப்போம். இது மிகவும் ஒதுக்குப்புறமாக அமைந்தது, பாதுகாப்பானது. முன்னால் இருக்கும் கொந்தளிப்பான கடல் ஆபத்தானது. அதில் மூன்று அல்லது நான்கு பேர் மூழ்கி இறக்காத கோடைக்காலமே இல்லை.'

'நீங்கள் அவர்களைக் கடலுக்கு அழைத்துச் செல்வது மிகவும் நல்ல விஷயம். பள்ளி ஆசிரியர்களைத் தவிர வேறு யாரும் தங்கள் குழந்தைகளைக் கடலுக்கு அழைத்துச்செல்ல நினைப்பதில்லை.'

'நான் எப்போதும் சிறந்ததையே செய்ய முயன்றேன் அல்லது எது சிறந்தது என்று நினைத்தேனோ அதைச் செய்ய முயன்றேன். சிலநேரம் எது சிறந்ததென்று கண்டுபிடிப்பது எளிதல்ல. நமது எண்ணம் சரிதான் என்று நினைக்கும்போது அது நமக்கெதிராகத் திரும்பிவிடும். கடைசி நேரத்தில் லூக்கா கடலுக்கு வர மாட்டான்.'

'வளரும் பையன்கள் எல்லோருமே அப்படித்தான் இருப்பார்கள்' என்றாள் அவள்.

'அப்போது நாங்கள் புல்கரி விற்பதை நிறுத்த வேண்டி யிருந்தது' என்றார்.

'எந்தப் புல்கரி?' என்று கேட்டாள்.

'எங்களது கணப்புத் தேவைக்கு ஒரு பாரவண்டி நிறைய புல்கரியை வைத்துக்கொண்டு மீதியைப் பைகளில் கொண்டுபோய் வீடு வீடாக விற்றோம்.' அவர்கள் முதன்முதலில் தங்கியிருந்த பார்க் விருந்தினர் மாளிகைக்கு முன்னால் இருந்த கூழாங்கற்கள் பதித்த தெருவையும், தேவாலயத்துக்கும்

கோல்ஃப் மைதானத்துக்கும் இடையில் அவர்கள் வாடகைக்கு எடுத்த பங்களாவையும் அவர் காட்டினார். 'நாங்கள் இங்கிருந்துதான் புல்கரி விற்றோம். அந்தப் பணம் முழு விடுமுறைச் செலவுக்கும் வந்தது. அதில் நல்ல லாபம். அந்தக் கோடை முழுவதும் ஈரமாக இருந்தது. மழை காரணமாக எல்லோருக்கும் கணப்பு தேவைப்பட்டது. அந்த விடுமுறையில் நாங்கள் நன்றாகச் சம்பாதித்தோம்.'

முன்புறத்தில் இன்னும் இரண்டு கார்கள் மட்டுமே இருந்தன. ஏதோ நெஞ்சு புடைத்த கலப்பின நாயைப் போலக் கடலை நோக்கிப் புராதன பீரங்கி நின்றிருந்த மேடைக்கு அருகே அவை மெதுவாக வந்து நின்றன. அட்லாண்டிக் கடல் வெற்றுக் கரையில் மோதிச் சிதறுவதைப் பார்த்தவாறு அவர்கள் நீண்டநேரம் மௌனமாக அமர்ந்திருந்தனர்.

'மூன்று வருடங்களாக நாங்கள் கடலுக்கு வருவதில்லை. இப்படித்தான் நமக்கு வயது கூடிவிடுகிறது என்று நினைக்கிறேன். யோசனை எதுவுமின்றி ஒருகாலத்தில் நாம் செய்த பல விஷயங்களை இப்போது செய்ய முடிவதில்லை.'

'உங்களுக்கு ஒன்றும் வயதாகிவிடவில்லை' என்றாள் ரோஸ்.

'காலம் கடந்துவிட்டது, இனி திரும்பிப் போக முடியாது.'

'நீங்கள் என்ன செய்ய விரும்புகிறீர்கள் என்று எனக்குத் தெரியவில்லை' மிகுந்த எச்சரிக்கையுடன் சொன்னாள் ரோஸ். 'தேவைப்பட்டால் இருக்கட்டுமே என்று வெப்பக் குடுவையில் தேநீரும் சாண்ட்விச்சுகளும் கொண்டுவந்திருக்கிறேன்.'

'ரொம்ப நல்ல விஷயம்.' மதிய உணவுக்கு எங்கே போவது என பயந்துகொண்டிருந்தார். இங்கே மலிவான உணவகங்கள் எதுவும் அவருக்குத் தெரியாது, குருடனைப் போல அப்படியொன்றைத் தேட வேண்டியிருக்கும். 'அதன்பிறகு நாம் விரும்பும் எங்கு வேண்டுமானாலும் போகலாம்' ஒருவேளை தனது பேச்சு தன்னைக் கஞ்சனாகக் காட்டியிருப்பின் அதை மறைக்கும் விதமாக இவ்வாறு சொன்னார்.

காரின் முகப்புப் பெட்டியில் சாண்ட்விச்களை எடுத்து வைத்தபடியே ரோஸ் குடுவையைத் திறந்தாள். 'ஆண்டவரே, எங்களையும் உமது இந்தக் கொடைகளையும் ஆசீர்வதியும்...' ஸ்லிகோ துறைமுகத்திலிருந்து கிளம்பும் மீன்பிடிப் படகைக் காட்டியவாறு, வளைகுடாவைத் தாண்டியிருக்கும் ராஸஸ் முனை எப்படி பாதுகாப்பாகக் குளிக்க ஏற்றதென்றும் ஆனால் இங்கே நீரோட்டங்கள் காலடியிலிருந்து மணலை இழுப்பதை உணராமல் தண்ணீரில் நிற்க முடியாது என்பதையும்

விளக்கியவாறு அவர் சுவைத்துச் சாப்பிட்டார், அருந்தினார். 'ஆனால் பழைய முனையில் சுவாரஸ்யம் ஒன்றும் இருக்காது ரோஸ். புயலடிக்கும்போது கூட அங்கே சிறு அலைகள்தான் எழும். இங்கேதான் கடலை உண்மையாக உணர முடியும். இதை என் படையினரிடம் எப்போதும் நான் சொல்வதுண்டு' என்றார்.

'இது ஒரு அற்புதமான இடம்' என்றாள் ரோஸ்.

'நான் ஒரு புதிய மனிதனைப் போல உணர்கிறேன்' என்றார் மோரன். அவள் குடுவையைத் தள்ளி வைத்துவிட்டு, முகப்புப் பெட்டியில் இருந்த ரொட்டித் துணுக்குகளைத் தனது குவித்த உள்ளங்கைக்குள் தள்ளினாள். ஒருமித்து இருவரும், 'எல்லாம் வல்ல கடவுளே, முடிவில்லாமல் வாழ்ந்து உலகை அரசாளும் எங்கள் ஆண்டவராகிய கிறிஸ்து மூலமாய் நாங்கள் பெற்ற உமது எல்லா அருட்கொடைகளுக்காகவும் உமக்கு நன்றி செலுத்துகிறோம், ஆமென்' என்றனர். திறந்த வெளியில் பகலின் ஒளியில் உற்சாகமாக அவர்கள் காரிலிருந்து இறங்கி பாறைகளில் கால்வைத்துக் கீழேவந்து கரையோரத்தை அடைந்தனர். பின்னர் அலைகளின் விளிம்போரமாக ஒரு மைல் தூரத்துக்கு நடந்தனர். ரோஸ் சில கடல் சிப்பிகளையும் உருண்டைக் கற்களையும் எடுக்க, மோரன் கடற்பாசித் துண்டுகளை எடுத்து கால்சராய்ப் பையில் வைத்தார். நிலம் முடியுமிடத்தில் இருந்த பழைய இடுகாட்டின் நடுவிலிருந்த கூரையற்றத் தேவாலயத்தை நெருங்கும் முன்பு அவர்கள் திரும்பினர்.

'உள்ளூர்வாசிகள் இறந்தவர்களை இன்னும் அங்கேதான் புதைக்கிறார்கள்' என்று அவர் அவளிடம் சொன்னார்.

மணல் குன்றுகளுக்கிடையே வளைந்து நெளிந்து வந்த பாதையில் அவர்கள் திரும்பி வந்தனர். சில தேனீக்கள் சீக்கிரமே பூத்துவிட்ட க்ளோவர் மணப்புற்களில் ஊர்ந்துகொண்டிருந்தன.

'இன்னும் ஒரு மாதத்தில் இந்த இடத்தில் நிறைய கூடாரங்களும் கூண்டு வண்டிகளும், மனிதர்களும் இருப்பார்கள்.'

'கரையோரம் நடப்பதை விட இங்கே நடப்பது இனிமை. இந்தத் தரையில் நடக்கையில் நடையில் ஒரு துள்ளல் வந்துவிடுகிறது.'

'முயல் வளைகளில் கால் வைக்காமல் கவனமாக இருக்க வேண்டும் என்பதைத் தவிர இங்கு குறையொன்றுமில்லை. தேவையில்லாமல் கணுக்கால் பிசகிக்கொள்ளும்.'

‘நாம் ஒருவரையொருவர் சந்தித்ததும், ஒரு நாள் முழுவதும் இந்தக் கடலும் வானமும் நமக்கே நமக்கென்று ஒன்றாக ரசித்துக்கொண்டிருப்பதும் நமது அதிர்ஷ்டமல்லவா’ என்றாள் ரோஸ் உற்சாகமாக.

‘நமக்கு வாழ்க்கை என்றால் அதுதானே’ என்று கடுகடு வென்று சொன்னார். அவள் அவரைக் கவனமாகப் பார்த்தாள். கடலலையைக் காட்டிலும் கணிக்க முடியாத ஒருவராக அவர் மாறிக்கொண்டிருந்தார். அவருள் திரண்டுவருவதாக அவள் உணர்ந்த கோபத்தை விரைவில் அவர் வெளிப்படுத்தி யாக வேண்டும். மிக நெருக்கத்தில் அவள்தான் இருந்தாள். அவள் மிகவும் நேசித்த அந்த மனிதருடன் அவளுடைய வாழ்க்கை முழுவதுமாகப் பிணைக்கப்பட்டிருந்தது. அவருள்ளிருந்த அந்தகாரத்தைக் கண்டு அவள் அஞ்சினாள். அந்த முழுப்பகலும் அவர்கள் மட்டில் பாழடைவதற்குள் அவர்கள் வீடு திரும்ப வேண்டும்.

‘தேநீர் அருந்த அல்லது ஐஸ்கிரீம் சாப்பிட ஏதாவதொரு உணவகத்துக்குப் போகலாமா?’ அவள் மனவிலகல் அடைந்ததை எப்படியோ உணர்ந்தவர்போல சிடுசிடுப்புடன் கேட்டார்.

அவர்கள் முற்றிலும் தனித்திருக்கவில்லை என்பதை உணர்த்துவதுபோல, மணல் குன்றுகளுக்குப் பின்னிருந்து வெள்ளை டெரியர் நாயுடன் ஒருவர் அவர்களை நோக்கி வந்தார். வெளிறிப்போன எலும்பொன்றை வைத்திருந்த அவர், டெரியர் போய் எடுத்துவருவதற்காக மணல் மேட்டில் அதை எறிந்தார். அவர்கள் கடந்து செல்லும்போது அவர் மௌனமாகத் தனது தொப்பியை உயர்த்தினார்.

‘வேண்டாம்’ என்றாள் உறுதியாக. ‘வீட்டுக்கே போய் விடலாம் என்று தோன்றுகிறது. அதிகப்படியாக ஏதாவது செய்து இந்த நாளைப் பாழாக்கிக் கொள்ள வேண்டாம்.’

‘நிச்சயமாகத்தான் சொல்கிறாயா ரோஸ்?

‘நிச்சயமாக.’

‘இதுபோல நாம் அடிக்கடி வர வேண்டும் ரோஸ்’ அலங்கார பீரங்கியிலிருந்து ஃபோர்ட் காரை வெளியே எடுத்தபடி அவர் சொன்னார். அந்த நீண்ட அகலமான கரையோரம் இப்போது நான்கு பேர் இருந்தனர். பெருக்கெடுத்து ஓடும் நீரின் பரப்பு, வெளிறிய மணல் இவற்றின் பின்னணியில் அவர்கள் சிறிதாக, கறுப்பாகத் தெரிந்தனர்.

'நம்மால் முடியும், ஆனால் மேகி போன பிறகு நாம் இப்படி வீட்டைவிட்டு வருவது அவ்வளவு எளிதல்ல' என்று அவள் இனிமையாகச் சொன்னாள். அவளது இந்த இனிமையான தொனி சிலநேரம் அவரது எண்ணத்துடன் அவள் ஒத்துப்போகிறாள் என்பதுபோலவும், சிலநேரம் அவருக்கு எரிச்சலூட்டுவது போலவும் தோன்றும். இந்தமுறை அவருக்கு அது மகிழ்ச்சியளிப்பதுபோலத் தோன்றியது. விரும்பினால் நாம் எப்போது வேண்டுமானாலும் வீட்டை விட்டு இப்படி வந்துவிடலாம் என்று அவள் சொல்லியிருந்தால் அவர் அதை விரும்பியிருக்க மாட்டார். எளிதான, இனிமையான எதுவும் ஆழ்ந்த ஐயத்தை உண்டாக்குகிறது, அத்துடன் தங்களது மகிழ்வில் திளைப்பவர்கள் பொதுவாகவே மற்றவர்களைக் குறித்துக் கவலை கொள்வதில்லை.

○

அவர்களது திருமணத்துக்கு முன்பு வீட்டு வேலைகளைச் செய்வதில் கடுமையாகத் தன்னை ஈடுபடுத்திக்கொண்டிருந்தவள் மேகி. ரோஸ் அதிலிருந்து அவளை விடுவித்தாள். அவள் வயதையொத்த மற்ற பெண்களைப் போலவே அவளும் உடுத்த அழகான ஆடைகள் வைத்திருக்குமாறும், வெளியே செல்வதற்குக் கொஞ்சம் பணம் வைத்திருக்குமாறும் பார்த்துக் கொண்டாள். நடனங்களில் கலந்துகொண்டுவிட்டு அவள் கொண்டுவரும் சிறிய வெற்றிகளின் கதைகளை ரோஸ் கேட்பாள். மேகி இதுவரை இந்த அளவுக்கு அடுத்தவரது கவனத்தை ஈர்த்ததில்லை. இந்தப் புதிய நம்பிக்கையுடன் அவள் தானே முன்வந்து வயலில் வேலையிலிருந்த மோரனிடம் சென்றாள். வெட்டிய கிளைகளைச் சேகரிப்பது, மாடுகளைக் கூட்டி ஓரிடத்தில் நிறுத்துவது போன்ற சிறுசிறு வேலைகளில் அவருக்கு உதவினாள், அல்லது அவர் வேலை செய்யும்போது அவருக்குத் துணையாக இருந்தாள்.

அவள் சீக்கிரமே கிளம்பிவிட்டாள். அவளிடம் இனிமையாக நடந்துகொள்வது அவருக்கு எளிதாக இருந்தது. போகிற போக்கில் வரும் எரிச்சல் தவிர்த்து அவர் ஒருபோதும் அவளைத் திட்டியதில்லை. அவளைத் தனக்கு நெருக்கமாக்கிக் கொள்ள வேண்டும் என்பதே அவரது உள்ளுணர்வாக இருந்தது. 'வாழ்க்கை ஒரு விசித்திரமான துணிகர முயற்சி' என்று அவர் விரும்பிச் சொல்வார். 'நீ எவ்வளவு தாழ்வு அல்லது உயர்வை அடைவாய் என்று உனக்குத் தெரியாது. உலகில் நீ எவ்வளவு உயர்ந்தாலும் அடுத்தவரை ஒருபோதும் தாழ்வாகப் பார்க்காதே. இப்படியிருந்தால் உன் பாதையில் தவறு நிகழாது.

உள்ளே வந்ததும் மேகி பெருமிதத்துடன் 'அப்பா ரொம்ப அற்புதமானவர்' என்றாள்.

ரோஸ் மௌனமாக இருந்தாள். ஆனால் அவளில் மகிழ்ச்சியைக் காண முடிந்தது.

'அவர் நல்லவராக இருக்கும்போது அப்படித்தான் இருப்பார்.' பாடத்தில் மூழ்கியிருந்த மோனா கவலையுடன் நிமிர்ந்து பார்த்தாள்.

'அவர் எப்போதும் இப்படியே இருந்தால் இன்னும் நன்றாக இருக்கும்.' ஷீலா கிண்டலாகச் சொன்னாள்.

'உற்று நோக்கினால் நாமேகூட அந்த அளவுக்கு நல்லவர்களாக இருக்க மாட்டோம்.' சட்டென்று அவளுக்குப் பதிலளித்தாள் ரோஸ்.

மைக்கேல் பழைய சாய்வுநாற்காலிக்கு முன்னால் தரையில் மண்டியிட்டு அமர்ந்திருந்த இடத்திலிருந்து நிமிர்ந்து பார்த்தான். அவனது புத்தகங்கள் நாற்காலியில் பரப்பி வைக்கப் பட்டிருந்தன. அவர்களது கவனம் தன்மீது இல்லை என்று தெரிந்ததும் மீண்டும் அவன் புத்தகங்களில் மூழ்கினான்.

வீட்டில் மேகியின் கடைசி இரவில் ரோஸ் ஒரு சிறிய விருந்து ஏற்பாடு செய்தாள். முந்தின நாள் இரவு வெகுநேரம் வெளியே இருந்து தனது நண்பர்களிடம் விடைபெற்றுக்கொண் டிருந்தாள் மேகி. அவளது கடைசி இரவு வீட்டில்தான்.

மோரன் வழக்கத்துக்கு முன்பாகவே ஜெபமாலை சொல்லி முடித்தார். ஜெபமாலையின் முடிவில் தான் நுழையவிருக்கும் உலகில் மேகி பாதுகாப்பாக இருக்க ஒரு மன்றாட்டை ஒப்புவித்தார். அதை அவர் அழுத்திச் சொன்ன விதம் அனைவரையும் கிட்டத்தட்டக் கண்ணீர் சிந்தவைக்கும் நிலைக்குக் கொண்டு சென்றது. ஆனால் ரோஸ் திட்டமிட்டிருந்த மகிழ்வான விஷயங்களால் அந்த மனநிலை சீக்கிரமே மறைந்தது.

அவர்கள் மிகவிரும்பும் தெளிந்த கோழி சூப் கிண்ணங்கள் மேசையில் வைக்கப்பட்டிருந்தன. அதைத் தொடர்ந்து உள்ளே மசாலா குறைவான தீனியடைத்து வறுக்கப்பட்ட கோழி, சூடான குழம்பு, மாவுமாவாய் இருந்த ஏராளம் வறுத்த உருளைக்கிழங்குகள் ஆகியவை வந்தன. தம்ளர்களில் எலுமிச்சை பானம் ஊற்றப்பட்டது. உணவைப் பாராட்டும் விதமாய் தம்ளர்களை உயர்த்திப் பருகினார்கள். 'நம் வீட்டிலேயே அமெரிக்கா' என்று மோரன் பெருமையடித்துக்கொண்டார். தொடர்ந்து முக்கியத்துவமற்ற ஏனைய உணவுகள் கிண்ணங்களில்

ஜான் மெக்காஹர்ன்

வந்தன. 'நமக்கெல்லாம் வயிறு வெடித்துவிடும்போல இருக்கிறது!' மோரனுக்கும் குடும்பத்தாருக்கும் மகிழ்ச்சி. பாத்திரம் கழுவுவதைக் காலையில் வைத்துக்கொள்ளலாம் என ரோஸ் நினைத்தாள், ஆனால் பெண்கள் அதை அப்போதே முடித்து விடலாம் என்றனர். பிறகு கொட்டாவிகள் கிளர்ந்து ஆட்டத் தந்திரங்கள் கைநழுவி அயர்ச்சிதான் இப்போது ராஜா என்று உணர்த்தும்வரை அவர்கள் சீட்டு விளையாடினர். காலையில் பள்ளிக்குச் செல்ல வேண்டிய மூவரும் உறங்கச் சென்றனர். சற்றுநேரம் கழித்தே மேகி அவர்களைப் பின்தொடர்ந்து உறங்கச்சென்றாள்.

'நாளை உனக்கு நிறைய வேலைகள் இருக்கின்றன' என்று உற்சாகப்படுத்தினாள் ரோஸ்.

'கடவுள் உன்னை ஆசீர்வதித்துப் பாதுகாப்பாக வைத்திருப்பாராக' என்றார் மோரன்.

மேகி அவரை அன்பொழுகப் பார்த்தாள். இரவு வணக்கம் சொல்லி முத்தமிட்டாள். லண்டன் வாழ்வை எதிர்கொள்வது, வாழ்வின் அடுத்த கட்டத்துக்கு நகர்வது ஆகியவற்றில் அவரே அவளது மூல ஆதாரம். அவர் அவளது தந்தை.

மறுநாள் அந்தச் சிறிய ரயில்நிலையத்தின் நடைமேடையில் பார்க்க அவர் பளிச்சென்று இருந்தார். திருமணத்தின்போது அணிந்த பழுப்புநிற சூட்டைச் சிரத்தையுடன் அணிந்திருந்தார். மௌனமான அதிகாரத்துடன் பயணச்சீட்டு வாங்கினார். அங்கிருந்த எவருடனும் அவருக்கு நட்பு இல்லை. எனவே வெள்ளைச் சரளைக் கற்களின் மீது நின்றபடி காத்திருந்த மனிதர்களுடன் பேச அவருக்கு எதுவும் இருக்கவில்லை. ரோஸ் தனது வாழ்வில் பாதியை ஸ்காட்லாந்தில் கழித்திருந்தாலும் நடைமேடையில் இருந்த பலரை அறிந்திருந்தாள். ஒவ்வொரு வரது விசாரிப்புக்கும் அவள் அன்புடன் பதிலளித்தாள். மற்றவர்களுடனான தனது இந்த நட்புணர்வு மோரனைச் சீண்டிவிடக் கூடாது என்பதில் கவனமாக இருந்தாள். மேகி மௌனமாக நின்றிருந்தாள். சமீபமாக அவள் நடனங்கள், கச்சேரிகள் எனக் கலந்துகொண்டிருந்தாலும், ரோஸுடன் ஒப்பிட அங்கே வெகுசிலரே அவளுக்குத் தெரிந்தவர்களாக இருந்தனர். மோரன் தங்களைச் சுற்றிக் கட்டியெழுப்பி யிருந்த இந்தத் தனித்திருத்தலைத் தனது தனித்துவமாகவும் பலமாகவும் பார்த்தாள் மேகி. இத்தனைப் பேரைத் தெரிந்து வைத்திருந்ததில் ரோஸ் சற்றுச் சாதாரணமானவளாகி விட்டதாக அவள் எண்ணினாள். அங்கே நிலைய அதிகாரி யின் பழுப்புநிறக் குதிரையும் சில மாடுகளும் ஆடுகளும்

மேய்ந்துகொண்டிருந்த, தண்டவாளங்களுக்கு அப்பாலிருந்த குன்றை நடைமேடையிலிருந்து விறைப்பாக நின்று பார்த்துக் கொண்டிருந்த மோரன் தனித்தும், முற்றிலும் விலகியும் நின்றார்.

அவர்கள் காத்திருந்தபோது ரோஸ் மேகியைத் தொட்டுப் பேசிக்கொண்டிருந்தாள், சிலநேரம் அவளது தோள்பட்டையை யும் கையையும் பிடித்துவிட்டாள். 'எங்களது அற்புதமான பெண் நீ. உலகத்தை எதிர்கொள்வதில் அச்சம் கொள்ளாதே' என்று சொல்லிவிட்டு வரும் நீண்ட வருடங்களில் மேகியின் மகிழ்ச்சியையும், அவளது குழந்தைகளையும் இப்போதே கற்பனை செய்யத் தொடங்கினாள் ரோஸ்.

டீசல் ரயில் அந்த நிலையத்துக்குள் வரும்போதே நடைமேடையிலிருந்தவர்கள் பயணப்பெட்டிகளைக் கையிலெடுக்கத் தொடங்கியிருக்க, மோரன் திரும்பி அவள் தன்னை வந்து முத்தமிட்ட இரவுகளில் கடைசி நல்லிரவு முத்தம் என்பதுபோல அவளை முத்தமிட்டார்.

'நினைவில் வைத்துக்கொள், நீ விட்டுச் செல்லும் வீடு எப்போதும் உன் வீடாகவே இருக்கும். ரோஸும் நானும் இங்கே இருக்கும்போது, அது எப்போதும் நீ திரும்பி வரக்கூடிய ஒரு வீடாக இருக்கும்.'

'எப்போதுமே உனக்காகக் காத்திருப்போம்.' அவளை முத்தமிட்டபடி சொன்னாள் ரோஸ்.

மேகி அழுதாள். நிலையத்தை விட்டு ரயில் கிளம்பத் தொடங்கியபோது திரும்பிக் கூட்டத்தில் மோரனின் முகத்தைத் தேடிக் கண்டுபிடித்துக் கையசைத்தாள்.

'அந்தக் கனவான் அவளைச் சந்திப்பார் என்று நினைக்கிறாயா?'

'நிச்சயம் அவன் அவளைச் சந்திப்பான். அவளைத் தனியே லண்டனில் அலையவிட மாட்டான். அவன் அவளுடைய அண்ணன்.'

'உன்போலவே நானும் அதை நம்ப விரும்புகிறேன். ஆனால் தேவை ஏற்படும் பட்சத்தில் மருத்துவமனையைச் சேர்ந்தவர்களையும் ரயில்நிலையம் சென்று அவளைச் சந்திக்குமாறு கேட்டிருக்கிறேன். வேறு எதற்காகவும் இல்லாவிடினும் என்னைத் திருப்பி அடிக்கக் கிடைக்கும் வாய்ப்புக்காகவேகூட அவன் அவளைச் சந்திக்கலாம்.'

தரை மிகவும் ஈரமாக இருக்கும் நாட்களில்கூட மோரன் வீட்டைச் சுற்றிவருவது அரிது. தான் ஒருவகையான பட்டறை யாக மாற்றியிருந்த புறக்கட்டுச் சிற்றிலில் கிராமத்து ஏலத்தில் மிகவும் சொற்பத் தொகைக்கு எடுத்த சிறிய எஞ்சின்கள், பழங்கால வாகன விளக்குகள், நீரிறைக்கும் மோட்டார்கள் ஆகியவற்றை வைத்து நோண்டிக்கொண்டிருப்பார். அவை எவ்வாறு செயல்படுகின்றன என்பதைச் சரியாகப் புரிந்து கொள்வதற்கான பொறுமையோ வழிமுறையோ அவரிடம் இல்லை. தொடர்பான சில கையேடுகளையும் புத்தகங்களையும் வாசித்துத் தெரிந்துகொள்வாரே தவிர வேறு யாருடைய வழிகாட்டுதலையும் கேட்க மாட்டார். ஆனால் பலமுறை முயன்று தவறி எதையாவது செய்து அவ்வப்போது ஏதாவ தொரு எஞ்சினை இயங்க வைத்துவிடுவார். அப்போது அவர் மிகவும் மகிழ்ச்சியாக இருப்பார், அவரது இயல்பான ஆற்றல் அந்த மகிழ்ச்சியை அவரைச் சுற்றியுள்ள எல்லா வற்றிலும் படரவிடும். அந்த நாட்களெல்லாம் தனதாக இருந்திருந்தால் எப்படியிருந்திருக்குமோ அதைவிடவும் அதிகக் கொண்டாட்டத்துடன் ரோஸ் அவற்றை அவரோடு பகிர்ந்துகொண்டாள். பலநாட்கள் அவருக்கு எதுவுமே சரியாக அமையாது. கறுப்பு நிறத்தில் இருக்கும் நீளமான அவருடைய பணிமேசை முழுவதும் எந்திர பாகங்களின் குழப்பம் நிரப்பியிருக்கும். அந்த நாட்களில் ரோஸ் பயந்து நடுங்கினாள், பெண்கள் இருவரிடமும் பையனிடமும் இருப்பது அவளுக்கு ஒருவிதத்தில் அமைதி தருவதாக இருக்கும். அவர்களை அவள் முழுமையாக வென்றுவிட்டிருந்தாள். வீட்டுப்பாடங்களில் ஈடுபடும் முன்புவரை அவர்கள் அவளிடம் அன்றைய தினத்தைக் குறித்து அரட்டையடித்துக்கொண் டிருப்பார்கள். பெண்களிருவரும் நன்றாகப் படித்தார்கள், படிப்பதை அவர்கள் விரும்பினார்கள். ஆரம்ப வருடங்களில் வீட்டுப்பாடம் அவர்களுக்கு ஒரு புகலிடம். படிக்கும்போது ஆபத்தின்றிப் பாதுகாப்பாக உணர்ந்தனர்.

மைக்கேலும் நன்றாகப் படித்தான். ஆனால் அதிக நேரம் படிக்க மாட்டான். தனியே அரை மணிநேரம் உட்கார்ந்திருந்தாலே அமைதியிழந்து, புத்தகங்களை மேசைமீது பரப்பிவிட்டு வெளியே மறைந்துவிடுவான். 'இவ்வளவு சீக்கிரம் முடித்தாயிற்றா?' ரோஸ் கிண்டலாகக் கேட்பாள், ஆனால் அவன் கதவை அறைந்து சாத்திவிட்டுப் போயிருப்பான். 'அவன் வீட்டுப்பாடத்தை முடித்துவிட்டிருந்தால், மேசையை இவ்வளவு அலங்கோலமாக விட்டுவிட்டு எழுந்திருக்கக் கூடாது என்ற இங்கிதம் தெரிந்திருக்காதா' என்று பெண்களிருவரும்

முணுமுணுப்பார்கள். ஆனால் அவர்களும் ரோஸும்தான் அவனது புத்தகங்களை ஒழுங்குபடுத்தி வைப்பார்கள். வயதுக்கேற்ற உயரமும் உடல்வலுவும் கொண்டிருந்தாலும் கடும் உடலுழைப்பை அவன் விரும்புவதில்லை. நிலத்தில் வேலை செய்கையில் மோரனுக்கு உதவுவதில் அசமந்தமாக இருந்தான். செல்லப் பிராணிகள் பலவற்றை வளர்த்தான்: சாம்பல் நிறப் பூனையான மரியா, வயல்வெளிகளில் அவனுடன் எல்லா இடங்களுக்கும் சென்ற மந்தைக்காவல் நாய் ஷெப், மரியாவைச் சீண்டுவதற்காகவே வளர்த்த ஒரு நொண்டிப் புறா உள்ளிட்ட பல பறவைகள். ஓர் இளவேனிற்காலத்தில் கைவிடப்பட்ட கூடு ஒன்றிலிருந்து அவன் எடுத்துவந்த முட்டை பொரிந்து ஒரு காட்டு வாத்துக்குஞ்சு வெளிவந்தது. வளர்ந்துவந்த அது ஓர் அக்டோபர் நாளில் பறந்து போய் விட்டதையடுத்துப் பல வாரங்களுக்கு அவன் வருத்தத்துட னிருந்தான். ரோஸ் வந்த பிறகு வீட்டுக்கு முன்புறம் சிறு பூந்தோட்டத்தை உருவாக்கத் தொடங்கினாள். அவனை அங்கே அடிக்கடி காண முடிந்தது. முதலில் ரோஸுக்கு உதவியாக இருந்தவன், பிறகு முள்வேலிக்குள்ளாகப் பச்சையாக இருந்த அனைத்தும் வண்ணங்களில் உயிர்பெற்றுத் துலங்கும்வரை நடைபாதைக்கு அப்பாலும் தோட்டத்தை விஸ்தரித்துக் கொண்டு போனான். நீலவண்ண மலர்களும், கார்னேஷன் வகை மலர்களும் அமைந்த படுகைகள், வரிசையாக நின்ற மஞ்சளும் சிவப்பும் கலந்த கொத்து மலர்கள் ஆகியவற்றி லிருந்து மாலை நேரங்களில் நறுமணம் வீசியது. இவற்றுடன் வழக்கமான லீலிகளும் ரோஜாக்களும். பறவைகளுடனும் விலங்குகளுடனும் அவன் பழகிய விதம் பூக்கள், செடிகளுட னும் தொடர்ந்தது. ஒரேநேரத்தில் இது மோரனுக்கு வேடிக்கை யாகவும் எரிச்சலாகவும் இருந்தது.

‘என்றாவது ஒருநாள் உனக்கொரு குட்டைப் பாவாடை வாங்கிக்கொள்வாய் என்று நினைக்கிறேன்.’

‘கால்சராய்தான் அதைவிட வசதி’ என்று புன்னகையுடன் அவரது பேச்சை அவனால் ஒதுக்க முடிந்தது.

‘கேரட்போல ஏதாவது பயிரிட்டால் அதில் அர்த்தம் இருக்கும். இந்தப் பூக்களில் எதையும் நீ சாப்பிடுவதற்குரிய காலம் இன்னும் வரவில்லை.’

‘பார்ப்பதற்கு இவை எவ்வளவு நன்றாக இருக்கின்றன.’

‘பார்ப்பதன் வழியாக இவ்வுலகில் ரொம்ப தூரம் நீ முன்னேற முடியாது’ என்றார் மோரன்.

ஆனால் பையனது பதிலாக அமைந்த தலையசைப்பில் மறைந்திருந்த மோரன் செய்யும் வேலைகள்மீதான அவனது வெறுப்பு மோரன் வெளிப்படுத்திய வெறுப்பின் அளவுக்குச் சமமாக இருந்தது. அது வலிந்து ஏற்றுக்கொள்ளும் அடிமைத்தனத்திற்குக் குறைவானதல்ல என்று அவன் நினைத்தான். குழந்தைப் பருவத்திலிருந்தே பெண்கள் என்னும் பாதுகாப்புத் திரைக்குள் வளர்க்கப்பட்டு, இப்போது ரோஸின் நிழலில் நம்பிக்கையுடன் வளர்ந்துவந்த அவன் மோரனைக் குறித்த அச்சத்திலிருந்து வெளியேறியிருந்தான்.

மேகி சென்ற பிறகு மோரன் தபால் அலுவலகத்திற்குச் செல்லும் தனது பழையப் பழக்கத்தைத் திரும்பவும் மேற்கொள்ள ஆரம்பித்தார். உறவினர்களுக்கோ, பழைய போர்க்காலத்து நண்பர்களுக்கோ அவர் கடிதம் எழுதுவதில்லை என்பதால், கடுமையான தொனியில் அவர் விளக்கினார்: 'லண்டனில் இருக்கும் என் மகளிடமிருந்து கடிதத்தை எதிர்பார்க்கிறேன். இப்போதெல்லாம் வெளிநாட்டில் வசிக்கும் இளைஞர்கள் அலட்சியமாக இருக்கிறார்கள்.' தபால் வண்டி கொண்டுவந்த சாம்பல்நிறப் பையில் தபால் அலுவலரான ஆனி அவருக்கான ஒரு கடிதத்தைக் கண்டுபிடிக்க முடியாமல் ஒவ்வொரு மாலையும் கழிந்தது. ஒருவழியாக நீல நிற உறையில் பக்தியுடன் எஸ்ஏஜி (புனித அந்தோணியாரே, வழிநடத்தும்) என்ற முத்திரை அச்சிடப்பட்டிருந்த கடிதம் வந்தது. துப்பாக்கியை யும் பட்டறையில் பலவிதக் கருவிகளையும் உறுதியாகப் பிடித்திருந்த அவரது கைகள் அதை வாங்கியபோது நடுங்கின. அவர் திடீரென்று முகத்தைத் திருப்பிக்கொண்டு வெளியே சென்றது ஆனிக்கு எரிச்சலாக இருந்தது. வெளியே நடைபாதையில் கல்போல அசையாது நின்று கடிதத்தைப் படித்துக்கொண்டிருந்தார். தபால் அலுவலகத்தை விட்டு வெளியேறியவர்கள் அவரிடம் பேசினார்கள், ஆனால் அது அவர் காதுகளில் விழவில்லை. கடைசியில் அவர் அங்கிருந்து நகர்ந்தபோதும் அந்தக் கடிதத்தை ஆராய்ந்தபடியே நடந்தார். வீட்டை அடைந்தபோது கடிதத்தின் ஒவ்வொரு சொற்றொடரையும் மனப்பாடமாக அறிந்திருந்தார்.

'கடைசியில் அவள் தன்னையே உலுக்கி எழுப்பிக் கொண்டு எழுதியிருக்கிறாள்' என்று ரோஸிடம் கடிதத்தைக் கொடுத்தார்.

'முதலில் அவள் நிறைய விஷயங்களுக்குப் பழகவேண்டி இருந்திருக்கும் இல்லையா?' கடிதத்தில் மூழ்கிவிட்டிருந்த ரோஸ் அலட்சியமான ஒரு தொனியில் சொன்னாள். லூக்கா

அவளை யூஸ்டனில் சந்தித்திருக்கிறான். சுரங்க ரயில் பிடித்து மருத்துவமனைக்குச் சென்றிருக்கிறார்கள். செவிலியர் விடுதியில் எல்லா மாணவிகளுக்கும் மேசை, படுக்கையுடன் ஒரு சிறிய அறை கொடுக்கப்பட்டிருந்தது. மேகியின் வகுப்பில் பல அயர்லாந்துப் பெண்களும், பாலிமோட் நகரத்துக்குப் பக்க மிருந்து இரண்டு பெண்களும் வந்திருந்தனர். மருத்துவமனைக் கூடங்கள், வகுப்புகள் எல்லாம் இப்போதுதான் அவளுக்குப் பழக்கமாகத் தொடங்கியிருந்தன. மருத்துவமனைக்கு அருகிலேயே ஏரியுடன் கூடிய பெரிய பூங்கா இருந்தது. கடந்த ஞாயிற்றுக்கிழமை லூக்கா வந்திருந்தான். அவர்கள் அந்தப் பூங்காவுக்குச் சென்றனர். ஒரு மணிநேரத்துக்கு இவ்வளவு என்ற கணக்கில் படகுகள் வாடகைக்கு விடப்பட்டன. அவர்கள் ஒரு படகை வாடகைக்கு எடுத்துத் துடுப்பிட்டபடி ஏரியை வலம்வந்தனர். பின்னர் ஏரிக்குப் பக்கத்தில் முழுவதும் மரப்பலகைகளைக் கொண்டு கட்டியிருந்த சிற்றுண்டியகத்தில் தேநீர் அருந்தினர். அவள் நிறைய அன்பையும் வரிசையாக முத்தங்களையும் அனுப்பியிருந்தாள்.

'இத்தனைக்குப் பிறகும் லண்டனில் பிரபு என்ன செய்கிறார் என்று அவள் சொல்வாள் என நீ நினைக்கிறாயா?'

'இருந்தாலும் அவன் அவளை ரயில் நிலையத்தில் போய்ப் பார்த்திருக்கிறான். மீண்டும் ஞாயிற்றுக்கிழமை பார்க்கப் போயிருக்கிறான்.'

'போயிருக்கிறான். ஆமாம், சரியாகப் போயிருக்கிறானே.'

'ஒருவேளை அவனைப் பற்றி விசாரிக்கும் அளவுக்கு அவள் அவனிடம் நெருங்கவில்லையோ என்னவோ' அங்கு நிலவிய ஆழ்ந்த மௌனத்தைக் கலைக்கும் விதமாக ரோஸ் சொன்னாள்.

'மேகி மெதுவாகச் செயல்படுபவளாக இருக்கலாம், ஆனால் அவள் அவ்வளவு மெதுவானவள் இல்லை' என்றார் அவர் பொறுமையிழந்து. 'உங்களுடைய ஆள் தான் செய்யும் எதுபற்றியும் சொல்லக் கூடாதென்று அவளை எச்சரித்திருக்கிறான். அதனால்தான் அவள் எதுவும் எழுதவில்லை.'

அலட்சியமாகச் செய்தித்தாளின் ஓர் ஏட்டை மேசைக்குப் பக்கத்தில் இருந்த சிமெண்ட் தரையில் விழச்செய்து, சிறிய பணப்பையிலிருந்த ஜெபமாலையை உள்ளங்கையில் சரித்தார். 'பரலோகத்திலிருக்கிற எங்கள் பிதாவே', 'அருள் நிறைந்த மரியே வாழ்க.' மன்றாட்டுகளின் சீரான, சோம்பலான ரீங்கரிப்புப் போன்ற தொனியை எட்ட முடியாமல் ஏதோ நினைவுடன் செபித்தார். வேறொரு மாலைப்பொழுதில்

செபிக்கும்போது மற்றவர்களிடம் கண்டிருந்தால் தான் விரைந்து கண்டித்திருக்கக்கூடிய விடுபடல்களையும், திரும்பக் கூறுதல்களையும் அவர் செய்தார். ஜெபமாலையை எடுத்து வைப்பதற்குள் பேனாவையும் காகிதத்தையும் தேடி மேகிக்குக் கடிதம் எழுத ஆரம்பித்தவர் பின்னிரவு வெகுநேரம்வரை எழுதிக்கொண்டிருந்தார். அலங்காரமற்ற வெற்று நடையில் எழுதினார். எழுதுகையில் நேருக்குநேர் பேச வேண்டிய தேவையில்லாததால் தனது ஆளுமையின் பாரத்தை எழுத்தில் அவர் வைக்கவில்லை என்று தோன்றியது. மூன்று குழந்தைகளும் உறங்கச் சென்றுவிட்டனர். தான் எழுதியதில் போதுமான திருப்தி ஏற்பட்டு அவர் உறையை ஒட்டும் நேரம்வரை ரோஸ் கணப்பு அருகே காத்திருந்தாள்.

மேகி லண்டனில் இருந்ததால் ஷீலாவுக்கும் மோனா வுக்கும் முக்கியத்துவம் கூடியது. அவர்கள் தங்களது சொந்தக்காலில் நிற்க முடிந்தது. ஷீலா மிக நன்றாகப் படித்தாள். உணர்ச்சிவசப்படுபவளாக, தன்னறுதி மிக்கவளாக இருந்தாள். ஆனால் சிறிய எதிர்ப்பு என்றாலும் அதன்முன் சட்டென்று சுணங்கிவிடுவாள். பள்ளிப்படிப்பு முடிந்ததும் அவளைப் பேசவைத்துக் கிண்டல் கேலி மூலம் தனது பொறுப்பற்ற அபிப்பிராயங்களிலிருந்து அவளை வெளியே வரவைப்பதையும், அவளது சாதுர்ய மூளை முன்பின்னாகச் சுழன்று நிலைநிறுத்த முடியாத ஒரு கருத்தை நிலைநிறுத்த முயல்வதையும் பார்ப்பதை ரோஸ் மிகவும் விரும்பினாள். மோனா அமைதியானவள், கடினமாக உழைப்பவள், மிகவும் பிடிவாதக்காரி, இணங்கிச் செல்ல ஆர்வமுள்ளவள். ஆனால் ஒரு நிலைப்பாட்டைக் கைக்கொண்ட பின்னர், அல்லது அப்படி ஒன்றில் சிக்கிக் கொண்ட பின்னர், அவள் அசைந்துகொடுக்க மாட்டாள். இதனால் அவளுக்கு மோரனுடன் மோதல் உண்டானது. ரோஸ் வீட்டுக்கு வந்தது அவர்களின் வாழ்க்கையை இலகுவாக்கியது. அவர்களது கவனமனைத்தையும் பள்ளியிலும் படிப்பிலும் செலுத்த முடிந்தது. அனைத்துக்கும் மேலாகப் படிப்பையே அவர்கள் வீட்டை விட்டு வெளியேறி வாழ்க்கையைத் தங்களுக்குரிய வகையில் அமைத்துக்கொள்வதற்கான ஒரு வழியாகக் கண்டனர்.

இறுதியில் தனது மூத்த மகனைப் பற்றிய மோரனின் எரிச்சல் மண்டிய விசாரிப்புகளுக்குப் பதிலளிக்கும் விதமாக லண்டனிலிருந்து ஒரு கடிதம் வந்தது. அதிலிருந்த தகவல் இதைவிடவும் சாதாரணமாக இருந்திருக்க முடியாது. மேகி அவனை முதலில் கிட்டத்தட்ட தினமும் பார்த்திருக்கிறாள். இப்போது அவள் அவனைப் பார்ப்பது குறைந்துவிட்டது. அவன்

முதல் தடவை வந்தபோது பல்வேறு கட்டுமானப் பணிகளில் வேலை செய்துகொண்டிருந்தான். இப்போது எரிவாயு வாரிய அலுவலகங்களில் வேலை செய்கிறான், கணக்குப் பதிவியல் படிக்கிறான், பெரும்பாலும் இரவில். வகுப்புகளுக்குச் செல்ல வாரியம் அவனுக்கு வாரம் ஒருநாள் விடுப்பு அளிக்கிறது. தன்னைவிட வயதில் மூத்த, அறைகலன்களுக்கு பிரெஞ்சு மெருகூட்டல் செய்யத் தெரிந்தவராக இருந்து இப்போது வண்டியில் வைத்துப் பழங்கால அறைகலன்களை விற்கும் கிழக்கு லண்டன்காரர் ஒருவருடன் அவனுக்கு நட்பு ஏற்பட்டுள்ளது. பழைய வீடுகளை வாங்கி அவற்றை அடுக்கு மாடிக் குடியிருப்புகளாக மாற்றி விற்பது என்ற தங்களது திட்டத்தையும் அவன் தெரிவித்திருந்தான்.

'பார்த்தாயா, இழிமக்கள் கூட்டத்தாரைக் கண்டுபிடிக்க அவனுக்கு அதிக நாள் ஆகவில்லை' என்றார் மோரன்.

'அவன் கடினமாக உழைக்கிறான், படிக்கிறான் போலிருக்கிறது' ரோஸ் எப்போதும் போல கவனமான தொலைவிலிருந்து அவர் இழந்த நம்பிக்கையை மீட்க முயன்றாள்.

'அதெல்லாம் சரிதான். ஆனால் பார் அவன் யாருடன் சேர்ந்திருக்கிறான் என்று'.

'அது சாதாரணமாகப் பேசிக்கொள்ளும் நட்பாக இருக்கலாம்.' துணிந்து அவள் சொன்னாள்.

'எல்லாமே பேச்சிலன்றி வேறெதில் ஆரம்பிக்கும்?'

வெளிப்பார்வைக்கு அந்த வீடு முன் எப்போதுமில்லாத இலகுவான, அமைதியான சூழலில் இருந்தது அப்போதுதான். ஆனால் அந்த இறுக்கம் அகன்றிருக்கவில்லை. இப்போ தெல்லாம் மோரன் வயல்வெளியில் தான் முடிக்க வேண்டிய ஒரு வேலையைச் சோம்பலுடன் வெறித்துப் பார்த்துக் கொண்டிருப்பதை அடிக்கடி காண முடிந்தது.

புற்களுக்கான கடும் போராட்டம் ஓய்ந்தது. தோட்டத்து மரங்களில் ஆப்பிள்கள் பழுத்துக்கொண்டிருந்தன. அவர்களது கண்கள் குளிர்காலத்தின்மீது இருந்தன. ரோஸ் மீண்டும் தன் தாய் வீட்டுக்கு அடிக்கடி செல்ல ஆரம்பித்திருந்தாள். வீட்டை விட்டு வெளியேறும்போது சைக்கிளின் முன்புறம் இருக்கும் பிரம்புக்கூடை நிரம்பியிருக்கும், அவளுடைய அம்மா வீட்டிலிருந்து அவள் திரும்பி வரும்போது கொண்டு வரும் பொருட்களால் வீடு மீண்டும் நிரம்பிவிடும்.

'இப்போதெல்லாம் ரோஸ் தன் உறவினர்களைப் பார்க்கப் போகாத நாளே இல்லை போலிருக்கிறது.' ஒரு

சனிக்கிழமை வயலுக்கு வெப்பக்குடுவையில் தேநீர் கொண்டு வந்த ஷீலாவிடமும் மோனாவிடமும் மோரன் சொன்னார். 'அவள் வெறுங்கையுடன் செல்வதே இல்லை.' நான்கு மணிக்கு வெப்பக்குடுவையை எடுத்துச் செல்லுமாறு ரோஸ் அவர்களிடம் சொல்லியிருந்தாள். தன் அம்மாவுக்காக ரொட்டியும், தோட்டத்தின் கீழ்ப்பகுதியில் விளைந்திருந்த கருமுந்திரிகளில் செய்த பழக்கூழையும் ரோஸ் எடுத்துச் சென்றாள் என்பது அவர்களுக்குத் தெரியும். அதேநேரம் அப்போதுதான் கோழி இட்ட முட்டைகள், சேற்று நிலத்திலிருந்து ஒரு கொத்துக் கேரட்டுகள், அவர்களுக்கு மிகப்பிடித்த பிளம் பழங்கள், கடிக்கச் சற்றுக் கடினமான இனிப்பான மஞ்சள் ஆப்பிள்கள் இவற்றுடன் கூடை கனமாகத் திரும்பி வரும்.

'எங்களுக்குத் தெரியாது.' கவனமாகப் பதிலளித்தாள் ஷீலா.

'எப்படி உங்களுக்குத் தெரியாமல் போகும்? உங்கள் இருவருக்கும் கண்கள் கிடையாதா?'

'அவள் திரும்ப வரும்போது பொருட்களுடன் வருகிறாள்.'

'அவை அவர்கள் தூக்கி எறிவதற்காக வைத்திருக்கும் பொருட்கள்தானே!'

அந்தக் குற்றச்சாட்டு பொய்யானது என்பது அவர்களுக்குத் தெரியும். அவர்கள் பிடிவாதமாக மௌனம் கடைப் பிடித்தனர், முகத்தைப் பரிதாபமாக வைத்துக்கொண்டனர். விஷயங்களைப் பாதுகாப்பதற்கான அவர்களது உத்தி அது.

'சோளங்களை நாங்கள் அரிக்கட்டட்டுமா அப்பா?' மோனா கேட்டாள்.

'அது நல்ல உடற்பயிற்சியாக இருக்கும்' என்றார் மோரன்.

பெண்கள் சிறுவயதிலிருந்தே தாங்கள் செய்து வந்த வயல் வேலைகளில் தேர்ச்சி பெற்றிருந்தனர். உடனே வரிசையான கதிர்க் குவியல்கள் சேகரிக்கப்பட்டுக் கட்டப்பட்டன. அரிக்கட்டு களைச் சேர்த்துக் கட்டுகையில் உண்டாகும் விசுக்கென்ற ஒலியும், கதிர்களில் தானியங்கள் தானியங்களோடு மோதும் ஒலியும், அடுக்கிய அரிக்கட்டுகளைச் சேர்த்து நிற்கவைக்கையில் அவற்றின் தோள்பட்டை போன்ற பகுதியிலிருந்து செழித்த சோளக்கதிர்கள் மெல்ல நீட்டிக்கொண்டிருக்கும் காட்சியும் அவர்களுக்கு மிகவும் பிடிக்கும்.

'அருமை' என்றார் மோரன். 'எஞ்சியிருப்பது அடிக்கட்டைகளை வெட்டிவிடுவது மட்டும்தான். அதை நானே பார்த்துக்கொள்கிறேன். உங்களிடம் புத்தகங்கள்

இருக்கின்றனதானே?' அசாதாரணமானதொரு சிந்தனையுடன் அவர் கேட்டார்.

'நன்றி அப்பா.'

'உங்களுக்கும் நன்றி. அவள் இல்லாமலே நாம் சிறப்பாகச் செய்யலாம்.'

ஏழ்மை காரணமாக அரசாங்க உதவியில் வாழும் வீடு, பஞ்சம் ஆகியன குறித்துப் பரம்பரையாகக் கடத்தப்பட்ட அச்சம் அவருக்குள் ஆழமாக இருந்தாலும், வீட்டிலிருந்து அவள் பொருட்களை எடுத்துச் செல்கிறாள் என்பது ஒன்றும் பெரிதாகத் தெரியவில்லை, ஆனால் அவள் வீட்டை விட்டு வெளியே போகிறாள் என்பதுதான் பிரச்சினை. தொடர்ந்து இன்னொரு வீட்டுக்கு அவள் போய்வருவது அவருக்கு அச்சுறுத்தலாக இருந்தது. சிறுசிறு விஷயங்களில் அது வெளிப்பட்டது. சவரத்துக்குத் தண்ணீர் கொதித்துக் கொண்டிருந்தது. ஓர் ஆணின் முகத்தை அவள் கொதிநீர் ஊற்றிச் சிதைக்க நினைப்பாளா? கடவுளே, ஓ கடவுளே, ஓ கடவுளே, அவளுக்கு எதுவும் தெரியாதா? இந்தக் காலுறையில் உள்ள ஓட்டைகளைப் பாருங்கள். 'கடவுளே, அவள் இப்போது எங்கேயிருக்கிறாள்? நீ தேவைப்படும்போது உன்னைத் தேடி ஒரு முழுப் படையையும் அனுப்ப வேண்டுமா?' என்று கேட்டார்.

அவள் தன்னைத் தற்காத்துக்கொள்ள முயல மாட்டாள். 'வருகிறேன் அப்பா, இதோ வருகிறேன்' என்று உரக்கச் சொன்னபடி மூச்சிரைக்க ஓடிவருவாள். ஒருமுறைகூட இந்த அநியாயத்துக்கு அவள் எதிர்ப்புத் தெரிவித்ததில்லை. அவரைச் சமாதானப்படுத்தவும், அவரது கடுகடுப்பைத் தணிக்கவும், அவரது எரிச்சல்கள் அனைத்தையும் ஏற்றுக் கொண்டு தனக்குள் அடக்கி வைத்துக்கொள்ளவும், அவருக்காக எந்த எல்லைக்கும் செல்லவும் அவள் தயாராக இருப்பதாகத் தோன்றியது. வழக்கமாக இது அதனை இரட்டிப்பாக்கியது. எதுவரை போகும் என்று பார்ப்பதில் அவர் குறியாக இருக்க அவளோ அவரைச் சாந்தப்படுத்த எல்லாவற்றிலும் விட்டுக் கொடுக்கத் தயாராக இருப்பதாகத் தோன்றியது.

பிள்ளைகள் மிகவும் அவமானமாக உணர்ந்தனர்: 'லூக்கா இங்கே இருந்தபோது அப்படித்தான் இருந்தான், ரோஸ். சொல்லப்போனால் இப்போதிருப்பதை விடவும் மோசமாக.'

'இதுபோன்ற திடீர் கொந்தளிப்புகள் எல்லாக் குடும்பங் களிலும் ஏற்படுவதுதான். மிகைப்படுத்துவது எளிது. ஒருபோதும்

தீங்கு செய்யும் எண்ணம் அப்பாவுக்கு இருந்ததில்லை என்று நான் நம்புகிறேன். இதையெல்லாம் அதிகப்படியாக மனதில் ஏற்றிக்கொள்ள வாய்ப்பிருக்கிறது.' அந்தக் குற்றச்சாட்டை அவள் காதில் வாங்கிக்கொள்ளவில்லை.

'மோனா சொல்வது உண்மைதான்.'

'இப்போது, இந்த விஷயங்களை ஊதிப் பெரிதாக்க முடியும். அப்பா அப்படி நடந்துகொள்ள விரும்பலாம் – நம்மில் யாரும் அவ்வளவு நல்லவர்கள் அல்ல – ஆனால் அவர் உண்மையில் அப்படி இல்லை. வீட்டிலுள்ள அனைவரையும் அவர் எவ்வளவு நேசிக்கிறார் என்பது எனக்குத் தெரியும்.

'இது நியாயமில்லை.'

'உங்கள் அப்பாவை இப்போது உங்களால் மாற்ற முடியாது என்பது உங்களுக்குத் தெரிந்திருக்க வேண்டும். அவர் செய்வதெல்லாம் இந்த வீட்டின் நன்மைக்காகத்தான்' என்று வலிந்து வாதிட்டாள். ஆனால் அவளது இழுத்துக் கோணிய, கவலை தோய்ந்த முகத்தில் அந்த இறுக்கம் தெரிந்தது.

பிறகு ஒருநாள் மாலை அவள் அறையைச் சுத்தம் செய்து கொண்டிருக்கையில் துப்பாக்கியைக் குறிபார்ப்பதுபோல அமைதியாகச் சொன்னார் 'இந்த வீடு முழுவதையும் நீ தலைகீழாகப் புரட்டிப் போட வேண்டிய அவசியம் ஒன்று மில்லை. நீ இங்கே வருவதற்கு முன்பே நாங்கள் வீட்டை நல்ல விதமாகத்தான் வைத்திருந்தோம்.'

அவள் பதில் சொல்லவோ அல்லது அவரது பேச்சைப் புறந்தள்ளவோ முயலவில்லை. மறுபடியும் அவள் தாக்குற்றது போல உணர்ந்தாள். அலங்கார மேசையின் மேற்பரப்பில் தூசியைத் துடைத்துக் கொண்டிருந்தவளது கைகள் அசையாது நின்றன. தலை தாழ்ந்தது. துடைப்பது முடிந்ததும் அடுப்புத் தகட்டிலிருந்து கொதித்துக் கொண்டிருந்த பாத்திரத்தை எடுத்துக் கீழே வைத்துவிட்டு ஈரத்துணியைக் கவனமாகக் கழுவுந்தொட்டிக்குப் பக்கத்தில் வைக்கச் சென்றாள். அவளுடைய அசைவுகள் அனைத்தும் அவ்வளவு மெதுவாகவும் ஒடுங்கியும் இருந்ததால் பெண்கள் தன்னிச்சையாகப் பாடப் புத்தகங்களிலிருந்து தலையை உயர்த்தி பார்வையால் அவளை நெருக்கமாகப் பின்தொடர்ந்தார்கள். மோரன் செய்தித்தாள் படிக்கும் சாக்கில் அவளது ஒவ்வொரு அசைவையும் கவனித்துக்கொண்டிருந்தார். பிறகு அதே அதிர்ச்சியூட்டும் மெதுவான அசைவுகளுடன், ஒரு வார்த்தை கூடப் பேசாமல், யாரையும் ஏறெடுத்துப் பார்க்காமல், கதவருகே

சென்று அதைத் திறந்து உள்ளே சென்று மெதுவாக அதுவே மூடிக்கொள்ளும்படி செய்தாள். அவள் படுக்கையறைக் கதவைத் திறந்து மூடும் சத்தத்தை அவர்கள் கேட்டார்கள். அங்கே பூரண அமைதி நிலவியது.

மோரன் செய்தித்தாளைச் சிலமுறை புரட்டினார், ஆனால் அவர் சுற்றிலும் பார்ப்பதற்குள் மூன்று குழந்தைகளும் தங்கள் புத்தகங்களுக்குள் மீண்டும் மூழ்கிவிட்டிருந்தனர். சிறிது நேரத்திலேயே செய்தித்தாளைப் பார்த்துக் களைத்துப்போன மோரன் இரவாகிவிட்டபோதிலும் வெளியே சென்றார்.

'என்ன நடந்தது?' நடந்த விஷயத்தின் தீவிரத்தைக் குறைக்கும் நம்பிக்கையில் மைக்கேல் சிரித்துக்கொண்டே கேட்டான்.

'ரோஸ் உறங்கச் சென்றுவிட்டாள்.' மோனா தனது புத்தகங்களிலிருந்து பார்வையை எடுக்காமலே பதிலளித்தாள். அவள் சொன்னதைப் பற்றி பையன் சிறிதுநேரம் யோசித்தாலும் மேற்கொண்டு அவன் எதையும் கேட்கவில்லை. மோரன் திரும்பிவந்தபோது அவர் முன்பைவிடவும் அமைதியற்றவராக இருந்தார். மறுபடியும் செய்தித்தாளைப் புரட்டினார். பிறகு பேனாவையும் எழுதும் அட்டையையும் வாங்கிக்கொண்டு மேசையில் அமர்ந்தார். வெகுநேரம் தீவிர யோசனையுடன் எழுதும் அட்டைக்கு முன்னால் அமர்ந்துவிட்டு, திடீரென்று எழுந்து எதுவும் எழுதாமல் அட்டையை எடுத்துத் தூர வைத்தார்.

'நாம் பிரார்த்தனை செய்வது நல்லது' என்று அவர் தோல் பணப்பையிலிருந்து தனது ஜெபமாலையை எடுத்தார். அவர்கள் முழங்காலிடத் தயாரானபோது, 'ரோஸ் ஜெபமாலை கேட்க விரும்பினால் கதவுகளைத் திறந்து வையுங்கள்' என்றார். மோனா சென்று இரண்டு கதவுகளையும் திறந்தாள். படுக்கையறை வாசலில் நின்று 'ரோஸ், நாங்கள் ஜெபமாலை தொடங்குகிறோம்' என்று மெதுவாக அழைத்தாள். ஆனால் அறையிலிருந்து சிறு முணுமுணுப்புக்கூட வரவில்லை. மோனா உள்ளே வந்தாள். 'கதவுகள் திறந்திருக்கின்றன' என்று சொன்னவள் யாரையும் பார்க்காமல் தன் இடத்தில் வந்து அமர்ந்தாள்.

'ஆண்டவரே, நீர் என் உதடுகளைத் திறவும்.'

'என் நாவு உமது புகழை அறிவிக்கும்' என்ற அவர்களின் பதில் ஒரு மௌனமான எதிரொலியைப் போல இருந்தது.

கதவுகள் திறந்தே இருந்தன, ஆனால் அடுத்த அறையிலிருந்து சிறு முணுமுணுப்புமில்லை. முதல் பத்துக்குப் பிறகு

மோரன் நிறுத்தினார். ரோஸ் எப்போதும் இரண்டாம் பத்தைச் சொல்வாள். ஆனால் அறையிலிருந்து எந்தச் சத்தமும் வராததால் மோனாவைப் பார்த்துக் கடுமையாகத் தலையசைத்துத் தொடங்கு என்று சமிக்ஞை செய்தார். முதல் சுற்று முடிந்ததும், மோரன் மீண்டும் கடைசிப் பத்தைச் சொல்ல வேண்டியிருந்தது. 'கதவுகளை மூடலாமா அப்பா?' அவர்கள் முழங்காலிலிருந்து எழுந்த பிறகு மோனா பதற்றத்துடன் கேட்டாள்.

'அவை திறந்திருந்தால் என்ன மூடியிருந்தால் என்ன?' என்று அவர் சொல்ல, கதவுகள் திறந்தே இருந்தன.

பாடங்களை வாசித்து முடித்ததும் இரண்டு பெண்களும் அவருக்குத் தேநீர் தயாரித்துக் கொடுத்தார்கள். எப்போதும் இந்த நேரத்தில்தான் ரோஸ் தேநீர் தயாரிப்பாள். மேசையைச் சுத்தம் செய்துவிட்டுப் பாத்திரங்களைக் கழுவி வைத்தவுடன் மோரனுக்கு நல்லிரவு முத்தம் கொடுத்துவிட்டு அவர்கள் தத்தமது அறைகளுக்குச் சென்றனர். ஒரு மணிநேரத்துக்கும் மேலாகத் தனிமையில் உட்கார்ந்திருந்த அவர், மெதுவாக அடிகள் வைத்து நடந்து அறைக்குள் சென்று கதவுகளைச் சத்தமாக மூடினார். அறையில் அவர் பேசவில்லை. இருட்டில் உடைகளைக் களைந்து தரையில் போட்டார். ரோஸிடமிருந்து ஏதாவது அசைவு அல்லது சமிக்ஞை தென்படுகிறதா என்று காத்திருந்தார். ஆனால் அறையில் கேட்ட ஒரே சத்தம் இருளில் அவரது உடைகள் தரையில் விழுந்த சத்தம்தான்.

'ரோஸ், நீ விழித்திருக்கிறாயா என்ன?' சென்று படுக்கை விரிப்புகளை விலக்கும் முன் கிசுகிசுப்பாகக் கேட்டார்.

அவள் முதலில் பதில் சொல்லவில்லை, ஆனால் அசையவோ திரும்பவோ செய்தாள்.

'நான் விழித்திருக்கிறேன்' என்றாள் புண்பட்ட தொனியில். 'நான் இங்கிருந்து போயாக வேண்டும்.'

'இப்படியொரு முட்டாள்தனத்தை நான் கேள்விப் பட்டதேயில்லை' அவர் உளறினார். 'வீட்டில் இருக்கும் மற்றவர்களைப் போல நீயும் எல்லாவற்றையும் தீவிரமாக எடுத்துக்கொள்கிறாயா? ஒவ்வொரு செயலும் இறுதித் தீர்வு நாளாக இருக்க வேண்டுமா?'

'இந்த வீட்டில் என்னால் எந்தப் பயனுமில்லை என்று சொல்லப்பட்டது. என்னால் பயனில்லாத இடத்தில் நான் தொடர்ந்து வாழ முடியாது' விட்டுக்கொடுத்தால் இனி வாழ முடியாது என்பதைப் புரிந்துகொண்ட ஒருவரது

அமைதியுடனும் வெறிகொண்ட அதிகாரத்துடனும் அவள் பேசினாள்.

‘கடவுளே, கடவுளே. எல்லாவற்றையும் இப்படித்தான் எடுத்துக்கொள்ள வேண்டுமா? நான் அப்படி எதுவும் சொல்லவில்லை. நீ வரும்வரை வீடு சரியாக இல்லை என்பது உலகத்துக்கே தெரியும். குழந்தைகள் உன்னைத் தங்களைத் தாங்கும் நிலமாக நினைக்கிறார்கள் என்பதைக் கண்ணில்லாதவனாலும் பார்க்க முடியும். இந்த முட்டாள்தனமான பேச்சிலிருந்து ஒரு முணுமுணுப்பைக் கேட்டால்கூட அழுது அவர்களது கண்கள் வற்றிவிடும்.’

‘இது எனக்கு முட்டாள்தனமாகத் தோன்றவில்லை. அர்த்தமுள்ளதாகவே தெரிகிறது. நான் கிளாஸ்கோவுக்குத் திரும்பிச் சென்று என் வாழ்க்கையை மீண்டும் வாழப்போகிறேன்.’

‘கடவுளே, ஒரு மனிதன் தன் வீட்டில் தவறாகப் புரிந்து கொள்ளப்படாமல் எதையும் சொல்ல முடியாதா?’ அவர் அவளை நெருங்கி அணைத்துக் கொள்ளும்வரை சண்டை இந்த இரண்டு நிலைப்பாடுகளைச் சுற்றி வந்துகொண்டிருந்தது. அவள் அவருக்கு இணங்கவுமில்லை, விலகிச் செல்லவும் முயலவில்லை.

‘நான் உங்களை மிகவும் நேசிக்கிறேன், இந்த வீட்டை நேசிக்கிறேன், ஆனால் நான் இங்கே தேவையில்லாத பட்சத்தில் என்னால் இங்கு வாழ முடியாது.’

‘அதோடு நமக்குள் எல்லாம் முடிந்துவிட்டது என்று நினைத்தேன்’. அவளருகே அமைதியற்று அமர்ந்தவராய்த் தனது கை முஷ்டிகளை இறுக்கியபடியும் தளர்த்தியபடியும் இருந்தார். அவளுடைய செயல் அவரைச் சோதித்துப் பார்த்தது. ஒருவர் மற்றவரை அங்கீகரிப்பதற்குப் பதிலாக அந்தச் சண்டையால் ஏற்பட்டதெல்லாம் ஆழ்ந்த கண்மூடித்தனம்தான். தபால் அலுவலகத்தில் அவர்கள் முதன்முதலாகச் சந்தித்த, தேய்த்துச் சுத்தம் செய்யப்பட்ட உள்ளீடற்ற பலகைகள்மேல் அருகருகே நின்றுகொண்டு மாலை நேரத்துத் தபால் வண்டி வருவதற்காகக் காத்திருந்த, அந்த நாளைக் காட்டிலும் இப்போது அவளைப் பற்றி அவருக்குக் குறைவாகவே தெரிந்திருந்தது.

மறுநாள் காலையில் மோனாவும் ஷீலாவும் வழக்கத்தை விடச் சீக்கிரமாகவே எழுந்துவிட்டார்கள். அதிகாலையில் யாரோ எழும் சத்தம் கேட்டுப் பயந்து எழுந்துவிட்டார்கள். ரோஸ் அங்கே இருப்பாளா என்பது பற்றி அவர்களுக்கு உறுதியாகத் தெரியவில்லை. ஒருவேளை அவள் அங்கே இருந்தால் எப்படி

அவளைக் கண்டறிவது என்றும் அவர்களுக்குத் தெரியவில்லை. அவள் புன்னகை தவழ முற்றிலும் இயல்பாக இருப்பதைக் கண்டு அவர்கள் அதிர்ச்சியடைந்தனர். அறை ஏற்கெனவே கதகதப்பாக இருந்தது, அறைக்கலன்கள் எல்லாம் ஈரத்துணியால் துடைக்கப்பட்டதைப் போல பளபளத்தன.

'வழக்கத்துக்குச் சற்று முன்னதாகவே எழுந்துவிட்டீர்கள். இன்னும் சில நிமிடங்கள் தூங்கியிருக்கலாம்' நேற்றைய மாலைப்பொழுது என்ற ஒன்று நிகழவே இல்லையென்பது போலச் சொன்னாள் ரோஸ். தேநீரைக் கோப்பையில் ஊற்றிக் கொண்டு கணப்புக்குப் பக்கத்தில் உட்கார்ந்து தினசரி காலையில் செய்வதைப் போலவே இயல்பாகப் பேசிக்கொண்டிருந்தாள். 'உங்கள் தம்பி சீக்கிரம் எழுந்துவிடுவதில் எந்த ஆபத்தும் இல்லை' என்றவள் மைக்கேலை எழுப்பச் சென்றாள். தூக்கக் கலக்கத்துடன் கண்களைக் கசக்கிக்கொண்டு அறைக்குள் வந்த அவனும் அது மற்ற காலைப் பொழுதுகளைப் போலவே இருந்ததை அறிந்து நம்ப முடியாதவனாக வெறித்துப்பார்த்தான். எதுவும் மாறியதாகத் தெரியவில்லை.

அன்றைய தினம் வெகுநேரம்வரை படுக்கையிலேயே இருந்த மோரன், உணவுக்குப் பிறகு சத்தமின்றிச் சென்று வயல்வெளிகளில் மறைந்தார். குழந்தைகள் பள்ளியிலிருந்து திரும்பிவந்து பார்த்தபோதும் எதுவும் மாறியிருக்கவில்லை. வெளியே அவர்கள் மழையில் நனையவிட்டிருந்த சீர்செய்யும் கருவிகளையும் கைவண்டியையும் பார்த்துச் சினந்து, எப்போதும் அலட்சியத்தினால் இப்படி வீட்டில் எவ்வளவு பணம் வீணாகிறது தெரியுமா என்று புகார் கூறினார் மோரன்.

முந்தைய இரவில் பார்த்தவற்றிலிருந்து ஷீலாவுக்குத் தைரியம் வந்திருந்தது, மோரன் மீண்டும் வெளியே சென்றதும் அவள் ரோஸிடம் கேட்டாள். 'அவர் ஏன் எப்போதும் இப்படியே இருக்கிறார்?'

'ஒரு அப்பாவுக்குரிய கவலைகள். வீட்டைப் பற்றி அவருக்குப் பெரும் கவலை.' ரோஸ் இதனை மிகவும் அனுதாபத்துடன் சொன்ன விதத்தில் அவர்களது எல்லா விமர்சனங்களும் அப்படியே முடங்கின. அவர்களால் இயன்றதெல்லாம் அவளைப் பார்த்துக்கொண்டிருப்பது மட்டுமே. ஆனால் யாராலும் ரோஸின் முகத்தைப் படிக்க முடியவில்லை, அவர்கள் தங்கள் புத்தகங்களுக்குத் திரும்பினார்கள். தேர்வுக்கு இன்னும் சில வாரங்களே இருந்தன. இன்னும் நிறைய படிக்க வேண்டியிருந்தது, நிறைய பாடங்களை மீண்டும் படிக்க வேண்டியிருந்தது. தேர்வில் அவர்களது தேர்ச்சியே ஏறத்தாழ

எதிர்கால வாழ்க்கையின் தரத்தைத் தீர்மானிக்கும். குறிப்பாக ஷீலாவுக்குப் பல்கலைக்கழகக் கனவுகள் இருந்தன. நிறைய அடையலாம், அவற்றினும் நிறைய இழக்கலாம், ஆனால் இருக்கவே இருக்கிறது லண்டன்.

அப்போது மோரன் பெருமளவில் சுண்ணாம்பைத் தருவித்தார். வயலில் அது வழியை அடைத்துக் கிடந்தது. பெரிய தொழிற்சாலைகளிலிருந்து ஆட்களை வரவழைத்துச் சுண்ணாம்பை விசிறியடிக்காமல் செலவைக் குறைக்க டிராக்டரும் மண்வெட்டியும் கொண்டு தானே விசிறியடிக்கத் தொடங்கினார். பல நாட்கள் டிராக்டரின் அள்ளும் பெட்டியை சுண்ணாம்பு மேட்டுக்குள் நுழைத்து சுண்ணாம்பை எடுத்துக்கொண்டு வரிசையாக வயல்களில் மேலும் கீழும் போய், சில அடிகளுக்கு ஒருமுறை டிராக்டரை நிறுத்திச் சுண்ணாம்பை விசிறியடித்தார். ஒவ்வொரு மண்வெட்டி சுண்ணாம்பையும் எவ்வளவு கவனமாக விசிறினாலும் எதிர்பாராத வகையில் வீசும் காற்று சில சுண்ணாம்புத் துகள்களை டிராக்டர் பக்கமாகவே தள்ளிவிடும். மாலையில் அவரது உடையெங்கும் சுண்ணாம்பு சேர்ந்திருக்கும். முகமும் கைகளும் சுண்ணாம்புபோல வெண்மையாகி, கண்களைச் சுற்றிச் சிவந்து வீங்கியிருக்கும் பகுதி இன்னும் சிவந்து வீங்கியிருக்கும். முகமும் கைகளும் நாடகத்தில் போல வெளிறிப் போயிருப்பது அவருக்கு மகிழ்வாக இருந்தது. இளவயதில் செய்ததைப் போல 'நான்தான் அரக்கன்' என்று ரோஸையும் குழந்தைகளையும் தன் பழைய வசீகரத்துடன் துரத்துவதுபோல் பாவனை செய்தார். ரோஸுக்கு மகிழ்ச்சி, மறைமுகப் போருக்குப் பிறகு இந்தக் கோமாளித்தனம் வீட்டுக்குள் மீண்டும் நிம்மதியைக் கொண்டுவந்தது. போர் ஒருபோதும் முடிவடையாது. ஆனால் அந்த வீட்டில் ரோஸின் இடம் தாக்குதலுக்கோ அச்சுறுத்தலுக்கோ மீண்டும் ஆளாகாது. 'நான்தான் அரக்கன், நான்தான் அரக்கன்' என்று அவர் இடமும் வலமும் பாய்ந்து செல்ல, எல்லோரும் பின்வாங்குவதுபோல் நடித்துக் கூச்சலிட்டுச் சிரித்தனர்.

நாட்கள் செல்லச் செல்ல சுறுசுறுப்பாகச் சுண்ணாம்புக் குவியலுக்குள் சுண்ணாம்பு அள்ளுவதற்காகச் சென்றுவந்த பெட்டி சுணங்கிவருவது போலத் தோன்றியது. மண்வெட்டியில் வைத்து மெதுவே அது காற்றில் பரவட்டும் என அவர் இப்போதெல்லாம் விட்டுவிடுவதில்லை. இங்கிருந்து ஒழிந்தால் போதுமென்று கண்ணுக்குத் தெரியாத தொலைவுக்கு அதை விசிறினார். அவரது பொறுமையின்மையால் அடிக்கடி அது அவரது முகத்துக்கே திரும்பிவந்து உடம்பெல்லாம் ஒட்டிக் கொண்டது. ஒவ்வொரு இரவும் அவரது கண்கள் முன்பைவிடச்

சிவந்திருக்கும், களைப்பினால் கால்களை நகர்த்தக்கூட முடியாமல்போகும், முகத்தில் சுண்ணாம்பு படிந்திருக்கும், கண்களிலும் காதுகளிலும் நாசித் துவாரங்களிலும் சுண்ணாம்பு. தொண்டை வறண்டு போயிருக்கும், தலைமுடியிலும் ஆடைகளிலும் சுண்ணாம்பு படிந்து அடர்ந்திருக்கும், மேசையில் அமர்ந்து உண்ணும்போது சுண்ணாம்பைத் தின்பதுபோல இருக்கும்.

'நான்தான் அரக்கன்' என்ற கோமாளித்தனம் போய் விட்டிருக்க, அவரது சோர்வையறிந்து அவர்கள் கவனமாக மௌனம் கடைப்பிடித்தனர். ரோஸ் மிகவும் கரிசனத்துடன் அவரைப் பார்த்துக்கொண்டாள்.

'மழை பெய்யுமா?' அவர் ரோஸைக் கேட்டார்.

'பல நாட்களுக்கு இதே வறண்ட கடுமையான வானிலை நீடிக்கும் என்று முன்னறிவித்துள்ளார்கள்.'

'மழை பெய்தால், அந்தச் சுண்ணாம்புக் குவியல் கான்கிரீட் போல இறுகிவிடும், ஒருபோதும் அதை நாம் அகற்ற முடியாது' வருத்தத்துடன் சொன்னார் மோரன். வானிலையில் மழைக்கான அறிகுறி ஏதும் தென்படவில்லை என்றாலும், இரவில் மெல்லக் குறைந்து வந்துகொண்டிருந்த சுண்ணாம்பு மேட்டைக் கண்ணாடி போன்ற பிளாஸ்டிக் படுதாவால் மூடி அது பறக்கமால் இருக்கக் கற்களை வைத்தார்.

பெண்களுக்குத் தேர்வு மிக நெருங்கிவிட்டது. நிமிர்ந்து அவரைப் பார்ப்பது தவிர்த்து வெறெதையும் செய்ய அவர்களுக்கு அச்சமாக இருந்தது. ஆனால் களைப்பையும் சுண்ணாம்பு படிந்து உண்டான அழுக்கையும் மீறி பிள்ளை களின் தலைகள் குனிந்து விளக்கின் வெளிச்சத்தில் ஒளியூட்டப் பட்ட புத்தகங்களின் பக்கங்கள்மீது கவிழ்ந்திருப்பதைப் அவர் பார்த்துக்கொண்டிருப்பார். அந்தக் காட்சி துயரத்துக்கும் உள்ளொடுங்கிய மனவிசாரத்துக்கும் நெருக்கமான ஒன்றாக இருந்தது.

'மோய்னில் நான் எட்டாம் வகுப்புப் படித்துக் கொண்டிருந்தேன்' என்றவர் அவரது வகுப்பில் இருந்த நான்கு பேரின் பெயர்களைச் சொன்னார். 'மோய்னில் எதுவரை முடியுமோ அதுவரை படிக்கலாம். நான் இரண்டு வருடம் அங்கு இருந்தேன். மற்ற அனைவரும் பாதிரியார்களாகி விட்டார்கள். ஜோ பிராடி கொலராடோவில் ஆயர் ஆனார். இரண்டு ஆண்டுகளுக்கு முன்புதான் காலமானார். அதுவரை அவருக்குக் கடிதங்கள் எழுதிவந்தேன். பாதிரியாருக்குப்

படிக்கப் போகவில்லையென்றால் எட்டாம் வகுப்புக்குமேல் போக முடியாது.'

'பணம் இருந்தாலும் கூடவா?' ரோஸ் கேட்டாள்.

'மோய்னைச் சுற்றியிருந்த யாரிடமும் பணம் இல்லை' சோர்வு தந்த வலியுடனும், சுண்ணாம்பினால் உண்டான அழுக்கு, வெளிறல் இவற்றுடனும் சிரித்தார் மோரன். 'மோய்னில் எட்டாம் வகுப்பில் நாங்கள் அனைவருமே நன்றாகப் படித்தோம், ஆனால் கணிதப் பாடத்தில் நான்தான் முதல் மாணவன்.' மற்ற பாடங்களில் சிறந்து விளங்கியவர்களின் பெயர்களை அவர் குறிப்பிட்டார். 'அவர்கள் எல்லோரும் பாதிரியார்களாகிவிட்டார்கள், பிறகு இனவாத – தேசியவாத மோதல்கள் ஆரம்பித்தன. நான் பள்ளியிலிருந்து வெளியேறி விட்டேன். விசித்திரம் என்னவென்றால், மரணத்திற்கு அஞ்சாத எந்தப் பாதிரியாரையும் இன்றுவரை நான் சந்தித்ததில்லை. அதை என்னால் புரிந்துகொள்ளவே முடிந்ததில்லை. அது எல்லாவற்றுக்கும் எதிரானதாக இருந்தது.'

'வேறொரு காலமாக இருந்திருந்தால் நீங்கள் மருத்துவராகவோ, பொறியாளராகவோ இருந்திருப்பீர்கள்' என்றாள் ரோஸ்.

'நான் மருத்துவராகியிருக்க மாட்டேன்.' அவர் சோர்வினால் நடுங்கிக்கொண்டிருந்தார். தான் முற்றிலும் வேறொருவரைப் போன்ற தோற்றத்தில் இருப்பதை உணர்ந்து சங்கடமடைந்தார். 'சின்னப் பெண்கள், இப்படிப் படித்துப் படித்து உருக்குலைந்து போய்விடுவார்கள்போல' என்று பேச்சை மாற்றினார் மோரன்.

'இல்லை அப்பா. தேர்வுக்காகப் படித்ததை மீண்டும் ஒருமுறை திருப்பிப்பார்க்கிறோம் அவ்வளவுதான்.'

'கடந்த சில வாரங்களாக நல்ல வானிலை நிலவுகிறது. நீங்கள் நாள் முழுக்க வகுப்பறைக்குள் இருக்கிறீர்கள். உங்கள் புத்தகங்களை வெளிக்காற்று படும்படி எடுத்துச் சென்று படிக்க வேண்டும்.' மீண்டும் மீண்டும் அங்கேயே வந்தார். நல்ல வானிலை நிலவியதால் அவர்கள் வெளியே செல்ல வேண்டிய கட்டாயம் ஏற்பட்டது. அவர்கள் ஓக்போர்ட் காட்டுக்குப் போனார்கள். தங்கள் சைக்கிள்களைப் பெரிய இரும்பு வெளிவாசல் கதவருகே விட்டுவிட்டு, புத்தகங்களுடன் புல்தரையில் நடந்து ஓக்போர்ட் ஏரியை ஒட்டி வரிசையாக மரங்களமைந்த பகுதிக்குச் சென்றனர். மே மாதத்தின் பிற்பகுதியில் சூரியன் தலைக்கு மேல் சுடர்ந்துகொண்டிருந்தது. காட்டுக்குள் குளிர்ச்சியாகவும் இருட்டாகவும் இருக்கும். அங்கே குளிர் நீரூற்று இருந்தது.

'ஏன் அவர் நம்மை வீட்டிலிருந்து விரட்ட வேண்டும் என்று எனக்குத் தெரியவில்லை. இங்கு வந்ததில் இவ்வளவு நேரத்தை வீணடித்துவிட்டோம். வீட்டில் நன்றாகப் படித்திருக்கலாம்' வயல்வெளிகளைக் கடந்து செல்கையில் ஷீலா முறையிட்டாள்.

'அவர் அப்படித்தான்' என்றாள் மோனா. 'எல்லாம் அவற்றின் போக்கில் இருப்பதில் ஒருபோதும் அவர் திருப்தி அடைவதில்லை.'

காட்டு செர்ரியின் மென்மையான வெண்ணிற மலர்களை அவர்கள் கடந்து சென்றனர். ஷீலா கோபத்துடன் நடந்து செல்ல, மோனா அவளை நெருக்கமாகப் பின்தொடர்ந்தாள். ஏரியை ஒட்டியிருந்த குறுகலான காட்டை அவர்கள் நெருங்கிய போது மரக்கிளைகளினூடாக நீரின் வெளிச்சம் தெரிந்தது. ஆனால் மரங்களின் விளிம்பை அடைந்ததும், மரங்களுக்குக் கீழே நீலமணி மலர்கள் தரையெங்கும் அடர்த்தியாகப் படர்ந்திருந்ததைப் பார்த்ததும் அதுவரையிலான அவர்களது கோபம் மறைந்தது. நிலநிறப் பூக்களை மிதித்தபடிதான் தொடர்ந்து காட்டுக்குள் செல்ல வேண்டும்.

'ஆயிரக்கணக்கில் இருக்கும்.'

'லட்சக்கணக்கில் இருக்கின்றன!'

அவர்களின் கால்கள் நீலமணி மலர்களின் பரப்பில் தெளிவான தடங்களை விட்டுச் சென்றன, அது தூசுபடிந்த பனியில் நடப்பதைப் போலிருந்தது. மெல்லிய மலர்த் தண்டுகள் அவர்களது காலடியில் கூழாக நசுங்கின. கிணற்றடியில் புத்தகங்களை வைத்துவிட்டு ஏரியின் கரைக்குச் சென்றார்கள். தண்ணீர் அசைவற்று இருந்தது. குளிர்காலத்தின் கோதுமை வண்ண நாணல்களுக்குப் பதிலாக விளிம்புகளில் பச்சை கட்டிய நாணல்களைக் கோடைக்காலம் இன்னும் அங்கு கொண்டுவந்து வைத்திருக்கவில்லை. ஏரிக்குள் சீகல் தீவை உருவாக்கியிருந்த பாறைகளால் சூழப்பட்ட நாணல் குவியலில் கடற்காகங்கள் மேலிருந்து தங்கள் குஞ்சுகளை வழிநடத்தின, திட்டின. நட்லியின் படகு இல்லத்தில் இப்போது படகுகள் இல்லை. இல்லத்தின் பக்கவாட்டில் சில பலகைகள் உடைபட்டிருந்தன. அவற்றின் மீது அடித்திருந்த கறுப்பு நிறத் தார்ப்பூச்சு வெளிறிப்போயிருந்தது.

'எனக்கு இந்த இடம் பிடிக்கவில்லை' என்றாள் ஷீலா.

'சனிக்கிழமைகளில் அப்பாவுடன் படகில் போவது உனக்கு நினைவிருக்கிறதா?'

'எப்படி மறப்பேன்!' ஷீலா ஏளனமாகச் சொன்னாள்.

புத்தகங்களை வாசிக்கத் தொடங்கும் முன் அவர்கள் உள்ளீடற்ற ஒரு வைக்கோலைத் தேடி எடுத்தனர். மீது குப்புறப் படுத்து குளிர்ச்சிக்குப் பெயர்பெற்ற அதன் நீரை அருந்தினர். குளிர்ந்த நீரூற்றிலிருந்து அருந்துவதன் மூலம் அந்த இடத்தின் சில ஆவிகளைச் சாந்தப்படுத்த முடியும் என்றும், அதனால் அவை அவர்களது படிப்புக்கு இடையூறு செய்யாது என்றும் அவர்கள் நம்பியது போலிருந்தது. ஆனால் அவர்கள் நிம்மதியாக அமர்ந்து படித்துக் குறிப்புகள் எடுக்க முடியவில்லை. ஒருத்தியின் மூக்கில் ஈ ஒன்று வந்து விழுந்தது. தூய வெண்ணிற வண்ணத்துப்பூச்சி ஒன்று ஏரியோர வெளிச்சத்தில் அங்குமிங்கும் பறந்தது. நீலமணி மலர்களைத் தேனீக்கள் சுற்றிவரத் தொடங்கின. ரென் பறவையோ, ராபினோ முட்புதருக்குள் அப்படியும் இப்படியும் நெளிந்து அவர்களை வசைபாடுபவதுபோலத் தோன்றியது.

‘இது ஒரு நகைச்சுவை.’ ஷீலா புத்தகத்தை மூடி வைத்தாள். ‘ஒரு வார்த்தைகூட மனதில் இறங்காது. நான் வீட்டுக்குப் போகிறேன். அவர் என்ன சொல்லிவிட முடியும்? தேர்வு மிகவும் நெருங்கிவிட்டதால் நேரத்தை வீணடிக்க முடியாது.’

‘நாம் முயலவில்லை என்று அவர் சொல்ல முடியாது.’ மோனாவுக்கும் அங்கிருந்து கிளம்புவதில் மகிழ்ச்சி.

‘இதுபற்றி முன்பே நாம் நன்றாகத் தெரிந்து வைத்திருக்க வேண்டும்’ என்று எரிச்சலுடன் பதில் வந்தது.

அவர்கள் வீட்டை நெருங்குகையில் ஷீலாவுக்கே சற்று பயம். இவ்வளவு சீக்கிரம் வீட்டுக்கு வருவது அவர் பேச்சை மதிக்காததுபோலத் தோன்றலாம்.

‘ஏறத்தாழ கிளம்புவதற்கு முன்பே திரும்பி வந்துவிட்டீர்கள்’ வாயிலில் அவர்களை எதிர்கொண்டு புன்னகைத்தார் மோரன். ‘பாடங்களைக் கரைத்துக் குடிக்க ஏரி, திறந்தவெளிபோல வேறெதுவும் இல்லை.’

‘எங்களால் ஒன்றும் செய்ய முடியவில்லை அப்பா.’ ஷீலா விரக்தியுடன் தலையைத் தொங்கப் போட்டுக்கொண்டாள். ‘எனக்கு ஆச்சரியமாக இருந்தது. நீங்கள் இருவரும் வருவதைப் பார்த்ததும் நீங்கள் எல்லாவற்றையும் மிக விரைவாக முடித்துவிட்டு வந்துவிட்டீர்கள் என நினைத்தேன்.’ மோரன் சிரித்தார். அவர்கள் பயப்படும்படி எதுவுமில்லை; அவர் மகிழ்ச்சியாக இருந்தார்.

‘பார்ப்பதற்கு நிறைய விஷயங்கள் இருந்தன அப்பா.’ மன்னிப்புக் கோரும் தொனியில் சொன்னாள் மோனா.

'இப்போது சாக்குப்போக்குச் சொல்கிறீர்கள்' என்று கிண்டலடித்தார். 'நீங்கள் அதற்குப் பொருத்தமானவர்கள் இல்லை, அதனால் உங்களை அதில் ஈடுபடுத்திக்கொள்ள முடியவில்லை.'

அவர்கள் உள்ளே சென்று வழக்கமான இடத்தில் அமர்ந்து தங்கள் படிப்பைத் தொடங்கிய பிறகு ரோஸ் அவரிடம் வந்து 'அப்பா, அவர்களை ஏரிக்கு அனுப்பினீர்களே, பயங்கரம்' என்று மென்மையாகச் சொன்னாள்.

'இதில் என்ன பயங்கரம்?' என்று சிரித்தார். இப்போதும் நகைச்சுவையுணர்வுடனே இருந்தார். 'அங்கே புத்துணர்வு தரும் காற்று இல்லையா? இங்கேயே ஆணியடித்தார்ப் போலில்லாமல் அவர்களை அவ்வப்போது வெளியே அனுப்பிவைக்க வேண்டும். பழமொழியில் வருவதைப் போல விளையாட்டே இல்லாமல் வேலை மட்டுமே செய்து கொண்டிருந்தால் சுணங்கி விடுவார்கள். முன்பைவிட இப்போது வீட்டுக்குள் இருப்பது அவர்களுக்குப் பிடித்திருக்கும்.'

இந்தச் சிறிய இடையூறு அவர்களை நீண்ட நேரம் திசைதிருப்பி வைக்கவில்லை. அவர்கள் படித்தார்கள், மீண்டும் படித்தார்கள், அடிக்கடி சுருக்கக் குறிப்புகளைப் பார்த்தார்கள், பத்திகளை அமைதியாக மனப்பாடம் செய்தார்கள், அவர்களுடைய கண்கள் தொலைவே இருந்தன. பாடம் பிடிபடாமல் போனாலோ அல்லது குழப்பினாலோ உதவிக்காக ஒருவரையொருவர் நாடுவார்கள். சகோதரிகள் ஒருவர் மற்றவரது நெருக்கத்தில் பலத்தையும் ஆறுதலையும் பெறுவதாகத் தோன்றியது.

மோரன் அவர்களின் கவனக்குவிப்புக்கு மிக வெளியே தன்னை உணர்ந்தார். சத்தம் போடாமல் நுழைய முயலும் ஒருவரின் மிகைப்படுத்தப்பட்ட பகடியுடன் அவர் அறைக்குள் பூனையைப் போல அடிகள் வைத்து நுழைய வேண்டியிருந்தது, ஆனால் அவரது ஒரே பார்வையாளர் பையன் மட்டுமே. இப்படி அடிக்கடி நடப்பதில்லை. பையனது சிரிப்புதான் எதிர்பாராத கணமொன்றில் பெண்களைத் தங்கள் புத்தகங்களிலிருந்து தலையை உயர்த்தச் செய்தது.

◯

ஆப்பிள், வெள்ளை பேரிக்காய் மரங்களின் பூக்கள் சிதறிக் கிடக்கும் இந்த வெயில் மிகுந்த நாட்கள் தேர்வு நாளை நோக்கி நகர்ந்தன. தேர்வுக்காகப் புத்தகங்கள் ஏதுமின்றிப் புறப்பட்டுச் சென்ற அவர்கள் தேர்வறையில் தங்களைச்

சோதித்த இளஞ்சிவப்பு அல்லது நீல நிறக் கேள்வித்தாள்களை மாலையில் வீட்டுக்கு வந்து காட்டினார்கள்.

'எப்படி எழுதினீர்கள்?' என்று கேட்க மோரன் ஒவ்வொரு மாலையும் ஆவலுடன் காத்திருந்தார்.

'தெரியாது அப்பா. அருட்சகோதரி நாங்கள் ஒன்றும் மிக மோசமாக எழுதவில்லை என்று சொன்னார்.'

'பரவாயில்லை. எப்போதும் நம்மிடம் சாப்பிடப் போதுமானவை இருக்கும்' வெளியுலகின் கைகளில் இருக்கும் அதிகாரத்தின் முன்னே பலவீனமாக உணர்ந்தவராகச் சொன்னார்.

பிறகு, சட்டென்று தேர்வுகள் முடிந்தன. அவர்கள் தங்கள் புத்தகங்களை ஒதுக்கி வைக்கலாம். ஆனால் அவர்கள் ஏங்கிய சுதந்திரத்துக்கும் அமைதிக்கும் பதிலாக, ஒருகாலத்தில் பதற்றமும் வேலையுமாக இருந்த இடத்தில் அவர்கள் உணர்ந்ததெல்லாம் வெறுமை மட்டுமே. முடிவற்றத் தொலைவில் இருப்பதாகத் தோன்றிய ஆகஸ்ட் மாத வாரங்களை நோக்கி நகர்ந்த சோம்பலான நாட்களை அவர்கள் கடக்க வேண்டியிருந்தது.

'நீங்கள் எதைப்பற்றியும் கவலைப்பட வேண்டியதில்லை' என்று மோரன் தொடர்ந்து சொல்லிக்கொண்டிருந்தார். 'நீங்கள் எந்தவொரு விஷயத்தைப் பற்றியும் கவலைப்பட வேண்டியதில்லை.'

மேகி லண்டனுக்குப் புறப்பட்டுச் சென்றபிறகு முதல்முறை யாக வீட்டுக்கு வரப்போகும் உற்சாகத்தால் ஜூலை மாதத் தொடக்கத்தில் காத்திருப்பின் அலுப்பு நீங்கியது. அவள் மூன்று முழு வாரங்கள் விடுமுறைக்கு வீட்டுக்கு வர இருந்தாள், மீண்டும் அவள் லண்டன் புறப்படத் தயாராகும்போது தேர்வு முடிவுகள் கிட்டத்தட்ட நெருங்கிவிடும்.

முதல் தேர்வின்போதே வீட்டின் பிரதான அறைக்கு வண்ணம் பூசத் தொடங்கியிருந்தாள் ரோஸ். தேர்விலிருந்து விடுதலை பெற்றிருந்த பெண்கள் மேசைகளையும் நாற்காலிகளை யும் தேய்த்துச் சுத்தமாக்க உதவினார்கள். பழைய அறைகலன்கள் காற்றாட வெளியே வெயிலில் போடப்பட்டன. தரைப்பலகை களை அவர்கள் வெள்ளையாகத் தேய்த்தார்கள். கூடத்தின் பழைய பழுப்புநிற நடைவழித் தட்டைக் கற்கள் ஈரத்தில் மினுங்கின. ஸ்டாக், நீலவண்ண மலர்கள் மற்றும் பான்சிகள், ரோஜாக்கள், லீலிகள் ஆகியவற்றிடமிருந்து சூரியவொளியைப் போராசையுடன் பறித்துகொண்ட சாமந்தி மலர்கள் இவற்றின் படுகைகளால் வீட்டுக்கு முன் மைக்கேல் உருவாக்கியிருந்த

தோட்டம் அழகாக இருந்தது. மோரன் காரைக் கழுவி மெருகூட்டினார். வீட்டைச் சுற்றித் துருப்பிடித்துக் கிடந்த இயந்திரங்களைக்கூட அகற்றினார். வேறு எவரையும்விட அவர் மிகவும் உற்சாகமாக இருந்தார், தொடர்ந்து நகைச்சுவைகள் சொல்லிக்கொண்டிருந்தார்.

மேகி வருவதாக இருந்த நாளில் அவளை கேரிக் கிராமத்தில் சந்திக்க நினைத்தார், ஆனால் அங்கே அவளைத் தவறவிட்டு விடக்கூடும் என்று பயந்து பாய்லுக்குச் செல்ல முடிவு செய்தார். ரயில் கேரிக் வந்தடைவதற்குள் அவர் தனியாக வந்து விட்டார். ரோஸ் கண்டிப்பாகச் சொல்லியும் கேட்காமல் பணி நாட்களில் அணியும் பழைய ஆடையை அணிந்துசென்றார். அந்த நாள் எந்த வகையிலும் சிறப்பானதல்ல என்பதைக் காட்டுவதற்காக அவர் அப்படிச் செய்தார். 'நான் இருக்கும் கோலத்தில் அவள் என்னை ஏற்றுக்கொள்ள வேண்டும். அவள் இப்போது நாடு திரும்பியிருக்கிறாள்.' அவர் சென்ற பிறகு அனைவரும் கடிகாரத்தையே பார்த்துக்கொண்டிருந்தனர்.

'ரயில் கேரிக்கினுள் வருகிறது!'

'நான் சொல்கிறேன், வண்டி இப்போது கேரிக்கிலிருந்து கிளம்புகிறது' என்ற குரலில் காத்திருப்பின் மௌனம் கலைந்தது. எல்லோரும் வீட்டுக்குப் பின்னாலிருந்த வயல்வெளிக்குப் போய் ரயில் கடந்துபோவதைப் பார்த்துவிட நினைத்தார்கள். டீசல் எஞ்சின் சப்தமும், தண்டவாளச் சக்கரங்களின் வேகமான கடகட ஓசையும், கற்சுவர்களுக்கு மேலே உயரத்தில் தெரிந்த கம்பளிப்பூச்சி போன்ற ரயில் பெட்டிகளும், சூரிய ஒளியில் பளிச்சிடும் சிறிய சன்னல்களும் அவர்கள் முன் ஒலித்தும் தெரிந்தும் மறைந்தன. பின்னர் அனைவரும் வீட்டின் முன்புறம் சென்று சாலையைப் பார்த்துக் காத்திருந்தனர்.

ஒவ்வொரு காரையும் ஆவலுடன் கவனித்துக்கொண் டிருந்ததில் அவர்கள் மோரனின் கார் யூ மரத்தின் கீழிருந்த வெளி வாயிலுக்குள் மெதுவாகத் திரும்பும்வரை அதைப் பார்க்கத் தவறிவிட்டனர். இருமருங்கும் மரங்கள் சூழ்ந்த குறுகிய வழியில் காரை ஓட்டி வரும்போது மோரன் கண்டிப்புடனும் தன்னுணர்வுடனும் காணப்பட்டார். வீட்டையும், தோட்டத்தின் மரக்கதவுக்கு வெளியே தனக்காகக் காத்திருந்த பரிச்சயமான அந்தச் சிறு கூட்டத்தையும் பார்த்த மேகி வெடித்து அழுதாள். எல்லோரும் ஒருவரையொருவர் பரபரப்பாகக் கட்டித் தழுவி முத்தமிட்டனர்.

'நீ இப்போது மிகவும் அழகாக இருக்கிறாய்' மகிழ்ச்சியுடன் அவளை மேலும் கீழும் பார்த்தாள் ரோஸ்.

'என்னைப் போன்ற ஒரு வயதானவன் இவ்வளவு அழகான இளம் பெண்ணைக் கூட்டிவருவதற்காக வந்ததைப் பற்றி நீங்கள் என்ன நினைக்கிறீர்கள்?'

ரோஸ் சிரித்தாள். பயணப் பெட்டிகளையும் பைகளையும் வீட்டுக்குள் எடுத்துச் செல்ல அவர்களுக்குள் போட்டி நிலவியது.

மேகி தான் கொண்டு வந்த பரிசுப் பொருட்களைப் பிரித்தாள்: ரோஸுக்குப் பிரகாசமான சிவப்புக் கம்பளி முக்காடு, மோரனுக்குப் பழுப்பு நிற வி – கழுத்து ஸ்வெட்டர், ஷீலாவுக்கும் மோனாவுக்கும் பட்டு முக்காடுகள், மைக்கேலுக்கு அவன் தலைமுடிக்கு ஏற்ற காவிநிறக் கழுத்துப்பட்டை. மேற்புறம் பூக்களின் படம் போட்ட விதைகளடங்கிய உறைகளையும் அவனுக்கென வாங்கி வந்திருந்தாள்.

'இவை இங்கே வளருமா?' என்று அவன் கேட்டான். அவை லண்டனிலிருந்து இவ்வளவு தூரம் வந்திருப்பதைக் கண்டு அவனுக்குப் பிரமிப்பு.

மென்மையான மையப் பகுதியைக் கொண்ட சாக்லேட்டுகள் அடங்கிய பெரிய பெட்டியைக் கொடுத்தாள். தேநீர் தயாரிக்கப்பட்டது. அவள் மேசையில் மையமாக அமர்ந்திருந்தாள். லண்டனைப் பற்றி அவளிடம் பெரும் ஆவலுடன் கேட்டார்கள். 'இப்போது லூக்கா எப்படி இருக்கிறான்?' ஷீலா சத்தமாக் கேட்டாள்.

சட்டென அங்கே மௌனம் கவிந்தது. தனது வேதனைமிக்க மௌனத்திலிருந்த மோரனை அனைவரும் பார்த்தனர்.

'அவன் அப்படியேதான் இருக்கிறான்' என்று சொல்லி விட்டுச் செவிலியர் இல்லத்தைப் பற்றி மேகி பேச ஆரம்பிக்கையில் ஷீலா ஏதோ கேட்க வந்து பின் மௌனமானாள்.

மேகிமீதான உற்சாகமும் கவனமும் எந்த அளவுக்கு இருந்ததென்றால் ரோஸ் மோரனை உரையாடலுக்குள் இழுப்பதில் அக்கறை காட்டினாலும், அவர் அதில் தனக்கு இடமில்லை என்பதை உணரத் தொடங்கி, சலிப்படைந்தார்.

'ஜெபமாலை சொல்ல வேண்டிய நேரம் வந்துவிட்டது என்று நினைக்கிறேன்' என்று வழக்கத்தைவிட முன்னதாகவே சொல்லிவிட்டு ஜெபமாலையை எடுத்தார். அவர்கள் செய்தித்தாள்களைக் கீழே போட்டு மண்டியிட்டார்கள். இந்த இரவில் மோரன் திரும்பத் திரும்பச் சொல்லும் ஒவ்வொரு வார்த்தையையும் நிதானமான தெளிவுடனும் ஆற்றலுடனும் உச்சரித்தார். துன்பத்தில் உழலுதல், மரணம்,

ஜான் மெக்காஹர்ன்

மனிதனது இறைஞ்சுதல் ஆகியன பேருலகின் அனைத்து அற்பமான மாயைகளையும் சிதறடித்துவிடும். இதற்கு மானுட அடிமைத்தனத்தை ஏற்றுக்கொண்ட அவர்களது பதிலாகிய மௌனம் அவருக்கு ஊக்கமளிக்கவில்லை. இருமல், செய்தித்தாள்களின் சலசலப்பு, மேசையின் மீதோ நாற்காலியின் மீதோ மாட்டியிருந்த கோட்டின் பொத்தான்கள் கரகரக்கும் சப்தம் ஆகியவை அவருடைய ஆழ்ந்த சிந்தனைக்கு எரிச்சலூட்டின.

தேநீர் மேசையைச் சுற்றியிருந்த உற்சாகம் அகன்றது. பிறகு, வலைக்குள் நகரும் மீன் கூட்டத்தைப் போல ரோஸும் சிறுமிகளும் மேசையைச் சுத்தம் செய்யத் தொடங்கினார்கள். ரொட்டித் துண்டுகளைத் துடைத்து எடுத்தனர், பாத்திரங் களைக் கழுவி உலர்த்தினார்கள். ஒவ்வொன்றையும் அதனதன் இடத்தில் திரும்ப வைக்கத் தொடங்கினார்கள். அனைத்தும் ஓசையற்ற ஆற்றலுடன் நடந்தன. கிசுகிசுப்புகள், நகைச்சுவைகள், சின்னச் சின்ன திட்டுதல்கள் – 'இல்லை, அதை வேறு இடத்தில் வைக்க வேண்டும்' – அல்லது திட்டுவதில் எந்தக் கடுமையை யும் மென்மையாக்குவதற்காக முன்பு அவர்கள் செய்த அதே தவறை நினைவுபடுத்தி, சிரிப்புக் கலந்த மன்னிப்புக் கோரலில் தலையைக் குனிந்தபடி வசையின் கடுமையைக் குறைத்துக் கொண்டார்கள். பரபரப்பின் முழுச் சுழலுக்கு உள்ளேயும் வெளியேயும் வசீகரிக்கும் புன்னகைகளும் வார்த்தைகளும் பின்னப்பட்டன. இவை அனைத்துக்கும் மத்தியில் தங்கள் மீதான மோரனின் கண்காணிப்புப் பற்றிய அவர்களது இடையறாத விழிப்புணர்வு அவர்களிடம் இருந்தது. ஒவ்வொரு காரியத்தைச் செய்யும்போதும் ஏதாவது ஒன்று விழுந்து நொறுங்கிவிடுமோ என்ற அச்சத்துடன் கூர்மையான கவனத்துடன் செய்யும் அளவுக்கு அவருடைய அதிருப்தி யின் கனம் என்ற உணர்வு அவர்களுடைய செயல்களில் கலந்திருந்தது. அவர்களுடைய எல்லா அசைவுகளும் உண்மை யான அச்சுறுத்தலால் அல்லாமல் பழக்கம், உள்ளுணர்வு, பயம் ஆகியவற்றின் அடிப்படையில் இருந்தன. என்றும் அது உடல்சார்ந்ததொரு நிலைதான். தங்களை யாரும் கவனிக்காதபோதும் யாரோ கவனிக்கிறார்கள் என்ற உணர்வுடனே அவர்கள் பாத்திரங்களைக் கழுவுவார்கள்.

மிக உயரத்திலிருந்து கீழே பார்ப்பது கீழே விழ வேண்டும் என்ற உந்துதலைத் தந்து விழுவது குறித்த அச்சவுணர்வை முடிவுக்குக் கொண்டுவருவதைப் போலவே அவரது கண்காணிப்பே தட்டுகளையும் கோப்பைகளையும் உலர்த்தி அடுக்கி வைக்கும்போது அவர்கள் எதையாவது நழுவ

விடுவதற்கான அழுத்தத்தைக் கொடுத்தது. பல அபாய எச்சரிக்கைகள் கடைசியில் ஒன்றுமில்லை என்பதை உணர்ந்த போது அவர்கள் நமுட்டுச் சிரிப்புச் சிரித்து நிம்மதி அடைந்தனர். பிறகு அவர்கள் அமைதியாகத் தங்கள் கைகளைக் கழுவித் துடைத்துக்கொண்டு வரவேற்பறைக்குத் திரும்பினர். மோரன் கார் இருக்கையில் அமர்ந்து சிந்தனையில் ஆழ்ந்திருந்தார், ஒன்றன்மீது ஒன்றாக அவரது கட்டைவிரல்கள் சோம்பலாகச் சுழன்றுகொண்டிருந்தன.

'நாம் ஒரு கோப்பை தேநீர் அருந்தலாம் என்று நினைக்கிறேன்' என்று ரோஸ் மகிழ்ச்சியும் உற்சாகமுமாகச் சொன்னாள். அவர் அவளைத் திரும்பிப் பார்த்தபோது, கெண்டியையும் தேநீர்ப் பாத்திரத்தையும் எடுத்தபடி அவள் தொடர்ந்து பேசிக்கொண்டே இருந்தாள். 'மேகி சீக்கிரம் உறங்கப் போக வேண்டும். பயணத்திற்குப் பிறகு அவள் எவ்வளவு சோர்வாக இருப்பாள் என்று எனக்குத் தெரியும். அந்த இரவுப் படகு எல்லாவற்றிலும் மோசமானது. அதோடு, காத்திருக்கும் கொடுமை வேறு' என்றாள் ரோஸ். இந்த ஆலோசனையாலோ அல்லது கடும் சோர்வினாலோ மேகி அவள் சொல்வதை ஆமோதிப்பதுபோலக் கொட்டாவி விட்டுக்கொண்டிருந்தாள்.

மறுநாள் காலையில் பெண்கள் தாமதமாக எழுந்தனர். மோரன் அதற்குள் வயலுக்குச் சென்றுவிட்டார். விசேஷமான நீண்ட காலை உணவின்போது ரோஸ், ஷீலா, மோனாவிடம் நேற்றிரவு தன்னால் சொல்ல முடிந்ததைவிட லண்டனில் தனது வாழ்க்கையைப் பற்றிய அதிக விஷயங்களைச் சொன்னாள் மேகி. விருந்துகள், நடனங்கள், வெவ்வேறு இசைக்குழுக்கள், பாடகர்கள், அவள் சந்தித்த இளைஞர்கள், அவளுடைய தோழிகள் ஆகியவற்றைப் பகிர்ந்துகொண்டாள்.

ரோஸ் கிளாஸ்கோவில் தனது சிறுமிப் பருவத்தைப் பற்றிச் சொன்னாள். மோனாவும் ஷீலாவும் தாங்களே அமைத்துக் கொள்ளவிருக்கும் ஒரு வாழ்வின் வாசலில் நுழையத் தயாராக இருந்தார்கள். தாங்கள் குதிக்கப்போகும் உயிரோட்டமான நீரோட்டத்தைப் பற்றிக் கேட்பதுபோல் மேகி சொல்வதைக் கேட்டுக்கொண்டிருந்தார்கள். நீண்ட காலை உணவுக்குப் பிறகு மூன்று பெண்களும் மோரனைப் பார்க்க வயல்களுக்குச் சென்றார்கள்.

சிறுவயதில் அவர்கள் வயல்களில் கடுமையாக உழைத்தனர். ஒவ்வொரு வயலும், மரமும், குறிப்பாகப் புதர் வேலிகளும், அவர்களுக்கு மிகவும் நெருக்கமானவை. மேகி மெக்கேபின் வயலருகே இருந்த வயதான டாம்சன் மரம்,

கசப்புக் காட்டு ஆப்பிள், காட்டு செர்ரி மரங்கள் ஆகியவற்றைத் தேடினாள். தலைக்கு மேல் வானம் மேகங்களற்று இருந்தது. காற்று அசையவில்லை. கிளைகளின் நிழலில் சிறு பறவைகள் விர்விர்ரென்று பறந்தன. சிவப்பும் வெள்ளையும் கலந்த க்ளோவர் மலர்கள்மீது தேனீக்கள் ஊர்ந்துகொண்டிருந்தன. சம்மட்டி ஓசையை வைத்து மோரனைக் கண்டுபிடித்தார்கள். ஒரு புல்வெளியில் முட்கம்பி வேலியில் உடைந்த முளைகளை மாற்றிக்கொண்டிருந்தார். கை இல்லாத ஆடைகளை அணிந்து வந்த மகள்களைப் பார்த்தது அவரது வேலையின் தனிமைமிகு சோர்வைத் தணிப்பதாக இருந்தது.

'சாயங்காலத்துக்குள் இந்தப் புல்வெளியைத் முடித்து விடத் திட்டமிட்டிருக்கிறேன்' என்று அவர்கள் கிளம்புவதற்கு முன் சொல்லிவிட்டு, 'புறப்படுவதற்கு முன் உங்கள் கைகளை நீங்கள் கடினமாக்கிக்கொள்ள வேண்டும்' என்று நகைச்சுவை யாகச் சொன்னார்.

'எங்கள் கைகளொன்றும் அவ்வளவு மென்மையானவை இல்லை அப்பா.'

அவர்கள் கிளம்பி வயல்களின் பசுமையினூடே நடந்தபோது அவர்கள் தலைக்கு மேல் வானம் வெளிர் நீலநிறமாக இருந்தது. உணர்ச்சி ததும்பும் தழுதழுத்த குரலில் மேகி சொன்னாள் 'அப்பா இப்படி இருக்கும்போதுதான் அழகாக இருக்கிறார்.'

'அப்பாவைப் போன்று நல்லவர் யாருமில்லை' என்றாள் மோனா. பெண்கள் ஒவ்வொருவரும் தத்தமது வழியில் தங்கள் தந்தையையும் அந்த முழுமையான, உண்மையான, மனதை நெகிழச்செய்யும் நாளையும் தங்கள் கைகளில் ஏந்திக்கொள்ள விரும்பினார்கள்.

மாலையில் மோரனின் மனநிலை முற்றிலும் மாறியிருந்தது. சப்பாத்துகளையும் உடைகளையும் மாற்றிக்கொண்டு பேசாமல் சாப்பிட்டார். சாப்பிடுகையில் அவரது மனதை உறுத்திக் கொண்டிருந்த விஷயம் அவரை அரிக்க ஆரம்பித்தது. அவர்கள் அவரை நன்றாக அறிந்திருந்தபடியால், மௌனமானார்கள். அவரைச் சுற்றியிருக்கையில் அவர்கள் ஓசையெழும்பாமல் மெல்ல அடியெடுத்து வைத்து நடப்பதுபோலத் தோன்றியது.

'உன் அண்ணனை எப்போதாவது நீ பார்க்கிறாயா?' சாப்பிட்டு முடிக்கையில் நிமிர்ந்து பார்க்காமலே கேட்டவர் மேசையிலிருந்து நாற்காலியைச் சடாரென்று பின்னே இழுத்துக்கொண்டார்.

'பார்க்கிறேன், ஆனால் அடிக்கடி இல்லை.'

'அடிக்கடி இல்லை என்றால்?'

'அவன் என்னை ரயில் நிலையத்தில் சந்தித்தான்...'

'கடவுளே, அது எனக்குத் தெரியாதா?'

'நான் அங்கே சென்ற பிறகு ஆரம்பத்தில் ஒவ்வொரு வார இறுதியிலும் அவன் மருத்துவமனைக்கு வருவான். ஆனால் அதன் பிறகு அவன் வெளியே வரும்போது மட்டும் என்னைப் பார்க்க வருவான். ஒருமுறை நான் அவனை வெஸ்ட் என்டில் சந்தித்தேன் நாங்கள் சினிமாவுக்குப் போனோம்.' இந்த விடுமுறையில் எப்படியாவது அப்பாவை மகிழ்வித்து சமாதானப்படுத்த வேண்டும் என்று மேகி விரும்பினாள்.

'அவன் எப்படி இருக்கிறான்?'

'அவன் நன்றாக இருக்கிறான். இங்கே இருந்தபோது இருந்ததைவிட வித்தியாசம் எதுவுமில்லை.'

'அவன் ஒன்றுக்கும் உதவாத கிழக்கு லண்டன்காரன் ஒருவனுடன் சுற்றுகிறான் என்று நீ கடிதத்தில் குறிப்பிட்டிருந்தாயே?'

'அது பழைய வீடுகளை மாற்றியமைப்பது தொடர்பான விஷயம். அது என்னவென்று எனக்கு உறுதியாகத் தெரியாது.'

'நான் சொல்கிறேன், அது என்னவென்று அவன் சொல்ல மாட்டான்.'

'அவன் இரவுப் பள்ளிக்குப் போகிறான்' என்று சங்கடத்துடன் அவனுக்கு வக்காலத்து வாங்கினாள்.

'என்ன படிக்கிறான்?'

'கணக்குப்பதிவியல். அவன் விரைவில் தேர்ச்சிப் பெற்று விடுவான்' என்றாள்.

'அவன் எங்களைப் பற்றி எதுவும் கேட்கிறானா?'

'ஏதாவது செய்தி உண்டா என்று கேட்பான்.'

'அவன் எப்போதாவது வீட்டுக்கு வருவதைப் பற்றி பேசுகிறானா?'

'இல்லை.'

'நீ வீட்டுக்கு வருவது தெரிந்தும் அவன் யாருக்கும் எதுவும் சொல்லி அனுப்பவில்லையா?'

'ஆமாம். சொல்லி அனுப்பினான். எல்லோருக்கும் நல்வாழ்த்துகள் என்றான்.'

'கடவுளே, இந்த வீட்டில் என்னதான் பிரச்சினை என்று எனக்குத் தெரியவில்லை' என்று எழுந்து வெளியே செல்லத் தயாரானார் மோரன். 'இங்கே யாரிடமிருந்தும் தகவலைப் பெறுவது பல்லைப் பிடுங்க முயல்வது போலிருக்கிறது.'

'இதற்குமேல் எனக்கு எதுவும் தெரியாது' என்று மேகி ரோஸிடம் கோபமாகச் சொன்னாள். 'லூக்காவைப் பற்றி எனக்குத் தெரிந்த அனைத்தையும் அப்பாவிடம் சொல்லி விட்டேன்.'

'கவலைப்படாதே' என்றாள் ரோஸ். 'அப்பா அப்படித்தான். இதையெல்லாம் அவர் மிகவும் தீவிரமாக எடுத்துக்கொள்கிறார்.'

சில மணிநேரம் கழித்து இரவு அவர் திரும்பி வந்தபோது இன்னும் பரபரப்புடனும் கவலையுடனும் இருந்தார். 'எனக்குத் தெரியவில்லை' என்றபடி மேசையில் அமர்ந்தார். 'இப்படிப் பட்ட பதிலைப் பெற என்ன செய்தேன் என்று எனக்குத் தெரியவில்லை. ஊரில் உள்ள மற்ற வீடுகளைப் போல இந்த வீட்டிலும் ஏன் நடப்பதில்லை என்று எனக்குத் தெரியவில்லை. ஏன் எப்போதும் எனக்கு மட்டும் இப்படி நடக்கிறது என்று தெரியவில்லை.'

ரோஸ் புத்திசாலித்தனமாக அவரைச் சாந்தப்படுத்த முயன்றாள். ஆனால் நீண்ட நேரம் அவர் கவனத்தின் மையமாக இருக்க முடியவில்லை. மேகி ஒரு நடனத்துக்குக் கிளம்பினாள். மோனாவையும் ஷீலாவையும் அழைத்துச் செல்கிறாள். மூன்று பெண்களும் ஆடையணிந்து கொண்டிருந்தனர். அவர்களது இளமை உற்சாகம் வீடு முழுவதும் எதிரொலித்தது. ரோஸும் அவர்களை ஆயத்தப்படுத்துவதில் ஆழ்ந்துவிட்டாள்.

கிளம்பத் தயாரானபோது மாறி மாறி அவர்கள் ஒவ்வொருவரையும் முத்தமிட்டுவிட்டு 'கவனமாக இருங்கள்' என்றார் மோரன். 'உங்களுக்கோ இந்த வீட்டுக்கோ அவப்பெயர் வராமல் கவனமாக இருங்கள்.'

'நாங்கள் ஒருபோதும் அப்படி எதுவும் செய்ய மாட்டோம் அப்பா.'

'மகிழ்ச்சியுடன் கொண்டாடுங்கள்' என்று ரோஸ் எளிமையாகத் தன் அறிவுரையை முடித்துக்கொண்டாள்.

அவர்கள் சென்றபிறகு தன்னை மட்டுமே பிரதிபலித்த ஓர் ஆழ்ந்த கனத்த அமைதி அங்கே குடியேறியது. சீக்கிரமே

படுக்கைக்குச் செல்ல மோரன் தனது காலணிகளைக் கழற்றுகையில் உண்டான சத்தத்தில்தான் அது கலைந்தது.

மறுநாள் காலையில் அந்தப் பெரிய புல்வயலைச் சுற்றிய புல்வெட்டும் இயந்திரத்தின் இடைவிடாத ஓசையைக் கேட்டுப் பெண்கள் விழித்தெழுந்தனர். மோரன் புல்வெட்ட ஆரம்பித்திருந்தார். எல்லோரது உதவியும் அதில் தேவைப்படும். விடுமுறை நாட்களில் அவர்கள் எதிர்பார்த்திருந்த ஓய்வு இப்போது முடிவுக்கு வந்துவிட்டது. வீடு முழுவதுமே தீவனப்புல் சேகரிக்கும் காலத்துக்கான பரபரப்புக்குள் விழுங்கப்பட்டு விடும். கடைசிப் பிடி புல்லைச் சேகரிக்கும்வரை வானிலை மாறிவிடுமோ என்ற பயம் இருந்துகொண்டேயிருக்கும்.

'கீழே பெரிய புல்வெளி. இனிமேல் எல்லோருமே வேலைக்குத் தயாராக இருக்க வேண்டும்' தாமதமாகக் காலை உணவை அருந்திக்கொண்டே மோரன் பெண்களிடம் சொன்னார். புல்வெட்டுதலின் முதல் பகுதி எந்தத் தடையுமின்றி முடிக்கப்பட்டதில் அவர் மகிழ்ச்சியும் நிம்மதியும் அடைந்தார்.

'மழை வராமல் இருந்தால் நன்றாக இருக்கும்' என்றாள் ரோஸ்.

'அது நடன விருந்துகளைப் பாழ்படுத்திவிடும்' என்றார் மோரன் கிண்டலாக. 'எப்படியும் இன்றிரவு நடனமாட முடியாத அளவுக்கு நீங்கள் மிகவும் சோர்வாகத்தான் இருப்பீர்கள்.'

'அதனால் எந்த விதத்திலும் பிரச்சினை இல்லை!' என்று பதிலுக்கு அவர்கள் புன்னகைத்தார்கள்.

புற்களின்மீது படிந்த பனித்துளிகள் ஆவியானவுடன் வீட்டினர் மொத்தமும் தீவனப்புல் வயலில் இருந்தனர். புல்லை உதறிப் பரப்பிவைக்கும் இயந்திரப் பகுதி தவறவிட்ட கனமான, சிக்கலாகப் பின்னிக்கொண்ட புற்கொத்துகளை உதறிப்போட்டு, ஓரங்களில் சிந்துவனவற்றையும் சேகரித்தனர். மாலையில் காய்ந்த புல்லின் சரசரப்பு கேட்கத் தொடங்கியபோது, புல்வெளியில் சிறிய கைகுலுக்கல்கள் நடப்பது போலிருந்தது. வானிலை மாறுவதுபோல் தெரியவில்லை. மோரன், வெட்டும் இயந்திரத்தை டிராக்டரில் வைத்து இரண்டாவது மூன்றாவது புல்வெளிகளில் புல்வெட்டினார். இருட்டுவதற்குள் அந்தப் பெரிய புல்வெளியின் பெரும்பகுதியை அவர்கள் வெட்டியிருந்தார்கள். அதற்குள் உடலின் ஒவ்வொரு தசையும் வலித்தது. ஆழ்ந்த நன்றியுணர்வுடன் அவர்களது கால்கள் வீட்டை நோக்கித் தளர்வாக நடந்தன. 'இன்றிரவு நிச்சயமாக நடனம் இருக்காது.' 'அதை நீ இரண்டு முறை சொல்லலாம்.'

மறுநாள் காலை அவர்கள் மரப்பலகைகள்போல விறைத்திருந்தனர். அசைந்தபோது, ஒவ்வொரு தசையும் வலித்தது, ஆனால் நண்பகலுக்குள் அவர்கள் மீண்டும் வயல்களில் இருந்தனர். ரோஸும் மைக்கேலும் வயலுக்குத் தேநீரும் சாண்ட்விச்சுகளும் கொண்டுவந்தனர். மோரன் இன்னொரு வயலில் புல்வெட்டிக் கொண்டிருந்தார் அல்லது வெட்டும் இயந்திரத்தால் தனக்கு முன் இருந்த வயலைத் தூக்கி எறிந்துகொண்டிருந்தார், ஆனால் ரோஸ் கூடையுடனும் குடுவையுடனும் அங்கு வந்தபோது பெரிய பீச் மரத்தின் நிழலில் பெண்கள் குழுவுடன் சேர்ந்துகொண்டார்.

சாப்பிட்டு இளைப்பாறிய பிறகு ‘ஒன்றும் செய்ய முடியாது, வேலையை முடித்தே ஆக வேண்டும்’ என்றார் மோரன். ரோஸ் சாண்ட்விச்சுகளிலும் டப்பாவில் அடைத்த சால்மன்களிலும், சார்டீன்களிலும் எஞ்சியவற்றைச் சேகரித்தாள். பெண்கள் பசுமையான மரத்தின் நிழலில் விறைப்பாக எழுந்து நின்று சூரியவொளி படர்ந்த புல்வெளிக்குத் திரும்பினர். மேகியும் மோனாவும் நல்ல உழைப்பாளிகள். நிமிர்ந்து பார்க்காமலேயே மௌனமாக வேலைசெய்தார்கள். ஷீலா அந்த வேலையை வெறுத்தாள். அவள் கைகளில் கொப்புளங்கள் இருப்பதாகச் சொன்னாள். இந்த முதுகெலும்பை முறிக்கும் கடுமையிலிருந்து தப்பிக்க அவ்வப்போது வீட்டுக்குப் போய்வந்துகொண்டிருந்தாள். குறிப்பாக, ரோஸின் பாராட்டுகளுக்குப் பதிலளிக்கும் விதமாகப் பையன் பரபரவென்று துடியாக வேலைசெய்தான். மற்ற நேரங்களில், ஒவ்வொருவரும் கடுமையாக வேலையில் ஈடுபட்டிருக்க, வெறுமனே இடத்தை அடைத்துக்கொண்டு நிற்பதற்குப் பதிலாக ஏதாவது செய்யலாமே என்று மோரன் கத்தும்வரை சுணங்கி நின்றுகொண்டிருப்பான். பிறகு கோபத்துடன் கவைக்கோலை உயர்த்தி வேலை செய்வது போல நடிப்பான். ரோஸால் மட்டுமே மேகியுடன் சிரித்து அரட்டையடிக்கும் அதேநேரத்தில் வயலில் இருந்த வேறு எவரையும்விட அதிகமாக வேலைசெய்ய முடிந்தது.

ஐந்து முழு நாட்களும் அவர்கள் இப்படியே வேலை செய்தார்கள். இரவில் மிகவும் களைத்து உடல் அடித்துப் போட்டதுபோல இருந்ததால் படுக்கைக்குச் செல்வதைத் தவிர வேறு எங்கும் போகும் எண்ணம் வரவில்லை. வானிலை மாறியபோது கடைசிப் புல்வெளி தவிர்த்து மற்ற அனைத்திலுருமிருந்த தீவனப்புற்களை வெட்டிச் சேகரித்து விட்டிருந்தார்கள். முகமுயர்த்தி மழையை நன்றியுடன் பார்ப்போம் என்று அந்தப் பெண்கள் ஒருபோதும்

நினைத்ததில்லை. நாள் முழுவதும் மழை புல்வெளிகளைப் பாழ்படுத்துவதைப் பார்த்துக்கொண்டிருந்தார்கள்.

'நாசமாய்ப் போகட்டும். எப்படியோ நாம் பாதுகாப்பாக வேலையை முடித்துவிட்டோம். வெட்டாத கடைசிப் புல்வெளியை நாற்றாங்காலாகப் பயன்படுத்திக்கொள்ளலாம். நீங்கள் இல்லாதபட்சத்தில் வேலை இந்த அளவுக்கு முடிந்திருக்காது' மோரன் மனம் திறந்து பாராட்டினார்.

'அது ஒன்றும் பிரமாதமில்லை அப்பா.'

'பிரமாதமான வேலைதான் அது. தனித்தனியே இருக்கையில் நாம் சாதாரணமானவர்களாக இருக்கலாம். ஆனால் ஒன்று சேர்ந்தால் நாம் எதையும் சாதிக்கலாம்.'

இடைவிடாத மழை தந்த சோர்வை நீக்க ரோஸ் பெரிய கணப்பை மூட்டினாள். வீட்டிலிருந்த ஒவ்வொருவருக்கும் அதன் கதகதப்பிலும் சௌகரியத்திலும் நடமாடுவதும் ஒளிநிறைந்த அறைக்குள்ளிருந்து மரங்களுக்கிடையே சீராக விழுந்துகொண்டிருந்த மழையைப் பார்ப்பதும் மிகவும் பிடித்திருந்தது. அவர்கள் கணப்பிலிருந்து விலகி வெளி அறைகளுக்கு நகர்ந்தபோது, அந்த நிசப்தத்தில் இறவானத்திலிருந்து சொட்டிய மழைத் துளிகளைப் பார்க்க அமைதியே சொட்டுச் சொட்டாக விழுவது போலிருந்தது.

இப்போது அவர்களால் குற்றமற்ற மனச்சான்றுடன் நடனமாடலாம். கேரிக் படகுத்துறைக்கு அருகிலுள்ள பெரிய சாம்பல்நிறக் கூடாரத்தில் பெரிய படகு அணி வகுப்பு நடனங்கள் அப்போதுதான் தொடங்கியிருந்தன, ஆனால் விடுமுறை முடிய மிகக் குறைந்த நாட்களே இருந்தன. மேகி வீட்டிலிருந்தபடி கணப்பைச் சுற்றியமர்ந்து ரோஸுடனும் தனது சகோதரிகளுடனும் அரட்டையடிப்பதிலோ, வீட்டு முன்தோட்டத்தில் அவனது பூச்செடிகளுக்கு மத்தியில் இருந்தபடி மைக்கேலுடன் பேசுவதிலோ அந்த நாட்களைக் கழிக்க விரும்பினாள். சிலநேரம் மழை பெய்யாத நீண்ட இடைவேளைகளில் அவர்கள் புல்வெளியை ஒழுங்குபடுத்திக் கொண்டிருக்கும் மோரனிடம் செல்வார்கள்.

மேகி லண்டனுக்குத் திரும்பிச் செல்லும் நேரம் வந்தது, அவர்கள் முன்பு ஒருபோதும் அரவணைப்பிலும், மகிழ்ச்சியிலும் இவ்வளவு நெருக்கமாக உணர்ந்ததில்லை. அந்த நெருக்கம் அவர்களின் தனிப்பட்ட வாழ்க்கையின் மீதான ஈர்ப்பைப் போலவே வலுவாக இருந்தது. அந்த நெருக்கத்தின் பாதுகாப்பில் தனித்திருப்பதன் வலி மறைந்தது. லண்டனிலோ டப்ளினிலோ

இருக்கையில் ஆறுதலுக்குப் பெண்கள் வீட்டைத்தான் நாடுவார்கள். காலியான தீவனப்புல் வயல்களின் மீது இறங்கி யிருக்கும் பிரியத்துக்குரிய வெளிச்சம் மந்திரம்போல வளரும், ரொட்டித் துண்டுகளுக்கிடையேயான சார்டீன் மீன்களை அவர்கள் மீண்டும் சுவைக்கும்போது பீச் மரங்களின் பசிய நிழல் ஓர் இனிய குளிர்ச்சியைத் தரும். தொலைவே இருக்கும்போது வீடு அவர்களது ஒட்டுமொத்த வாழ்வின் மீதான கோடை ஒளியாகவும் நிழலாகவும் மாறும்.

மேகியை ரயில்நிலையம் அழைத்துச் செல்ல கார் எஞ்சினை ஓடவிட்டு மோரன் காத்திருந்தபோது 'ஒருவேளை நாங்கள் தேர்வில் நல்ல மதிப்பெண்கள் எடுக்காமல் போனால், இங்கே எதுவும் எங்களுக்கு அமையாமல் போனால் சீக்கிரம் நாம் லண்டனில் சந்திப்போம்' என்று உளறிக்கொட்டினாள் ஷீலா.

தேர்வு முடிவுகள் வருவதற்கு இரண்டு நாட்கள் இருந்த போது மோனாவும் ஷீலாவும் சாப்பிடவும் தூங்கவும் சிரமப் பட்டார்கள்.

அவர்கள் உண்ணச் சிரமப்படுவதைப் பார்த்த ரோஸ், 'காத்திருப்பது மிகவும் கொடுமையானது' என்று அனுதாபத் துடன் சொன்னாள். 'வீட்டுக்கு வரும் கடித உறையில் என்ன இருக்கிறது என்று பார்த்தால் எல்லாம் சரியாகிவிடும்.'

'எனக்குத் தெரியவில்லை. எனக்குத் தெரியவில்லை' என்றாள் ஷீலா பொறுமையிழந்து.

'அது பயங்கரமானதாக இருக்கலாம்.'

'இல்லை, அப்படியிருக்காது. கற்பனை செய்வதைப் போல மோசமானது எதுவும் இல்லை.'

தேர்வு முடிவு நாளன்று தபால்காரர் வரும்வரை ஆளரவமற்ற சாலையைப் பார்த்துக்கொண்டிருக்க அஞ்சி இருவரும் தனித்தனியே வயல்வெளியில் தொலைவாகச் சென்று விட்டனர். ஆனால் நீண்ட நேரம் அவர்களால் தனியாக இருக்க முடியவில்லை. ஒவ்வொரு முறையும் அவர்கள் வந்து பார்க்கும்போது சாலை ஆளரவமற்றே இருந்தது. கடைசியில் அவர்கள் தபால்காரர் வருவதைக் கண்டார்கள். அவர், சாலை யிலிருந்து மெதுவாக நடைபாதைக்கு வந்து, யூ மரத்துக்குக் கீழே சுவரில் கவனமாகச் சைக்கிளைச் சாய்த்துவிட்டு, இருபுறமும் நின்றிருந்த பாக்ஸ்வுட் மரங்களுக்கிடையே மெதுவாக நடந்து வருவதைப் பார்த்தார்கள். பெண்களைப் போலவே பதற்றத்துடன் பார்த்துக்கொண்டிருந்த மோரனும் மரத்தாலான வாயில் கதவருகே சென்று தபால்காரரை

எதிர்கொண்டார். கதவுக்கு அப்பால் அவர்கள் பேசிக்கொண்டு நின்றிருந்த நேரம் ஒரு யுகமாகக் கழிந்த பின் மோரன் அவர்களது பதற்றத்தை இன்னும் கூட்டும் விதத்தில் வீட்டை நோக்கி இரண்டு கடித உறைகளையும் உயர்த்திக் காட்டினார். அதற்கு மேலும் பொறுக்க முடியாமல் ஷீலா அவரிடம் சென்றாள். அவர் சுதாரிக்கும் முன் இரண்டு கடித உறைகளையும் அவரிடமிருந்து பிடுங்கி நடுக்கத்துடன் தன்னுடைய உறையைப் பிரித்தவோறே மோனாவிடம் அவளுடையதைக் கொடுத்தாள். மோனாவுக்கு அதை வாங்கிக்கொள்ளும் திராணி யில்லை. கடிதத்தில் தேர்வு முடிவைப் பார்ப்பதைவிடுத்து ஷீலாவை விழுங்குவதைப் போலப் பார்த்தாள் மோனா. ஷீலா தன் கையிலிருந்து உறைகளைப் பறித்த விதத்தைக் கண்டு திகைத்துப்போன மோரன் விக்கித்து நின்றார்.

'தேர்வு முடிவு நன்றாக வந்திருக்கிறது. நான் நினைத்ததை விடவும் நன்றாக... பாருங்கள்' என்ற ஷீலா தான் என்ன செய்கிறோம் என்று தெரியாமலே கடிதத்தை முரட்டுத்தனமாக மோரனிடம் திணித்தாள்.

'நீ ஏன் இன்னும் உறையைப் பிரிக்கவில்லை?' என்று அவள் மோனாவை நோக்கித் திரும்பினாள். அவள் கையிலிருந்து உறையை வாங்கிப் பிரித்தாள். 'நீயும் நன்றாகத்தான் செய்திருக் கிறாய்' என்று தனது சகோதரியை அணைத்துக்கொண்டாள். இருவரும் கட்டிக்கொண்டு தோட்டத்துப் பாதையில் வலம்வந்தனர். பூச்செடிகள் நசுங்கிப் பாழாகிவிடக்கூடும் என்ற நிலைக்கு வந்தபோதுதான் நின்றனர். இரண்டு பெண்களும் நல்ல மதிப்பெண்கள் எடுத்திருந்தாலும் ஷீலா அபாரமான மதிப்பெண்கள் பெற்றிருந்தாள்.

'மிகப்பெரிய சாதனை' என்றாள் ரோஸ். 'நாங்கள் மிகவும் பெருமைப்படுகிறோம்.'

அவர்களது பெரும் உற்சாக வெளிப்பாட்டுக்கு எதிர்வினை யாற்றிய மோரன் 'எல்லாவற்றையும் நாம் பரிசீலிக்க வேண்டும் என்று நினைக்கிறேன்' என்றார் உறுதியாக.

'பரிசீலிக்க வேண்டுமென்றால்?' ஷீலாவின் குரல் நடுங்கியது.

'இவையனைத்தும் எங்கு இட்டுச் செல்லும் என்பதை நாம் பரிசீலிக்க வேண்டும்' என்றார். 'நம்மால் இயன்றது என்ன என்பது குறித்தும் யோசிக்க வேண்டும். எதைக் குறித்தும் அதிக ஆர்ப்பாட்டம் செய்வதனால் நன்மை விளையப்போவதில்லை.'

ஆனால் அவர் சொன்னதையும் மீறி அவர்களின் சாதனை குறித்து ஒரு ஆர்ப்பாட்டம் இருக்கத்தான் செய்தது.

கான்வென்ட் பள்ளி இரண்டு பெண்களின் புகைப்படங்களையும் உள்ளூர்ச் செய்தித்தாளில் வெளியிடும் அளவுக்கு அவர்கள் சிறப்பான மதிப்பெண்களைப் பெற்றிருந்தார்கள். தபால் அலுவலகத்திலிருந்து திரும்பி வந்த மோரன், ஆனியும் லிஸியும் அவர்களது புகழைப் பாடிக்கொண்டிருப்பதாக அவர்களிடம் சொன்னார்.

'அதெல்லாம் ஒற்றுமில்லை என்று அவர்களிடம் சொன்னேன். படிப்பதைத் தவிர பெண்கள் வேறு என்ன செய்வது? வாய்ப்பு கிடைத்தால் யார் வேண்டுமானாலும் அதைச் செய்யலாம் என்றேன். அவர்கள் கிட்டத்தட்ட என்னை அடிக்கவே வந்துவிட்டார்கள்' என்று அனைவருக்கும் கேட்கும்படி சொன்னார். அப்படிச் சொன்னதில் அவருக்கு மகிழ்ச்சி.

பெண்கள் மனம் புண்பட்டவர்களாய் கண்களை அகல விரித்து அவரைப் பார்த்தனர். அவர் அடுத்தவர் முன் அவர் தங்களைத் தாழ்த்திவிட்டதாக நினைத்தார்கள்.

'உங்கள் சொந்தப் பிள்ளைகளையே தாழ்த்திப் பேசுவதாக அவர்கள் நினைத்திருப்பார்கள்.' பெண்கள் உணர்ந்ததை ரோஸ் வெளிப்படுத்தினாள்.

'தபால் அலுவலகத்தில் நமது பெண்களை நான் பாராட்டிப் பேசியிருந்தால் ஐரிஷ்காரர்கள் என்றவகையில் அவர்கள் அதைக் குறைத்துத்தான் பேசியிருப்பார்கள்' என்று வாதிட்டார் மோரன். 'நான் நமது பிள்ளைகளைப் பாராட்டாததால், அதற்குப் பதிலாக ஆனியும் லிஸியும் அவர்களைப் பாராட்ட வேண்டியிருந்தது. ஒருவேளை நான் பாராட்டியிருந்தால் எந்த அளவு பாராட்டியிருப்பேனோ அதைவிட இரண்டு மடங்கு அதிகமாக அவர்கள் பாராட்டிவிட்டார்கள்.' அவர் தனது புத்திசாலித்தனத்தை எண்ணி மிகவும் மகிழ்ந்தார்.

அவரது நோக்கம் என்னவாக இருப்பினும் பொது இடத்தில் தங்களுக்கு ஆதரவாக இருக்கத் தவறிவிட்டார் என்ற ஏமாற்றத்தில், 'யார் என்ன சொன்னாலும் சரி, அவர் எங்களைப் பாராட்டியிருந்தால் நன்றாக இருந்திருக்கும்' என்று பெண்கள் ரோஸுடன் தனியே இருந்தபோது ஷீலா சொன்னாள்.

'சரி விடு, அப்பா அப்படித்தான்' என்றாள் ரோஸ். 'அதுதான் உங்களை மிகவும் மகிழ்ச்சிக்குள்ளாக்கும் என்று அவர் நினைத்திருக்கலாம். உங்கள் அனைவரையும் நினைத்து அவர் மிகவும் பெருமைப்படுகிறார். அதை வெளிக்காட்டினால் உங்களுக்கு அது பாதகமாக முடியும் என்று அவர் நினைக்கலாம்' என்றாள்.

பெண்கள் நடுவே

மோனாவுக்கு நிலத்துறையிலும், ஷீலாவுக்கு நிதித்துறையிலும் நல்லதொரு பணியில் சேர அழைப்புகள் வந்தன. அவர்கள் விண்ணப்பித்திருந்த இவற்றினும் தகுதி குறைந்த பதவிகளுக்கு மத்தியில் இந்த அழைப்புகள் வந்திருந்தன.

'இருப்பவர்களுக்கு மிகுதியாகக் கொடுக்கப்படும். எதுவுமே இல்லாதவர்களுக்குப் புட்டத்தில் உதை கொடுக்கப்படும்' என்று எதிர்வினையாற்றினார் மோரன். இரண்டு பெண்களுக்கும் குடிமைப்பணி கிடைக்கும் என்று அவர் எதிர்பார்த்தார். அப்போது ஷீலாவுக்குப் பல்கலைக்கழக உதவித்தொகை கிடைத்தது. சட்டென்று முழு உலகமும் அவளுக்கென்று திறந்தது.

'நான் ஒன்றும் சொல்லவில்லை. யாருடைய வழியிலும் குறுக்கே நிற்க விரும்பவில்லை. அவளே முடிவெடுக்கட்டும். இன்றிரவு நாம் அனைவரும் அவளுக்குரிய வழிகாட்டுதலுக்காகப் பிரார்த்தனை செய்வோம்' என்றார் மோரன்.

மீதமிருந்த நாட்களில் தனக்கு வழங்கப்பட்ட விருப்பத் தெரிவுகளை வைத்துக்கொண்டு யோசனை செய்தாள் ஷீலா. குடிமைப்பணி என்ற பாதுகாப்பான பாதையைத் தேர்ந்தெடுக்க வேண்டிய கட்டாயம் ஏற்படும் என்பதை அவள் நன்கு அறிந்திருந்தாள். ஆலோசனை கேட்டுப் பள்ளிக்கூடத்துக்குச் சென்றாள். அருட்சகோதரி ஆலிவர் கிடைத்த வாய்ப்பைப் பயன்படுத்திக்கொண்டு பல்கலைக்கழகத்திற்குச் செல்லுமாறு அவளை வற்புறுத்தினார். ஷீலா ஏற்கெனவே தன்னைச் சூழ்ந்திருக்கும் தயக்கங்கள், ஆட்சேபனைகளைப் பற்றி அவரிடம் ஆலோசித்தாள். அடிப்படையில் இவையெல்லாம் மோரனின் ஆதரவின்மையிலிருந்து உண்டானவை என்றாள். ஆனால் அருட்சகோதரி பல்கலைக்கழக்கத்தில் சேருவது பற்றி பரிசீலிக்க அவளை வற்புறுத்தினார்.

'நான் சகோதரி ஆலிவருடன் பேசிக்கொண்டிருந்தேன். குடிமைப்பணியை மறந்து பல்கலைக்கழகம் செல்ல வேண்டும் என்று அவர் விரும்புகிறார்' வீட்டுக்கு வந்தவுடன் சொன்னாள் ஷீலா.

'பல்கலைக்கழகம் செல்ல வேண்டுமா?' மோரன் திரும்பச் சொன்னார்.

'எனக்கு உதவித்தொகை கிடைத்திருக்கிறது' என்றாள் உற்சாகமாக.

'உதவித்தொகையினால் எல்லாக் கட்டணங்களையும் செலுத்திவிட முடியுமா?

'பெரும்பகுதியை அவர்கள் செலுத்துவார்கள்.'

'மீதி எங்கிருந்து வரும்?'

'விடுமுறை நாட்களில் என்னால் வேலைசெய்ய முடியும்.' அவள் மிகுந்த அழுத்தத்தை உணர்ந்தாள்.

'நீ பல்கலைக்கழகத்தில் என்ன படிப்பாய்?'

'நான் மருத்துவம் படிக்க விரும்புகிறேன்.'

'அதற்கு எவ்வளவு காலம் ஆகும்?'

'அதிகபட்சம் ஏழு வருடம்.'

'வைத்தியர் தன்னையே குணப்படுத்திக் கொள்ளட்டும்' என்று பாதி மட்டுமே காதில் விழும்படியான குரலில் முணுமுணுத்துவிட்டு அவளது பேச்சைப் புறந்தள்ளிவிட்டு வெளியே சென்றார்.

ஷீலா இதைவிட மோசமான ஒரு தொழிலை விரும்பி யிருக்க முடியாது. மோரன் எந்த நாட்டுக்காகப் போராடினாரோ அதில் பெருந்தலைகளாக உருவெடுத்தவர்கள் கொரில்லாப் போராளிகள் அல்லர், பாதிரியார்களும் மருத்துவர்களும்தான். அவருடைய மகளே இப்படிப்பட்ட ஒரு தொழிலுக்கு உரிமை கொண்டாட நினைப்பது சகிக்க முடியாத அவமானம். குறைந்தபட்சம் பாதிரியார்கள் தமது தொழில்நிலைக்குப் பிரம்மச்சரியம், பிரார்த்தனை இவற்றின் மூலம் விலைகொடுக்க வேண்டியிருந்தது. மோரனின் மனக்கசப்பு முழுவதும் மருத்துவத் தொழில்மீது இறங்கியது.

ஷீலா கோபம் மிக்க மௌனத்தில் ஆழ்ந்தாள். வெளி யிலிருந்து உதவியைக் கோரலாமா என அவள் நினைத்த தருணங்கள் இருந்தன, ஆனால் உண்மையில் உதவி கோர யாருமில்லை. மேகிக்குத் தன் ஒருத்தியின் வாழ்க்கைக்கே போதுமான பணம் இல்லை. லண்டனில் இருக்கும் லூக்காவுக்குக் கடிதம் எழுத நினைத்தாள் – காகிதத்தைக்கூட வெளியே எடுத்துவிட்டாள் – ஆனால் அது நேரடியாக மோரனுடன் மோதுவது போலாகும் என்பதை உணர்ந்தாள். அவளால் அதைச் செய்ய முடியவில்லை.

மோரன் ஷீலாவின் முடிவில் பாதிப்புச் செலுத்த முயல வில்லை, ஆனால் அவர் அவளுக்கான தன் ஆதரவை முற்றிலும் விலக்கிவிட்டிருந்தார்.

இரண்டு நாட்கள் கழித்து ஷீலா ஒருவித மூர்க்கத்துடன் சொன்னாள் 'நான் பல்கலைக்கழகத்துக்குப் போகப் போவதில்லை. குடிமைப்பணியை எடுத்துக்கொள்கிறேன்.'

'நான் உன் வழியில் குறுக்கிட விரும்பவில்லை, அதனால்தான் நான் எதுவும் சொல்லவில்லை. ஆனால் இது உனக்கேற்றதாக இருக்கும் என்பதால் அதுகுறித்து எண்ணாமல் இருக்க முடியவில்லை.'

'எப்படி?' அவளது கோபம் அவரது ஆக்ரோஷத்தைத் தூண்டிவிட்டது.

'எப்படி என்றால் என்ன? எப்படி கிழட்டுப் பன்றியே என்றுதானே சொல்ல வருகிறாய்?' அவர் கேட்டார்.

'என்ன சொல்கிறீர்கள் அப்பா? நீங்கள் சொன்னது எனக்குப் புரியவில்லை என்றுதான் கேட்டேன்' சட்டெனப் பேச்சை மாற்றிக்கொண்டாள், ஆனால் தான் சொன்னதை அவள் திரும்பப் பெற மறுத்துவிட்டாள்.

'விரும்பினால் சீக்கிரமே நீ அதைப் புரிந்துகொள்ளலாம். கேட்க விரும்பாதவர்களைக் காட்டிலும் காது கேளாதவர்கள் யாரும் இல்லை என்ற பழமொழி உனக்குத் தெரியும்.'

'என்னை மன்னித்துவிடுங்கள். எனக்கு ஒன்றும் புரிய வில்லை அப்பா'.

'மருத்துவராவது ரொம்பப் பெரிய விஷயம் இல்லையா? உதவித்தொகை கிடைத்தாலுமே கூடுதலாகப் பணம் தேவைப்படும். என் குடும்பத்தில் அனைவரையும் நான் சமமாகக் கருதுகிறேன். ஒருவர்கூட மற்றவர்களை மிஞ்ச முயலுவதை நான் விரும்பவில்லை.'

'நான் அப்படி எதுவும் சொல்லவில்லை. நான் என்ன செய்ய விரும்புகிறேனோ அதைச் சொன்னேன்' என்றாள் உடைந்த குரலில், கசப்புடன்.

'சரிதான். உலகம் உன்னதமானதல்ல என்பதால் என்னைக் குறை சொல்' என்று அதே அளவு கசப்புடன் சொன்னார் மோரன். 'பழி போடுங்கள், பழி போடுங்கள். என்ன செய்தாலும் சரி, இந்தக் குடும்பத்தில் பழி மட்டும்தான் என்மீது விழும்.'

மோனா இந்தக் கொந்தளிப்பிலிருந்து ஒதுங்கியே இருந்தாள். ஆரம்பத்திலிருந்தே அவள் குடிமைப்பணியில் உறுதியாக இருந்தாள். வன்முறையைத் தனக்குள் ஒளித்திருந்த அவள் இயற்கைக்கு மாறாக ஒதுங்கி இருந்தாள். தனது விட்டுக்கொடுக்காத குணம் அம்பலப்படுத்தப்பட்டு அதன் விளைவுகள் வன்முறையாக அமைந்துவிடுமோ என்று அஞ்சினாள்.

ஷீலா பாதுகாப்பாகக் குடிமைப்பணிக்குப் அனுப்பப்பட்ட வுடன், பலவீனம் அல்லது குற்றவுணர்வினால் மோரன் தெளிவற்ற, உறுதி செய்யப்படாத விருப்பத்தெரிவுகளுடன் அவளிடம் வரத் தொடங்கினார். அவள் பல்கலைக்கழகத்திற்குப் போய்த்தான் ஆக வேண்டுமென்றால் அதை எவ்வாறு சமாளிப்பது என்பதற்கான வழிகளை அவர்கள் கண்டறியலாம் என்றார். எவ்வளவு கடினமாக இருந்தாலும் அதை எப்படி யாவது சமாளிக்க முயலலாம் என்றும் சொன்னார். மோனா மறுத்துவிட்டாள். அந்தச் சலுகையை அவள் பயன்படுத்திக் கொள்ள முயலும் கணமே அது மீண்டும் காணாமல்போய் விடும் என்று அவளுக்குத் தெரியும்.

அவர்கள் டப்ளினுக்குக் கிளம்புவதற்கு ஒரு வாரத்துக்கு முன்பு, அவர் பெண்கள் இருவருடனும் ரோஸுடனும் நகரத்தில் உள்ள போல்ஸுக்குச் சென்றார்.

‘விரும்புதையெல்லாம் நீங்கள் வாங்கிக்கொள்ள வேண்டும். டப்ளினில் மற்றவர்களைப் போல நீங்களும் தலைநிமிர்ந்து நடக்க வேண்டும். தரமான பொருட்களாக வாங்குங்கள். மலிவான காலணிகளைவிட தரமான காலணிகளையே மோரன்கள் வாங்குவர். நாம் சென்ற பிறகு பணம் நம்மைத் தேடி வரும்.’ ரோஸ் அவரது இந்த வார்த்தைகளை அப்படியே எடுத்துக்கொள்ளவில்லை. கவனமாகச் செலவழித்தாள். பணம் செலுத்துகையில் விலைப்பட்டியலைப் பார்த்து ‘வாய்ப்புக் கிடைத்தும் பாதிகூடச் செலவழிக்கவில்லையே’ என்றார்.

ஷீலாவுக்குப் பல்கலைக்கழக வாய்ப்பைத் தான் மறுத்தது குறித்து அவர் மிகவும் வருந்தினார் என்பது வெளிப்படை. ஆனால் வேறு எப்படியும் அவரால் நடந்துகொண்டிருக்க முடியாது. மரபுவழியாக அவருள் பதிந்துவிட்டிருந்த ஏழ்மை காரணமாக அரசாங்கத்திடம் உதவி பெற்று வாழநேரிடுதல் குறித்த அச்சத்தினாலோ, இயல்பான தனது மனப்போக்கி னாலோ அவர் அப்படித்தான் நடந்துகொண்டிருக்க முடியும்.

‘கவலைப்படாதீர்கள் அப்பா’ என்றாள் மோனா. ‘எங்களுக்காக உங்களால் முடிந்த அனைத்தையும் செய்திருக் கிறீர்கள். மிக அதிகமாகச் செய்திருக்கிறீர்கள்’. அதை ஆமோதிப்பதுபோல் தலையசைத்தாள் ஷீலா.

அன்று மாலை, ஷீலாவும் மோனாவும் டப்ளினுக்குக் கிளம்பிய பிறகு ‘இப்போது எல்லோருமே போய்விட்டார்கள்’ என்று மைக்கேல் வெறுப்புடன் சொன்னான். லூக்காவும் மேகியும் லண்டன் சென்ற பிறகும் மனவேதனையையும் வெறுமையையும் போக்கப் போதுமான ஆட்கள் இருந்தனர்,

ஆனால் இப்போது எல்லாப் பெண்களும் சென்றுவிட்டதால் வீடே காலியானதுபோல் இருந்தது. 'இது நியாயமில்லை.'

'அதுதான் வாழ்க்கை, மன்னித்துவிடு மைக்கேல்' என்றாள் ரோஸ்.

'நாம் இல்லாமல் அவர்களால் எப்படி வாழ முடியும்?' கண்ணீரால் அவன் முகம் மிருதுவடைந்திருந்தது.

'அவர்கள் இல்லாமல் நாம் எப்படி இருப்போம்?' என்றாள் ரோஸ். 'அவர்கள் சமாளித்துக்கொள்வார்கள், கடவுளே தயை செய்யும். நாமும் எப்படியாவது சமாளிக்க வேண்டும்.'

'அவர்கள் எல்லோருமே போயிருக்கக் கூடாது.'

மகனது முகத்தையும் பின் மனைவியின் முகத்தையும் பார்த்தார் மோரன். ஆனால் அவரது முகம் எந்த உணர்ச்சியு மின்றி இருந்தது. நாற்காலியிலிருந்து எழும்போதே கறுப்பு நிறப் பணப்பையிலிருந்து ஜெபமாலையை உள்ளங்கையில் கவிழ்த்துக்கொண்டார். 'பிரார்த்தனை செய்தால் நன்றாக இருக்கும்.'

செய்தித்தாள்கள் கீழே விரிக்கப்பட்டன. நாற்காலிகள் உரிய இடத்துக்கு இழுக்கப்பட்டன, ஆனால் தரையில் அதிக இடம் இருந்ததால் மோரன் மேசைக்கருகே நிமிர்ந்து மண்டி யிட்டிருக்க, ரோஸும் மைக்கேலும் நாற்காலிகளருகே ஆளுக்கொரு பக்கமாக மண்டியிட்டிருந்தனர். மூன்றாவது தேவரகசியம் தொடங்குகையில் மோனாவுக்காகக் காத்திருப்பது போன்ற அசௌகரியமான அமைதி நிலவியது. மோரன் நான்காவது பத்து மணிகளை நோக்கி விரைந்தவராய் மன்றாட்டுகளைச் சொன்னார். ஐந்தாவது தேவரகசியம் தொடங்கிய ரோஸும் தயங்கினாள். வீட்டைச் சுற்றிக் காற்று சுழன்றுகொண்டிருந்தது. சில சமயம் புகைபோக்கியில் காற்று நுழைந்து ஓசையிட்டது. ஜெபமாலை முடிந்ததும் வெளியே புயலில் மரங்கள் அசைந்ததால் பய உணர்வு அதிகரித்தது. முதன்முறையாக அந்த வீடு சுற்றிலும் தாக்கிய அனைத்திடமிருந்துமான பலவீனமான பாதுகாப்பாக அவர்களுக்குத் தோன்றியது.

இரவின் அச்சவுணர்வையும், வெளியே மரங்கள் அசைவதையும், சன்னல் கண்ணாடியில் மழை தெறிப்பதையும் அகற்ற பிரார்த்தனைகளால் எதுவும் செய்ய முடியவில்லை.

மோரன் தனது ஜெபமாலையைப் பக்தியுணர்வுடன் பணப்பைக்குள் வைத்தபோது மைக்கேல் மீண்டும் புகார்

சொன்னான். 'எல்லோரும் போய்விட்டதால் வீடு மோசமாக இருக்கிறது.' ரோஸ் மோரனிடமிருந்து பார்வையைத் திருப்பி பையனைப் பார்த்துவிட்டு மீண்டும் மோரனைப் பார்த்தாள். அமைதியாக இருந்தாள்.

'எப்படியோ அவர்கள் போய்விட்டார்கள்' என்றார் மோரன். 'அவர்களுக்கு நல்ல வேலை கிடைத்திருக்கிறது. அவர்கள் விரைவில் நமக்குப் பணம் அனுப்புவார்கள் என்று எதிர்பார்க்கிறேன். நமக்கு இனி நல்ல முன்னேற்றம்தான்' என்று மோரன் பாதி நகைச்சுவையாகச் சொன்னார். மைக்கேல் விம்மி அழத் தொடங்கியபோது, அவர் அவனது அடர்த்தி யான சுருட்டை முடியைத் தொட்டார். 'அவர்கள் நீண்ட நாட்களாக உன்னை வம்புக்கு இழுத்துக்கொண்டிருந்தார்கள். நீ வளர்ந்து அவர்களோடு போராட வேண்டும்.'

'தேநீர் தயாரிப்போம். பழ கேக், ரொட்டி, பழக்கூட்டு எல்லாம் இருக்கின்றன. கடந்த சில நாட்களின் வேலைகளால் நான் சோர்வடைந்து விட்டேன்' ரோஸ் சொன்னாள்.

ரோஸும் பையனும் படுக்கைக்குச் சென்ற பிறகு, கிளறி விடப்பட்ட கணப்புக்குப் பக்கத்தில் தனியே அசையாமல் உட்கார்ந்து தரையை வெறித்துப் பார்த்தார். அறைக்குப் போவதற்காக அவர் எழுந்தபோது, ஆரம்பித்த சிந்தனைத் தொடர் அறுபட்டு, உள்ளே ஏதுமற்றுத் தன்னை வெறுமை யாக்கிக் கொண்டவரைப் போலத் தோன்றினார். தான் எப்படியோ இன்னும் அங்கே இருக்கிறோம் என்பதை மட்டுமே அப்போது அவர் அறிந்திருந்தார்.

○

தோட்டம் செப்டம்பர் மாதப் பிற்பகுதியின் உச்ச அழகில் இருந்தபோதிலும் மைக்கேல் அதன்மீதான தனது ஆர்வமத்தனையையும் இழந்திருந்தான். உதிர்ந்த இதழ்கள் பெருக்கி எடுக்கப்படாமல் அப்படியே கிடந்தன, பூக்கள் வாடிச் சிக்கலான முடிச்சுக்களாகி விழுந்தன. பலமுறை ரோஸ் அவனைத் தோட்டத்தை நோக்கித் தள்ள முயன்றாள். ஆனால் சிறிது நேரம் அவன் மனமுடைந்தவனாய் அங்கே நின்றுவிட்டு, நகர்ந்து போய்விடுவான். பட்டதும் செடிகள் துலங்கும் அவனது கரங்களைப் பெண்கள் பாராட்டியிருந்தனர். அந்தச் சிறிய தோட்டத்தில் அவனது ஈடுபாடு அவர்களது பாராட்டு இன்றித் தொடருமளவுக்கு வலுவாக இல்லை.

அவனுக்கு வெளி ஆர்வங்கள் குறைவு. அவன் கால்பந்து அல்லது குழு விளையாட்டுகள் எதையும் விளையாடுவதில்லை,

மீன் பிடிப்பதில்லை, வேட்டையாடுவதில்லை, நீந்துவதில்லை. முயற்சியே இல்லாமல் அறிவைத் திரட்டித் தகவல்களைச் சேகரிப்பான். அவன் படிப்பதுபோலவே தெரியாது ஆனால் வகுப்பில் முதலிடத்துக்கு அருகில் வந்தான். கணிதத்தைத் தவிர வேறு எந்தப் பாடத்திலும் அவனுக்கு ஆர்வமில்லை. மற்றவர்கள் கணிதத்தைக் கடினமாக உணரும்போது அது அவனுக்கு மிக எளிதாக வந்ததே கணிதத்தின் மீது அவனுக்கு இருந்த விருப்பத்திற்குக் காரணம். பெண்கள் போய்விட்டதால், அவனது முக்கியமான கவனச்சிதறலும் அவனுக்கான துணையும் போய்விட்டன. மோரனின் கண்ணில்படாத நேரத்தில் அவன் அவர்களைக் கேலி கிண்டல் செய்வதையும் விளையாடுவதையும் விரும்பினான். பதிலுக்கு அவர்களும் அவனிடம் அப்படியே விளையாடுவார்கள். பதினைந்து வயதிலேயே அவன் தன் முழு உயரத்தையும் அடைந்திருந்தான். மோரனின் வியப்புக்குரிய வசீகரம் அவனுக்கு இல்லை என்றாலும் அவன் அழகன்தான். தனது சகோதரிகள் சென்ற பிறகு, பெண்களுக்குத் தன்மீது ஈர்ப்புள்ளதை அவன் கண்டுபிடித்தான், ஆனால் தன்னைவிட வயதான பெண்களிடம்தான் அவனுக்கு ஈர்ப்பு இருந்தது. பெண்கள் மீதான ஒருவித வெறுப்பையும், அவர்களைச் சார்ந்திருக்கும் தன்மையையும் தன் தந்தையிடமிருந்து பெற்றிருந்தான், ஆனால் அது அவன் பெண்களை வெல்வதில் தடையாக இல்லை. பணம் இல்லாததுதான் அவனது ஒரே குறை. இளம் பெண்களுடன் சுற்ற அவனுக்குப் பணம் தேவைப்பட்டது. மோரன் பணம் தரமாட்டார்.

அவன் ரோஸை நாடினான். அவள் அவனுக்குச் சிறிது பணம் கொடுத்தாள், ஆனால் அவன் இரவில் தாமதமாக வீட்டுக்கு வரத் தொடங்கியபோது எச்சரிக்கை அடைந்தாள். படுக்கையிலிருந்து எழுந்தவள், அவன் நலமாக வீடடைந்திருக்கிறானா என்று கவனிக்கையில் அவனிடமிருந்து மதுவாடை வீசுவதைக் கண்டுபிடித்தாள். பள்ளியில் மெதுவாகக் கற்கும் மாணவர்களுக்குக் கடினமான கணிதப் பயிற்சிகளைச் செய்து கொடுத்துப் பணம் சம்பாதிக்கத் தொடங்கியிருந்தான். பெண்கள் சென்றதிலிருந்து மோரன் வீட்டைப் பற்றிய அக்கறையற்றவராக இருந்தார். ஆனால் மைக்கேல் இரவில் தாமதமாக வீட்டுக்கு வருவதை அறிந்தவுடன் அவர் தீர்க்கமாகச் செயல்பட்டார். ஒரு வார்த்தைகூட எச்சரிக்கை செய்யாமல் வீட்டின் எல்லாக் கதவுகளையும் சன்னல்களையும் தாழிட்டுவிட்டுக் காத்திருந்தார்.

பின்புறக் கதவின் தாழ்ப்பாள் உயர்த்தப்படும் சத்தம் கேட்டபோது இருளில் ஆழ்ந்து உறங்கிக்கொண்டிருந்தார். அப்போது சன்னல்களை யாரோ திறக்க முயலும் சத்தம் கேட்டது. மெதுவாகப் பின்வாசலுக்குப் போய் தாழ்ப்பாளை நீக்கினார். காலடிச் சத்தம் கேட்டதும் கதவைத் திறந்தார்.

'இது நல்லநேரம்' என்றார்.

'நான் நகரத்துக்குப் போயிருந்தேன். யாருடனும் வண்டியில் தொற்றிக்கொண்டு வர முடியாமல் போய்விட்டது. நடந்துவர வேண்டியதாயிற்று.'

'நகரத்தில் என்ன செய்துகொண்டிருந்தாய்?'

'ஒரு நடன நிகழ்வு.'

'நடனத்துக்குப்போகிறேன் என்று அனுமதி கேட்டாயா?'

'இல்லை.'

'என்ன இல்லை? இல்லை கிழவா என்கிறாயா?'

'இல்லை அப்பா'.

மோரன் அவனை உள்ளே வரும்படி சைகை செய்தார். கூடத்து நடைவழியில் அவன் அவரைக் கடந்து சென்றபோது, அவனைப் பிடித்து தலையில் பலமாக அடித்தார். 'இந்த நேரத்தில் உள்ளே வருவது எப்படியென்று சொல்லித் தருகிறேன்! கேட்காமலேயே பல இடங்களுக்கும் போவதற்குச் சொல்லித் தருகிறேன்! இந்த இசை விருந்தில் கட்டாயம் மதுவும் இருந்திருக்குமே!'

தனது சகோதரிகளின் அடைக்கலத்தில் வளர்ந்த மைக்கேல், அடி உதைக்குப் பழக்கப்படாதவன். அடி விழுந்தவுடன் கோபமாகக் கத்தினான். ரோஸ் அங்கே வந்திருக்கவில்லை யென்றால் வன்முறையான கைக்கலப்பு ஒன்று நடந்திருக்கும்.

'வீட்டுக்கு வர இதுவா நேரம், மைக்கேல்! இரவு முழுக்க அப்பா உன்னைப் பற்றி கவலைப்பட்டுக்கொண்டே இருந்தார்.'

'தொற்றிக்கொண்டு வர வண்டி எதுவும் கிடைக்கவில்லை. என்னை அடித்துவிட்டார்' என்று பையன் அழுதான்.

'நான் உனக்குச் செய்ய வேண்டியதில் பாதியைக்கூட நீ பார்க்கவில்லை. உனக்கு நல்லதொரு பாடம் கற்பிக்கிறேன். நான் இங்கே இருக்கும்வரை யாரும் அவர்கள் விரும்பியபடி இரவில் தாமதமாக இந்த வீட்டுக்குள் வர முடியாது.'

‘எல்லோரும் களைத்துப் போயிருக்கிறோம். படுக்கைக்குச் செல்வோம். காலையில் பார்க்க வேண்டியதைக் காலையிலேயே பார்த்துக்கொள்ளலாம்’ என்றாள் ரோஸ்.

மோரன் அவளை முறைத்தார். அவளைத் தள்ளிவிட்டுப் பையனைப் பிடிக்க நினைத்தார், ஆனால் பின்வாங்கினார். ‘உன் அதிர்ஷ்ட நட்சத்திரங்களுக்கு நீ நன்றி சொல்லலாம், அவள் இங்கே இருக்கிறாள்.’

‘அவர் என்னை அடித்துவிட்டார்’ என்று பையன் விம்மி அழுதான்.

‘அடுத்த தடவை இந்த நேரத்தில் நீ வீட்டுக்கு வரும்போது அடி என்றால் என்னவென்று உனக்குக் காட்டுகிறேன். நான் இங்கே இருக்கும்வரை உன் இஷ்டத்துக்கு எதையும் செய்ய முடியாது.’

‘நான் வீட்டைவிட்டுப் போய்விடுவேன்’ என்று சுய பச்சாதாபத்தில் கத்தினான் மைக்கேல்.

‘எல்லோரும் களைத்துப்போயிருக்கிறோம். நேரத்தைப் பார். இந்த நேரத்தில் நீ வரக் கூடாது. பாவம் அப்பாவும் மற்றவர்களும் உன்னைப் பற்றி மிகவும் கவலைப்பட்டார்கள்’ என்று கடிந்துகொண்டே மேற்கொண்டு பிரச்சினையில்லாமல் இருவரையும் அவரவர் அறைக்கு அழைத்துச் சென்றாள் ரோஸ்.

‘காலையில் அந்தக் கனவானை நான் பார்க்கிறேன்’ என்று மோரன் எச்சரித்தார். ‘இந்த வீட்டில் எதைவேண்டுமானாலும் செய்துவிட்டுத் தப்பித்துக்கொள்ளலாம் என்று மட்டும் நினைக்காதே.’

ரோஸ் காலையில் சீக்கிரமே அவனைப் பள்ளிக்கு அழைத்துச்சென்றாள், ஆனால் அது ஒரு ஒத்திப்போடுதல் மட்டுமே. வார இறுதியில் இருக்குமிடம் தெரியாமல் இருப்பதெப்படி என்று மைக்கேலுக்குத் தெரிந்திருந்தது. மோனாவும் ஷீலாவும் வாரஇறுதியில் டப்ளினிலிருந்து வந்திருந்தனர். அதனால் சண்டை இன்னும் சற்று ஒத்திவைக்கப்பட்டது. மோரன் பெண்கள் குறித்தும் அவர்களது டப்ளின் வாழ்க்கை குறித்தும் கவனம் கொண்டிருந்ததால் மைக்கேல் அவரது கவனத்துக்கு வரவில்லை.

லண்டனிலிருந்தும் டப்ளினிலிருந்தும் அவரது மகள்களது வருகை வீடெங்கும் நிம்மதியைப் பரப்பியது. வரவை எதிர்பார்த்திருக்கவும், அவர்கள் சென்ற பிறகு சிந்திக்கவுமென வழக்கமானவற்றிலிருந்து கவனத்தைத் திருப்ப அவர்களது

வருகை உதவியது. எல்லாவற்றுக்கும் மேலாகத் தனது குடும்பத்தாரிடமிருந்து வந்தாலொழிய அவர் ஏற்றுக்கொள்ள மறுத்த வெளியேயிருந்தான நம்பிக்கையை அவர்கள் வெளியிலிருந்தே கொண்டுவந்தார்கள். அது இல்லையென்றால் உள்ளுக்குள் ஒரு வாட்டம் ஏற்பட்டுவிடும். பெண்களைப் பொறுத்தவரை வழக்கமான அவர்களது வருகையும் கிளம்பிச் செல்வதும் அவர்களின் மேலான தன்னுணர்வை மீட்டெடுத்தன, அந்த மேன்மையை அவர்கள் மோரனிடமிருந்து அப்படியே பெற்றிருந்தனர். அவர்கள் பணிசெய்து வாழ வேண்டியிருந்த பரந்த உலகத்தால் அந்த மேன்மை அவ்வளவாக அங்கீகரிக்கப்படவில்லை. மேன்மையானவர்கள் என்ற பரிசோதிக்கப்படாத அந்தக் கருத்து அடிக்கடி மோசமாக ஆட்டம் கண்டது, ஒவ்வொரு முறையும் வீட்டுக்கு வரும்போது அதை அவர்கள் மீட்டெடுக்க வேண்டியிருந்தது. ஒவ்வொரு முறையும் ரயில் நிலையத்தில் அவர்களைச் சந்திக்கும்போது அவருடைய இருப்பினால் அது உறுதிப்பட்டது, பின்னர் கிளம்பிச் செல்கையில் முத்தமிட்டு அவர்கள் விடைபெறும் போது மீளவும் அது உறுதிப்பட்டது. வீட்டுக்குள் வெளியுலகம் அடைக்கப்பட்டிருந்தது. அவர்களின் அன்புத் தந்தையான மோரன் மட்டுமே அங்கிருந்தார். அவருடைய நிழலிலும் அவரது வீட்டின் சுவர்களுக்குள்ளும் தாங்கள் ஒருபோதும் மரணமடையப் போவதில்லை என்று அவர்கள் உணர்ந்தார்கள். அவர்கள் கிரேட் மெடோவுக்கு வரும் ஒவ்வொருமுறையும் அவர்கள் தனித்துவமிக்கவர்களாகவும் தனித்திருப்பவர்களாகவும் இருப்பதன் முழுமையை அடைந்தனர்.

‘பகலோ இரவோ, தான் விரும்புகிற எந்த நேரத்திலும் இங்கே வந்து போகலாம் என்று அவன் நினைக்கிறான். ஒருமுறை அவனை எச்சரித்திருக்கிறேன், இன்னொரு முறை அவனை எச்சரிக்க மாட்டேன். அவன் இதை மனதில் கொள்ளாமல் இருக்கலாம், இப்படியே இருந்தால் அவனுக்குப் புத்திபுகட்ட எனக்கு உங்கள் உதவி தேவைப்படலாம்’ என்று டப்ளினிலிருந்து பெண்கள் வந்த வாரஇறுதி ஒன்றில் ஷீலாவிடம் ரகசியமாகச் சொன்னார் மோரன். அவள் ஆமோதிப்பாகத் தலையசைத்துக் கேட்டுக்கொண்டிருந்தாள். அந்தப் பேச்சு எங்கே இட்டுச் சென்றது என்பதை அவள் அறிய விரும்பவில்லை. நாளை மீண்டும் அவள் டப்ளினில் இருப்பாள். ‘அவனுக்கு ஒரேயடியாகப் புத்திபுகட்டுவது’ என்பது எந்தவிதமான வானிலையையும் முன்னறிவிக்கக்கூடிய தொலைதூர இடியோசை போன்றது.

வீட்டைப் பூட்டி மைக்கேலை வெளியே நிறுத்திய இரவில் மோரன் விடுத்த எச்சரிக்கை எப்படியெல்லாம் திட்டமிட்டு ஏமாற்றலாம் என்று அவனை எண்ண வைத்ததைத் தவிர வேறு எந்த விளைவையும் ஏற்படுத்தவில்லை. இத்தனை வருடங்களாக மற்றவர்களின் அரவணைப்பினுள் பாதுகாக்கப் பட்டிருந்ததால் வீட்டில் அவனுக்கு மட்டும் மோரனைப் பற்றிய பயம் இருக்கவில்லை. இப்போதெல்லாம் வீட்டுக்குத் தாமதமாக வருவது போலிருந்தால் முன்கூட்டியே ஏதாவது சாக்குச் சொன்னான். மோரன் அடிக்கடி சோர்வடைந்து விடுவதனால் விழித்திருந்து அவன் தாமதமாக வருகிறானா எனப் பார்ப்பதில்லை, இது அவனுக்குச் சாதகமாகிவிட்டது. ஆனால் தொடர்ந்து பணம் தேவைப்பட்டதுதான் அவனுக்கு மிகவும் வேதனையான விஷயமாக இருந்தது.

'நான் கொழுத்த பணக்காரன் என்று நீ நினைக்கிறாயா? பணம் மரத்திலா காய்க்கிறது? நான் செய்ய வேண்டிய தெல்லாம் மாடுகளுக்குக் கை நிறைய தீவனப்புல் சேகரித்து வருவதுபோல வெளியே சென்று பணம் சேகரித்து வர வேண்டும் என்று நீ எண்ணாதே. உனது வயதில் என்னிடம் பணமே இருந்ததில்லை. வீட்டில் மற்றவர்கள் யாரிடமும் எப்போதுமே நீ கேட்குமளவுக்குப் பணம் இருந்ததில்லை.'

'பள்ளியில் எல்லோரிடமும் பணம் இருக்கிறது. என்னிடம் இருப்பதைவிட அதிகப் பணம்' என்று பையன் வெறுப்புடன் சொன்னான்.

'அப்படியானால் அவர்களுடைய முட்டாள் அப்பன் களுக்குப் புத்தியைக் காட்டிலும் பணம் அதிகம் இருக்கும். உனக்குச் சொல்கிறேன், இங்கே பணம் கிடையாது. இதனை ஒரேயடியாகவும் என்றைக்குமான முடிவான பதிலாகவும் சொல்கிறேன்.'

பின்னர் மைக்கேல் ரோஸிடம் சென்றான். மீண்டும் அவள் சிறு தொகையை அவனுக்குக் கொடுத்தாள். அவளுக்கு அவனை மிகவும் பிடிக்கும். ஆனால் இப்போது சிறுவனுக்குரிய அலங்கோலத் தோற்றம் தவிர்த்து உயரத்திலும் வலிமையிலும் பையன் என்பதைக் காட்டிலும் கூடுதலாக, வளர்ந்த ஆண்போல இருந்தான். அவர்கள் அனைவரும் இப்போது கிறிஸ்துமஸை எதிர்நோக்கியிருந்தனர். ஒவ்வொரு இரவும் கிறிஸ்துமஸை ஒரு நாள் அருகில் கொண்டு வந்துகொண்டிருந்தது. பெண்கள் வீட்டுக்கு வருவார்கள், அவர்கள் அனைவரும் மீண்டும் ஒரே கூரையின் கீழ் ஒன்றாக இருப்பார்கள். ஒவ்வொரு மந்தமான இரவும் இந்த எதிர்பார்ப்பைக் கூர்மையாக்கியது.

ரோஸ் ஏற்கெனவே ப்ளம் புடிங் செய்திருந்தாள். ஆடைகள் வைக்கும் அலமாரிக்கு மேல் இருந்த பிஸ்கட் டப்பாவில் அதை ஈரத்துணியில் பொதிந்து வைத்திருந்தாள். கிறிஸ்துமஸுக்கு ஒரு வாரத்திற்கு முன்பு மோரன் சிவப்பு பெர்ரிகள் நிறைந்த பெரிய கிளையொன்றை முன்கதவு வழியாக இழுத்துவந்து அறையின் நடுவில் திணித்து தரையின் மையப்பகுதியை நிரப்பினார்.

'அதற்கு இங்கே என்ன வேலை?' ரோஸ் திகைப்புடன் கேட்டாள்.

'பெர்ரிகள் நிறைந்த குறுமரம் இருக்கிறதா என்று நீதானே பார்க்கச் சொன்னாய். இதைவிடச் சிவப்பான ஒன்றை நீ பார்க்க முடியாது. இந்தப் பழங்கள் எப்படிப் பறவைகளிட மிருந்து தப்பித்தன என்று தெரியவில்லை.'

'நான் கேட்டது சில சிறு கிளைகளை, முழு மரத்தையல்ல.'

'முட்களுக்கிடையில் அங்கும் இங்கும் ஒடிப்பதைவிடக் கிளையை வெட்டுவது எளிது. உனக்கு வேண்டாததைத் தூக்கி எறிந்துவிடலாம் இல்லையா?'

'அப்பா, சன்னல்களுக்கும் படங்களுக்கும் சில மட்டும் போதும். ஆனால் பெர்ரிகள் அழகாக இருக்கின்றன. ஒரு சில கிளைகளுக்காக முழு மரத்தையும் அழிப்பது பரிதாபகரமானது.'

'எப்படியும் பறவைகளால் வீணாக்கப்படப் போவது தானே. மிகக் குறைவாக இருப்பதைவிட மிக அதிகமாக இருப்பது நல்லது.' அறையின் நடுவே கிடந்த செந்நிற பெர்ரிகள் கொண்ட மரத்தின் மெல்லிய கண்டனத்தால் மகிழ்ந்தவராய் வெளியேறினார்.

பெரிய கிளையை அகற்ற வேண்டிய தேவை உடனடியாக வீட்டை அலங்கரிக்க ரோஸைத் தூண்டியது, மைக்கேல் அவளுக்கு உதவினான். ஒரு மணிநேரத்தில் இருந்த எல்லா படக்கம்பிகளையும் கொண்டு முறுக்கப்பட்ட பெர்ரிகள் சேர்ந்த குறுமரக் கொப்புகள் சன்னலடிகளிலும் அலமாரிகளிலும் வரிசையாக வைக்கப்பட்டன. 'அப்பா எதையும் அரைகுறை யாகச் செய்ய மாட்டார்' என்று சிரித்துக்கொண்டே கிளையை வெளியே இழுத்துச் சென்றாள் ரோஸ். இன்னும் அதில் பல வீடுகளை அலங்கரிக்கப் போதுமான பெர்ரிகள் இருந்தன. திருப்திமிக்க மகிழ்வில் அவர்கள் இருவரும் சிரித்தனர்.

இந்த வாரங்களில் அவரது சகோதரிகள் வீட்டுக்கு வருவதை முன்னிட்டு மைக்கேல் மீண்டும் வீட்டின் குழந்தையானான். குழப்பமான உயரத்தில் வளர்ந்து நின்றவன், கீழே இறங்கிவந்து

தான் தொட்டிலில் இட்டு ஆட்டப்படவும், வம்புகள் செய்யவும் ஆவலாக இருந்தான். கிறிஸ்துமஸுக்கு முந்தைய நாள் இரவு மேகி டப்ளினுக்கு வந்திருந்தாள். அந்த நாளை அவள் டப்ளினில் கழித்தாள். மூன்று பெண்களும் கடைசி ரயிலில் புறப்பட்டனர்.

மோரன் தனியாக ரயில்நிலையத்துக்குக் கிளம்பினார். திடீரென்று டீசல் ரயிலின் ஒளிரும் சதுரங்கள் சமவெளியின் இருளில் ஓசையுடன் பாய்ந்து வரும்வரை குளிர்மிக்க தெளிவான அந்த இரவில் வீட்டுக்கு வெளியே நின்றிருந்தான் மைக்கேல். 'ரயில் வந்துவிட்டது!' என்று ரோஸிடம் கத்தியபடி உள்ளே விரைந்தான். குளிரைப் பொருட்படுத்தாமல் முன்கதவைத் திறந்து பார்த்துக்கொண்டே இருந்தான். உற்சாகமடைந்த அவளும் அவனது பரபரப்பில் சிக்கிக்கொண்டாள். கதவை மூடிவைக்கும்படி அவனிடம் சொல்ல அவளுக்கு மனம் வரவில்லை. 'அவர்கள் வந்துவிட்டார்கள்!' என்று அவளை அழைத்தான். முகப்பு விளக்குகள் குறுகிய நடைவழியில் திரும்பியதும் கதவை அகலமாகத் திறந்து வைத்துவிட்டு அவர்கள் காரை நோக்கிச் சென்றனர். சிறிய மரத்தாலான வெளிக்கதவருகே அணைப்புகள், அழுகைகள், ஆவேசமான முத்தங்கள், ஷீலா, மேகி, மைக்கேல், மோனா, ரோஸ், ரோஸ், ரோஸ், ரோஸ் என்று பெயர்கள் அழைக்கப்படும் ஓசை. ஒவ்வொரு பெயரும் கொண்டாட்டத்தையும் மகிழ்ச்சியையும் வெளிப்படுத்தியது. அவர்கள் வீடு திரும்பிவிட்டார்கள். அவர்கள் கிறிஸ்துமஸுக்காக வீட்டுக்கு வந்துவிட்டார்கள். மோரனின் மொத்தக் குடும்பமும், கிட்டத்தட்ட அனைவரும், கிறிஸ்துமஸுக்கு ஒரே கூரையின் கீழ் இருந்தனர். உலகத்திலேயே தாங்கள் நன்கு அறிந்த இடத்திற்கு அவர்கள் வந்திருந்தனர்.

எல்லோரும் உள்ளே சென்றதும், 'கிறிஸ்துமஸுக்கு என்ன கொண்டு வந்திருக்கிறேன் பாருங்கள்' என்று பெருமையுடன் சிரித்தார் மோரன். 'மூன்று அற்புதமான பெண்கள்.' பேசுவதை விரும்பிய மேகி, ஷீலா ஆகிய இருவரிடமிருந்தும் மாறிமாறி வார்த்தைகள் விரைந்து வெளிப்பட்டன, மாறி மாறி மௌனமாயின. பேச்சு தடைபட்டபோது அவர்கள் பொறுமையின்றிச் சிரித்தனர், பிறகு படபடவென்று பேசினர். மோனா மௌனமாக இருந்தாள் அல்லது நிதானமாகப் பேசினாள்.

தேநீர் அருந்துவதற்குள் எல்லோரும் அமைதியடைந்து இயல்பாகப் பேசிக்கொண்டிருந்தார்கள். வான்கோழி சமைக்க உதவுவது, முன்புறச் சன்னல்களிலிருந்து திரைச்சீலைகளை அகற்றி ஒவ்வொரு சன்னலிலும் ஒரு மெழுகுவர்த்தியை

ஏற்றுவது, ஒன்றாக ஜெபமாலை சொல்ல முழங்காலிடுவது, உடை அணிந்து நள்ளிரவுத் திருப்பலிக்குச் செல்லத் தயாராவது என வழக்கமான வேலைகளில் மகிழ்ச்சியோடு ஈடுபட்டார்கள். அவர்கள் தரையில் முழங்காலிட்டு அமர்ந்த போது, ‘பிதா, சுதன், பரிசுத்த ஆவியின் பெயரால், இன்றிரவு வீட்டுக்கு வராத குடும்பத்தின் ஒரேயொரு உறுப்பினருக்காக இந்தப் பரிசுத்த ஜெபமாலையை அர்ப்பணிக்கிறோம்’ என்று தொடங்கினார் மோரன். இல்லாத ஒருவரைப் பற்றிய நாடகீயமான இந்த நினைவூட்டல் அவர்களது ஒன்றிப்பின் தொடர்ந்தரவூட்டும் பிணைப்பின் மீது அசௌகரியமானதொரு கவனஈர்ப்பைக் கொண்டு வந்தது.

ரோஸும் மைக்கேலும் பெண்கள் மூவரும் நள்ளிரவுத் திருப்பலிக்குச் செல்ல மோரனின் சிறிய காரில் ஏறினார்கள். அவர்கள் ஒருவர் மற்றவரது மடியில் அமர்ந்து கேலி பேசினார்கள். ‘டப்ளினுக்குப் போனதிலிருந்து நீ எடை கூடிவிட்டாய் என்று நினைக்கிறேன்.’ ‘அப்போதிருந்ததைவிட உன் முழங்கால் மூட்டுகள் ஒன்றும் மென்மையாகிவிட வில்லை’ என்று பேசிச் சிரித்துக்கொண்டே உடல்வலியின் அசௌகரியத்தை விரட்டினர். அவர்கள் கடந்துசென்ற எல்லா வீடுகளின் சன்னல்களிலும் ஒற்றை மெழுகுவர்த்திகள் எரிந்து கொண்டிருந்தன. இருட்கடலில் நின்ற மலையின் ஆரம்பச் சரிவுகள்வரை ஒளியின் ஊசிமுனைகள் ஒளிர்ந்தன.

அவர்கள் பாலத்தைக் கடந்ததும் இரவில் தேவாலயம் ஒளியூட்டப்பட்ட பிரம்மாண்டமான ஒரு கப்பலைப் போலத் தோன்றியது. காரைச் சாலையோரம் விட்டுவிட்டு, குளிரிலும் இருட்டிலும் ஒன்றாக நடந்து பெரும் வெளிச்சத்துடனிருந்த தேவாலயத்தை நோக்கி நடந்தபோது ஏதோ அற்புதமும் நெகிழ்ச்சியுமான ஒன்றை அவர்கள் உணர்ந்தார்கள். பெண்கள் மௌனமாக கைகளை ஒன்றோடொன்று இறுக்கமாகக் கோர்த்து நெருங்கி நடந்தனர். அவர்கள் தேவாலய வாயிலைக் கடந்ததும் பலர் அவர்களிடம் வந்து அவர்களை வரவேற்று கிறிஸ்துமஸ் வாழ்த்துகளைத் தெரிவித்தனர். அவர்கள் சிறிய தலையசைப்புகளுடனும் புன்னகையுடனும் தலைவணங்கி விடைபெற்றபோது, அவர்கள் எவ்வளவு நன்றாக இருக்கிறார்கள் என்று கிசுகிசுத்தனர். தேவாலயமே கூட்டம் நிரம்பி உற்சாகமாக முணுமுணுத்துக்கொண்டிருந்தது. கிறிஸ்துமஸ் பண்டிகைக்காக வீட்டுக்கு வந்திருந்த மோரனின் பெண்களைப் போல இன்னும் பலர் இருந்தனர். நன்மை வாங்கிக்கொண்டு பலிபீடத்துக் கிராதித் தடுப்பருகேயிருந்து வரும்போது அவர்கள் ஒவ்வொருவரையும் எல்லோரும் தனித்துக் கண்டனர். மறுநாள்

நூற்றுக்கணக்கான விருந்துகளில் அவர்களைக் குறித்து விவாதிப்பார்கள். அவர்கள் யார் வீடு, எங்கு வசிக்கிறார்கள், என்ன வேலை செய்கிறார்கள், பார்க்க அவர்கள் எப்படி இருக்கிறார்கள், யாரிடமிருந்து தங்கள் தோற்றத்தை அவர்கள் பெற்றார்கள், நேற்றிரவு பீடத்தருகேயிருந்து வரும்போது அவர்கள் என்ன உடுத்தியிருந்தார்கள் என்பவையெல்லாம் அவர்கள் பேச்சில் அடிபடும். முதல் மலர்ச்சியில் அழகிய பெண்களாகத் தோன்றிய மூன்று மோரன் பெண்களும், அந்தக் கிறிஸ்துமஸ் இரவில் நன்மை வாங்கும் கிராதியின் நட்சத்திரங்களுக்குள் நட்சத்திரங்களாக இருந்தனர்.

வீட்டுக்கு வந்து தேநீர் அருந்தி முடித்தவுடன் 'உங்களை இந்தச் சிரிப்பிலும் பேச்சிலும் அப்படியே விட்டுவிடுவேன்' என்று ஆர்வமாகச் சொன்னார் மோரன். 'ஆனால் என் அறிவுரை என்னவென்றால் போய்ப் படுங்கள் என்பதுதான்'.

'நாம் எல்லோரும் படுக்கப் போகலாமென்று நினைக்கிறேன்.' மோரன் போனவுடன் ஷீலா அழுத்தமாகச் சொன்னாள், ஆனால் அவள் அந்த வார்த்தைகளைச் சொன்னவுடனேயே மறுபடியும் 'மேரி ஃபேஹியைப் பார்த்தீர்களா?' என்று ஆரம்பித்தாள். அதிலிருந்து பேச்சு இன்னும் அதிகம் ஆட்கள், உடைகள், பதவிகள், தோற்றங்கள் ஆகியவற்றுக்குச் சென்றது. ரோஸ் மன்னிப்புக் கோரும் சிறு புன்னகையுடன் சொன்னாள் 'இரவு முழுக்க நாம் இப்படியே பேசிக்கொண்டு இருக்கலாம். ஆனால் இவ்வளவு நேரமும் அப்படி என்னதான் நாம் பேசிக்கொண்டிருந்தோம் என்று அப்பா யோசிப்பார்.'

அவள் போனதும் பேச்சின் மையம் உடைந்தது. பிறகு ஷீலாவின் 'நாம் எல்லோரும் படுக்கப் போகலாமென்று நினைக்கிறேன்' என்ற குரல் ஒலிக்க அவர்கள் உறங்கச் சென்றனர்.

நள்ளிரவுத் திருப்பலி என்பதால் வீட்டினர் அனைவருமே தாமதமாகத் தூங்கினார்கள். மறுநாள் அவர்கள் எழுந்தவுடனே அந்த நாள் திட்டமிடப்பட்டது. மகிழ்வானதோ மகிழ்வற்றதோ ஆச்சரியங்கள் எதுவும் இல்லை, வீட்டைவிட்டு யாரும் வெளியே போகக் கூடாது, வீட்டுக்கும் யாரும் வரக் கூடாது – கிறிஸ்துமஸ் அன்று சொந்த வீட்டை விட்டு வெளியேறுவது முறையல்ல என்று கருதப்பட்டது – அன்றைய தினமானது மசாலா திணித்த வான்கோழி விருந்தின் சிறப்பில் உச்சமடைந்து பின்னர் மீண்டும் இரவில் சீட்டு விளையாட்டில் கீழிறங்கிவிடும்.

'உங்கள் அண்ணனைப் பற்றி விசாரிப்பதில் பெரிதாகப் பயனில்லையென்று நினைக்கிறேன்' என்றார் மோரன்

தர்மசங்கடமாக. 'இயல்பான மனிதர் எவரும் கிறிஸ்துமஸ் பண்டிகையின்போது சொந்தக் குடும்பத்தோடு இருப்பார்கள்.' அன்றைய தினத்துக்கும் விருந்துக்கும் மரியாதை செலுத்தும் விதமாக எல்லா விரும்பத்தகாத விஷயங்களையும் சீக்கிரமே அவர் அகற்ற விரும்புவதுபோல் இருந்தது.

'நான் அவனை அதிகம் பார்த்ததில்லை. அவன் லண்டனின் இன்னொரு பக்கத்தில் வசிக்கிறான். சுரங்க ரயிலில் போய்ச்சேர ஒரு மணிநேரத்துக்கு மேல் ஆகும்' என்றாள் மேகி கவனமாக.

'கிறிஸ்துமஸுக்கு அவன் என்ன செய்கிறான்?'

'கென்ட்டுக்குப் போகிறேன் என்று சொன்னான். அங்கே அவனுக்கு நண்பர்கள் இருக்கிறார்கள்.'

'எப்படிப்பட்ட நண்பர்கள்?'

'அவனுடன் வேலை செய்பவர்கள்.'

'அப்படியானால் அவனுக்கு நல்ல வேலை கிடைத்து விட்டதா?'

'தனக்குப் பழக்கமானவர்களுடன் சேர்ந்து வியாபாரம் தொடங்கியிருக்கிறான். அவர்கள் பழைய வீடுகளை வாங்குகிறார்கள். அவன் இப்போது அலுவலகத்தில் அதிக நேரம் செலவிட வேண்டியிருக்கிறது என்றான். சீக்கிரம் வேலையை விட்டுவிட்டு வியாபாரத்தில் முழுமையாக ஈடுபடுவான்.'

'இதெல்லாம் ஒருநாள் பிரச்சினையில் போய் முடியும். அவன் பலரைச் சார்ந்திருக்க வேண்டும். சுற்றி நிறைய போக்கிரிகள் இருக்கிறார்கள், ஆனால் நிச்சயமாக நீங்கள் அந்தக் கனவானிடம் எதையும் சொல்ல முடியாது.'

'அவன் அதைப் பற்றி அதிகம் பேச மாட்டான்.'

'நான் அதிகம் தெரிந்துகொள்வேன் என்று பயப்படுகிறான். பார்க்க எப்படி இருக்கிறான்?'

'எப்போதும் இருப்பதுபோலவே இருக்கிறான்.'

'சரி, அவன் என் குடும்பத்தில் ஒருவன்போல நடந்து கொள்ளாவிட்டாலும் சிரமம் எடுத்துப் போய் நீ அவனைப் பார்ப்பதில் மகிழ்ச்சி. என் குடும்ப உறுப்பினர்கள் எல்லோரை யும் சமமாகவே நினைக்கிறேன். அவர்கள் வேறுவிதமாக நினைத்தாலும் எனக்குப் பிரச்சினையில்லை. அவர்களை ஒருபோதும் இளக்காரமாகப் பார்க்கவோ ஒதுக்கவோ கூடாது. அவர்களே தங்களை விலக்கிக்கொள்ள விரும்பினாலும்கூட.'

பெண்கள் நடுவே

அறை ஏற்கெனவே இனிமையான வாசனைகளால் நிறைந்திருந்தது. சன்னலுக்கு வெளியே இரண்டு மேசைகள் போடப்பட்டு வெள்ளைத் துணியால் மூடப்பட்டிருந்தன. அமர்வதற்கு இருக்கைகள் போடப்பட்டு ஆயத்தமானது. பெரிய பழுப்புநிற வான்கோழி மேசையின் நடுவில் வைக்கப் பட்டிருந்தது. வெங்காயம், பார்ஸ்லி, மிளகு ஆகியவை கொண்டு மசாலா ஏற்றப்பட்ட உலர்ந்த வெள்ளை ரொட்டித் துண்டுகள் அதன் மார்புப் பகுதியிலிருந்து கரண்டியில் எடுக்கப்பட்டன. சிறிய வறுத்த உருளைக்கிழங்கு, பட்டாணி, பிராந்தியில் நனைத்த ஈரமான பிளம் புட்டிங் ஆகியவை இருந்தன. பழுப்புநிற எலுமிச்சை பானம் வெள்ளி முனை கொண்ட குழாய் வழியே கண்ணாடித் தம்ளர்களில் சர்ரென்று ஊற்றப்பட்டது.

'எனக்குக் கடும் பசி, விட்டால் ஒரு சிறு குழந்தையையே தின்றுவிடுவேன்' என்று மோரன் சொல்ல எல்லோரும் சிரித்தார்கள். அவர் நீளமேசையின் தலைமாட்டில் அமர்ந்தார். ரோஸ் வருவதற்கு முன்பு அவர் எப்போதும் வீட்டின் பெரிய மேசையில் தனியாக உண்பார். தொடங்குவதற்கு முன்னும் முடிவிலும் அவர் சொன்ன பிரார்த்தனைகளுக்கு இடையில்தான் அனைவரும் உண்டார்கள்.

பின்னர், பாத்திரங்களைக் கழுவிச் சுத்தம் செய்த பிறகு அன்றைய நாளின் மீதியைக் கடப்பது மெதுவான போராட்டமாக இருந்தது. மோனாவும் ஷீலாவும் படித்தார்கள். மற்றவர்கள் பென்னிகளை வைத்து இருபத்தி ஒன்று என்ற நீண்ட சீட்டாட்டம் ஆடினார்கள். மோரனே அதில் அதிகமும் வென்றார். சீட்டாட்டத்துக்குப் பிறகு தேநீர் தயாரிக்கும்போது அடக்கப்பட்ட கொட்டாவிகளைக் காண முடிந்தது. நகைச்சுவைக்காக மோரன் சத்தமாகவும் மிகைப்படுத்தியும் கொட்டாவி விட்டார். ஜெபமாலை சொல்லிவிட்டுச் சீக்கிரமே படுக்கைக்குச் சென்றதில் முழு வீடும் மகிழ்ச்சியடைந்தது.

கிறிஸ்துமஸ் தினத்தன்று வீட்டை வெளியுலகிலிருந்து விலக்கிப் பூட்டிவைப்பதற்கு ஈடுகட்டுவதுபோல புனித ஸ்டீபன் தினத்தன்று எல்லாக் கதவுகளும் அகலத் திறந்து வைக்கப்பட்டன. மக்கள் தொடர்ந்து வீடுகளுக்கிடையில் கூட்டம் கூட்டமாக நடந்தனர். பரிசுகளையோ நட்பான வார்த்தைகளையோ கொண்டு வந்தனர், தொலைபேசியில் அழைத்துப் பேசினர். மோரனின் வீட்டுக்கு எப்போதும் நிறையப் பேர் அழைக்கப்பட்டதில்லை. ஆனால் அவர் வீட்டின் பெண்கள் தாங்கள் அழைக்கப்பட்ட எல்லா இடங்களிலும் பாராட்டி, பரிசுகளுடன் மகிழ்விக்கப்பட்டனர். 'நீங்கள்

வீட்டுக்கு வந்திருக்கிறீர்கள்! கிறிஸ்துமஸுக்காக நீங்கள் வீட்டுக்கு வந்திருக்கிறீர்கள்!' என்றவாறு உணர்ச்சியின் வலிமையைக் காட்டக் கைகுலுக்குவதற்குப் பதிலாக அவர்களது கைகளை இறுகப் பற்றித் தங்களது கைகளில் வைத்துக்கொண்டு சொன்னார்கள். மைக்கேல் தனது சகோதரிகளுடன் சில வீடுகளுக்குச் சென்றான். ஆனால் அவர்களுடன் முக்கியத்துவ மற்ற ஒருவனாக அவன் செல்ல வேண்டியிருந்தது. புறக்கணிக்கப் படுவதால் சோர்வடைந்த அவன் வெறுப்புடன் வீட்டிலிருந்த ரோஸிடம் சென்றான்.

ரென் பையன்கள் கதவைத் தட்டும்போதெல்லாம் அவர்கள் இருவரும் ஒன்றாக வெளியே சென்று பார்த்தனர். மிகையான கொண்டாட்ட உடையணிந்த உள்ளூர்ப் பிள்ளைகள் முகமூடிகளுடனோ போர்க்கோல வண்ணப்பூச்சுடனோ இருந்தனர். அதில் வெகுசிலருக்கே சரியாக ஆடவோ பாடவோ வாசிக்கவோ தெரியும். வழக்கமாக ஒரு தகரக் குப்பியில் நாணயங்களை வேகமாகச் சுழற்றிக் கொண்டே மூன்று அரசர்களையும் மோசமாகப் பகடி செய்வார்கள். வண்ணமயமான மாறுவேடங்களில் இருக்கும் பிள்ளைகளை அடையாளம் காண முயன்றபடியே அவர்களின் இயலாமையை ரசிக்கத் தொடங்கியபோது மைக்கேலுக்குத் தனது மனக்குறை அகன்றது. பிள்ளைகளின் பலதரப்பட்ட குழுக்களுக்கிடையே உண்மையான ரென் பையன்கள் அரிக்னா நிலக்கரி பாரவண்டியில் வந்தனர். அவர்கள் வருகையில் பெண்கள் தாங்கள் வீட்டில் இருக்குமாறு பார்த்துக்கொண்டார்கள். ரென் பையன்களில் பலர் மாறுவேடம் அணிந்துகொள்ள அக்கறை காட்டவில்லை. அவர்கள் கூட்டமாக இறங்கிய போது வண்டியிலிருந்து அக்கார்டியன் முழங்கியது. பிறகு இன்னும் அதிகம் அக்கார்டியன்கள், பிடில்கள், ஃபைஃப் குழல்கள், ஒற்றைமேளம் ஆகியவை முழங்கின. நடனக் கலைஞர்கள் பாதையில் வராமல் குறுக்கே வந்து ரோஸையும் பெண்களையும் பிடித்துக்கொண்டு அறையைச் சுற்றிச் சரியான தாளகதியில் நடனமாடினர். அந்த இசையைக் கேட்டுக் கூச்சலுடனான சிரிப்பும் கேட்போரை உசுப்பும் உற்சாகக் குரல்களும் கிளம்பின. பழைய பாடலொன்று மிகக்குறைந்த பக்கவாத்தியங்களுடன் சுத்தமான உச்ச ஸ்தாதியில் பாடப்பட்ட போது அனைவரும் மௌனமானார்கள். பிறகு இன்னுமதிக இசை, நடனம், கோமாளித்தனம். அவர்களது பாரம்பரிய இசையை விரும்பிய மோரன் வழக்கத்தைவிடப் பெரிய தொகையை அவர்களுக்கு வழங்கினார். அர்ட்கார்னஸைச் சேர்ந்த அவர்கள் புறப்படுவதற்கு முன்பு இரவு கொட்டகையில் நடக்கும் பெரிய நடனத்திற்கு வருமாறு கேட்டுக்கொண்டனர்.

வழக்கம்போல அவர்கள் சேகரித்த பணம் முழுவதும் விஸ்கி, பீர், எலுமிச்சை பானம், சாண்ட்விச், கேக், தேநீர் என்று செலவழியும். அதே இசைக்கலைஞர்கள் வாசிப்பார்கள். எல்லோரும் குடிப்பார்கள், சாப்பிடுவார்கள், நடனமாடுவார்கள். முணுமுணுப்புகளோடும், தெளிவான நன்றி கூறலோடும், இன்றிரவு வராமலிருந்து எங்களை ஏங்க விடாதீர்கள் என்ற எச்சரிக்கைகளோடும், தொடங்கியதைப் போலவே அந்தச் சிறிய விருந்து திடீரென்று முடிவடைந்தது. பின்னர் இசைக்கருவிகள் கட்டப்படும் சோகமான ஒலிகள்.

ரோஸும் பெண்களும் அன்றிரவு தானியக் கொட்டகையில் நடக்கும் ரென் பையன்களது நடனத்துக்குத் தங்களுடன் வர மோரனைச் சம்மதிக்கவைக்க முயன்றனர். ஆனால் அவர் ஒருமுறை ரோஸுடன் அந்த நடனத்துக்குச் சென்றதே போதுமென்றிருந்தது. 'நடனமாடுவதற்கென்று ஒரு காலம் இருக்கிறது. யார் கண்ணிலும் படாமல் இருக்க வேண்டிய காலமும் ஒன்று இருக்கிறது. ஏன் பெண்களுடன் நீ போகக் கூடாது?' என்று ரோஸிடம் கேட்டார்.

'நீங்கள் போகாவிடில் நானும் போக மாட்டேனென்பது உங்களுக்குத் தெரியும் அப்பா' என்றாள் ரோஸ். 'அங்கே நம்மைவிட வயதில் மூத்தவர்களும் வருவார்கள் என்பதும் உங்களுக்குத் தெரியும்.'

'அது அவர்கள் விருப்பம்' என்று சொல்லிவிட்டு மோரன் அறையை விட்டு வெளியேறினார்.

நடனத்திற்காக உடையணிந்திருந்த உற்சாகத்தில் பெண்கள் அனைவரும் அழகாகத் தெரிந்தார்கள். ஆனால் மைக்கேலின் அளவுக்கு வேறு யாரும் அவ்வளவு உற்சாகமாகவோ, அதீத கவனத்துடனோ உடையணிந்திருக்கவில்லை. பெண்கள் அவனைக் கவனிக்கவே இல்லை. நாணல்போல உயரமாக வளர்ந்திருந்தாலும் அவர்கள் அவனை ஒரு குழந்தையாகவே பார்த்தனர். மோரன் அவர்களை நடனத்துக்குக் காரில் அழைத்துச் சென்றார். வீட்டுக்கு அவர்கள் நடந்து வர வேண்டும் அல்லது யாருடைய வண்டியிலாவது தொற்றிக்கொண்டு வர வேண்டும்: அவர்களை வீட்டுக்கு அழைத்துவரும் ஒருவரைச் சந்திப்பதில் சொல்லப்படாதவொரு பாலின்பம் சார்ந்த உற்சாகம் இருந்தது.

குறுகலான பாதையில் அவர்கள் காரை ஓட்டிச் சென்ற போது நடனம் நடக்கும் கொட்டகை அமைந்த வீட்டின் வாசலுக்கு அருகிலும், மூடப்பட்டிருந்த வாசலையொட்டிய அறையிலும் விளக்குகள் எரியவில்லை. அந்தப் பெரிய வீடு

இருளில் மூழ்கியிருப்பதை அவர்கள் கண்டார்கள். ஆனால் பின்புறம் கொட்டகைகள் நடுவேயிருந்த அந்தப் பெரிய களஞ்சியம் முழுவதும் கம்பங்களில் தொங்கவிடப்பட்டிருந்த பளீரென்ற மின்விளக்குகளால் ஒளியூட்டப்பட்டிருந்தது. ஏற்கெனவே களஞ்சியம் நிரம்பியிருந்தது. அன்று அரிக்னா பாரவண்டியில் வீட்டுக்கு வந்த மூன்று இசைக்கலைஞர்கள் பலகைகளால் உயர்த்தி அமைக்கப்பட்ட மேடையில் ரீல் என்னும் நாட்டுப்புற இசையை இசைத்துக்கொண்டிருந்தார்கள், ஆனால் யாரும் இன்னும் நடனமாட ஆரம்பித்திருக்க வில்லை. சுவர்களைச் சுற்றிப் போடப்பட்டிருந்த தாங்கு சட்டங்களாலான மேசைகளில் பெண்கள் தேநீர் அருந்திக் கொண்டும், குழுக்களாகப் பேசிக்கொண்டும் இருந்தனர். வயதான பெண்கள் தங்கள் வயதுடைய ஆண்களுடன் விஸ்கி அருந்தினர். போர்ட்டர் பீர் பீப்பாய்களைச் சுற்றி இளைஞர்கள் கூட்டம் கூட்டமாய் நின்றிருந்தனர். ஒவ்வொரு ஆண்டும் இது மாறாமல் நிகழ்வது. இப்போது காண்பது முன்பு ரோஸும் மோரனும் உள்ளே வந்தபோது கண்ட அதே காட்சியாகக்கூட இருக்கலாம்.

மைக்கேல் உடனே இளைஞர் கூட்டம் ஒன்றில் கலந்து அடர்நிறத்தில், முழுவீரியமிக்கதாயிருந்த ஒரு தம்ளர் பீரை எடுத்துக்கொண்டான். மோரன் பெண்கள் யாரும் மதுவருந்தவில்லை. இளைஞர்கள் மத்தியில் மைக்கேல் தன்னம்பிக்கையுடன் அங்குமிங்கும் சுற்றிவந்ததைப் பார்த்து அதிர்ச்சியடைந்ததைப் போலவே அவனது குடிப்பழக்கத்தைக் கண்டும் அவர்கள் அதிர்ச்சியடைந்தனர். அவர்களது தம்பி அவர்களுக்குத் தெரியாமலேயே வளர்ந்துவிட்டான். மது தலைக்கேறியதும் அவன் ஆண்கள் மத்தியில் சத்தம் போட்டபடி உலவினான். அந்தச் சிறுவன் தனது ஆண்மையைக் காட்டுவதை ஆண்கள் யாரும் கண்டுகொள்ளவில்லை. தனது சகோதரிகளின் எதிர்ப்பைப் பார்த்த அவன் அங்கிருந்து அவர்களை நோக்கித் தனது கோப்பையை அசைத்தான், பிறகு அங்கிருந்த பெண்களை நோட்டம்விடத் தொடங்கினான்.

அவன் நன்றாக நடனமாடுபவன் இல்லை. ஆனால் இதுபோன்ற களஞ்சியங்களில் அவனது அப்பா ஆடியதுபோல நன்றாய் அசைந்து ஆடினான், தடுமாறாமல் நின்றான். அவன் நெல் மோரஹன்மீது தன் கவனம் முழுவதையும் வைத்திருந்தான். நடனம் முடிந்ததும், விஸ்கியும் அடர்நிற பீரும் இருந்த மேசைக்கு அவளை அழைத்துச் சென்றான். மாறாத அதே உற்சாகத்தில் அவள் விஸ்கி கேட்டாள். மோரன் பெண்களைப் பொறுத்தவரை இது வெட்கக்கேடானது, தேவையற்றதும்கூட.

அவள் அதைப் பொருட்படுத்தவில்லை. அவர்கள் அனைவரும் தங்களைச் சமவெளியில் வாழும் மோரஹன்களுக்கு மேலாகக் கருதுகிறார்கள் என்பதை அவள் அறிந்திருந்தாள். அவர்களது தம்பியை அவள் தனது அனுபவமிக்க கைகளுக்குள் அணைத் தாள். தனது சகோதரிகள் எதிர்ப்புடன் முறைப்பதைக் கண்டும் அவன் பின்வாங்கவில்லை. சிரித்தபடி நடன மேடையில் விஸ்கி கோப்பையை உயர்த்தி வாழ்த்துச் சொன்னபடி அருந்தினான். பெண்கள் அவர்களிடமிருந்து முகம் திருப்பிக் கொண்டு ஒடுங்கியிருக்க வேண்டிய கட்டாயம் ஏற்பட்டது.

நெல் மோரஹன் சமவெளியின் உயரமான பகுதியில் ஒரு சிறிய பண்ணையிலிருந்து வந்தாள். அவளது தந்தை ஃபிராங்க் மோரஹன், ஆண்டு முழுவதும் பெரிய விவசாயி களிடம் தினக்கூலியாக வேலை செய்தார். வளமற்ற தனது நிலங்களைத் தனது குடும்பத்தாரிடம் விட்டுவிட்டார். ஞாயிற்றுக்கிழமைகளிலும் நீண்ட மாலைகளிலும் தன்னால் முடிந்தவரை அவர்களுக்கு வயல்வேலைகளில் உதவினார். அவர்கள் இளக்காரமாகப் பார்க்கப்பட்டனர். பிள்ளைகள் யாரும் புத்திசாலி இல்லை; பள்ளிகள் மூலமாகத் தப்பிக்க வழியில்லை. நெல், நகரத்தில் ஒரு வழக்கறிஞர் வீட்டில் பணிப்பெண்ணாக வேலைக்குச் சென்றாள். அங்கு கல்லூரியி லிருந்து விடுமுறை நாட்களில் வீட்டுக்கு வந்த அவர்களது மகன்களுடன் முதன்முதலில் பாலியல் சில்மிஷங்களில் ஈடுபட்டாள். அதன்மீது அவளுக்கு எவ்வித ஒவ்வாமையும் இருக்கவில்லை. அடுத்து அவள் டப்ளினுக்கு அருகிலுள்ள ஒரு சிறிய நகரத்திற்குக் கடை ஒன்றில் வேலைசெய்யச் சென்றாள். அங்கு வரிசையாக அமைந்த வீடுகளிலிருந்து அவளுக்குப் பல ஆண் நண்பர்கள் அமைந்தார்கள். அவளது அத்தை ஒருவர் அவளை நியூ யார்க்குக்கு அழைத்துச் சென்றார். அங்கு முதலில் ஒரு ஐஸ்கிரீம் தொழிற்சாலையில், அடுத்து ஒரு உலர்சலவை செய்யும் இடத்தில், இறுதியில் ஒரு பரிசாரகியாக என வேலை செய்வதில் சளைக்காத தனது குடும்பப் பண்பை அவள் வெளிப்படுத்தினாள். அங்கே தனது முகம் மலர்ந்த இனிய பேச்சாலும் ஊக்கத்தினாலும் அயர்லாந்தில் ஒரு வருடத்தில் சேமிக்க முடிவதைவிட ஒரு வாரத்தில் அதிகம் சம்பாதிக்க முடியும் என்பதை அறிந்தாள். அவள் வயதான ஒரு மனிதனுடன் வாழ்ந்தாள். ஆனால் அவன் தனது வாக்குறுதிகளை நிறைவேற்றுவதற்கான எந்த அறிகுறியையும் காட்டாதபோது தன்னை அவன் பயன்படுத்திக்கொண்டதை உணர்ந்தாள். நடைமுறை சார்ந்த தனது அணுகுமுறையுடன் பெரிதாக வருத்தப்படாமல், மனம் புண்படாமல் அவனை

விட்டு விலகினாள். இப்போது அவளுக்கு இருபத்தியிரண்டு வயதாகிறது, சில மாதங்கள் வீட்டிலிருக்கலாம் என்று தான் சம்பாதித்த பணத்துடன் வீட்டுக்கு வந்திருந்தாள். தன் சகோதர சகோதரிகளுக்கு உடைகள், காலணிகள், சமவெளியிலுள்ள வீட்டுக்குத் தேவையான மற்ற பொருட்கள் என வாங்கி வந்திருந்தாள். தனக்கென ஒரு சிறிய காரை வாங்கினாள். அதை வீட்டினரிடமே கொடுத்துவிட்டுச் செல்ல எண்ணியிருந்தாள். நியூ யார்க் திரும்பும்போது தன்னுடன் ஒரு தங்கையை அழைத்துச் செல்லவிருந்தாள். எல்லாவற்றுக்கும் மேலாகத் தன் தந்தைக்கு நல்லநேரம் அமைய உதவ வேண்டும், கூடவே தானும் ஓர் உறவைத் தேடிக்கொள்ள வேண்டுமெனத் தீர்மானித்திருந்தாள். அவள் அழகின்மையிலிருந்து எவ்வளவு தொலைவில் இருந்தாளோ அதே அளவு அழகிலிருந்தும் தள்ளி இருந்தாள். இளமையாகவும், வலிமையானவளாகவும், உற்சாகமானவளாகவும் இருந்தாள். மைக்கேல் மோரனுக்குப் பதினைந்து வயதுதான். ஆனால் நல்ல தோற்றமும் பாலியல் வசீகரமும் கொண்டிருந்தான். தனது தந்தையின் பயனற்ற பண்ணைகளைப் போலல்லாமல் மோரன்களுடையது செழிப்பும் வனப்புமானவை என்பதைத் தனது சிறுமிப் பருவத்திலேயே நெல் உணர்ந்திருந்தாள். மைக்கேல் நெல் மோரஹனைத் தன்னோடு நடனமாடக் கேட்டுக்கொண்டு நடனத்தளத்தின் அந்தப் பக்கமிருந்து இந்தப் பக்கம் கடந்து வந்தபோது, அவனோடு போவதுதான் சரியென்று இயல்பாகவே அவளுக்குத் தோன்றியது.

'தன்னைவிட இவ்வளவு இளையவனைத் திருமணம் செய்துகொள்வதைத் தவிர அவளுக்கு வேறு என்ன பெரிய நோக்கமிருக்க முடியும்' கொதிப்புடன் சொன்னாள் மேகி.

'இந்த விஷயம் அப்பாவின் காதுகளுக்குப் போகாமலிருப்பது நல்லது' என்றாள் ஷீலா. தங்களுக்குள் ஒடுங்கியபடி கோபம் கொண்டிருந்த இந்தப் பெண்கள் வட்டத்தை ஆண்கள் அந்தப் பக்கமிருந்து வந்து நடனமாடக் கேட்டுக்கொண்டால் மட்டுமே உடைக்க முடியும். அடுத்தடுத்த நடனங்களில் மைக்கேல் நடனத்தளத்தைச் சுற்றிக் கோமாளித்தனம் செய்தான். அவனது சகோதரிகள் அவர்கள் இருவரையும் புறக்கணிக்க முயன்றனர், ஆனால் பின்னர் அவர்கள் மீண்டும் அந்த ஜோடியைத் தேடியபோது கொட்டகையில் அவர்களைக் காணவில்லை. பெண்கள் ஒவ்வொருவருக்கும் நடனத்தின்போது வீட்டுக்குக் கொண்டுவிட ஆண்களிடமிருந்து பல அழைப்புகள் வந்தாலும், அவர்கள் அதை ஏற்காமல் வெளியேறினார்கள். கடைசி நடனம் முடிந்து களைப்படைந்த இசைக்கலைஞர்கள் தேசியகீதம்

இசைக்கத் தயாராகிக் கொண்டிருந்தபோது ஷீலா மட்டும் ஆக்ரோஷமாக நடனத்தளத்தைக் கடந்துபோய் 'நீயும் எங்களுடன் வீட்டுக்கு வருகிறாயா?' என்று மைக்கேலிடம் கேட்டாள்.

'இல்லை, என்னைக் கொண்டுவந்து விடுவதற்கு ஆள் இருக்கிறது. உனக்கு நெல் மோரஹனைத் தெரியுமா?' ஷீலா நெல் மோரஹனுடன் கைகுலுக்குவதற்குப் பதிலாக அலட்சியமாகத் தலையசைத்துவிட்டு அங்கிருந்து நகர்ந்தாள்.

'அவளுக்கு என்ன ஆயிற்று?'

'அவளுடைய தம்பியை நீ திருடிவிட்டாய்' என்று பதிலளித்து விட்டு 'பின்கதவைத் திறந்து வைக்க மறந்துவிடாதீர்கள்' என்று சகோதரிகளுக்குப் பின்னாலிருந்து சொன்னான். கோபத்தில் இறுக்கத்துடன் அவர்கள் வெளியேறினர், பின்னால் அவனது சிரிப்பு அவர்களைத் தொடர்ந்து வந்தது.

நெல்லின் கார் குறுகிய பாதையில் நிறுத்தப்பட்டிருந்தது. அது கறுப்பு நிறத்தில் அழகாக இருந்தது. உள்ளே புதிய தோலின் வாசனை வீசியது. நெல்லின் இரண்டு சகோதரிகளும் சகோதரனும் பின்னால் அமர்ந்திருந்தனர், மைக்கேல் முன்புறம் நெல்லுடன் அமர்ந்திருந்தான். பதினைந்து வயதான அவன் உலகைத் தனது ஆணையின் கீழ் வைத்திருந்தான்.

பின்னால் இருந்த பயணிகளிடம் அவன் பேசிக் கொண்டிருக்க, அவள் மௌனமாகக் காரை ஓட்டிச்சென்று சமவெளியில் இருந்த அவர்களுடைய சிறிய வீட்டுக்குச் சென்று அவர்களை இறக்கிவிட்டுவிட்டு 'திரும்ப அதிகநேரம் ஆகாது. நான் மைக்கேலை வீட்டில் விட்டுவிட்டு வந்துவிடுகிறேன்' என்றாள். மோரன் வீட்டு வாசலில் இருந்த யூ மரத்தை அடைவதற்கு முன்பிருந்த பயன்படுத்தப்படாத சந்தில் காரைத் திருப்பி விளக்குகளை அணைத்தாள். ஏற்கெனவே அவன் கை அவளது தொடைகளுக்கிடையில் அசைந்து கொண்டிருந்தது. அவள் அவனை நோக்கித் திரும்பியபோது அவன் மிகவும் ஆவலுடன் அவளிடம் வந்தான். ஆனால் விரைவிலேயே அவனுடைய இளம் வேட்கைமிகு உடல் அவள் விரும்பியதைச் செய்யும் வகையில் இயக்கப்பட்டது, அதைத்தாண்டி எதுவுமில்லை. அவன் தனது முதல் பரவசமிகு அமைதியை அடைந்தபோது, அவள் தானாகவே அதனை அடைந்ததுபோல் தோன்றச் செய்தாள். அவன் தலைமுடியைக் கலைத்து 'உன்மீது அருமையான வாசமடிக்கிறது, உன் தோல் மிக மிருதுவாக இருக்கிறது' என்று சொல்லி மீண்டும் மீண்டும் அவனை முத்தமிட்டாள்.

பின்புறக் கதவு தாழ்ப்பாள் போடப்படாமல் விடப்பட்டிருந்தது. அவன் உள்ளே வந்தபோது வீடு இருட்டாகவும் அமைதியாகவும் இருந்தது. காலணிகளைக் கையில் பிடித்துக் கொண்டு சத்தம் போடாமல் தனது அறைக்குச் சென்றான். காலையில் அவன் தனது சகோதரிகளின் கடும் கோபத்தை எதிர்கொள்ள வேண்டியிருந்தது. வெளிப்படையாக, அவமானம் சிறிதுமின்றி அவர்களது கடுமையான கோபத்தை எதிர்கொண்டான். இனியும் அவர்களால் அவனை ஒரு குழந்தையாக ஏற்றுக்கொள்ள முடியவில்லை. அவர்கள் திட்டியபடியிருக்க அவன் அலட்டிக்கொள்ளாமல் காலை உணவை உண்டு முடித்தான். அவர்களால் ஒன்றும் செய்ய முடியவில்லை. மோரனிடம் சொல்வதனால் வரும் ஆபத்தை அவர்கள் விரும்பவில்லை. அந்த வீடு வெளியுலகத்திலிருந்து விலகியிருந்ததால் வேறு எந்த வகையிலும் இந்த விஷயம் மோரனை அடைய வாய்ப்பில்லை. பெண்கள் இதை ரோஸிடம் சொன்னபோது, அவள் மனம்விட்டுச் சிரித்தாள்.

'சரி, பாவம் மைக்கேலுக்கு அது நல்லபடியாக இருந்ததா?'

'அவர்களது வயதைப் பாருங்கள். ஊரே நம்மைப் பார்த்துச் சிரிக்கும்' என்று கோபத்துடன் சொன்னார்கள்.

'இன்னும் சில மாதங்களில் இதைப்பற்றி ஒரு வார்த்தை பேச்கூட ஆள் இருக்காது. நெல் அமெரிக்கா திரும்பிப் போய்விடுவாள், அவ்வளவுதான். ஆனால் அப்பாவிடம் இதுபற்றி ஒரு வார்த்தையும் சொல்லித் தொந்தரவு செய்ய வேண்டாம்' என்று அறிவுரை கூறினாள்.

'அப்பா சீக்கிரம் அந்தப் புத்திகெட்டவனைச் சரிசெய்வார்.'

முழு வெறுப்பும் நெல் மோரஹன்மீது திரும்பியது. ரோஸ் அவர்களிடமிருந்து விலகி நின்றாள். சகோதரிகள் உள்ளூர் நடனங்களுக்கு மட்டுமே சென்றனர். நெல் மைக்கேலுடன் அவர்களை யாரும் அடையாளம் கண்டறிய முடியாத லாங்ஃபோர்டுக்கு காரில் சென்றான்.

ஒரு வாரத்தில் கிறிஸ்துமஸ் விடுமுறை முடிந்தது. பெண்கள் மீண்டும் அவரவரது வேலைகளுக்குப் போய்விட்டார்கள்.

வீடு மீண்டும் வெறுமையானது. பள்ளிகள் திறக்கப்பட்டன.

ரோஸ் மைக்கேலை அழைத்தாள். அவள் இந்த வீட்டுக்கு வந்ததிலிருந்து ஒவ்வொரு பள்ளிநாள் காலையிலும் மைக்கேலை அழைத்து அவனுக்குக் காலை உணவு கொடுத்தாள்.

'இன்று காலை நீ கொஞ்சம் களைப்பாக இருப்பதாகத் தெரிகிறது, மைக்கேல்.' ரோஸ் கிண்டல் செய்தாள். ஆனால் பதிலுக்கு அவனால் கண்களைத் தேய்த்துக்கொள்ள மட்டுமே முடிந்தது.

அன்று காலை வழக்கம் போல் பள்ளிக்குக் கிளம்பினான், ஆனால் அவன் பள்ளிக்குச் செல்லவில்லை. நெல் அவனை ஊர் எல்லையில் காரில் சந்தித்தாள். அவர்கள் ஸ்ட்ராண்ட்ஹில்லில் கடலுக்குச் சென்றனர். அதற்கான மரவண்டியில் நிறுத்திவைக்கப்பட்டிருந்த பழைய பீரங்கியருகே காரை நிறுத்தியபோது கண்ணுக்கெட்டிய தொலைவுவரை வேறு கார் எதுவும் இல்லை. 'கோடைக்காலத்தில் இங்கே கடும் நெரிசலாக இருக்கும்' என்றான். கடல், பாறைகளுக்குக் கீழே வெகுதொலைவில் இருந்தது. ஆனால் அலைகள் மலை உயரத்துக்கு எழும்பின. துடைப்பான்கள் நின்றபோது வெண்ணிற மழை கார்க் கண்ணாடியை மூடியது. துடைப்பான்களை மீண்டும் இயக்கினாள் நெல். பலத்த காற்று காரை அசைத்தது. அவனுக்கு இவையெல்லாம் உற்சாகமாக இருந்தன. மோரன் பதினைந்து நாட்களுக்கு ஒரு வீட்டை வாடகைக்கு எடுத்து அவர்கள் எல்லோரும் இங்கு வரும் அந்தக் கோடைக்காலத்தோடு ஒப்பிட இது எவ்வளவு நன்றாக இருக்கிறது என்று மைக்கேல் நெல்லிடம் சொன்னான். 'கடவுளே, அது சலிப்பாக இருந்தது.'

'கடலோரம் இருப்பது எப்படி சலிப்பாக இருக்கும்? நாங்கள் எப்போதும் கோடையில் வயல்களில் வேலை செய்ய வேண்டியிருந்தது' என்றாள் அவள்.

'அவர் எங்களோடு இங்கே வந்ததுதான் காரணம்' என்றவன் தான் சொன்னது புத்திசாலித்தனமானது என்றெண்ணி கட்டுப்படுத்த முடியாமல் சிரித்தான். பிறகு சலிப்படைந்து அவளை நெருங்கினான். அவள் அவனை முத்தமிட்டாள். பிறகு விளையாட்டாக, ஆனால் உறுதியாக, அவனைத் தள்ளிவிட்டாள்.

'காலையில் அது எனக்கு ஒத்துக்கொள்வதில்லை' என்றாள்.

அவளிடமிருந்து விலகி சிடுசிடுப்பாய் உட்கார்ந்திருந்தான். காரின் கண்ணாடியில் துடைப்பான்கள் வரைந்த அரைவட்டத்தினூடே குமுறிக்கொண்டிருந்த கடலையும் நீண்ட கரையையும் வெறித்துப் பார்த்துக்கொண்டிருந்தான். பல கோடைக்காலங்களுக்கு முன்பு வாளியும் மண்வெட்டியும் கொண்டு தான் உருவாக்கிய மணல் கோட்டையைச் சுற்றிவளைத்து அடித்துச் சென்ற அதே கடலை வெறித்துப்

பார்த்தான். கால்களைக் காரின் முகப்புப் பலகையில் வைத்தவன் அவற்றைக் கீழே இறக்காமலிருந்தது நெல்லுக்கு எரிச்சலூட்டியது. மழை பெய்த வேகத்திலேயே வானம் தெளிந்து அது வேறொரு நாளாக மாறியது. ஒளிகுன்றிய சூரியன் தண்ணீரில் பிரகாசித்தது. அவர்கள் காரை விட்டிறங்கி கறுத்த பாறைகளில் கால்வைத்துக் கீழிறங்கிக் கரையை அடைந்தனர்.

சமதளமான கரையெங்கும் வீசிய காற்று, அவர்களின் தலைமுடியையும் ஆடையையும் இழுத்தது. அவன் அவளைச் சுற்றி விளையாடினான், கும்மாளமிட்டான், கிட்டத்தட்டக் கீழே விழும் வரை காற்றில் பின்னோக்கி நடக்க முயன்றான். பின்னர் அவள் கையைப் பிடித்தான். அவர்கள் இருவரும் காற்றை எதிர்த்து ஓட முயன்றனர். கடல்முனையின் ஒதுங்குமிடத்தை நெருங்க நெருங்க நடப்பது எளிதாயிற்று. விரைவில் அவர்கள் கடல்முனையிலேயே கோல்ஃப் மைதானத்தின் ஓரமிருந்த உயரமான மணல் மேடுகளின் மறைவிடத்தில் இருந்தார்கள். அமைதியான அறைக்குள்ளிருந்தபடி அவர்கள் தாங்கள் தாண்டி வந்த கடல், காற்று ஆகியவற்றின் கொந்தளிப்பைத் திரும்பிப் பார்ப்பதைப் போல இருந்தது. இம்முறை அவளை நெருங்கியபோது அவள் அவன் கைகளுக்குள் வந்தாள். அவள் கூந்தலும் முகமும் கடல்நீரின் சுவை கொண்டிருந்தன. அமைதியான கரையிலிருந்து தடுமாற்றத்துடன் அவர்கள் ஒன்றாக மேலே ஏறினர். சொரசொரவென்ற புற்கொத்துகளைப் பிடித்துக்கொண்டு மணல்மேடுகளின் சரிவுகளில் தங்களை மேலே இழுத்துக்கொண்டனர். நடக்கும்போது ஈரமான மணல் அவர்களது காலணிகளில் நிரம்பி வழிந்தது. உயரமான மணல் மேடுகளுக்கிடையேயிருந்த பள்ளமான இடத்தில் மழைக்கோட்டுகளை மணலில் விரித்துக் காலணிகளை உதறினார்கள். அரை மண்டியிட்டு உட்கார்ந்து தன் உள்ளாடைகளைக் கழற்றிவிட்டுக் கதகதப்புக்காக அவள் அவனை நெருங்கி அமர்ந்தாள். தன் ஆடைகளைத் தொடைகளுக்குக் கீழே இறக்கிவிட்டுக்கொண்டு, தனது தேவையின் கடும் தூண்டுதலை அடக்கியவனாய் அவர்களது முதல் நெருக்கத்தில் அவள் வழிநடத்தியவாறே மிக மென்மையாகவும், சற்று அச்சத்துடனும் அவளுக்குள் நுழைந்தான். அவர்களுக்கு மேலே காற்று மிக உயரமாய் வளர்ந்திருந்த புற்கள்மீது மட்டும் வீசியது, தூரத்தில் கடல் ஒலித்தது.

மூன்றாவது முறையாக அவன் அவளுக்குள் நுழைந்த போது அவள் தனக்கான இன்பத்தைத் தேட ஆயத்தமாக இருந்தாள். இப்போது அவனால் காத்திருக்க முடிந்தது. அவளது பலம் அவனைப் பயமுறுத்துவதாக இருந்தது. அவள்

கூச்சலிட்டாள். அவனது இடுப்பை முரட்டுத்தனமாகப் பிடித்தாள். அவனை இயங்க நிர்பந்தித்தாள். முடிந்ததும் அவள் கண்களைத் திறந்து கைகளால் அவன் முகத்தைப் பற்றி அவனால் புரிந்துகொள்ள முடியாத, விரைவான, நன்றிகலந்த ஒரு முத்தம் கொடுத்தாள். ஒளிகுறைந்த சூரியன் அவர்களுக்கு மேலே உயர்ந்து நின்றது. ஈரமான குளிரை உணர்ந்த அவர்கள் உடைகளை அணிந்துகொண்டு, தங்கள் காலணிகள், மழைக்கோட்டுகளிலிருந்து மணலை உதறிவிட்டு மீண்டும் கரைக்கு இறங்கினர். ஆளற்றக் கரையெங்கிலும் ஒரு நாய்கூட எறிந்த குச்சியைத் துரத்திக்கொண்டு ஓடவில்லை. இப்போது கடற்கரையில் வெகுதூரம் வந்து விட்டிருந்த அலைகளின் விளிம்பையொட்டி அமைதியாக நடந்துகொண்டிருந்த சில பறவைகள் மட்டுமே இருந்தன. தார்மீகரீதியில் தாங்கள் முடித்தாக வேண்டிய ஒரு பயணத்தை மேற்கொண்டிருப்பதைப் போல, திரும்பும் வழியில் பீரங்கியைத் தாண்டி எதிர்முனையில் இருந்த பாழடைந்த தேவாலயம்வரை அவர்கள் நடந்தார்கள். என்னதான் துணிச்சலானவனாக இருந்தாலும் மைக்கேல் கவலை நிறைந்து காணப்பட்டான். வயதுக்கு வந்த ஆண்மகனாக முதன்முறை யாகத் தான் பெற்ற அனுபவம் எவ்வளவு அருமையாக இருந்தாலும் இன்னும் சில மணிநேரங்களில் பள்ளிச் சிறுவனின் புத்தக மூட்டையுடன் மோரனிடம் திரும்பிச் செல்ல வேண்டும். அவனருகில் இருந்த நெல்லுக்கு அவளுக்கேயுரிய கவலைகள் இருந்தன. சில வாரங்களில் அவள் மீண்டும் பிராங்க்ஸில் இருப்பாள். மைக்கேல் மிகவும் வயது குறைந்தவனாக இருந்தான். உன்னால் முடிந்தவரை உனக்கு முன் இருப்பதை நீ எடுத்துக் கொள்ள வேண்டும் என்று சாதாரண நாட்டுப்புற அறிவு அவளிடம் சொன்னது, ஆனால் அது அவ்வளவு எளிதல்ல. அவள் எப்போதுமே இயல்பைவிட அதிகமாக விரும்பினாள். ஸ்ட்ராண்ட்ஹில்லின் ஆளற்ற மொத்தக் கரையும் அவர்களைச் சுற்றியிருந்தது, அவர்களிடம் ஒரு முழுநாள் இருந்தது. ஒரு நாளைக் கைப்பற்றுவதைவிடக் கடினமானது வேறொன்றும் இல்லை.

‘அது பாதுகாப்பானதுதானா?’ அவன் கேட்டான்.

‘ஒரு ஆண் கேட்பதுபோலத்தான் இப்போது கேட்கிறாய்’ என்றாள் நெல். ‘நீ கவலைப்பட எதுவுமில்லை.’

கூரையில்லாத தேவாலயத்தின் கீழேயிருந்த பாறைகளி லிருந்து கடற்பாசிகளைப் பொறுக்கிக்கொண்டு பாறைகளுக் கிடையில் இருந்த பல தெளிந்த குட்டைகளை ஆராய்ந்தனர். குட்டைகளில் மிகச்சிறு உயிரினங்கள் இருந்தன, தெரியாமல் வந்து மாட்டிக் கொண்ட மீன்கள் இல்லை.

'இங்கே சலிப்பாக இருக்கிறது என்று நீ சொன்னது எனக்குப் புரியவில்லை. இது மாறுதலாக இல்லையா?'

'கடவுளே' என்றான். 'அப்போது நீ இங்கே இருந்திருக்க வேண்டுமே. இங்கே வீட்டுக்கு வாடகை கொடுக்க ஒரு பாரவண்டி நிறைய அவர் புல்கரி கொண்டு வந்தார். நாங்கள் அதை வீடு வீடாகச் சென்று விற்க வேண்டியிருந்தது. அவர் வீடு வீடாகச் சென்று விற்பதில் அபாயம் எதுவும் இல்லை' என்றான்.

'சிறுவயதில் அது ஒன்றும் பெரிய விஷயமாக இருக்காது.'

'வீடுகளைச் சுற்றிச் சுற்றி வருவது மோசமாக இருந்தது' என்று அவன் அப்பா மற்றவர்களிடம் விதைத்த அதே பிரிவினை உணர்வை அவனும் வெளிப்படுத்தினான், அது புல்கரி விற்கும் விஷயத்தில் அவ்வளவாகப் பயன் தரவில்லை. 'அது பொந்துக்குள் தவழ்ந்து செல்வதுபோல் இருக்கும்.'

காருக்குத் திரும்ப அவர்கள் மீண்டும் காற்றை எதிர்கொள்ள வேண்டியிருந்தது. அவர்களுக்குப் பசித்தது. கடற்கரையை ஒட்டிய எல்லா இடங்களும் குளிர்காலத்தையொட்டி மூடப்பட்டிருந்தன, எனவே அவர்கள் ஸ்லிகோவுக்குச் சென்றனர். கோட்டைத் தெருவில் அவர்கள் ஒரு சாதாரண கஃபேயைக் கண்டுபிடித்தனர். அங்கே ஹேம்பர்கர்கள், ரொட்டி, சீவல்கள், கலம் நிறைய சுடச் சுடத் தேநீர் ஆகியன இருந்தன. பின்னர், களைப்படைந்த அவர்கள் நகரத்தைச் சுற்றி வந்தனர். ஆலன் லாடின் மேற்கத்தியத் திரைப்படம் பார்க்க அவர்கள் கெயிட்டிக்குப் போயிருந்தால் நன்றாக இருந்திருக்கும், ஆனால் அவர்களுக்குப் போதுமான நேரம் இல்லை. அவர்கள் திரும்பி வரும்போது அவன் மிகவும் அமைதியாக இருந்தான். அவள் அவனை வீட்டிலிருந்து சில மைல்கள் தொலைவில் விட்டுச் சென்றாள். அவள் காரை ஓட்டிச் செல்கையில் தைரியமாக அவளை நோக்கிக் கையசைத்தான்.

'பள்ளிக்கூடம் எப்படி இருந்தது?' அவன் உள்ளே வந்ததுமே ரோஸ் கேட்டாள்.

'எப்போதும் போலத்தான்' என்றான் அவன். பேசுவதைக் கேட்டுக்கொண்டிருக்கிறான் என்ற தோற்றத்தை ஏற்படுத்திய படியே தனது எண்ணங்களுக்குள் ஆழ்ந்துவிடும் பழக்கம் அவனுக்கு உண்டு. ஆனால் இன்று மாலை அவன் அன்றைய நாளைக் குறித்த ரோஸின் கலகலப்பான விவரிப்பின் ஒவ்வொரு சொல்லையும் கவனித்தான்.

'இப்போது இரவுணவைச் சாப்பிடு மைக்கேல்.'

தான் பள்ளிக்குப் போகாத விஷயம் அவர்களுக்குத் தெரியவரவில்லை என்பதை அறிந்துகொண்டான். 'நன்றி ரோஸ்.'

சிறிதுநேரம் கழித்து மோரன் உள்ளே வந்தார், ஆனால் அவன் அவருடன் பேசுவதை விரும்பவில்லை. சிலதடவை அவர் தன் மகனை நோக்கிப் பார்வையை வீசினார். ஆனால் அவன் புத்தகத்தில் மறைந்திருந்தான்.

வெளியே போவதற்காக எழுந்தபோது, 'சில ஆடுகளுக்கு மருந்து புகட்ட நீ எனக்கு உதவ வேண்டும்' என்றார் மோரன்.

'உங்களுக்கு எப்போது வசதி அப்பா?'

'இப்போதே.'

அதற்குள் மோரனும் நாயும் ஏற்கெனவே ஆடுகளை முற்றத்துக்கு விரட்டி வந்திருந்தார்கள். அங்கு அவை பயத்தில் கண்களை அகல விரித்து ஒன்றோடொன்று ஒட்டி நின்றிருந்தன. மோரனும் மைக்கேலும் முற்றத்துக்கு வந்ததும் அவை கடும் பீதியில் பாய்ந்தோடின, போய் இன்னொரு மூலையில் ஒன்றாக ஒடுங்கின.

'அடிமுட்டாள்கள் இவை' அவற்றின் பீதியைக் கண்டு மைக்கேல் குழந்தையைப் போலச் சிரித்தான்.

'சில மனிதரைப்போல' என்று மோரன் சுருக்கமாகப் பதிலளித்தார்.

மைக்கேல் ஒரு சிறிய போத்தலில் மருந்தை அளந்து ஊற்றினான். மைக்கேல் ஆடுகளைப் பிடித்துக்கொள்ள மோரன் மருந்தை வலுக்கட்டாயமாக ஆடுளுக்குப் புகட்டினார். பிறகு ஆடுகளை மல்லாக்காகக் கிடத்தி அவற்றின் சிறிய குளம்புகளைக் குறைத்து வெட்டிவிட்டுக் கழுவி விட்டார்கள். இது முடிந்ததும் அவற்றை வெளியே விடும்முன் ஒவ்வொன்றுக்கும் நீலநிறப் பூச்சு கொண்டு குறியிட்டனர். அறுபதுக்கும் மேற்பட்ட ஆடுகள். அந்த வேலை மெதுவாகவும் சலிப்பூட்டுவதாகவும் இருந்தது. மைக்கேல் சலிப்படைந்து வேலையில் தவறுகள் செய்யத் தொடங்கினான். பீதியடைந்த ஆடு ஒன்றை அவன் பிடியிலிருந்து விட்டுவிட, மோரன் அவனை அடிக்கப்போனார். பிறகு அவன் மருந்துக் கலனைக் கீழே தவறவிட்டான்.

'கடவுளே, கடவுளே, கடவுளே. இதை மட்டும் நானே செய்ய முடிந்தால் எவ்வளவு நன்றாக இருக்கும். உன்னால் ஒரு

நிமிடம் கூடக் கவனமாக இருக்க முடியாது, ஒரு நிமிடம்கூடச் செய்வதைக் கவனமாகச் செய்ய முடியாது?' என்று கலனை ஆவேசமாக எடுத்துத் தானே மருந்தை ஊற்றினார் மோரன்.

'இதைச் செய்ய வேண்டுமென்று நான் கேட்கவில்லையே' பையன் அதே ஆவேசத்துடன் கத்தினான்.

'கண்டிப்பாக இவற்றில் எதையும் நீ செய்ய வேண்டுமென்று கேட்கவில்லை. புட்டத்தை அழுத்தி உட்கார்ந்துகொண்டு பெண்களை மகிழ்விக்க வேண்டும் என்று மட்டுமே கேட்பாய்.'

'என்னால் என்ன முடியுமோ அதைச் செய்தேன். கலன் நழுவியதற்கு நான் ஒன்றும் செய்ய முடியாது.' மைக்கேல் அவரை எதிர்த்துப் பேசினான்.

'நாம் வேலையைத் தொடரப்போகிறோமா, இல்லை நீ நாள் முழுக்க இப்படியே புலம்பிக்கொண்டிருக்கப்போகிறாயா?' மோரன் கேட்டார். வெறுப்புடன் அவர்கள் மீண்டும் ஒன்றாக வேலையைத் தொடர்ந்தனர். வேலை முடிந்ததும் முற்றத்திலிருந்து ஆடுகள் அமைதியாக வெளியேறுவதைப் பார்த்தார் மோரன். இன்னும் இரண்டு மாதங்களுக்கு அவற்றைத் தொட வேண்டியதில்லை. பையனுக்கு நன்றி தெரிவிக்கும் விதமாக அவனை நோக்கித் திரும்பினார். இரண்டு பேர் சேர்ந்து எவ்வளவு நன்றாக வேலை செய்ய முடியும் என்பதை அவன் மறந்துவிட்டான். தனியே வேலை செய்யும் மனிதன் ஒன்றுமின்மைக்குச் சமமானவன். பையன் மட்டும் தன்னுடன் சேர்ந்து வந்தால் இருவரும் என்ன வேண்டுமானாலும் செய்யலாம். அவர்கள் இந்த இடத்தை அவ்வளவு ஒழுங்குடன் இயக்கலாம். காலப்போக்கில் அவர்கள் மற்ற பண்ணைகளைக்கூடத் தங்கள் வசம் எடுத்துக்கொள்ள முடியும். அது தன்னுடைய மூத்த மகனை வைத்து அவர் ஒரு காலத்தில் கண்ட கனவு: அவர்கள் ஒன்றாகச் சேர்ந்து வேலைசெய்தால் எல்லாவற்றையும் எடுத்துக்கொள்ள முடியும்.

போகிறேன் என்று மோரனிடம் சொல்லாமலே மைக்கேல் வீட்டுக்குள் சென்றுவிட்டான். கசப்புடன், ஆடுகள் உள்ளே வரும் வயலை நோக்கிய வாசலை மூடினார் மோரன். பின்னர் மாடுகளுக்கு இரவு தேவையானதை எல்லாம் செய்தாயிற்றா என்று சோதித்தார். அவர் உள்ளே வந்தபோது மைக்கேல் உடைமாற்றி, கணப்பின் முன் நம்பிக்கை வெளிப்பட நிற்பதைக் கண்டார்.

'நீ மிகச் சீக்கிரம் கிளம்பிவிட்டாய்' என்றார் மோரன். 'நான் ஆடுகளை வெளியே விட்டபோது உன்னிடம் ஏதோ

சொல்லத் திரும்பினேன், அப்போது அங்கே ஆளும் இல்லை வெளிச்சமும் இல்லை.'

'வேலை முடிந்துவிட்டதென்று நினைத்தேன்.'

'நீ கேட்டிருக்கலாம்.'

'இனியும் என்னுடைய உதவி அங்கு தேவைப்படும் என்று நான் நினைக்கவில்லை. வேலை முடிந்துவிட்டதென்று நினைத்தேன்.'

'கேட்டுவிட்டுச் செல்வது நல்ல பழக்கம். ஆனால் இங்கே அது போன்றவற்றை எதிர்பார்ப்பதில் எந்தப் பயனும் இருப்பதாக நான் நினைக்கவில்லை' என்றார் மோரன்.

சன்னலுக்கு வெளியே வயல்கள் வேகமாக இருட்டிக் கொண்டிருந்தன. அவனைக் கண்டிப்பதுபோல ரோஸ் கணப்பருகே மைக்கேலைச் சுற்றி ஓசையெழும்ப நடந்தாள். அவன் மேசையை நோக்கி நகர்ந்தான். மேசைமீது புத்தகங்களும் எழுதுபொருட்களும் இருந்தன.

'உங்களுக்குக் கதகதப்பான காலுறைகள் வைத்திருக்கிறேன் அப்பா. அலமாரியில் மாற்று உள்ளாடை இருக்கிறது. பழைய உடையிலிருந்து மாறினால் நீங்கள் நன்றாக உணர்வீர்கள்.'

மோரன் தனது ரப்பர் காலணிகளைக் கழற்றிவிட்டு காரிலிருந்து எடுத்த பெரிய நாற்காலியில் காலுறைகள் அணிந்து அமர்ந்தார். அவள் பேசுகையில் அவர் கவனித்தார். ஆனால் அறையின் வெறுமையை வெறித்துப் பார்த்துக்கொண்டிருந்தார், பதில் சொல்லவில்லை. 'யாருக்குத்தான் அக்கறை இருக்கிறது?' தனக்குத்தானே முணுமுணுத்துக் கொண்டார். 'யாருக்கு அக்கறை? யாருக்குத்தான் அக்கறை இருக்கிறது?'

அப்போதுதான் அவர்கள் ஒரு நாளை ஒன்றாகக் கழித்திருந்தார்கள் என்றாலும் மைக்கேலும் நெல்லும் அன்றிரவு மீண்டும் சந்திக்கத் திட்டமிட்டனர். அவள் ராக்கிங்ஹாம் வாயிலில் காரில் அவனுக்காகக் காத்திருப்பாள். ஜெபமாலை சொல்லி முடிக்கும் வரை மைக்கேல் வீட்டை விட்டு வெளியேற முடியவில்லை. எரிச்சலுடன் காத்திருந்தான். அவனால் எதுவும் செய்ய முடியவில்லை. பிரார்த்தனை முடிவதற்கு முன்பாக வீட்டைவிட்டு வெளியேறுவது மோதல்களுக்கு வழிவகுக்கும். இன்றிரவு இதுவரை பிரார்த்தனை சொல்லப்படவில்லை என்பதை மோரனுக்கு ரோஸ் நினைவூட்ட வேண்டியிருந்தது.

மைக்கேல் மேசையருகே சிமெண்ட் தரையில் செய்தித்தாளை விரித்து மண்டியிட்டு அமர்ந்தபோது நெல் முன்பே வந்து ராக்கிங்ஹாமின் பெரிய வாயிலுக்கு வெளியே காருக்குள் உட்கார்ந்திருந்தாள். தனது நிலையின் முரண்பாடு மைக்கேலைக் கடுமையாக வருத்தியது. முந்தைய நாள் கடலோரத்தில் ஒரு பெண்ணுடன் ஒரு ஆண்மகனாக, இன்று தரையில் முழங்காலிட்டு ஒரு சிறுவனாக. மூன்றாவது பத்து மணிகளைச் சொல்ல வேண்டிய முறை அவனுக்கு வந்தபோது பரபரப்பான உரத்த குரலில் சொல்லி முடித்தான். அவன் ஜெபமாலை சொன்ன விதத்தைக் கண்டு மோரன் அவனைக் கூர்மையாகப் பார்த்தார். ஆனால் அவர் பிரார்த்தனையை இடைமறிக்கவில்லை. முழங்காலிலிருந்து எழுந்து நிற்கும்வரை காத்திருந்தவர் 'உன் பத்து மணிகளை நீ சொன்ன விதம் விசித்திரமாக இருந்தது' என்றார். அந்த நபருக்கும் இளைஞனுக்கும் இடையிலான வன்முறை ஒரு சிக்கிமுக்கிக் கல் தீப்பொறியின் தூரத்தில்தான் இருந்தது. 'என்னுடைய பரிதாபமான காதுகளுக்கு அது ஒருவித மரியாதைக் குறைவாகக் கேட்டது'.

'நான் அவமரியாதை செய்ய வேண்டுமென்று நினைக்க வில்லை.' மைக்கேல் பின்வாங்கினான்.

'இதைக் கேட்பதற்கு மகிழ்ச்சியாகத்தான் இருக்கிறது. எடுத்ததெற்கெல்லாம் எரிச்சலும் கோபமும் அடைபவர்கள் ஒரு கட்டத்தில் சமாதானம் அடைந்தே தீருவார்கள்.'

மைக்கேல் பதில் சொல்லவில்லை. வெளியே போகிறேன் என்றுகூட அவன் சொல்லத் துணியவில்லை. போகும் வழியில் கோட்டை எடுத்துக்கொண்டு இருளில் அதை அணிந்தபடியே வெளியே நழுவினான். ஒரு மணிநேரத்திற்கு மேல் தாமதமாக வந்தபோதும் அவன் ராக்கிங்ஹாம் வாயிலை அடைந்தபோது நெல் காரில் காத்திருந்தாள்.

மறுநாள் காலை அவர்கள் மீண்டும் ஸ்லிகோவுக்குச் சென்றனர். இந்த முறை அவர்கள் கெயிட்டியில் முன்கூட்டியே திரையிடப்பட்ட மாலைக் காட்சியில் மேற்கத்தியப் படம் பார்த்தார்கள். அடுத்து வந்த வாரங்களில் அவர்கள் பார்க்க விரும்பிய ஒவ்வொரு இடத்துக்கும் காரில் சென்றனர், கால்வே நகரம் வரையிலும்கூட. அவர்கள் மலிங்காருக்கும் லாங்ஃபோர்டுக்கும் காரில் சென்றனர். பாலிமோட் நகரத்தில் ஒவ்வொரு கடையின் சன்னலுக்கு முன்னாலும் ஜோடியாக நின்றார்கள். தெளிந்த காலநிலை அமைந்த ஒரு வியாழக்கிழமை அவர்கள் எல்லையைக் கடந்து எனிஸ்கிலனில் நீண்ட

வரிசையான கடைகளுக்கு இடையே கைகோத்து நடந்தனர். சந்தையின் வாசலுக்குப் பக்கத்தில் ஓர் இந்தியக் கடையிலிருந்து மலிவான கைக்கடிகாரம் ஒன்றை வாங்கினாள். இதற்கு முன்பு அவனுக்கென்று சொந்தமாக ஒரு கைக்கடிகாரம் இருந்த தில்லை. அது குளிர்காலமாக இருந்தபோதிலும், அவர்கள் பலமுறை கடலுக்கும், ராஸஸ் முனை, முல்லாக்மோர், பண்டரன், ஸ்ட்ராண்ட்ஹில்லின் திருத்தியமைக்காத கடற்கரை ஆகிய இடங்களுக்கும் சென்றார்கள். ஒவ்வொருமுறையும் இருட்டத் தொடங்கியபோது புத்தகங்களுடன் அவன் வீட்டுக்குத் திரும்பிவந்தான்.

ஷீலாவும் மோனாவும் வார இறுதியில் டப்ளினிலிருந்து வந்திருந்தனர். இந்த முறை மைக்கேல் முன்புபோல என்ன நடக்கிறது என்பதைப் பெருமையாகக் காட்டுவதற்குப் பதிலாக மறைத்தான். அவர்கள் அவன்மீது ஐயம் கொண்டிருந்தாலும் அவர்கள் திங்களன்று தங்கள் அலுவலகங்களுக்குத் திரும்ப வேண்டியிருந்தது. மைக்கேலின் நடவடிக்கைகளைக் கண்டு பிடிக்கப் போதுமான நேரம் இல்லை. மோரனின் தனிமை ஊரார் யாரும் அவரை அணுகவிடவில்லை. கடைகளுக்குச் செல்லும்போது யாரும் ரோஸிடம் எதையும் சொல்லத் துணியப்போவதில்லை.

நெல்லைப் பொறுத்தவரை இந்த வாரங்கள் அவளுடைய வாழ்க்கையில் மிகச் சிறந்தவை. மகிழ்ச்சியை இழந்தவளாய் எப்படியோ களஞ்சியத்தில் ரென் பையன்களது நடனத்துக்கு வந்ததை அவள் எப்போதும் எண்ணிப் பார்ப்பாள். ஆனால் மர்மமான முறையில் அது அவள் பிடியிலிருந்து நழுவியது. இந்தக் காதலில் இருவருக்கும் அவள்தான் முழுப்பொறுப்பு. சட்டப்படி தேவைப்பட்டதைத் தாண்டி ஒருநாள்கூட அவள் பள்ளிக்குச் சென்றதில்லை என்பதனாலும், தன் வாழ்நாள் முழுவதும் உழைத்தவள் என்பதாலும் அவள் கல்வியைப் பெரிதாக மதித்தாள். ‘இப்படி பள்ளிக்கூடம் போகாமல் இருப்பதனால் நீ எல்லாவற்றையும் பாழாக்கிக்கொள்ள வில்லையென்று உறுதியாக நினைக்கிறாயா?’

‘பள்ளிக்கூடம் அவ்வளவுதான், முடிந்துவிட்டது. நான் திரும்பப் பள்ளிக்கூடம் போகப்போவதில்லை. இதற்கும் அதற்கும் எந்தச் சம்பந்தமும் இல்லை’ என்றான். தனது வாழ்க்கையிலிருந்து வெளியேற வேண்டும் என்பதுதான் அவனது மிகத் தீவிரமான உந்துதலாக இருந்தது. இனியும் அந்த வீட்டில் வாழ்வதை அவனால் தாங்க முடியாது. தான் இப்போது போய்க்கொண்டிருக்கும் வழியிலேயே போனால் வெளியிலிருந்து நெருக்கடி வருவது நிச்சயம். தான் செய்து

கொண்டிருப்பதைத் தொடர்ந்து செய்வதன் மூலம் அது நடக்கப்போவது உறுதி. அது நிகழும்வரை அதைக் குறித்து யோசிக்கத் தேவையில்லை.

'இனி ஒருபோதும் உனக்குப் பள்ளியில் படிக்கும் வாய்ப்புக் கிடைக்காது' என்றாள்.

'இனி ஒருபோதும் எனக்கு எதுவுமே கிடைக்காது' என்றான் கசப்புடன்.

'அப்புறம் என்ன செய்யவாய்?'

'நானும் உன்னுடன் அமெரிக்கா வந்துவிடவா?'

அவனது குழந்தைத்தனமான அகங்காரத்தையும் அப்பாவித்தனத்தையும் கண்டவள், கட்டற்ற ஆசையுடன் அவனை நோக்கிக் குனிந்தாள். ஆனால் அது ஒருபோதும் அப்படி நிகழாது என்றும், உலகமே அதை எதிர்க்கும் என்றும் அவளது அறிவு சொன்னது.

'அமெரிக்காவில் சமாளிப்பது எளிதல்ல' என்றாள் அவள்.

'சமாளித்துக்கொள்கிறேன்' என்று நம்பிக்கையுடன் சிரித்தான். 'அமெரிக்கா போக முடியாவிட்டால் ஏன் நாம் ஸ்லிகோ போகக் கூடாது?'

அடுத்தநாள் முழுவதையும் அவர்கள் ஸ்லிகோவில் கழித்தனர். ஆனால் அவர்களது நாள்கள் வேகமாக ஓடிக் கொண்டிருந்தன. நெல்லின் பணம் கிட்டத்தட்டத் தீர்ந்து விட்டது. பண விஷயத்தில் அவனால் பிரச்சினை எதுவும் இல்லையென்றபோதும், தனக்குக் கிடைத்த சொற்ப பணம் முழுவதையும் அவளுக்கே செலவழித்தான் என்றபோதும், தனது நேரத்தையும் பணத்தையும் தன் குடும்பத்துக்காகச் செலவழிக்காமல் மைக்கேலுக்காகச் செலவழித்ததற்காக அவள் சற்றே குற்றவுணர்ச்சி கொள்ளத் தொடங்கினாள்.

'நான் சீக்கிரம் இங்கிருந்து கிளம்பிவிடுவேன் மைக்கேல்.' ஒருநாள் இரவு அவர்கள் காரில் உட்கார்ந்து லாக் கீ ஏரிக்கு மேலேயிருந்து வெண்ணிலவு, கொந்தளிக்கும் நீரில் வெளிச்சச் சாலையென்றை அமைப்பதைப் பார்த்துக்கொண்டிருந்தபோது அவள் அவனிடம் சொன்னாள்.

எவ்வித முன்னறிவிப்புமின்றி அவன் அழத் தொடங்கினான். தனக்கு ஏற்படும் இழப்புக்காகவா அல்லது அமைதியான இந்த இடத்தை விட்டு வெளியேறி, அக்கறையற்ற அமெரிக்க உலகை எதிர்கொள்ளவிருந்த நெல்லின் இழப்புக்காகவா,

எதற்காக அழுகிறோம் என்று தெரியாமலே அழுதான். அவள் அவனைத் தழுவி அப்படியே கட்டிக்கொண்டாள். தன்னை நோக்கி அவன் திரும்பும்வரை அவனது தலைமுடியைக் கோதிவிட்டுக்கொண்டிருந்தாள்.

'நீ மீண்டும் பள்ளிக்குப் போக வேண்டும்' என்று அவனிடம் சொன்னாள். 'அப்போதுதான் பிறகு உனக்கு நல்ல வேலை கிடைக்கும்.'

'இல்லை' என்றான் அவன். 'பள்ளிக்கூடம் அவ்வளவுதான், முடிந்துவிட்டது.'

'வேறு என்ன செய்யப்போகிறாய்?'

'சீக்கிரமே அமெரிக்கா வந்து உன்னோடு சேர்ந்து கொள்ளவா?' என்று மீண்டும் கேட்டான். அவன் கேட்டது அவ்வளவு இனிமையாக இருந்ததனால் அவள் இனியும் கேள்வி எதையும் கேட்க விரும்பவில்லை. அத்துடன், இவ்வளவு நேரம் கடந்து தாங்கள் என்ன செய்துகொண்டிருக்கிறோம் என்றோ, உண்மையில் ஏதாவது செய்துகொண்டிருக்கிறோமா என்று அறியவோ, அதுகுறித்து எண்ணிப் பார்க்கவோகூட அவள் விரும்பவில்லை.

தன் மனதை மாற்றிக்கொள்ள வெளியிலிருந்து வரும் தூண்டுதலுக்காக அவன் காத்திருந்தான் எனில் மறுநாள் மாலை அது பீதியூட்டும் வேகத்தில் வந்தது. நெல்லும் அவனும் அன்று காலை, எல்லையைக் கடந்து எனிஸ்கிலனில் வியாழக்கிழமை சந்தைக்குச் சென்றிருந்தனர். அவன் வழக்கம்போல மாலை ஆறு மணிக்கே புத்தகங்களுடன் வீட்டுக்கு வந்துவிட்டிருந்தான். மோரன் கார் நாற்காலியில் அசையாமல் உட்கார்ந்திருந்தார். ரோஸ் வீட்டுக்குள் பரபரப்பாக இயங்கிக்கொண்டிருந்தாள். உணவு மேசையில் அவனுக்கு இடம் ஒதுக்கப்பட்டிருக்க வில்லை. அங்கே ஒரு வார்த்தையும் பேசப்படுவதற்குள் தான் ஆபத்தில் இருப்பதை உணர்ந்தான் மைக்கேல்.

'இன்று வீட்டுக்கு விருந்தாளி ஒருவர் வந்திருந்தார்' என்றார் மோரன்.

'யார்?'

'பதற்றப்படாதே' என்றார் மோரன் கிண்டலாக. 'உன் நண்பர் அருட்சகோதரர் மைக்கேல், பள்ளிக்கூடத்திலிருந்து வந்திருந்தார். அவர் உன்னைப் பற்றி விசாரிக்க வந்திருந்தார். உனக்கு உடல்நிலை சரியில்லையோ என்று நினைத்து வந்திருந்தார். கிறிஸ்துமஸுக்குப் பிறகு உன்னைப் பள்ளிக்கூடத்தில் காணவில்லை போலிருக்கிறது.'

'என்னால் இனி பள்ளிக்கூடம் போக முடியாது.' என்று அழ ஆரம்பித்தான்.

'ஏன் என்று நான் தெரிந்துகொள்ளலாமா?'

'இனியும் என்னால் அங்கு போக முடியாது.'

'உன்னைப் பார்த்தால் எங்களுக்கு வியப்பாக இருக்கிறது மைக்கேல்' என்றாள் ரோஸ். 'தினமும் நீ எங்கே சென்றாய்?'

'நான் பள்ளிக்கூடம் போகவில்லை, அவ்வளவுதான்.'

'எங்கே போனாய்?'

'அங்குமிங்கும் போய்வந்துகொண்டிருந்தேன்.'

'அங்குமிங்குமா? அது எங்கே இருக்கிறது? நான் கேள்விப் பட்டதே இல்லை.'

'ஊருக்குள் வெறுமனே அங்குமிங்கும்.' தான் சிக்கிக் கொண்டதை அவன் உணர்ந்தான்.

'நீ பொய் சொல்லப்பார்க்கிறாய், ஏமாற்றவும் பார்க்கிறாய்! அருட்சகோதரர் போன பிறகு சில இடங்களில் விசாரித்தேன். அமெரிக்காவிலிருந்து வந்திருக்கும் மிஸ் மோரஹன் காரில் வைத்து உனக்கு ஊரெல்லாம் சுற்றிக் காட்டிக்கொண்டிருக்கிறாள் என்பதைத் தெரிந்துகொண்டேன்.'

மேற்கொண்டு பதிலளிப்பதில் எந்த அர்த்தமும் இல்லை.

'நீ எங்களிடம் ஏன் இப்படி நடந்துகொண்டாய் என்று எனக்குத் தெரியவில்லை மைக்கேல்.'

'ரோஸும் நானும் உனக்கு உணவளிக்கிறோம், வீட்டில் இருக்க இடமளிக்கிறோம், உன்னைப் பள்ளிக்கு அனுப்புகி றோம். இதற்கு நீ செய்யும் கைம்மாறு இதுதானா?'

மைக்கேல் மௌனமாக இருந்தான். விம்மல்களுக்கிடையே யான இடைவெளிகள் நீண்டதாக இருந்தன.

'நீ சொல்வதற்கு ஒன்றுமில்லை. உனக்கு வருத்தம்கூட இல்லை.'

'என்னை மன்னித்துவிடுங்கள்' என்று மூக்கை உறிஞ்சி னான்.

'உனக்கும் பாடம் புகட்ட வேண்டியிருக்குமென்று நினைக்கிறேன். உன் அறைக்குச் சென்று உடைகளைக் கழற்று, இன்னும் சற்று நேரத்தில் உன்னை அங்கே வந்து பார்க்கி றேன். இந்த விஷயத்தை நம் இரண்டு பேருக்குள்ளேயே

தீர்த்துக்கொள்ளலாம் என நினைக்கிறேன்.' மோரனின் குரல் மிகவும் அமைதியாக, அதிகாரமிக்கதாக இருக்க மைக்கேல் உண்மையில் அறைக்குச் செல்ல நகர்ந்தான். திடீரென்று தன்னை என்ன செய்யச் சொல்கிறார் என்பது உறைத்தவனாக அப்படியே நின்றான்.

'முடியாது!' அவன் பயத்திலும் ஆத்திரத்திலும் கத்தினான்.

'இந்த வீட்டில் நீ இருக்க விரும்பினால் நான் சொல்வதைச் செய்வாய்.' மோரன் நாற்காலியிலிருந்து மிக விரைவாக எழுந்தார், ஆனால் பையன் மிகவும் வலுவாக இருந்தான். முன்னோக்கிப் பாய்ந்து வந்த அப்பாவிடமிருந்து தப்பி வீட்டை விட்டு ஓடினான்.

'அவன் திரும்பி வர வேண்டும்' என்று பெருமூச்சு விட்டார் மோரன். 'அப்படி வரும்போது அந்தக் கனவானை உயிர்போவதற்கு மிக நெருக்கத்தில் அழைத்துச் செல்ல வேண்டும்.'

மைக்கேல் வீட்டுக்குத் திரும்பிச் செல்வதைப் பற்றி எண்ணிப் பார்க்கவில்லை. சமவெளியின் மேட்டுப் பகுதியில் இருந்த மோரஹன் வீடுவரை நடந்தே சென்றான். கார், ஆஸ்பெஸ்டாஸ் கூரை வேயப்பட்ட அவர்களது சிறிய வீட்டுக்கு வெளியே இருந்தது. நெல்லின் தங்கை ஒருத்தி வாசலுக்கு வந்து அவனை உள்ளே அழைத்தாள்.

'இல்லை, நன்றி பிரிஜித்.' அவன் பலவீனமாகப் புன்னகைத்தான். 'நான் நெல்லைப் பார்க்க வேண்டும்.' அவள் வாசலுக்கு வந்ததும் 'பள்ளிக்கூட விஷயம் வீட்டுக்குத் தெரிந்து விட்டது. அவருக்கு வெறி பிடித்ததுபோல ஆகிவிட்டது. யாரையாவது கொன்று போட்டுவிடுவார்போல இருந்தது. ஓடிவந்துவிட்டேன்.'

'திரும்பிப் போகவில்லையா?'

'நான் இங்கிலாந்துக்குப் போகிறேன்' என்று தீர்மானமாகச் சொன்னான். 'நான் டப்ளின் போனால், அங்கிருப்பவர்கள் பயணச்செலவுக்குப் பணம் கொடுப்பார்கள். ரயிலில் டப்ளின் போகப் பணம் வேண்டும். நீ கடன் கொடுப்பாயா?'

'எப்போது போகிறாய்?'

'காலையில்.'

'அதுவரை எங்கே தங்குவாய்?'

'நான் எங்காவது தங்கிக்கொள்கிறேன். கொட்டகை போன்ற ஏதாவது இடத்தில்' என்று நாடகீயமாகச் சொன்னான்.

'இப்படியேவா போகப்போகிறாய்?'

'நீ பணம் தரவில்லையென்றால் ஏதாவது வண்டியில் தொற்றிக்கொண்டு போவேன்.'

'நான் உன்னை டப்ளினுக்குக் காரில் அழைத்துப்போகிறேன்' என்றாள். 'நான் தயாராகும்வரை வீட்டுக்குள் வந்து இருக்கிறாயா?'

'நான் இப்போது இருக்கும் நிலையில் வீட்டில் யாரையும் பார்க்க விரும்பவில்லை.'

'நீ காரில் உட்காருவது நல்லது.'

காரில் உட்கார்ந்து ரேடியோவைத் திறந்தவன் அதன் திருகுக் குமிழ்களுடன் விளையாடிக்கொண்டிருந்தான். மோரனை நினைக்கும்போதெல்லாம் ஆத்திரமும் பயமும் அவனை உலுக்கும், பின்னர் அது கழிவிரக்கமாக மாறும். நெல் வந்தபோது ரேடியோ கேட்டு அலுத்துப்போயிருந்தான். அவள் ஆடையணிந்து, ஒரு பயணப்பெட்டியை எடுத்து வந்தாள். பெட்டியைக் காரின் பின்பக்கம் வைத்தாள்.

அவர்கள் வீட்டையும் பள்ளியையும் தாண்டி லாங்ஃபோர்ட், மலிங்கார், பல முழுநாள்கள் அவர்கள் மகிழ்வுடன் கழித்த நகரங்கள் எனக் கடந்துசென்றனர். இப்போது மதுவிடுதிகள் மட்டுமே திறந்திருந்தன. விளக்குகளால் வெளிச்சமூட்டப்பட்ட தெருக்கள் குளிரில் வெறிச்சோடியிருந்தன. சவஅடக்கத்தின் போது போல நடைபாதையில் அமைதியான வரிசையில் கார்கள் நிறுத்தப்பட்டிருந்தன.

'அறைக்குப் போகச் சொன்னார். ஆடைகளை எல்லாம் கழற்றிவிட்டு அங்கே அவருக்காகக் காத்திருக்கச் சொன்னார். நான் வீட்டை விட்டு ஓடிவந்துவிட்டேன்.'

'அவருக்குப் பைத்தியமாகத்தான் இருக்க வேண்டும்.'

'ஒருமுறை அறைக்குள் லூக்காவை எல்லா உடைகளையும் கழற்றச் சொன்னார். அடிக்கும் சத்தத்தைக் கேட்டோம்.'

'நீ லண்டன் சென்றால் லூக்கா உனக்கு உதவுவாரா?'

'எனக்குத் தெரியும், அவன் செய்வான். லூக்கா எப்போதும் சொல்வதைச் செய்பவன்.'

'இந்த நேரத்தில் உன் சகோதரிகளிடம் போவதில் எந்தப் பயனும் இல்லை. ஒரு விடுதியில் இரவு நாம் தங்கிவிடலாம். காலையில் சீக்கிரமே உன்னை உன் சகோதரிகளிடம் கூட்டிக் கொண்டுபோகிறேன்.'

‘நாம் விடுதியில் தங்க அனுமதிப்பார்களா?’

‘பெரிய விடுதியாக இருந்தால் அதுகுறித்துக் கவலைப்பட மாட்டார்கள்’ என்று சிரித்தாள். ‘நாம் கட்டணம் செலுத்துகிறோமா என்பதைத்தான் பார்ப்பார்கள்’.

‘கட்டணம் மிக அதிகமாக இருக்காதா?’

‘அடுத்த வாரம் நான் அமெரிக்கா போகிறேன்’ என்றாள்.

‘நான் உனக்கு எழுதுகிறேன்’ என்று அவன் சொல்ல, கார் என்ஃபீல்ட் வழியாகப் போகையில் அவனது முழங்கால் மூட்டை அழுத்தினாள். மேனூத்தைத் தாண்டிய பிறகு விடுதிகள் தென்படுகின்றனவா என அவனைப் பார்க்கச் சொன்னாள். புறநகர்ப் பகுதியில் வெஸ்டர்ன் கன்ட்ரி விடுதி பெரிதாக, சுவாரஸ்யமூட்டாததாகக் காட்சியளித்தது, அங்கு அறைகள் இருந்தன. அவர்களது கவனத்தை ஈர்க்கும் விதத்தில் அமெரிக்க உச்சரிப்பில் பேசியவள் பணத்தை ரொக்க மாகச் செலுத்தினாள், வரவேற்பில் இருந்த பெண் அவர்கள் படிவங்களை நிரப்பியபோது ஒரு பேச்சுக்குக்கூட அவர்களை ஏறிட்டுப் பார்க்கவில்லை. அறைச்சாவி தரப்பட்டது. அறை சாதாரணமாக ஆனால் வசதியாக இருந்தது. அறையைப் பார்த்தவுடன் இருவரும் தாங்கள் எவ்வளவு பசியுடன் இருக்கி றோம் என்பதை உணர்ந்தனர். கீழே உணவகம் காலியாக இருந்தாலும் திறந்தே இருந்தது. ‘இன்று மாலை நமக்கு நாமே விருந்தளித்துக்கொள்வோம்’ என்றாள். உணவுப் பட்டிய லிலிருந்து தனக்குப் பிடித்ததைத் தேர்ந்தெடுக்கும்படி நெல் அவனை உற்சாகப்படுத்தினாள். அவள் பெரிய துண்டு இறைச்சியையும், அவன் வற்றல்களுடன் பலவித வாட்டிய இறைச்சிகள் சேர்ந்த பெரிய கலவையையும் வரவழைத்தனர். காலியாக இருந்த உணவகத்தில் அவர்கள் உண்ண எடுத்துக் கொண்ட நேரத்தைக் காட்டிலும் உணவு பரிமாறப்படுவதற்கு அதிக நேரம் காத்திருக்க வேண்டியிருந்தது. இதுபோன்ற இடங்களுக்குப் பழக்கமில்லாத மைக்கேல் கிசுகிசுப்பான குரலில் பேசினான். சிரித்தபோதுதான் அவன் குரல் சத்தமாக ஒலித்தது.

இரவு முழுவதும் அவர்கள் கலவிகொண்டனர். அவனது வயதுக்குண்டான பதற்றம் விரைவிலேயே கனிவாகவும் மிகுந்த நன்றியுணர்வாகவும் மாறியது. இதோ உறக்கத்தில் ஆழப்போகிறான் என்று அவள் நினைக்கும் ஒவ்வொரு முறையும் அவன் மீண்டும் அவளுக்குள் வருவான். ஒரேநேரத்தில் அவனை ஆண்மகனாகவும் குழந்தையாகவும் அவள் ஏற்றாள்.

தன்னுடைய ஒல்லியான உடலை வலிமையினாலும், நிச்சயமின்மையைக் கர்வத்தாலும் ஈடுசெய்தான். அவளும், இளமையில் தான் மிகக் கடுமையாக உழைத்துத் தக்கவைத்துக் கொண்ட அந்த இளமைப்பருவம் போன்றவொரு இளமைப் பருவத்திடமிருந்து மெதுவாகவும் கவனமாகவும் விடை பெறுவதைப் போல ஒவ்வொரு முறையும் அவனைத் தனக்குள் ஏற்றுக்கொண்டாள். மிகுந்த களைப்பு அவர்களைத் தழுவிய காலைப்பொழுதில்தான் அவர்கள் தூங்கினார்கள். விழித்தவுடன் அவனை எழுப்பி, அவனுடைய சகோதரிகள் வசிக்கும் நகரத்தின் பகுதிக்கு அவனை அழைத்துச் சென்றாள்.

'உனக்குக் கடிதம் எழுதுகிறேன்.' வெறிச்சோடிக் கிடந்த காலைநேரத் தெருவில் நின்றபடி சொன்னான்.

'முகவரி இருக்கிறதா?'

'இருக்கிறது.' மேல்சட்டையைத் தொட்டுத் தட்டிக் காட்டினான்.

'நானும் எழுதுவேன்.'

'நீ என்னை நியூ யார்க்கில் பார்ப்பாய்.' கார் கிளம்பும் முன் கைமுஷ்டியால் காரின் வெற்றுக் கூரையைத் தட்டி தனது பிரியத்தைத் தெரிவித்தான்.

தெரு மொத்தமும் தூக்கத்தில் இருப்பதுபோல் தோன்றியது. பால்காரர் மின்சார வண்டியிலிருந்து போத்தல்களை வீட்டு வாசல்களில் வைத்துக்கொண்டிருந்தார். வண்டி நகரும்போது எஞ்சின் ஓசையெழுப்பியது. ஷீலாவும் மோனாவும் வசித்த வீட்டுக்குள்ளிருந்து சத்தம் எதுவும் கேட்கும்வரை நீண்டநேரம் அவன் கதவைத் தட்டிக்கொண்டிருந்தான். அப்போது மாடியில் ஒரு சன்னல் திறந்தது. அங்கிருந்து மோனா இரவு உடையில் குனிந்து கீழே பார்த்தாள். வியப்பு மேலிட, நம்ப முடியாதவளாக அவனை அவள் பார்த்தாள்.

'நீ எப்படி இங்கே?' அவள் கேட்டாள்.

'நான் ஓடி வந்துவிட்டேன்' என்றான் அவன்.

'எதற்காக வந்திருக்கிறாய்?'

'நான் இங்கிலாந்து போகிறேன்.'

'நான் கீழே வருகிறேன்' என்றவள் சன்னலை மூடினாள்.

அறையில் யாருடனோ, அநேகமாக அது ஷீலாவாக இருக்கலாம், அவள் விரைவாகப் பேசுவது அவன் காதில்

விழுந்தது. நீண்ட நேரமாக வாசலுக்கு யாரும் வரவில்லை. கதவு திறந்தபோது அவர்கள் இருவரும் வழக்கமான உடை அணிந்திருந்தனர்.

'எப்படி இவ்வளவு தூரம் வந்தாய்?' ஷீலா கேட்டாள்.

'வண்டிகளில் தொற்றிக்கொண்டு வந்தேன்.'

'நள்ளிரவிலா?'

'நான் பல வண்டிகளில் தொற்றிக்கொண்டு வந்தேன், கடைசியாக ஒரு பால் வண்டி காலையில் இங்கே கொண்டு சேர்த்தது' என்று நெல்லிடம் சொன்னதைப் போலவே, ஆனால் அவள் பெயரைக் குறிப்பிடாமல், தான் வீட்டை விட்டு ஓடிவந்த கதையை அவர்களிடம் சொன்னான். 'அப்பா அறைக்குச் சென்று என் ஆடைகளைக் கழற்றிவிட்டு அவருக்காகக் காத்திருக்கச் சொன்னார்.'

'நாங்கள் லண்டன் செல்ல உனக்குப் பணம் கொடுத்தால் அவர் எங்களைக் கொன்றுவிடுவார்.'

'எப்படி யாவது அந்தப் பணத்தைப் பெறுவேன். நான் வீட்டுக்குப் போக மாட்டேன்.'

தொத்திறைச்சி, முட்டை, பன்றி இறைச்சி ஆகியவற்றை வறுத்தனர், அவனுக்காகத் தேநீரும் வாட்டிய ரொட்டியும் தயாரித்தனர். வீட்டின் உரிமையாளரான ஆணும் பெண்ணும் கீழே இறங்கி வந்து அவனது கதையைக் கேட்டனர். அந்த மனிதர் அமைதியாக இருந்தார். அவர் தனது தபால்காரரர் சீருடையை அணிந்திருந்தார். பயமாக இருந்தாலும் இரண்டு பெண்களும் அந்த நாடகத்தின் உற்சாகத்தில் ஈடுபாடு கொள்ளத் தொடங்கியிருந்தார்கள். அவர்கள் வேலைக்குக் கிளம்பியபோது ஷீலா மைக்கேலைத் தன்னுடன் கில்டேர் தெரு அலுவலகத்துக்கு அழைத்துச் சென்றாள். அங்கும் நாடகத்தின் பரபரப்பு தொடர்ந்தது. சற்று நேரத்திலேயே அந்தக் கட்டடத்தில் இருந்த அனைவரும் ஷீலாவை வந்து பார்த்துவிட்டது போலிருந்தது. பணிவான, நல்ல தோற்றமுள்ள ஓர் இளைஞன் வீட்டை விட்டு ஓடிவந்துவிட்டிருந்தான். இது, மகிழ்வின்மையும் சலிப்பும் நிறைந்த அரசு ஊழியர்களுக்கு அவர்களது இளமையின் ஒளிமிகுந்த காலத்தை மீண்டும் நினைவூட்டியது. நடைமுறைகளைப் பின்பற்ற வேண்டிய கட்டாயம் மட்டும் இல்லாமலிருந்தால் அவனுக்கு அங்கேயே அப்போதே குடிமைப் பணியில் பதவி வழங்கப்பட்டிருக்கும். 'இது மிகவும் அச்சமூட்டுவதாயுள்ளது. எங்களுக்கு என்ன

செய்வதென்றே தெரியவில்லை' என்று ஷீலா திரும்பத் திரும்பச் சொல்லிக் கொண்டிருந்தாள், ஆனால் அவள் அந்தப் பரபரப்பையும் தன் மீதான கவனத்தையும் ரசிக்கவே செய்தாள்.

அந்தச் சூழ்நிலையை எப்படிச் சமாளிக்கப்போகிறோம் என்பதை அவள் ஏற்கெனவே ரகசியமாகத் தீர்மானித்து விட்டாள். ஆனால், அவள் தொடர்ந்து ஆலோசனைகளைக் கேட்டு வந்தாள். அது அவளுக்கு அனுதாபத்தைப் பெற்றுத் தந்தது. இப்போது அவளுக்கு ஒரு காதலன் இருக்கிறான். அவளைப் போலவே ஓர் அரசு ஊழியன். மோனாவும் அவனும் அவர்களுடன் சேர்ந்து அந்தப் பெரிய அலுவலக உணவு விடுதியில் மதிய உணவருந்தினார்கள். மைக்கேல் உற்சாகமாக இருந்தான். அந்த இடத்தில் மக்கள் கூட்டமும் பரபரப்பும் சந்தடியும் சலசலப்பும் நிறைந்திருந்தது. மோரன் வீட்டின் அடக்குமுறை இங்கே இல்லை. வேறெங்கும் போல அவனது வசீகரம் இங்கும் செல்லுபடியாகும். ஆனால் ஷீலாவுக்கு வேறு திட்டம் இருந்தது. 'நீ இங்கிலாந்துக்குப் போக முடியாது' என்றாள் அவள்.

'ஏன்? நான் வீட்டுக்குப் போகப்போவதில்லை.'

'நீ இன்னும் பள்ளிப் படிப்பை முடிக்கவில்லை. அதை முடித்துவிட்டால் எங்கு வேண்டுமானாலும் போகலாம். இப்போது நீ படிப்பை விட்டுவிட்டால் உன் வாழ்நாள் முழுவதையும் உடலுழைப்புத் தொழிலாளியாகவே கழிக்க நேரிடும்.'

அது தனது சொந்த விஷயம் என்றவன் அவளது எதிர்ப்பைப் புறக்கணித்தான். அன்று மாலை அவள் மோரனையும் ரோஸையும் பார்க்கப் போவதாக இருந்தாள். மோரன் மைக்கேலை மீண்டும் வீட்டுக்குள் அனுமதிக்க ஒப்புக்கொள்ளாவிட்டால், அவன் அவர்களுடன் டப்ளினில் தங்கியிருக்கலாம். படிப்பு இன்னும் சில வருடங்கள் மட்டும்தான், பிறகு தான் விரும்பியதை அவன் செய்யலாம். உடலுழைப்பை மேற்கொள்ள விரும்பினாலும் அதையே செய்யலாம். ஆனால் அவன் இப்போது செல்லும் வழியில் அவனுக்கு வேறு தெரிவுகள் இருக்காது.

மோரனை எதிர்கொள்ள அவள் கிரேட் மெடோவுக்கு ரயில் ஏறினாள். மைக்கேலைப் பற்றிய எந்தத் தகவலுமின்றி வெகுநேரம் கடந்துவிட்டதால் பதற்றமடைந்திருந்த அவர்கள், அவளைப் பார்த்ததும் நிம்மதியடைந்தனர். இந்த விஷயத்தில் அவள் தன் பக்கம் முழுமையாக இருக்க மாட்டாள் என்று மோரன் எண்ண எந்தக் காரணமும் இருக்கவில்லை.

'அப்படியென்றால் அவன் உங்களிடம் ஓடி வந்துவிட்டான்' என்றார் மோரன்.

'பல வண்டிகளில் தொற்றிக்கொண்டு வந்தான்.'

'அவனுக்கு நான் ஒரு திட்டம் வைத்திருக்கிறேன்' என்றார் மோரன்.

அது எளிமையான திட்டம். அவர்கள் மைக்கேலை வீட்டுக்கு அழைத்து வருவார்கள், வீட்டினர் அனைவரும் பார்க்க மோரன் அவனுக்கு உதை கொடுப்பார். இந்த வழியில் அது முறையாகச் செய்யப்படும், அவர்களுக்குச் சட்டப்பூர்வமான பாதுகாப்பும் இருக்கும். இது தவிர்த்து, தானே அவனைச் சமாளிக்கும் அளவுக்கு மோரனுக்கு இப்போது வலுவில்லை, 'அதனால் வாழ்நாள் முழுவதும் மறக்க முடியாத அளவுக்கு அவனுக்குப் பாடம் புகட்டப்படும்.'

'நாங்கள் அழைத்து அவன் வீட்டுக்கு வரமாட்டான். அவன் வீட்டுக்கு வந்து மீண்டும் பள்ளிக்கூடம் போவதற்கான ஒரேவழி எல்லாவற்றையும் மறந்துவிடுவதுதான்.'

'இதை அவனிடம் சொல்ல வேண்டிய அவசியம் இல்லை.'

'அவனிடம் சொல்லித்தான் ஆக வேண்டும்' என்றாள் ஷீலா பிடிவாதமாக.

'இந்த வீட்டில் எந்தச் சலுகையையும் எதிர்பார்க்க எனக்கு உரிமை இல்லை' என்று மோரன் கத்தினார். இந்த விஷயத்தில் அவரால் செய்யக்கூடியது ஒன்றுமில்லை.

ஷீலா மீண்டும் டப்ளினுக்குச் சென்றாள். சில நாட்களுக்குப் பிறகு அவளும் மோனாவும் மைக்கேலை அழைத்துவந்தனர். மீண்டும் பிரச்சினை ஏற்பட்டால், டப்ளினில் தங்கவோ அல்லது லண்டன் செல்லவோ எல்லா உதவிகளையும் செய்வதாக அவர்கள் அவனுக்கு வாக்குறுதி அளித்திருந்தனர்.

'உன்னால் முடிந்த அளவுக்குச் சிறப்பாகச் செய்' என்று அவர்கள் அவனை வற்புறுத்தினர். 'சரிப்பட்டு வரவில்லை யென்றால் உனக்கு எல்லா உதவிகளையும் செய்கிறோம். இன்னும் இரண்டு வருடங்கள் கழித்துப் பள்ளிப்படிப்பை முடித்துவிட்டு நீ எங்கு வேண்டுமானாலும் போகலாம்.'

மிகுந்த கவனத்துடனும், வேடிக்கைபோலத் தோன்றிய சுயபிரக்ஞையுடனான நாணத்துடனும் அவன் வீட்டுக்குள் நுழைந்தான்.

ஜான் மெக்காஹர்ன்

‘வருக’ என்று வருத்தமுடன் அவனை நோக்கிக் கையை நீட்டினார் மோரன். ‘விதிவிலக்குகள் ஏதுமின்றி என் குடும்பத்தார் அனைவரும் எப்போதும் இந்த வீட்டுக்கு வரவேற்கப்படுகிறார்கள்.’

ஷீலாவின் காதலன் ஷான் ஃப்ளின் அவர்களைக் காரில் அழைத்து வந்திருந்தான். மோரனின் கவனம் முழுக்க அவன்மீது இருந்தது. அவனைத் திருமணம் செய்துகொள்ளும் எண்ணமில்லாத பட்சத்தில் இப்போது நிலவுவதைப் போன்ற ஓர் இக்கட்டான குடும்பச் சூழ்நிலைக்குள் அவனை அவள் கொண்டுவந்திருக்க மாட்டாள் என நினைத்தார். அந்தச் சூழலுக்குள் இருப்பது ஷான் ஃப்ளினுக்குப் பெருமையாக இருந்தது. அடுத்தவரை மகிழ்விப்பது அவனது வழக்கம். அவர்கள் அரசியல், கிளேரில் ஃபிளின்கள் விவசாயம் செய்த நிலம், அவனது பெரிய குடும்பம் ஆகியவற்றைப் பற்றி பேசினர். குடும்பமே அனைத்துச் சமூகங்களுக்கும் நாகரிகங்களுக்கும் அடிப்படை என்பதை அவர்கள் இருவரும் ஒப்புக்கொண்டனர். மோரன் அந்தப் பேச்சில் மகிழ்ந்தார், ஆனால் அவர்கள் டப்ளினுக்குத் திரும்பிச் செல்லவேண்டிய நேரம் வந்தபோது தான் ஏமாற்றப்பட்டதாக உணர்ந்தார்.

‘அடுத்த முறை நீங்கள் முறையாக வீட்டுக்கு வரவேண்டும்’ என்று காரிலிருந்த அவனது கையைக் குலுக்கினார் மோரன்.

‘வரும்படி கேட்டுக்கொண்டால்’ என்று ஷான் ஃப்ளின் திரும்பி ஷீலாவைக் குறும்பாகப் பார்த்தான்.

‘கேட்டுக்கொள்ளப்படுவீர்கள்’ என்று சிரித்தார் மோரன். ‘இந்தப் பெண்களுக்கு அதிக இடம் கொடுக்காதீர்கள். நீங்கள் அறியும் முன்னரே உங்கள் கால்களில் விலங்கு போடப்பட்டிருக்கும்.’

ஷான் ஃப்ளின் ஷீலாவின் தந்தையுடைய ஒப்புதலைப் பெற்றுவிட்டதாக நினைத்தான். ‘இப்போதைக்கு இது போதும்’ என்று ஷீலா தன் குழப்பத்தையும் மகிழ்ச்சியையும் மறைத்தவளாகக் காரின் பின்பக்கம் பொருட்களை அடுக்கிவைத்தாள்.

மைக்கேல் முகம் வெளிறி அச்சம் பீடிக்க வீட்டில் இருந்தான். ஆனால் மோரன் அவனைக் கண்டுகொண்டதாகத் தெரியவில்லை.

‘அந்த ஷான் ஃப்ளின் புத்திசாலியாக, நன்கு வளர்க்கப்பட்ட இளைஞனாகத் தெரிகிறார்’ என்று ஜெபமாலை சொல்ல மணிகளை எடுத்தபடி மோரன் சொன்னார்.

'ஷீலாவைக் குறித்து எனக்கு மகிழ்ச்சிதான்' என்றாள் ரோஸ். 'அவளுக்கு அமைதியான ஒருவர் தேவை.'

'உன்னுடைய படுக்கையைச் சுத்தம் செய்து வைத்திருக்கிறேன்' பிரார்த்தனை முடிந்ததும் அவள் மைக்கேலிடம் மிகவும் கனிவாகச் சொன்னாள். 'நீ களைத்துப்போயிருப்பாய் என்று எனக்குத் தெரியும்.'

'அப்படியானால் நான் தூங்கப்போகிறேன்' என்றான் மைக்கேல். அங்கிருந்து நழுவுவதா அல்லது வழக்கம்போல அப்பாவிடம் சென்று நல்லிரவு சொல்லி முத்தமிடுவதா என்று அவனுக்குத் தெரியவில்லை.

அவன் தயங்குவதைப் பார்த்த ரோஸ் 'போய் அப்பாவுக்கு முத்தம் கொடு' என்று கிசுகிசுத்தாள்.

மோரன் முத்தமிடுவதற்குத் தோதாக முகத்தை உயர்த்தியிருந்தார். கண்கள் ஏறத்தாழ மூடியிருந்தன. தந்தைக்குரிய தனது கடமையை நிறைவேற்ற உதவுவதற்காக ஏதோ ஓர் உயர்ந்த சக்தியைப் பிரார்த்திப்பது போலிருந்தது அது. உதடுகளை விடவும் சவரம் செய்யப்படாத முகத்தின் குத்தும் முடிகளை முத்தமிட்டுவிட்டு விரைவாகத் திரும்பி நடந்தான் மைக்கேல்.

'நல்லிரவு அப்பா.'

'நல்லிரவு மகனே. கடவுள் உன்னை ஆசீர்வதிக்கட்டும்.'

மறுநாளே அவன் பள்ளிக்குத் திரும்ப வேண்டியிருந்தது. முன்பே, டப்ளினுக்குப் போகும் வழியில் ஷீலா மடாலயத்துக்கு வந்து மைக்கேல் பள்ளிக்கு வராததற்குக் காரணம் வீட்டில் உண்டான பிரச்சினைதான் என்று சொல்லியிருந்ததால் ஏதோ நீண்ட உடல்நலமின்மைக்குப் பிறகு திரும்பி வருவதைப்போல அருட்சகோதரர்கள் அவனை வரவேற்றனர்.

'இந்தப் பள்ளியிலேயே சிறந்த புத்திசாலிகளில் ஒருவன் நீ என்பது உனக்குத் தெரியும்' என்று மடாலயத் தலைவர் சகோதரர் ஜெரால்ட் அவனைக் கனிவுடன் பாராட்டினார். 'படிப்பைத் தொடர்ந்தால் உன்னால் எதையும் சாதிக்க முடியும். இந்த உலகமே உன் முன்னால் நிற்கும். ஆனால் பயந்து பின்வாங்கினால் நீ ஒன்றுமேயில்லை.'

அந்த வார்த்தைகள் அவனுக்குப் புளித்துப்போன பழைய பல்லவியாக ஒலித்தன. மற்ற மாணவர்கள் அவனைப் புதிதாகப் பார்ப்பதுபோலப் பார்த்தது, ஏன் சிலரது பாராட்டும்கூட எரிச்சலூட்டியது. வகுப்பறைக்குள் வரிசையாக

நுழைவது, வறண்ட வார்த்தைகளைக் கேட்பது, கரும்பலகையில் அர்த்தமற்ற வரைபடங்களைப் பார்ப்பது என அவனால் பள்ளிக்கூடத்தைச் சகித்துக்கொள்ள முடியவில்லை. எல்லாமே அவனைப் பைத்தியமாக்குவதற்கென்றே பிரத்தியேகமாக வடிவமைக்கப்பட்டவை போலிருந்தன. அது இப்படியே தொடர முடியாது என்று அவனுக்குப் புரிந்தது. நெல் போய்விட்டாள். அவனது வாழ்க்கை வேறெங்கோ இருப்பதாகத் தோன்றியது.

வழியில் அவளது நீலநிறக் கார் அவனைக் கடந்து சென்றது. இளைய மோரஹன்களில் ஒருவன் வண்டி ஓட்டிக் கொண்டிருந்தான். அவர்கள் கையசைத்தனர், ஆனால் காரை நிறுத்த யத்தனிக்கவில்லை. அவன் தனிமையில் கதறி அழுதான், கெட்ட வார்த்தைகளில் திட்டினான். சாலையோர சிறிய ஆல்டர், சாலி மரங்கள், வழிந்தோடும் டிரம்ஹார்லோ ஏரியின் தண்ணீரில் பழுப்புநிறக் கொத்துக்களாய் அடித்துச் செல்லப் படும் நாணற்புற்கள் ஆகியன நீண்ட பரிச்சயத்தின் நட்புவழியில் அவனுக்குத் தலைதாழ்த்தி வணக்கம் தெரிவிப்பன போலில்லை. அவை வெறும் நாணற்புற்கள், பகைவரைவிட மோசமானவை, பயனற்றவை. அவனால் இங்கே இருக்க முடியவில்லை. போகவும் முடியவில்லை. எந்தத் திட்டமுமின்றி, அவர்களே அவனை விரட்டியடிக்கும் வகையில் நடந்துகொள்வான்.

அன்று மாலை மைக்கேல் தான் எப்போதும் மோரனின் முன் பூண்டிருக்கும் மரியாதைக்குரிய தோரணையை கைவிட்டான். வெளிப்படையான அநாகரிகத்துடன் நடந்து கொள்ளவில்லை, ஆனால் ஒதுங்கியவனாய், துயரம் பீடித்தவன் போலக் காணப்பட்டான். இதனால் மோரன் எரிச்சலடைந்தார், அவனைக் கூர்ந்து கவனித்தார், இருப்பினும் அமைதியாகவே இருந்தார். இப்படியே பல நாள்கள் சென்றன. பள்ளிக்கூடத்தை மைக்கேலால் சகித்துக்கொள்ள முடிய வில்லை. அவனது பள்ளித் தோழர்கள் அவன் எப்போதும் சிந்தனையில் ஆழ்ந்திருப்பதை, விளையாடும்போது வன்முறையை வெளிப்படுத்துவதைக் கண்டனர். அவர்கள் அவனைப் புறக்கணித்தனர். சுயபச்சாதாபத்தின் மந்தமான மூடுபனியில் அவன் வகுப்பறைக்கு உள்ளேயும் வெளியேயு மாக ஊசலாடினான். வீட்டில் நாளுக்கு நாள் பதற்றம் அதிகரித்துக்கொண்டேபோனது. ரோஸ் நிலைகொள்ளாதவ ளாக இருந்தாள். அவளால் முடிந்ததெல்லாம், அவ்வப்போது நட்பான பிதற்றல்களை அவர்களிடம் சொல்வதுதான். தந்தையிடமிருந்தோ மகனிடமிருந்தோ அவற்றுக்கு எந்தப் பதிலும் வரவில்லை. வீட்டின் சூழல் மிக இறுக்கமாக இருந்தது, அது மாற வேண்டும்; இல்லாவிடில் உடைய வேண்டும்.

ஒருவழியாக ஒரு உப்பு ஜாடி அவர்களுக்கிடையில் இருந்த அனைத்தையும் ஒரு முடிவுக்குக் கொண்டுவந்தது.

'அந்த உப்பு' என்றார் மோரன்.

'எந்த உப்பு?'

'இங்கே என்ன இரண்டு உப்பு ஜாடிகளா இருக்கின்றன? உப்பை இப்படிக் கொடுத்தனுப்பு.'

அந்தச் சிறிய உப்பு ஜாடியை எடுத்துத் தருவதற்குப் பதிலாக மைக்கேல் அதை மேசையின்மீது தனது அப்பாவை நோக்கித் தள்ளினான். பார்த்துக்கொண்டிருந்த மோரன் திகைத்துப்போனார். நகர்ந்துவந்த அந்தச் சிறிய கண்ணாடி உப்பு ஜாடி மேசைவிரிப்பின் மடிப்பு ஒன்றில் தடுமாறிக் கவிழ்ந்தது.

'நாயிடம்கூட உப்பை இப்படிக் கொடுக்க மாட்டார்கள்' என்றபடி மோரன் மேசையிலிருந்து எழுந்தார். 'உப்பு ஜாடியை யாரை நோக்கித் தள்ளிவிட்டாயென்று தெரியுமா?'

'அது கவிழ்ந்துபோகும் என்று எனக்குத் தெரியாது'. மைக்கேல் தாங்கவியலாத அசௌகரியத்தில் அமர்ந்திருந்தான்.

'நீ அதை ஒரு நாயிடம் தள்ளிவிட்டாய்.'

'நான் அந்த அர்த்தத்தில் அதைச் செய்யவில்லை...'

'உனக்கு அதற்கான அர்த்தத்தைச் சொல்லிக் கொடுக்கிறேன்!' மோரன் மைக்கேலைப் பலமாக அடிக்க, அவன் விலகி ஓரளவு அதிலிருந்து தப்பித்தான். சடொரென அவன் எழுந்தபோது நாற்காலி இடறி விழுந்தது. 'உன் வாழ்நாள் முழுக்க இங்கே ஒரு பிரபுவைப் போல உட்கார்ந்து அதிகாரம் செய்யலாம் என நினைக்க வேண்டாம்.'

இரண்டாவது அடியை மைக்கேல் கைகளில் வாங்கிக் கொண்டான், ஆனாலும் அது அவனைத் தையல் இயந்திரத்தை நோக்கிப் பின்வாங்கச் செய்தது. அவன் தனது முதுகில் உலோகம் முட்டுவதை உணர்ந்தான், ஆனால் அதனால் காயமோ அச்சமோ இல்லை. அந்தப் பழைய கால்மிதி தையல் இயந்திரத்தை ஒரு உந்துபலகையாகப் பயன்படுத்தி முன்னே பாய்ந்தவன் மீண்டும் தாக்குவதற்காகக் கீழிறங்கிய மோரனின் கையைப் பிடித்துக்கொண்டான். அந்தச் சிறிய, மௌனப் போராட்டத்தில் அவன் வலுவாகச் செயல்பட்டான். மகனைத் தன்னோடு இழுத்துச் சென்று ஒப்பனை மேசையின் பக்கவாட்டில் அவனை மோதச் செய்ய முயன்றார்,

அது முடியாமல் கீழே விழுந்தார். அவர்கள் கண்மூடித்தனமாக உருண்டு புரண்டனர். கடைசியில் மகன்தான் அப்பாவைத் தரையோடு பிணைத்து மேலே நின்றது. ஆனால் அவன் அவரது கைகளைத் தன் பிடியில் வைத்தபடி எழ முயன்றபோது மேலேயிருந்து அவன் தலையில் பலமுறை பலமாக அடி விழுந்தது. வலியில் அலறியபடி பிடியைத் தளர்த்தி அவன் ஒரு பக்கமாக விழுந்தான். ரோஸ் கைகளில் கனமான துடைப்பத் துடன் அவர்கள் இருவருக்கும் நடுவில் நின்றுகொண்டிருந்தாள்.

'நீ இப்படி நடந்துகொள்வாயென்று நான் நினைக்கவில்லை, மைக்கேல்' என்று குற்றம்சாட்டும் தொனியில் சொன்னவள், மோரனுக்கு உதவச் சென்றாள். 'உங்களுக்கு ஒன்றுமில்லையே அப்பா? நன்றாக இருக்கிறீர்களா?'

அவளைத் தள்ளிவிட்டுத் தள்ளாடியபடி எழுந்து நின்று பெருமூச்சு விட்டவாறு நாற்காலியில் உட்கார்ந்தார் மோரன்.

'உங்களுக்கு ஒன்றுமில்லையே அப்பா?' என்றாள் மீண்டும்.

'ஒரு நிமிடத்தில் எல்லாம் சரியாகிவிடும்' என்றவர் 'அந்தக் கனவானுடன் நான் இன்னும் முடிக்கவில்லை. இந்த வீட்டில் தான் என்ன வேண்டுமானாலும் செய்யலாமென்று அவர் நினைத்தால் சீக்கிரமே அவர் வேறு மாதிரி யோசிக்க வேண்டியிருக்கும்.'

அப்போதுதான், உணர்ச்சியற்ற வகையில், வேண்டு மென்றே அறையின் மூலையில் பின்கதவுக்குப் பக்கத்திலிருந்த துப்பாக்கியின் மீது தனது பார்வையைக் கொண்டு நிறுத்தினார். துப்பாக்கியைப் பயன்படுத்துவது பற்றி தீவிரமாக யோசிக்கிறாரா அல்லது அவர் அப்படி யோசிக்கிறார் என்று மைக்கேல் அறிய வேண்டுமென்று விரும்பினாரா என்பது தெரியாது. அவர் அதைப் பயன்படுத்த நினைக்கிறார் என மைக்கேல் நினைத்தால் வெற்றி அவருக்குத்தான். அன்றைய தினத்தின் எஞ்சிய மாலைப்பொழுது முழுவதும் மைக்கேல் துப்பாக்கியின் பக்கத்திலேயே இருந்தான். மோரன் அவனுக்கும் பின்வாசலுக்கும் இடையில் நடக்கையில் எல்லாம் அவன் பரபரப்புடன் துள்ளியெழ ஆயத்தமாவான். துப்பாக்கியின் தோட்டா நிரப்பப்பட்டிருக்கிறதா என்பதை எப்பாடு பட்டாவது தெரிந்துகொள்ள ஆவலாக இருந்தான். ஆனால் துப்பாக்கியைப் பரிசோதித்து அவனால் அதைத் தெரிந்து கொள்ளவியலாத நிலை. வீட்டுக்குள் வரும்போதும் ஏதாவது வேலியைத் தாண்டிக் குதிக்கும்போதும் துப்பாக்கியில் தோட்டா இல்லாமல் பார்த்துக்கொள்ள வேண்டும் என்று மோரன்

எப்போதும் வலியுறுத்திவந்ததை நினைத்து அவன் தன்னைச் சமாதானப்படுத்திக்கொண்டான்.

பலத்த மழை பெய்யாமல் இருந்திருந்தால் மைக்கேல் அன்றிரவே கிளம்பியிருப்பான். காலையில் வீட்டை விட்டுக் கிளம்பவிட வேண்டும், இந்த முறை திரும்பி வரக் கூடாது என்று முடிவு செய்துகொண்டான். அவன் செய்ய வேண்டியதெல்லாம் இந்த இரவைக் கடப்பதுதான். அன்றைய நாளின் மீதமிருந்த வழமைகளை அவன் கீழ்ப்படிதலுடன் கடந்தான். மோரன் ஜெபமாலை சொன்னது தவிர்த்து வேறெதுவும் பேசவில்லை. மைக்கேல் ரோஸுக்கு இரவு வணக்கம் சொன்னான். இனி அவன் மோரனுக்கு இரவு வணக்கம் சொல்ல வேண்டியதில்லை என்பது தெளிவாகத் தெரிந்தது. அறைக்குச் சென்றதும் கட்டிலைக் கதவோரமாக நகர்த்தினான். சன்னல் தாழ்ப்பாள்களைத் திறந்துவைத்தான். அப்பாவும் ரோஸும் படுக்கைக்குச் செல்லும் சத்தம் கேட்டதும் அவன் சற்றே நிம்மதிப் பெருமூச்சுவிட்டான், ஆனாலும் அவன் தூங்கவில்லை. விடிவதற்குள், ரோஸ் வழக்கமாக எழுவதற்கு ஒரு மணி நேரத்திற்கு முன்பாகவே யாருக்கும் தெரியாமல் சமையலறையை நோக்கி நடந்தான். எல்லாக் கதவுகளும் திறந்து கிடந்தன, அவற்றை அவனால் ஓசையின்றிக் கடந்துசெல்ல முடிந்தது. அறை மூலையை அடைந்து மெதுவாகத் துப்பாக்கியைக் கையில் எடுத்தபோது அவனுடைய இதயத் துடிப்பு அவனுக்கே கேட்டது. துப்பாக்கியின் தோட்டா நிரப்பும் பகுதியைத் திறப்பதற்கு முன் அவன் அதைக் கூடத்துக்கு எடுத்துச் சென்றான். அது ஒரு சிறிய க்ளிக் ஒலியை எழுப்பியபோது, அவன் காதுகளைத் தீட்டிக்கொண்டு கேட்டான், தூரத்தில் படுக்கையறையிலிருந்து எந்தச் சத்தமும் இல்லை. தோட்டா நிரப்பும் பகுதி காலியாக இருக்கும் என்று அவன் எதிர்பார்த்தான்.

உள்ளே தோட்டாக்களைப் நிரப்பி வைக்கும் பித்தளைக் கலனைப் பார்த்ததும் அவன் கைகளில் துப்பாக்கி நடுங்கியது. துப்பாக்கியில் தோட்டா நிரப்பப்பட்டிருக்கிறதென்றால் மோரன் தனது வாழ்நாள் முழுவதும் துப்பாக்கிகளைப் பற்றி அவர்களுக்குப் போதித்திருந்த அனைத்துக்கும் அது எதிரானது. ஆனால் தோட்டாக் கலனை வெளியே எடுத்தபோது அது காலியாக இருப்பதைக் கண்டான். மூச்சை இழுத்துப் பிடித்தபடி அதனைத் திரும்ப உள்ளே வைத்துவிட்டு, அமைதியாகத் துப்பாக்கியைக் கொண்டுவந்து அறை மூலையில் வைத்தான். வந்து மீண்டும் படுக்கையில் விழுந்து நல்ல உறக்கத்தில் ஆழ்ந்தான். ரோஸ் அவனை உலுக்கி எழுப்ப வேண்டியிருந்தது. அவசர அவசரமாக உடை அணிந்து, தான் எடுத்துச்செல்ல

விரும்பிய சில உடைகளை ஒரு சிறிய பொதியாகக் கட்டினான். வரவேற்பறையில் ரோஸுடன் இருக்கையில் கவனமாகவும், அமைதியாகவும், சற்றே மனச்சோர்வுடனும் காணப் பட்டான். இந்த அறையில் காலையில் நடந்தது போன்ற அற்பச் செயல்களில் அவன் மீண்டும் ஈடுபட மாட்டான். இளமையின் சுயபரிசோதனை நகைச்சுவையாக இருந்தது. இனி வயல்களுக்கு அப்பால் மெக்கேபின் வீட்டுச் சுவரைப் பார்த்துக்கொண்டே வேகவைத்த முட்டையை அவன் உரிக்க முடியாது. உணர்ச்சிவயப்பட்டவனாய் ஒவ்வொரு சிறு செயலின் வழியாகவும் தனது இளமைப் பருவத்திடமிருந்து தான் விடைபெறுவதை உணர்ந்தான். ரோஸ் அவனது மௌனத்தையும், சோர்வையும் மோரனுடனான மோதல் குறித்த அவனது வருத்தம் என்பதாக எடுத்துக்கொண்டாள்.

'கவலைப்படாதே மைக்கேல்' என்றாள். 'நீ பள்ளிக்கூடத்தி லிருந்து வந்ததும் வருந்துகிறேன் என்று சொன்னால் மட்டும் போதும், அதோடு எல்லாம் முடிந்துவிடும். உன் அப்பா உன்னை மிகவும் உயர்வாக எண்ணியிருக்கிறார்' என்றாள்.

'அது என் தவறில்லை. உப்பு கவிழ்ந்துவிட்டது. நான் ஒன்றும் செய்வதற்கில்லை.'

'அது உப்பு தொடர்பானது மட்டுமல்ல என்று உனக்குத் தெரியும் மைக்கேல்.'

'இப்போதெல்லாம் ஒரு நிமிடம்கூட என்னை அவர் இயல்பாக இருக்க அனுமதிப்பதில்லை.'

'உன் அப்பாவை உனக்குத் தெரியும். இப்போதைக்கு அவர் மாற மாட்டார். நீ செய்ய வேண்டியதெல்லாம், விட்டுக்கொடுப்பதுபோல நடந்துகொள்வதுதான், அதன் பின்னர் உனக்காக அவர் எதையும் செய்வார். தனது வீட்டினருக்கு நல்லதைத் தவிர வேறு எதையும் அவர் நினைப்பதில்லை.'

'நன்றி, ரோஸ்' என்று புன்னகைத்தபடி மேசையிலிருந்து எழுந்தான். அவளது சிறிய அறிவுரையால் அவனுக்குக் கண்ணீர் முட்டிக்கொண்டது. கண்ணீர் வர ஆரம்பிக்கும் முன் வீட்டை விட்டு வெளியேற விரும்பினான். அவன் கண்ணீரைக் கண்ட ரோஸும் கண்ணீர்விட்டாள். விரைவிலேயே எல்லாம் சரியாகிவிடும் என்று அவள் உறுதியாக நம்பினாள். மோரன் எழுந்தவுடன் காலையில் மைக்கேல் தனது செயலுக்கு வருந்தியது பற்றி அவரிடம் பேசுவாள், எல்லாம் நல்லிணக்கத்தையும்,

அவள் முழு மனதுடன் உணர்ந்த கேள்விக்கிடமற்ற அன்பையும் நோக்கி நகர்கின்றனவா என்பதை உறுதிப்படுத்திக் கொள்வாள்.

அதிகாலையில் வந்த ரொட்டி வண்டி ஒன்று மைக்கேலை லாங்ஃபோர்ட் வரை அழைத்துச் சென்றது, அங்கிருந்து கால்நடைகளை ஏற்றிச்செல்லும் பாரவண்டியொன்று அவனை மேனூத்தில் கொண்டுவிட்டது. ஒரு பாதிரியார் அவனை நகருக்கு அழைத்துச் செல்லும்வரை அவன் நீண்ட நேரம் மேனூத்தைச் சுற்றிவர வேண்டியிருந்தது. மதிய உணவு நேரம் கடந்துவிட்டது, ஓகானல் பாலத்திலிருந்து ஷீலா பணிபுரிந்த பெரிய அரசாங்க அலுவலகங்களுக்கு நடந்து செல்கையில் பசியால் பலவீனமுற்றிருந்தான். கடந்த முறை வந்திருந்த போது அவனை நினைவில் வைத்திருந்த வாயில்காப்பவர் அவனை லிஃப்டில் ஷீலாவின் அலுவலகத்துக்கு அழைத்துச் சென்றார்.

'மறுபடியும் இங்கே எதற்கு வந்தாய்?' எதற்காக அவன் வந்திருக்கிறான் என்பது தெரிந்திருந்தாலும் கடுமையாகக் கேட்டாள் ஷீலா.

'நான் இங்கிலாந்து போகிறேன்' என்றான்.

'எப்போது?'

'முடிந்தால் இன்றிரவு.'

சண்டையைப் பற்றி அவளிடம் சொன்னான். ரோஸ் துடைப்பத்தால் அவன் தலையில் அடித்தது, மோரன் அறையின் மூலையிலிருந்த துப்பாக்கியை வெறித்துப் பார்த்துக் கொண்டிருந்தது. எல்லாமே ஏற்கெனவே தெரிந்த கதையாக இருந்தமையால் அதைக் கற்பனை என்று சொல்ல முடியவில்லை. மோனாவிடம் போனில் பேசித் தனது அலுலவக உணவுவிடுதியில் அவர்களைச் சந்திக்கச் சொன்னாள். பசியால் தான் பலவீனமாக இருப்பதை அவன் ஏற்கெனவே சொல்லியிருந்தான். ஒரு பெரிய தட்டில் வற்றல்கள், முட்டை, தொத்திறைச்சி, கறுப்பு புடிங், தேநீர் ஆகியவற்றை வரவழைத்துத் தந்துவிட்டு, லண்டனில் இருக்கும் மேகிக்கு போன் பேச மாடிக்குச் சென்றாள். உடனே அவளைப் பிடித்துவிட்டாள். மேகி வேலையிலிருந்து விடுப்பு எடுத்துக்கொண்டு நாளைக் காலையில் அவனை யூஸ்டனில் சந்திப்பாள்.

எல்லாம் தயாரானதும் மேகி சொன்னாள்: 'கடைசியில் கூடு காலியாவிட்டது. எல்லாப் பறவைகளும் பறந்து விட்டன. இத்தனை வருடங்கள் கழித்து இதை நினைத்தால்

சற்று வருத்தமாக இருக்கிறது.' ஆனால் ஷீலா பதில் பேச முடியாத அளவுக்கு வருத்தமுற்றிருந்தாள். பின்னர் அவள் ஷான் ஃப்ளினுக்கு போன் செய்தாள். அவன் வேலையை விட்டுவிட்டு அலுவலக உணவுவிடுதியில் அவர்களைச் சந்திக்க வருவதாகச் சொன்னான். ஒவ்வொருவரும் புகார் எதுவுமின்றி உடனடியாக வேலையை விட்டுவிட்டு வர ஒப்புக்கொண்டதுதான் குடும்பம் என்ற கருத்தின் முதன்மை யான அம்சம். உண்மையில், சகோதரிகளின் இந்த ஈடுபாடு பாராட்டத்தக்கது என்று அவர்களது மேலதிகாரிகள் நினைத்தனர். ஷீலாவின்மீது அலுவலகத்தில் பலரும் பரிவு காட்டினர், அவளுக்கு உதவ முன்வந்தனர். 'உன் வேலையை நீ பிற்பாடுகூட முடித்துக்கொள்ளலாம்' என்றனர்.

ஷீலா உணவுவிடுதிக்குத் திரும்பியபோது மோனா அங்கே மைக்கேலுடன் இருந்தாள். விரைவில், ஷான் ஃப்ளினும் அந்தச் சிறிய குழுவில் சேர்ந்தான். குடும்ப நாடகத்தில் ஒரு பகுதியாக இருப்பதில் மகிழ்ந்த அவன் திருப்தியுடன் புன்னகைத்துக் கொண்டிருந்தான்.

'காலையில் யூஸ்டனில் மேகி அவனைச் சந்திப்பாள்' என்று ஷீலா சொன்னாள்.

'அப்படியானால் நாம் எல்லோரும் அவனைப் படகில் ஏற்றிவிடப் போகிறோமா?' மோனா முக்கியமான இந்தக் கேள்வியைக் கேட்டாள்.

'எப்படியும் நம்மில் சிலர் அதைச் செய்ய வேண்டியிருக்கும்' என்று சொல்லிவிட்டு மைக்கேலின் பக்கம் திரும்பினாள் ஷீலா. 'நாங்கள் உன்னை வீட்டுக்குக் கூட்டிச் சென்ற பிறகு நாங்கள் சொன்ன எதையும் நீ செய்யவில்லை'

'என்னால் இயன்றதைச் செய்தேன்' என்றான் அவன்.

'எனக்குச் சந்தேகமாக இருக்கிறது. உன்னுடைய வயதில் நாங்கள் எப்படிச் சமாளித்தோம் தெரியுமா?'

'அப்போது குடும்பம் மொத்தமும் அங்கிருந்தது.'

'கடைசித் தடையைத் தாண்டுகையில் விழுந்துவிட்டான்' என்று சொல்லிச் சிரித்தான் ஷான் ஃப்ளின்.

முகம் சுருங்கிய ஷீலா அவனது சிரிப்பை முறைப்புடன் எதிர்கொண்டாள். அவள் வழியாகத்தான் அவன் இந்தக் குடும்பத்துக்குள் வருகிறான், ஆனாலும் அவன் குடும்பத்தைச் சேர்ந்தவன் என்று அர்த்தமாகாது. குடும்பம் போன்ற புனிதமான விஷயங்களில் சிரிக்க எந்த வெளியாருக்கும் அனுமதியில்லை.

பெண்கள் நடுவே

நேரம் அதிகமில்லை. எட்டு நாற்பதுக்குப் படகு புறப்படவிருந்தது. அதிகாலைப் படகு – ரயிலில் அவனை வழியனுப்பவிருந்ததால் அவர்கள் மேசையை விட்டு எழுந்தனர். துறைமுகத்தில் வழக்கம்போல ஷீலாவே பொறுப்புகளை ஏற்றுக்கொண்டாள். பயணச்சீட்டு வாங்கினாள், மைக்கேலிடம் செலவுக்குப் பணம் கொடுத்தாள். அவளே படகுக்குள் சென்று படகுக் கணக்கர் ஒருவரிடம் பேசினாள். அவர் மைக்கேலைக் கவனித்துக்கொள்வதாகவும், லண்டன் ரயிலில் அவனை ஏற்றிவிடுவதாகவும் உறுதியளித்தார். படகு ஹோலிஹெட்டை அடைந்த நேரத்தில், அவனைச் சந்தித்த, அவனது கதையைத் தெரிந்துகொண்ட அனைவரும் அவனுக்கு உதவியாக இருந்தனர். எல்லோருமே ஒருகட்டத்தில் வீட்டை விட்டு ஓடிவந்தவர்கள் அல்லது ஓடிவர விரும்பியவர்கள்.

படகு துறைமுகத்தை நீங்கிய பிறகு அவர்கள் மூவரும் நீண்ட நேரம் படகையே பார்த்துக்கொண்டிருந்தனர். பெண்களின் கண்களில் கண்ணீர் வழிந்தது. ஷான் ஃப்ளின் ஷீலாவின் தோள்களைப்பற்றி அணைத்துக்கொண்டான். அவர்கள் கடலிலிருந்தும் சிறிய மைக்கா மினுமினுப்புகளுடன் நின்ற கருங்கல் சுவரிலிருந்தும் விலகிச் சென்றனர்.

‘இப்போது நாங்கள் எல்லோருமே வீட்டை விட்டு வந்துவிட்டோம்.’ மெல்லிய விசும்பல்களுக்கிடையில் ஷீலா சொன்னாள்.

‘அது நடந்தாக வேண்டிய விஷயம்தான். ஆனால் நல்ல விதமாக நடந்திருக்கலாம்.’ என்றாள் மோனா.

‘நல்ல விதம் என்ற ஒன்று இல்லையென்று நினைக்கிறேன்.’ கண்டிக்கும் தொனியில் சொன்னாள் ஷீலா.

புத்திசாலித்தனமாக, ஷான் ஃப்ளின் அமைதியாக இருந்தான்.

❍

ஹோலிஹெட் நோக்கிப் படகு புறப்பட்ட அதே நேரம் மோரன் ஜெபமாலை சொல்வதற்காக மண்டியிட்டிருந்தார்.

‘இப்போது அவன் வருவானென்று தோன்றவில்லை’ என்றாள் ரோஸ் கவலையுடன். இரவு உணவு ஏற்கெனவே சுவையிழந்துவிட்டிருந்த போதும் மெல்ல எரியும் அடுப்பில் அவனுக்காக அதனைச் சூடாக வைத்திருந்தாள். ‘அவன் மீண்டும் நமது பெண்களிடம் போயிருப்பான்,’ பதற்றத்துடன் தொடர்ந்தாள் ரோஸ். ‘அனுதாபம் தேடுவதில் அவன்

சிறந்தவன். அநேகமாக நாளை அவர்களிடமிருந்து செய்தி வரும். ஒருவேளை வாரஇறுதியில் அவர்கள் அவனை மீண்டும் அழைத்துவரக்கூடும்.'

'இனிமேல் இங்கே இருக்க வேண்டுமென்று நினைத்தால் அவன் தனது இயல்பை மாற்றிக்கொள்ள வேண்டுமென்று நினைக்கிறேன்.'

'அவனுக்கு என்ன ஆனது என்றே எனக்குத் தெரியவில்லை. இன்று காலை தான் கவலையோடிருப்பதாக என்னிடம் சொன்னான். இன்று மாலை உங்களிடம் மன்னிப்புக் கேட்பதாக இருந்தான்.'

'கடவுளின் பெயரால், ஜெபமாலை சொல்வது நல்லது.'

மோரன் பொறுமையிழந்து ஜெபமாலையை எடுத்து மணிகளை உருட்டினார். பெரிய மரங்களுக்கிடையில் வெளிச்சம் மங்கிக்கொண்டிருந்தது, ஆனால் மெக்கேப் வீட்டுக் கற்சுவர் மங்கலான ஒளியில் இன்னும் திடமாக நின்றுகொண்டிருந்தது. மைக்கேல் இல்லாததால் மோரன் மூன்றாம் பத்து மணிகளைச் சொல்ல வேண்டியிருந்தது. பிறகு அவர் பேச விரும்பாதவராக, வெளிச்சம் மறைவதை வெறுமனே பார்த்தபடி நாற்காலியில் சோகமாக உட்கார்ந்திருந்தார். ரோஸ் விளக்குகளைப் போட்டுவிட்டுத் திரைச்சீலைகளை இழுத்துவிட்டுத் தேநீர் தயாரிக்கத் தொடங்கினாள். மோரன் வானொலியைத் திறந்தார். இசை ஒலித்தது. அதன் திருகுக்குமிழ்மீது கை வைத்தபடி சற்றுநேரம் அதைக் கேட்டுக் கொண்டிருந்தவர், திடீரென்று அதை அணைத்தார். தேநீரை யும் ரொட்டியையும் உண்டபின், தமது பூட்ஸ் நாடாக்களை அவிழ்ப்பதற்காக எழுந்து நின்றார்.

'அவன் போய்விட்டான்' என்று புலம்பினார். 'இப்போது அவர்கள் எல்லோரும் போய்விட்டார்கள்.'

'ஒருவேளை நாளைக்கே அவன் திரும்பி வரலாம்.' ரோஸ் அவரைச் சமாதானப்படுத்த முயன்றாள்.

'அவன் திரும்பி வர வேண்டுமென்று யார் விரும்பு கிறார்கள்? அவர்களில் யாராவது திரும்பி வர வேண்டுமென்று யார் விரும்புகிறார்கள்? அவர்கள் எல்லோருமே போய் விட்டார்கள். அதுபற்றி என்ன இப்போது!'

மோனாவும் ஷீலாவும் தகவலை எழுதித் தெரிவிப்பதா, தந்தி கொடுப்பதா என்று குழம்பினர். தந்தி பயமுறுத்திவிடும் என்பதால் அது வேண்டாம் என்று முடிவுசெய்தனர். மைக்கேல்

லண்டன் சென்றிருப்பதாகவும், வார இறுதியில் அவர்கள் அங்கு வந்து நடந்தது அனைத்தையும் சொல்வதாகவும் சிறு குறிப்பு ஒன்றை வீட்டுக்கு எழுதினார்கள். வார இறுதியில் அவர்கள் ரயிலில் ஒன்றாக வீட்டுக்கு வந்தார்கள்.

வழக்கமாக மோரன் நடைமேடையில் வந்து அவர்களைச் சந்திப்பார். உற்சாகமாக இருந்தால், அவர்களைச் சந்தித்தவுடன் சிறிய நகைச்சுவைகளைச் சொல்வார். ஆனால் அந்த வெள்ளிக்கிழமை இரவு நடைமேடை காலியான பிறகும் அவரைக் காணவில்லை. கடைசியில் அவர் ரயில் நிலையத்துக்கு வெளியே காரில் அமர்ந்திருப்பதைக் கண்டனர்.

'நீங்கள் வரவில்லை என்று நாங்கள் நினைத்தோம்' என்று மோனா பதற்றத்துடன் சொன்னாள், ஆனால் அவர் பதிலளிக்கவில்லை. காரை இயக்கி கவனமாக நகரத்தைவிட்டு வெளியேறத் தொடங்கினார்.

'மைக்கேல் லண்டன் போயிருக்கிறான்' என்று மௌனத்தை உடைத்து ஷீலா உளறினாள். 'நாங்கள் அவனை வீட்டுக்கு அழைத்துவர முயன்றோம், ஆனால் இந்த முறை அது பலனளிக்கவில்லை. அவனுடன் பேசவே இயலவில்லை. போக வேண்டும் என்று தீர்மானித்துவிட்டான். இது சென்ற தடவை போலில்லை.'

'அப்படியானால் அவனுக்கு எங்கிருந்து பணம் கிடைத்தது?' சுருக்கமாகக் கேட்டார் மோரன்.

'நாங்கள் பயணக் கட்டணத்துக்குப் பணம் கொடுத்தோம். நாங்கள் கொடுக்க வேண்டியிருந்தது. அவன் பணம் இல்லாமலே கிளம்பிவிடுவேன், பிடிபட்டால் லண்டனில் லூக்காவின் பேரைச் சொல்லுவேன் என்று மிரட்டினான்.'

'பிடிபட்டால் வெளிவருவது அவ்வளவு எளிதல்ல என்பதை அவன் உணரக்கூடும்.'

'எப்படியும் அவன் போகத்தான் போகிறான், அவனுக்குக் கட்டணத்துக்கான பணத்தைக் கொடுக்கலாம் என்று நினைத்தோம். மேகிக்கு போன் செய்து அவனை ரயில் நிலையத்தில் பார்க்க வரச்சொன்னோம்.'

'அவன் என் பெயரை நன்றாகக் கெடுத்துவைத்திருக்கிறான் என்று நினைக்கிறேன்.'

'சண்டை நடந்ததென்று சொன்னான். துப்பாக்கியைக் கண்டு பயப்படுவதாகவும் சொன்னான்.' மோரனின்

ஆக்ரோஷத்தைத் திசைதிருப்புவதில் சோர்வடைந்த ஷீலா, தனது பங்குக்கு அவரைத் தாக்கினாள்.

'எனக்கு அவப்பெயர் உண்டாக்கியிருப்பானென்று தெரியும். குடும்பத்தில் யாருக்கும் நான் ஒருபோதும் தீங்கு செய்ய மாட்டேன். சம்பந்தப்பட்டவர்களது நலனுக்காக என்று நினைத்ததைத்தான் நான் செய்திருக்கிறேன். சிலநேரங்களில் நான் செய்தது தவறாக எடுத்துக்கொள்ளப்பட்டிருக்கலாம், ஆனால் அது எப்போதும் நன்மைக்காகவே செய்யப்பட்டது.' மோரன் ஒழுக்கவாதியாக மாறியபோதெல்லாம் ஏதாவ தொரு தீர்மானம் எட்டப்பட்டிருப்பதைப் பெண்கள் அறிந்திருந்தனர்.

முகப்பு விளக்குகள் வாயிலில் இருண்ட யூ மரத்தை ஒளிரச்செய்தன. ரோஸ் மிகவும் பதற்றமாக இருந்தாள். அவள் அவர்களைச் சந்திக்க வெளியே வாசலுக்கு வரவில்லை. கார் திரும்பிவரும் சத்தம் கேட்காததுபோல் நடித்தவளாகச் சமையலறைக்குள் இருந்த அவளைக் கண்டார்கள். அவள் விரைவாகத் தன் கைகளைத் துடைத்துக்கொண்டு அவர்களை நோக்கி ஓடிவருகையில், மைக்கேல் முதன்முதலாக வீட்டை விட்டு ஓடிப்போனதிலிருந்து அவளை அரித்துக்கொண்டிருந்த கவலையை அவளுடைய மிதமிஞ்சிய மகிழ்ச்சியும் பாசமும் சற்றே மறக்க வைத்தன.

'அவன் லண்டன் போயிருக்கிறான். அவனுக்கு இவர்கள் பணம் கொடுக்க வேண்டியிருந்திருக்கிறது' என்று ரோஸிடம் சொன்னார் மோரன். இரண்டு பெண்களும் டப்ளினி லிருந்து வெளியேறிய பின்னர் முதல்முறையாகத் தாங்கள் கொண்டிருந்த அச்சத்தைக் கைவிட்டனர்.

'நாங்கள் அவனுக்குப் பணம் கொடுக்க வேண்டியிருந்தது' என்றாள் மோனா. 'அவனை வீட்டுக்கு அழைத்துவர முடிய வில்லை.'

'பாவம் மைக்கேல்' என்றாள் ரோஸ். 'லண்டன் தெருக்கள் தங்கத்தால் வேயப்பட்டவை என்றும், எங்கு பார்த்தாலும் வீடுகளிலிருந்து பெண்கள் வெளியேவந்து விழுந்துகொண்டிருப்பார்கள் என்றும் நினைக்கிறான்.'

'அவன் கண்கள் திறக்கும்' என்றார் மோரன்.

இந்த ஒரு கருத்தில் அவன் ஓடிப்போனதற்குக் காரணமான உண்மைகள் பூசி மெழுகப்பட்டன. உடன் அவர்கள் தங்களது அன்றாட வாழ்க்கைக்கு விரைந்தனர். ரோஸ் அதுவொரு

விசேஷ ஞாயிற்றுக்கிழமை என்பதுபோல தேநீர் விருந்துக்கு ஒரு பெரிய வறுவல் செய்தாள். சாப்பிட்டு முடிக்கும்வரை அவள் அரட்டையடித்துக்கொண்டும் சிரித்துக்கொண்டும் இருந்தாள். பிறகு பெண்களுடன் சேர்ந்து பாத்திரங்களைக் கழுவுகையில் புதிய செய்திகளை அள்ளித் தெளித்துக்கொண்டிருந்தாள். இங்கிலாந்திலிருந்தோ அமெரிக்காவிலிருந்தோ ஊருக்குத் திரும்பியவர்கள் தேவாலயத் திருப்பலிக்கு அணிந்து வந்திருந்த புதிய உடைகள், அணிந்திருந்த பாணிகள், அதைப் பார்த்த அவர்கள் 'தங்களது கத்தரிக்கோல் தொலைந்துவிட்டது, புதிதாக வாங்க வேண்டும் என எண்ணிக்கொண்டனர். ஆனால் நேற்று முன்தினம் அந்தப் பெண் தனது அப்பாவின் பழைய பூட்ஸை அணிந்து வந்தபோதுதான் கத்தரிக்கோல் அதனுள் விழுந்துவிட்டிருக்க வேண்டும் என்பது உரைத்தது' போன்ற கேலிகள் அவளது பேச்சில் வெளிப்பட்டன.

'பார்க்க விரும்பாதவர்களைக் காட்டிலும் கண்ணில்லாதவர்கள் யாருமில்லை' என்று நகைச்சுவையாகச் சொன்னார் மோரன்.

'இப்போது இரவிலும் பகலிலும் நான் பார்த்துக்கொண்டிருந்தேன் என்பது உங்களுக்குத் தெரியும் அப்பா' என்றவாறு சிரிப்பில் கலந்துகொண்டாள் ரோஸ்.

'இனி யாரும் பார்வையிழந்தவர்கள் இல்லை' என்று மீண்டும் சொல்லிக்கொண்டே இன்னும் உரக்கச் சிரித்தார் மோரன். அவர்கள் நிம்மதி அடைந்தனர். அவரது மனநிலை தெளிவடைந்து கொண்டிருந்தது. பாத்திரங்களை உலர்த்தி, அறையைச் சுத்தம் செய்தவுடன், மோரன் ஜெபமாலை சொல்லலாம் என்று சொல்ல, அனைவரும் மண்டியிட்டனர். இறுதியில், மைக்கேலுக்காகவும் குடும்பத்தில் இல்லாத அனைத்து உறுப்பினர்களுக்காகவும், லண்டனில் அவர்களுக்கு எந்தத் தீங்கும் ஏற்படக் கூடாது என்றும் அவர் ஒரு சிறப்புப் பிரார்த்தனை செய்தார். மாலை முழுவதும் அவர்கள் சீட்டு விளையாடினார்கள். சீட்டாட்டத்தின் நிசப்தத்தில், வெளியே இருளில் வீட்டைச் சுற்றி மரங்கள் அசைந்தாடும் சத்தம் மட்டுமே கேட்க, ஷீலா வியப்புடன் சொன்னாள்: 'இந்த நிமிடம் லண்டனில் அவர்கள் என்ன செய்துகொண்டிருப்பார்கள் என்று எனக்கு ஆச்சரியமாக இருக்கிறது.'

'அநேகமாக அவர்களும் நம்மைப் போலவே ஓர் அறையில் உட்கார்ந்திருப்பார்கள்.' கேள்வி முன்வைத்த சங்கடத்தை ஒதுக்கித்தள்ளும் விதமாக மெதுவாகச் சொன்னாள் ரோஸ்.

'கவலைப்படாதீர்கள் அப்பா' என்று உணர்ச்சிவசப்பட்ட மோனா அவருக்கு நல்லிரவு சொல்லி முத்தமிடக் குனிந்தாள். 'மைக்கேல் நன்றாக இருப்பான்.'

'எனக்காக அஞ்சாதீர்கள், உங்களுக்காகவும் உங்கள் பிள்ளைகளுக்காவும் அஞ்சுங்கள்.' மாலை முழுவதும் அவரிருந்த அதே அரைகுறை விளையாட்டுத்தனமான மனநிலையில் மோரன் தெளிவற்று விவிலியத்தை மேற்கோள் காட்டினார்.

'மேகி அவனைப் பார்த்துக்கொள்வாள்' என்று ஷீலா அந்த மேற்கோளைப் புறக்கணித்தாள்.

'தனது பாடங்களை இங்கேயே கற்றுக்கொள்ளும் நாகரிகம் அவனுக்கு இருந்திருந்தால் நன்றாக இருந்திருக்கும்' என்று வார்த்தைகளை மெதுவாக உச்சரித்தார் மோரன். இம்முறை சந்தேகத்திற்கு இடமின்றித் தனக்கே உரிய குரலில் சொன்னார். 'இனி அவன் உலகத்திடமிருந்து பாடம் கற்க வேண்டும். உலகம் அவனைப் பற்றிப் பெரிதாகக் கவலைப்படாது.'

'நல்லிரவு அப்பா' என்று ஷீலா அவரை முத்தமிட்டாள்.

பதிலுக்கு, 'கடவுள் உங்களை ஆசீர்வதிப்பார்' என்றார் மோரன். பின்னர் இரு பெண்களும் ரோஸை முத்தமிடச் சென்றனர்.

மறுநாள் சனிக்கிழமை. பெண்கள் எழுந்தபோது ரோஸ் கணப்பை நீண்ட நேரத்துக்கு முன்பே பற்றவைத்திருந்தாள். சாம்பல்நிறப் பூனை அடுப்புக்கு முன்னால் நீட்டிப் படுத்திருந்தது.

'இவளை நீங்கள் உள்ளே விடுவதில்லை என்று நினைத்தேன்.' பூனையைத் தடவிக் கொடுக்கக் குனிந்தபடி கேட்டாள் மோனா. அவளுக்கு எல்லா விலங்குகளிடமும் பிரியம் இருந்தது.

'உள்ளே விடுவதில்லைதான்' என்றாள் ரோஸ். 'ஆனால் மைக்கேல் அவளை உள்ளே அனுமதிக்கத் தொடங்கினான். இப்போது சிலநேரங்களில் நாங்களும் அவளை உள்ளே அனுமதிக்கிறோம். தனக்கு உரிமை இருக்கிறது என்று அவள் நினைக்கிறாள்.'

அறை கதகதப்பாகவும் வசதியாகவும் இருந்தது. காலை உணவாக அவர்கள் விரும்பியதைச் சாப்பிடலாம், வறுத்த செம்மறித் துண்டங்களைக்கூட. ஆனால் ஆரஞ்சுச் சாறு, சூடான கஞ்சி, தேநீர், வாட்டிய ரொட்டி ஆகியவற்றை உண்டனர். மோரன் வெளியிலிருந்து வந்து கணப்பின் அருகில் அமர்ந்து தேநீர் அருந்தினார். அவர் நல்ல அற்புதமான

நகைச்சுவை பொங்கும் மனநிலையில் இருந்தார், அவர்களின் நீண்ட தூக்கத்தைக் கிண்டல் செய்யத் தொடங்கினார். பிரச்சினையையும் பழிச்சொல்லையும் எதிர்பார்த்து அவர்கள் வீட்டுக்கு வந்திருந்தார்கள், ஆனால் அவற்றுக்குப் பதிலாக இந்த அன்பையும் நகைச்சுவையையும் கண்டார்கள். தங்களது அச்சத்தை எண்ணி வெட்கமடைந்தார்கள். வீட்டினரின் பிரியத்துக்கு எதிர்வினையாற்ற அவர்கள் ஆவலுடன் இருந்தார்கள். இப்போது அவர்களுக்குக் கொடுக்கப்படுவதைக் காட்டிலும் மிகக் குறைவாகக் கொடுக்கப்பட்டிருந்தாலே அவர்கள் திருப்தியடைந்திருப்பார்கள். மனதுக்கு நெருக்கமான வயல்களையும் மரங்களையும், தூரத்து வானத்தின் பின்னணியில் அவை சட்டமிடப்பட்டிருந்த காட்சியையும் பார்க்க மோனா சன்னல் கண்ணாடியைத் துடைத்தாள்.

அப்போதுதான் பக்கத்து வீட்டுக்காரர் கட்டியிருந்த புதிய கொட்டகையின் மூலையை மோனா கவனித்தாள். அது பார்வையில் குறுக்கிட்டது. ஷீலா சன்னலருகே வந்ததும் ஆத்திரமடைந்தாள். 'எனக்கு இப்போது பழகிவிட்டது' என்றாள் ரோஸ். 'அதெல்லாம் ஒன்றும் பெரிய விஷயமில்லை.' மோரன் கொட்டகை அங்கிருப்பதை வெறுத்தாலும், பெண்களுக்கு மேலும் ஆத்திரமூட்டுவதற்காக அதை ஆதரிப்பது போல் நடித்தார். பின்னர் அவர்கள் அந்த குறுக்கிடலை நன்றாகக் காணும் பொருட்டு வயதான மந்தைக்காவல் நாயுடன் வயல்களில் நடந்துசென்றனர்.

அவர்களுக்குப் பரஸ்பரம் இருந்த வலுவான தேவை அவர்களை ஒன்றிணைத்தது. அங்கே பிறருக்கு இடமில்லை. மாலையில் எல்லோரும் ஏதோ பொருட்கள் வாங்க நகரத்துக்குச் சென்றனர். மோரன் காரில் அமர்ந்திருக்க, ரோஸும் பெண்களிருவரும் ஒன்றாகக் கடைகளுக்குச் சென்றனர். ரோஸுக்கு ஊரில் பலரைத் தெரியும் என்பதால் அவர்களோடு பேசுவதற்காக நின்றாள். ஒப்பீட்டளவில் பெண்கள் மற்றவர்களிடம் விறைப்பாகவும் சங்கடத்துடனும் நடந்துகொண்டார்கள். எப்படி நடந்துகொள்வது என்று அவர்களுக்குத் தெரியவில்லை.

'நான் நிறையப் பேரிடம் பேசுவது அப்பாவுக்குப் பிடிக்காது. நேரத்தை வீணடிப்பதாக அவர் நினைக்கிறார், ஆனால் நேரம் எப்படியும் வீணாகத்தான் போகிறது' என்ற ரோஸ் காத்துக்கொண்டிருந்த காருக்கு விரைகையில் ஏதோ தவறு செய்துவிட்டவளைப் போலச் சொன்னாள். 'நீண்ட நேரம் தனியே காத்திருப்பதை அப்பா வெறுக்கிறார் தெரியுமா?'

கார் தபால் அலுவலகத்தைத் தாண்டி, உள்வாங்கிக் கிடந்த டென்னிஸ் ஆடுகளங்களின் கைப்பிடிச் சுவர்களையொட்டி நிறுத்தப்பட்டிருந்தது. அவர் கடந்து சென்றவர்களை அடையாளம் காணாமலும் அவர்களால் தான் அடையாளம் காணப்படாத வகையிலும் அவர்களைப் பார்த்துக்கொண்டிருந்தார். ரோஸும் பெண்களும் வருவதைப் பார்த்ததும் அவர் சோம்பலிலிருந்து தன்னை விடுவித்துக்கொள்ள வேண்டியிருந்தது.

அவர்கள் கார் கதவைத் திறந்ததும் 'ஊரையே வாங்கி யிருப்பீர்கள் என நினைக்கிறேன்' என்றார்.

'எங்களுக்கு நேரமில்லை' என்றாள் ரோஸ். 'அல்லது பணமில்லை.'

'எப்படியோ நீங்கள் நிறைய வாங்கி வந்திருக்கிறீர்க ளென்று நினைக்கிறேன்.' காத்திருந்ததால் அவர் பொறுமை யிழந்திருக்கவில்லை. உடனே காரை முடுக்கி வீட்டைப் பார்த்து ஓட்டினார்.

உலகத்தை வெளியே வைத்துப் பூட்டிவிட்டு அவர்கள் இன்னும் அதிக விறகுகளைக் கணப்பில் போட்டார்கள், தேநீர் தயாரித்தார்கள், ஜெபமாலை சொன்னார்கள், இரவு வணக்கம் சொல்லி உறங்கச் செல்லும்வரை சீட்டாடிக் கொண்டிருந் தார்கள். ஒரு வாரஇறுதி முழுவதும் மோரன் இதைவிட உற்சாகமாக இருந்திருக்க முடியாது. அவர் மிகவும் உற்சாகமாக இருக்க வேண்டிய அவசியமுமில்லை. அவருடைய எல்லா மனநிலைகளிலும் அவரை ஏற்றுக்கொள்ள அவர்கள் கற்றுக் கொண்டார்கள். அவருடைய மிக மோசமான மனநிலை களுக்கு மேலான எதற்கும் அவர்கள் நன்றியுள்ளவர்களாக இருந்தனர். அவரது ஒரு சிறிய நல்லெண்ணத்திற்கு அவர்கள் மிதமிஞ்சிய நன்றி பாராட்டினார்கள். இதுவே மற்றவர்களிட மிருந்து வந்தால் அதை ஏற்றுக்கொள்ளவே மாட்டார்கள்.

'மைக்கேலுக்காக நீங்கள் செய்த அனைத்துக்கும் நன்றி' என்று மறுநாள் மாலை ரயில்நிலையத்திற்கு வெளியே காரில் காத்திருந்தபோது சொல்லி அவர்களை ஆச்சரியப்படுத்தினார்.

'அவனை வீட்டுக்குக் கொண்டுவர முடியாமல் போனதற் காக வருந்துகிறோம்' என்று மோனா முணுமுணுத்தாள். 'நீங்கள் உங்களால் இயன்றதைச் செய்தீர்கள் என்று எனக்குத் தெரியும். யாராகயிருந்தாலும் குடும்ப விஷயங்களில் அவ்வளவுதான் இயலும்.'

நடைமேடையில் ரயில் வந்தபோது அவர்களை முத்தமிட்டார். உங்களைப் பார்க்கச் சீக்கிரமே ஊருக்கு வருவோம் என்றார்கள் பெண்கள். ரயில் வயல்வெளிகளினூடே ஓடி ஷானன் நகரைக் கடந்தபோது சகோதரிகள் இருவரும் மௌனமாக இருந்தனர். வார இறுதி முடிந்து டப்ளினுக்குத் திரும்பும் தங்களைப் போன்றவர்களால் நிறைந்த சிறிய நடைமேடையான ட்ரோமோடுக்குள் ரயில் வந்தபோது மோனா உணர்ச்சிகரமான குரலில் சொன்னாள் 'யார் என்ன சொன்னாலும் பரவாயில்லை, அப்பா அற்புதமானவர்.'

ஆமோதிப்பாகத் தலையசைத்தாள் ஷீலா 'நல்ல மனநிலையில் இருக்கையில் அப்பா அற்புதமானவர். அவர் மற்றவர்களைப் போன்றவரில்லை.' அப்போது ரயில்நிலைய நடைமேடை விளக்குகளுக்குக் கீழிருந்த சிறிய வெள்ளைக் கற்கள்கூட விசேஷமாக ஒளிர்ந்தன.

ரயில்நிலையத்திலிருந்து காரை எடுத்துக்கொண்டு வீடு திரும்பிய மோரன் சாலைக்குச் சென்று யூ மரத்தடி இரும்பு வெளிவாயிற்கதவுகளை மூடினார். வீட்டின் பின்புறம் சமவெளியைக் கடந்து செல்லும் டீசல் ரயிலின் சத்தம் கேட்கிறதா எனப் பார்த்தார், ஆனால் ரயில் அதற்குள் கடந்துவிட்டிருந்தது. இருட்டத் தொடங்கியிருந்தாலும் அவர் வீட்டுக்குள் செல்ல விரும்பவில்லை. தனது நிலத்திலும், வயல்களிலும் இருட்டில் முறைப்படியான நடையை மேற்கொண்டார். அவர் இந்த வயல்களில் வளர்ந்தவரில்லை. ஆனால் அந்த வயல்கள் அவருக்கு அப்படியான உணர்வைத் தந்தன. ராணுவத்தை விட்டு வெளியேறும்போது கொடுக்கப்பட்ட பணத்தில் அவற்றை அவர் வாங்கியிருந்தார். வந்த சொற்ப ஓய்வூதியம் வாழ்க்கைக்குப் போதுமானதாக இல்லை, ஆனால் வயலில் உழைப்பதன் மூலம் பொருளீட்டினார். வயலில் இருக்கையில் சுயத்துடன் இருக்கலாம் என எண்ணினார். தன்னுடைய வாழ்க்கையில் முதல் முறையாக மற்றவர்களிடமிருந்து விலகி இருக்கலாம் என்று அவருக்குத் தோன்றியது. இப்போது அவர் ஒவ்வொரு வயலாகச் சென்றார். அவை முன்புபோலத் தற்போது பராமரிக்கப்படவில்லை. புதர்வேலிகள் சிதைந்து போயிருந்தன, சுவர்களிலிருந்து கற்கள் பெயர்ந்து கிடந்தன. ஆனால் இப்போது இந்த வயல்கள் அவருக்குத் தேவையில்லை. ரோஸையும் அவரையும் பராமரித்துக்கொள்ள அதிகம் தேவைப்படாது.

வருடங்கள் எவ்வளவு சீக்கிரம் ஓடிவிட்டன என்பதை நினைக்க, அது ஏதோ தண்ணீரைக் கைகளால் பற்றிக்கொள்ள முயல்வது போலிருந்தது. ஏறக்குறைய எல்லோருமே போய்

விட்டார்கள். அது இயல்பாக இருந்தாலுமே ஏனோ துரோகத்துக்கு ஆளானது போலிருந்தது. கோபம் மூண்டது. பெரிதாக எதையுமே புரிந்து கொள்ளாதது போன்ற உணர்வு ஏற்பட்டது. சிலநேரம் வயல்களை அவர் பயன்படுத்திக் கொண்டதற்கு மாறாக வயல்கள் அவரைப் பயன்படுத்திக் கொண்டதைப் போல உணர்ந்தார். விரைவில் இங்கே அவருக்குப் பதிலாக வேறொருவரைக் கொண்டுவருவார்கள். அது அவரது மகன்களில் ஒருவராக இருக்க வாய்ப்பில்லை. அவர் போனபிறகு, அந்த இடத்தை வேறு யாரோ நிர்வகிப்ப தாகக் கற்பனை செய்ய முயன்றார், முடியவில்லை. பார்வைக் குறையுள்ள ஒருவன் பார்க்க முயல்வதுபோல வயல்களில் அவர் நடந்துகொண்டே இருந்தார்.

வீட்டுக்குள் நுழையும்போது இருட்டிவிட்டது. பிள்ளைகள் வந்துபோன பின்னர் ரோஸ் பாத்திரங்களைக் கழுவி, வீட்டைச் சுத்தம் செய்திருந்தாள். அதை அவர் கவனித்திருக்கவில்லை. அவர் எங்கே போயிருந்தார் என அவள் கேட்கவில்லை. ஆனால் உள்ளூக்குள் கவலையுடன் ஒன்றுக்கும் மேற்பட்ட தடவை அவரைப் பார்த்தாள். அவர் கோபப்பட்டாலோ, திட்டினாலோ அதை எதிர்கொள்வது அவளுக்குச் சுலபமாக இருக்கும். மோரன் மேசையில் அமர்ந்ததும் தேநீர் தயாரித்து அவருக்குக் கோப்பையில்ஊற்றினாள். அவருக்குத் தேவையான அனைத்தும் மேசைமீது இருக்கின்றனவா என்று பார்த்தாள். பிறகு தேநீர் போதுமான அளவு திடமாக இருக்கிறதா என்று கேட்டாள்.

மோனாவும் ஷீலாவும் ஒவ்வொரு வாரமும் டப்ளின லிருந்து வீட்டுக்கு வந்தார்கள், வருடத்திற்கு இரண்டுமுறை மேகி லண்டனிலிருந்து வந்தாள். ரயிலிலும் கடலிலும் மேற்கொண்ட நீண்ட பயணங்களுக்குப் பிறகு டப்ளினில் அவள் தனது தங்கைகளுடன் ஒரு பகலும் இரவும் தங்குவாள். மூன்று பெண்களுக்கும் பகிர்ந்துகொள்ள நிறைய விஷயங்கள் இருந்தாலும், எப்போதுமே அதற்குப் போதுமான நேரம் இருந்ததில்லை. அவர்கள் அனைவரும் ஒன்றாக ரயிலில் வீட்டுக்கு வந்தனர். அவர்கள் பருவத்தின் மலர்ச்சியில் இருந்தனர், பலரும் அவர்கள்பால் ஈர்க்கப்பட்டனர். ரயில்நிலையத்திலிருந்து அவர்களை அழைத்துச்செல்ல மோரன் எப்போதும் தனியாகவே வருவார். அவர்கள் வருவதற்குப் பல நாட்களுக்கு முன்பிருந்தே அவர் மகிழ்ச்சியான பரபரப்புடனும் நிலைகொள்ளாமலும் இருப்பார், ஆனால் அவர்களைச் சந்தித்தவுடன் விலகிச்சென்று தனக்குள் ஒடுங்கிக்கொள்வார். அவர்களைப் பார்க்கும் ரோஸின்

மகிழ்ச்சி அவளது இயல்பான உற்று ஆராயும் குணத்தினால் சற்றே இறுகும். ஆனால் ஒரு மணிநேரத்துக்குள் பெண்கள் கூட்டத்தில் சேர்ந்து கேலிபேசி, சிரித்து, வீட்டு வேலைகளில் அவர்களது உதவியை ஏற்றுக்கொண்டு, எப்போதும் தனது முழு கவனத்தையும் அவர்கள்மீது கொண்டிருப்பாள். அவர்களும் அவளைத் தங்களது தந்தையின் மனைவியாகப் பார்க்காமல் மற்றொரு சகோதரியைப் போல எண்ணிப் பழகினர்.

மோரன் வயலில் இருக்கும் நேரங்களில் சிலசமயம் ரோஸ் 'ஆக்ரோஷமாக' ஒரு சிகரெட் பிடிப்பாள். 'அப்பாவுக்கு இது பிடிக்காதென்று தெரியும், ஆனால் இது ஒரு சந்தர்ப்பம்.'

அவர்கள் புகைப்பதில்லை என்றாலும் ஒருமித்த குரலில் 'புகை பிடிப்பதால் தீங்கு ஒன்றும் இல்லை' என்பார்கள்.

இது 'ஸ்காட்லாந்தில் உண்டான கெட்ட பழக்கம்' என்று மெதுவாகச் சொல்லிவிட்டுச் சிரித்தபடியே நிமிர்ந்து பார்ப்பாள் ரோஸ். 'அவருக்கு முன்னால் சிகரெட் பிடிக்கலாம், ஆனால் அவருக்கு அது பிடிக்காது.'

'இப்போதைக்கு அவர் மாற மாட்டார்.'

'இல்லை, அவர் மாற வாய்ப்பில்லை.'

சகோதரிகள் பேச்சில் எவ்வளவு தூரம் போனாலும், காந்தத்தால் ஈர்க்கப்பட்டதுபோல திரும்பி, அப்பாவுக்கு எது பிடிக்கும், எது பிடிக்காது, எதை அவர் ஏற்றுக்கொள்வார் எதை அவர் ஏற்றுக்கொள்ள மாட்டார் என்ற பேச்சில் வந்து நிற்பார்கள். அவரது முன்கணிக்க முடியாத வன்முறைகளை அமைதிப்படுத்த முடியாத ஒரு குழந்தை செய்யும் அடம் என்பதாக அவர்கள் ஒதுக்கித்தள்ளினார்கள். நீண்டதொரு நாளில் ஒரு குழந்தையின் மனநிலைகளைப் போலவே அவரது மனநிலைகள் மாறக்கூடியவை. ரோஸால் இப்போது அவர்களைவிடச் சிறப்பாக அவற்றைப் பின்தொடர முடிந்தது. சிலநேரம் பெண்களில் ஒருத்தியைத் தன்னுடன் வயலுக்கு வந்து ஆடுமாடுகளைப் பார்த்துக்கொள்ளச் சொல்வது போன்ற மனநிலை தூய வசீகரமாக இருக்கும். அவர் தன் இதயத்தில் ஒரு விசேஷ இடத்திற்கு அவர்களை அழைப்பதைப் போலிருக்கும்.

வயலுக்கு வருவதற்காகப் பெண்களில் ஒருத்தி உடை உடுத்தித் தயாராவதற்காகக் காத்திருக்கையில் 'இப்போதெல்லாம் ரோஸ் நிறைய வேலை செய்கிறாள் – என்னுடன் வந்து ஆடுமாடு களைப் பார்த்துக்கொள்ளுங்கள்' என்று கிண்டல் செய்வார்.

'இப்போது மட்டும் அவர் சொல்வதைக் கேளுங்கள்' என்று சந்தோஷமாகப் புகார் சொல்வாள் ரோஸ். 'கிறிஸ்துமஸுக்கு முன்பு ஒரு வாரம் முழுக்க நீங்கள் படுக்கையில் கிடந்தபோது ஆடுமாடுகளை யார் பார்த்துக்கொண்டார்களாம்?'

'இப்போதைக்கு உனக்கு அது போதும்' என்பார் செல்லமாக.

மோரன் வீட்டை விட்டு வெளியே போகும்போதெல்லாம் அடிக்கடி அவர்கள் லூக்காவையும் மைக்கேலையும் பற்றிப் பேசினார்கள். ரோஸ் ஆவலுடன் மைக்கேலைப் பற்றி விசாரிப்பாள். அவன் எழுத்தர், கூலித் தொழிலாளி, தங்கும் விடுதியில் இரவுநேரச் சுமைத்தூக்கி, ஏன் சமையல்காரர் வேலை என்றுகூட ஏற்கெனவே பல வேலைகள் பார்த்திருந்தான். 'பாவம் மைக்கேலின் சமையல்.' ரோஸ் அவன் சமைக்கும் காட்சியை மனதில் கண்டு வலிக்கும்வரை சிரித்தாள். 'அந்த உணவகத்தில் நான் சாப்பிட மாட்டேன்.'

'அது ஒரு அலுலவக உணவு விடுதி, ஆனால் ஒருவரை அவன் கொதிக்கும் சமையல் எண்ணெயைக் கொண்டு காயப்படுத்தியதால் வேலையை விட்டு நீக்கிவிட்டார்கள். அவன் இப்போது கட்டட வேலைகளைச் செய்கிறான்.'

'அவனுக்குப் பெண்கள் சகவாசம் இருக்கிறதா?'

'பெண்களா?' என்றாள் மேகி. 'பாவாடை அணிந்திருந்தால் போதும், தன்னோடு இருப்பது யாரென்று எல்லாம் அவன் பார்ப்பதில்லை. பெண்களும் அவன் ஏதோ ஆணழகன் என்பதைப் போல அவனிடம் வந்து விழுகிறார்கள்.'

'அவன் மிகவும் இளையவன்' என்றாள் ரோஸ். 'வீட்டுக்கு வருவது பற்றி ஏதாவது சொல்கிறானா?'

'கோடையில் வீட்டுக்கு வருவதாகச் சொன்னான். ஆனால் பணம் சேர்த்துவைக்க வேண்டும் என்றான்,'

'நடந்ததைப் பற்றிக் கவலைப்படுகிறானா?' கவலையுடன் கேட்டாள் ரோஸ்.

'இல்லவே இல்லை. ஒருநாள் மாலை தன் தோழி ஒருத்தியிடம் நம் வீட்டைப் பற்றிச் சொல்லிக்கொண்டிருந்தான். அவள் ஓர் இந்தியப் பெண். கேட்டால் சிரிப்பீர்கள். அவன் ஏதோ சொர்க்கத்தைப் பற்றித்தான் சொல்கிறான் என்று நினைத்திருப்பீர்கள்.'

'எப்படியோ, எல்லாம் அவன் தவறுதான். அப்பாவைப் பற்றித்தான் உங்களுக்குத் தெரியுமே.'

'அப்படிப் பார்த்தால் மைக்கேல் லூக்காவைப் போல இல்லை. அவன் எதையும் மனதில் வைத்திருக்கவில்லை. ஒரு விஷயம் முடிந்தவுடன் அதை மறந்துவிடுபவன் அவன்.'

ரோஸ் லூக்காவைப் பற்றிப் பேச விரும்பவில்லை, அல்லது அவள் இன்னும் பேசத் தயாராக இல்லை. பேச்சுக்கிடையில் லூக்காவின் பெயர் வந்ததும் அவர்கள் போகலாம் எனத் திட்டமிட்டிருந்த கடைகளுக்குச் செல்லும் பயணத்திற்குப் பேச்சை மாற்றினாள்.

இந்த உரையாடல்கள் அனைத்தும் ரோஸின் வழியாக மோரனை அடைந்தன. அவர்கள் இருவரும் தனியாக இருக்கும்போது அவை அவர்களது பேச்சின் மையமாக அமைந்தன. அவள் அவற்றை விலைமதிப்பற்ற சிறு துணுக்குகள் போலப் பதுக்கி வைத்தாள். லூக்காவின் பெயர் வரும்போ தெல்லாம் மோரன் மிகவும் புண்பட்டவராகத் தோன்றுவார். அவருக்கு அவனைப் பற்றிக் கேட்பதில் விருப்பமில்லை என்பதையும், அது அவருக்கு மிகவும் தொந்தரவாக இருந்தது என்பதையும் உணர்ந்தாள். ஆனால் உண்மை அதற்கு நேர்மாறானதாக இருப்பதை அவள் அறிந்துகொண்டாள். மோரன் பெண்களிடம் போய் இவற்றைக் கேட்க முடியாது. அவள் தனக்குத் தெரிந்த அனைத்தையும் அவரிடம் சொன்னாள்.

லூக்கா ஒரு கணக்காளராகத் தகுதி பெற்றிருந்தாலும், நாட்டிங் ஹில்லைச் சுற்றியுள்ள பழைய வீடுகளை வாங்கி அவற்றை அடுக்குமாடிக் குடியிருப்புகளாக மாற்றி விற்கும் அதே பழைய நிறுவனத்தில் பணிபுரிந்தான். நிறுவனம் பெரிதாக வளர்ந்தது. அவன் நான்கு பங்குதாரர்களில் ஒருவனாக இருந்தான். அவனது காதலி ஆங்கிலேயர். அவளை அவன் தனது வேலையின் வழியாகவே சந்தித்திருந்தான். இருவரும் சேர்ந்து வாழ்ந்தார்களா இல்லையா என்பது அவர்களுக்குத் தெரியவில்லை, ஆனால் இருவரும் சேர்ந்து வாழ்வதாகவே நினைத்தார்கள். அவள் உயரமாக, ஆழ்ந்த நிறத்தில் இருந்தாள். அவள் அழகாக இல்லை, ஆனால் அவள் கவர்ச்சிகரமானவள் என்று சொல்லலாம் என்று நினைத்தார்கள். அவர்களுக்கு அவளை அவ்வளவாகப் பிடிக்கவில்லை.

'அவள் சாதாரண குடும்பத்துப் பெண்ணா?' ரோஸ் நகைச்சுவையாகக் கேட்டாள்.

'அவளது அப்பா வங்கியில் வேலை செய்கிறார் என்று நினைக்கிறேன்' என்றாள் மேகி.

'லூக்கா வீட்டுக்கு வருவதை அப்பா விரும்புவார், ஆனால் அவரால் அதைச் சொல்ல முடியாது' என்றாள் ரோஸ்.

'நான் அவனிடம் கேட்டேன்' என்றாள் மேகி கனிவுடன். 'நான் கேட்டேன், நீ வீட்டுக்குச் செல்ல பயப்படுகிறாயா, அல்லது உன் பிரச்சினை என்ன என்று. அவன் முரட்டுத்தனமாக முறைத்துப் பார்த்தான். அவன் என்ன நினைக்கிறான் என்பதை ஒருபோதும் சொல்ல முடியாது.'

'அவன் என்ன சொன்னான்?'

'அப்பாவுடன் பெண்கள் மட்டுமே வாழ முடியும் என்று சொன்னான்.'

'அவனுக்குத் தைரியம்தான். ஏதோ பிரச்சினை அவனுக்கு. அவனும் வாழ மாட்டான், அடுத்தவரையும் வாழவிட மாட்டான்' என்றாள் ஷீலா.

லண்டனில் கட்டடங்களில் பணிபுரிந்த வெக்ஸ்போர்டைச் சேர்ந்த மார்க் ஓடோனஹ்யூ என்ற இளைஞனைப் பற்றிப் பேசுவதில் மேகி அதிக ஆர்வம் காட்டினாள். அவர்கள் ரகசியமாக நிச்சயதார்த்தம் செய்துகொண்டிருந்தனர். ஆனால் அது ரோஸ் உட்பட அனைவரிடமும் அவள் சொல்லியிருந்த ரகசியம். ரோஸும் அதை மோரனிடம் சொல்லியிருந்தாள். மார்க்கைச் சந்திக்கும் ஒவ்வொருவரும் தன்னைப் போலவே அவனைக் குறித்து மனக்கிளர்ச்சி கொண்டவராக இருக்க வேண்டும் என்று அவள் விரும்பினாள். அவர்களிருவரும் லண்டனில் லூக்காவைச் சந்தித்தபோது லூக்கா எதுவும் சொல்லவில்லை, கண்ணீர் மல்க அவள் வற்புறுத்திய போதிலும் மார்க்கைப் பற்றித் தான் என்ன நினைக்கிறேன் என்று அவன் சொல்ல மறுத்துவிட்டான் என்பதும் லூக்காவின் மீதான அவளது எரிச்சலுக்குக் காரணம். 'என்னோடிருக்கையில் அவர் நல்லவிதமாகவே இருக்கிறார்' என்பதுதான் அவளால் அவனிடமிருந்து அதிகபட்சமாகப் பிடுங்க முடிந்த வார்த்தைகள். ஆனால் எல்லாவற்றுக்கும் மேலாக அவள் விரும்பியது மோரனின் ஒப்புதலை.

மேகி ஈஸ்டருக்கு மார்க் ஓடோனஹ்யூவை வீட்டுக்கு அழைத்துவந்தாள். லண்டனிலிருந்து படகுப் பயணத்திற்குப் பிறகு அவர்கள் மோனா, ஷீலாவுடன் டப்ளினில் இரவு தங்கினர். இரண்டு சகோதரிகளும் முதல் சந்திப்புக்கு முன்பே அவனைப் பற்றி நிறையக் கேள்விப்பட்டிருந்தாலும், அவனுடைய தோற்றத்தைக் கண்டு அவர்கள் திகைத்துப்போனார்கள். அவர்களுக்குச் சொல்லப்பட்டதைப் போலவே அவன் நல்ல நிறமாகவும் அழகாகவும் இருந்தான். ஆனால் கறுப்பு நிறத்தில் இறுக்கமான கால்சராய், கறுப்பு மொசுமொசு தோல் காலணிகள், எல்விஸ் சிகை அலங்காரம், வெளிச்சம் பட்டதும் ஒளிர்ந்த சிறு

பெண்கள் நடுவே

உலோகத் துண்டுகள் பதித்த கறுப்புக் கம்பளி மேற்சட்டை ஆகியவற்றைக் கண்டு அவர்கள் அதிர்ந்தனர்.

நடைபாதையில் மேகியின் பக்கத்தில் அவனைப் பார்த்ததுமே, 'கடவுளே, இவன் ஒரு 'டெடி பாய்'*' என்றாள் ஷீலா.

'அப்பாவுக்குக் கடும் கோபம் உண்டாகப்போகிறது' என்றாள் மோனா மிரட்சியுடன்.

மார்க் வீட்டுக்கு வருவது முக்கியமான விஷயம். எனவே அவனை அடர்த்தியான வண்ணத்தில் சூட்டோ, முரட்டுக் கம்பளி மேற்சட்டையோ வாங்கி அணிந்துகொண்டு வரச்சொல் என மேகியிடம் சொன்னபோது அவள் வருந்தினாள், அவர்கள்மீது கோபப்பட்டாள். மார்க் அணிந்திருந்தது நாகரிகத்தின் உச்சம். இந்த ஆடையமைப்பை உருவாக்கப் பெரும் பணம் செலவாகியிருக்கிறது. வேறு எந்த ஆடையிலும் அவன் இயல்பாக இருக்க மாட்டான், அவை அவனது தோற்றத்துக்கு ஒத்துவரவும் செய்யாது என்றாள். அவள் கண்களில் கண்ணீர் நிறைந்ததைக் கண்டதும் அவர்கள் அவளை வற்புறுத்த விரும்பவில்லை.

அன்று மாலை அவர்கள் அனைவரும் ஒன்றாக ஒரு மதுவிடுதிக்குச் சென்றனர். மார்க் வசீகரமாக இருந்தான். மூன்று இளம் பெண்களுடன் வந்திருக்கும் அழகான இளைஞன். அவன் பல சுற்றுகள் மிதமாக அருந்தினான். மாலை முழுவதும் நல்ல உற்சாகத்துடன் இருந்தான். மேகியும் பீர் அருந்தினாள். விரைவிலேயே அவளது சகோதரிகள் இருவரும் நல்ல தோற்றம், பளபளப்பான மேற்சட்டையைத் தாண்டி அவன் எங்கிருந்து வந்திருக்கிறான் என்பதை அறிந்தனர். அவன் சிறுநகரத்தைச் சேர்ந்த வறிய குடும்பம் ஒன்றிலிருந்து வந்திருந்தான். அவர்கள் அவனுக்காகச் சற்று வருந்தினார்கள், அதோடு மேகியின் பொருட்டும், சகோதரிகளாக அவர்கள் மூவரது எதிர்கால வாழ்க்கையின் பொருட்டும். மோரன் அவனை ஏற்றுக்கொள்ள வேண்டும் என்ற பேராவல் படிப்படியாக அவர்களது மனதிலிருந்து தனிப்பட்ட உணர்வுகளைத் துடைத்தெறிந்தது. மேகி அவனை மணம் செய்துகொள்வாள் என்றும், வரவிருக்கும் ஆண்டுகளில் தங்களது வாழ்க்கை தங்கள் தமக்கையின் கணவனான அவனோடும் பிணைந்துவிடும் என்பதை அவர்கள் எண்ணிப் பார்த்தார்கள்.

ரயிலில் வருகையில் ரயில் மதுவருந்தகத்தில் ஸ்மித்விக்ஸ் பீரை போத்தல் போத்தலாக அருந்தினான் மார்க். அவனுக்கு

---

* பிரிட்டனில் அறுபதுகளில் உச்சம் பெற்றிருந்த, எட்வர்டிய ஆடையணி முறையைப் பின்பற்றுபவர். – மொழிபெயர்ப்பாளர்.

எப்போதும் போதை மேலிட்டதில்லை என்பதால் மேகி அதுகுறித்துக் கவலைப்படவில்லை. அவள் தேநீர் அருந்தினாள்.

'ஏன் நீ பீர் அருந்தவில்லை?' என்று அவளைக் கேட்டான்.

'பீர் அருந்திவிட்டு அப்பாவைச் சந்திப்பது எனக்குச் சரிவராது.'

'சிறுபிள்ளைத்தனம்' என்று சிரித்தான். 'உனக்குப் பிடித்திருந் தால் சரி. ஆனால் தேநீர் மலிவுதான் இல்லையா.'

ரயில் மலிங்காரைக் கடந்ததும் அவள் பதற்றமானாள். லாங்ஃபோர்டைத் தாண்டிய பிறகு கழிப்பறைக்குச் சென்று நீண்ட நேரம் அங்கேயே இருந்தாள். அவள் மதுவருந்தகத்துக்குத் திரும்பியபோது, தலையை வாரி, முகத்தை அலங்கரித்துக் கொண்டு வந்திருந்ததோடு நிச்சயதார்த்த மோதிரத்தையும் கழற்றிவிட்டிருந்ததை மார்க் கவனித்தான். அது எங்கே என்று கேட்ட அவன் குரலில் சற்றுக் கடுமை இருந்தது.

'அது என் கைப்பையில் இருக்கிறது.'

'ஏன்?'

'நமக்கு நிச்சயதார்த்தம் நடந்திருக்கிறது என்று அப்பா விடம் நான் சொல்லவில்லை. அந்த மோதிரத்தை நான் அணிந்திருந்தால் அவருடைய அனுமதி இல்லாமலேயே நாம் நிச்சயதார்த்தம் செய்து கொண்டுவிட்டோம் என்பதாகத் தோன்றும்.'

'நடந்தது அதுதானே.'

'அது சரியாக வராது.'

'கிழவனுக்கு என்னைப் பிடிக்கவில்லை என்றால் என்ன செய்வது?'

'அது ஒன்றும் பிரச்சினையில்லை, அன்பே. நான் உன்னை நேசிக்கிறேன் என்று உனக்குத் தெரியும். அவர் உன்னை விரும்புவார் என்று எனக்குத் தெரியும். வீட்டில் அனைவரும் உன்னை விரும்புகிறார்கள். நீ பார்க்க மிகவும் நன்றாக இருக்கிறாய். என்னை நம்பு. நான் சொன்னதுபோலவே செய்வோம்' என்றாள்.

'உன் விருப்பம்' என்றான் தோள்களைக் குலுக்கியபடி. அடுத்தது அவர்கள் இறங்க வேண்டிய நிலையம் என்பதால் பைகளைக் கையில் எடுத்துகொண்டு ரயிலின் நடைவழியில் நின்றார்கள். 'நாம் இப்போது வீட்டைத் தாண்டிப் போகிறோம்.'

தூரத்தில் கற்சுவர்களால் சூழப்பட்ட வயல்வெளிகளுக்கு அப்பால் உயர்ந்து நின்ற மரங்களை அவள் காட்டினாள். பீர் அருந்தியிருந்தாலும் அவளது உற்சாகத்தை ஓரளவு உள்வாங்கிக் கொண்டவன் அமைதியாக இருந்தான். கையால் அவளது தலைமுடியை லேசாக வருடினான்.

நிழல் மறைவில் இருந்தபடி அவர்கள் ரயிலிலிருந்து இறங்குவதை மோரன் கவனித்தார். உடையில் பழமையின் பற்றுக்கொண்ட, ஆனால் எல்லா வன்முறையும் ஒளிந்திருக்கும் இந்த அமைதியான இடத்தில் ஏதோ ஊமை நாடகத்திலிருந்து நடந்துவரும் பாத்திரம்போலத் தோன்றினான் மார்க். இது தனக்குத்தான் சாதகம் என்பதுபோல மோரன் இறுக்கத்துடன் சிரித்தார், நிழலிலிருந்து தெம்புடன் வெளியே வந்தார். மேகி பதற்றத்துடன் அவரை முத்தமிட்டு இருவரையும் ஒருவருக்கொருவர் அறிமுகப்படுத்தினாள்.

'வருக' என்று உணர்ச்சியற்றுச் சொல்லி அவன் கையைக் குலுக்கினார் மோரன்.

'உங்களைச் சந்திப்பதில் மகிழ்ச்சி மைக்கேல்' என்றான் மார்க். அவரை அப்பா என்று அழைக்க மாட்டேன் என்று மார்க் சொல்லிவிட்டதால் மைக்கேல் என அழைப்பதென்று அவனும் மேகியும் ஒப்புக்கொண்டிருந்தனர். மார்க்கின் அழகான தோற்றத்துடன் ஒத்துப்போகும் விஷயமாக அதை அவர்கள் கண்டார்கள். மோரன் இந்தப் பரிச்சயத்தை விரும்பவில்லை, மௌனமாக வீட்டுக்கு காரைச் செலுத்தினார். லூக்காவும் மைக்கேலும் லண்டனில் எப்படி இருக்கிறார்கள் என்று பதற்றத்துடன் சொல்லிக்கொண்டு வந்தாள் மேகி. மோரன் அதைக் காதில் வாங்கிக்கொண்டதாகத் தெரியவில்லை.

'இந்த கார்கள் மிகவும் சிக்கனமானவை.' நீண்ட மௌனத்துக்குப் பிறகு மார்க் சொன்னான்.

'இவை நன்றாக இயங்குகின்றன.' சாலையிலிருந்து கண்களை எடுக்காமலேயே மோரன் சொன்னார்.

வீட்டில் சூழ்நிலை இலகுவாக இருந்தது. ரோஸ் அவனை வரவேற்று, மேசையில் சூடான உணவை வைத்து, நீண்ட பயணத்திற்குப் பிறகு வயிறு நிரம்பச் சாப்பிட அழைத்தாள். அவன் மகிழ்வோடு அழகாகப் புன்னகைத்தான். ரோஸ் பதிலுக்கு மகிழ்வோடு புன்னகைத்தாலும் அதன் பின்னிருந்த ரகசியமான ஆராயும் பார்வையின் காரணமாக அது எடுபடவில்லை என்பதை அவன் உணர்ந்தான். அங்கே எல்லோரும் மிகுந்த கவனத்துடன் இருந்தனர். ஏதோ போர்ப்

பகுதியில் நடமாடுவது போல இருந்தது. மேகியிடம் முதலில் அவனைக் கவர்ந்தது என்னவென்றால், ஒரு சனிக்கிழமை இரவு க்ரவுனிலிருந்து எரிச்சலுடன் வந்திருந்த அவன் லீஜனில் அவளைச் சந்தித்தபோது மற்றவரிடமிருந்து அவள் விலகியிருந்த தன்மையும், அவளது உயர்வான தோற்றமும்தான். எப்போதுமே அவள் அப்படியிருந்ததில்லை என்பதுபோல இந்த வீட்டில் அவளிடமிருந்து அவை மறைந்துவிட்டிருந்தன. ஒருபோதும் அவன் தன்னம்பிக்கையற்றவளாக அவளைக் கண்டதில்லை, இங்கோ தனது ஒவ்வொரு வார்த்தையிலும் அசைவிலும் அவள் பதற்றமும் எச்சரிக்கையுணர்வும் கவனமும் கொண்டவளாக இருந்தாள்.

சட்டென்று அவன் கோபம் கொண்டான். 'மைக்கேல், உங்கள் வீடு அருமையாக இருக்கிறது' அவன் ஆண்மைக்குரிய ஆக்ரோஷத்துடன் சொன்னான்.

மோரன் அவனைப் பார்த்தார், ஆனால் மார்க் சிறிதும் தயங்கவில்லை. தனது பாராட்டுக்குரிய நியாயமான பதிலுக் காகக் காத்திருந்தான். மோரன் மேசையின் விளிம்பிலிருந்து தட்டையும் கோப்பையையும் உள்பக்கமாகத் தள்ளினார்.

'நன்றி' என்று அவர் சொல்ல, இரு பெண்களும் புன்னகைத்தனர். மறுபடியும் தாங்கள் செய்துகொண்டிருந்த வேலைகளுக்குத் திரும்பினர். 'குடும்பம் இங்குதான் உருவாகி வளர்ந்தது. எல்லாமே மிகச்சரியாக அமைக்கப்பட வில்லையென்று நினைக்கிறேன், ஆனால் எங்கள் எண்ணங் களுக்கு ஏற்ப எங்களால் முடிந்த அனைத்தையும் செய்தோம். யாரும் பட்டினி கிடக்கவில்லை. நாங்கள் யாரிடமும் எதையும் கேட்கவில்லை.' சட்டென அவரது பேச்சு மாறியது. 'கடவுளின் பெயரால், நாம் தேநீர் அருந்திவிட்டதால் ஜெபமாலை சொல்லி சீக்கிரம் முடித்துவிடலாம் என்று நினைக்கிறேன்.'

சட்டைப் பையிலிருந்து ஜெபமாலை இருந்த சிறிய பணப்பையை எடுத்து எந்தப் பதிலுக்கும் காத்திராமல் உள்ளங்கையில் கொட்டினார். ஒரு செய்தித்தாளை சிமெண்ட்தரை மீது விரித்து, மேசையில் நிமிர்ந்து உட்கார்ந் திருந்த அதேயிடத்தில் மண்டியிட்டார். மற்றவர்கள் மண்டி யிடுவதற்காக அவர் காத்திருந்தார். மேகி மார்க்கிடம் ஒரு செய்தித்தாளைக் கொடுத்து மேசை அல்லது நாற்காலியருகே முழங்காலிடுமாறு சைகை செய்தாள். புருவங்களை உயர்த்தி னாலும் அவனும் மண்டியிட்டான்.

'என்னிடம் ஜெபமாலை இல்லை' சுற்றிலும் பார்த்தவன் மேகியின் நடுக்கத்தைக் கண்டு சொன்னான்.

பெண்கள் நடுவே

‘உனக்கு விரல்கள் இருக்கின்றன’ என்று சொல்லிவிட்டு, ‘ஆண்டவரே, நீர் என் உதடுகளைத் திறவும்’ என்று ஆரம்பித்தார் மோரன். மேகி மூன்றாவது தேவரகசியத்தைச் சொன்னாள். அவள் சொல்லி முடித்ததும் நீண்ட மௌனம் நிலவியது. அவள் அழுத்தமாக மார்க் என்று அழைத்த பின்தான் அவர்கள் தான் ஜெபமாலை சொல்வதற்காகக் காத்திருக்கிறார்கள் என்பதை அவன் உணர்ந்தான்.

நான்காவது தேவரகசியம். ஜெபமாலையின் ஆரம்ப வரிகளில் அவன் தடுமாறினான். அவன் வார்த்தைகளை மறந்துபோய், அதனால் ஜெபமாலை சொல்லிப் பழக்கம் இல்லாதவன் என அப்பா நினைத்துவிட்டால் என்னவாவது என மேகிக்குச் சித்திரவதையாக இருந்தது. ஆனால் அவன் ‘அருள்நிறைந்த மரியே வாழ்க’ மன்றாட்டுகளுக்கு வந்தபோது மன்றாட்டின் தொடர்ச்சியான லயத்தைப் பிடித்திருந்தான். மேகி நிம்மதியடைந்தாள். விரல்விட்டு மன்றாட்டுகளை எண்ண அவன் மறக்கவில்லை. குழந்தையாக இருந்தபோது அவன் விரல்விட்டுத்தான் எதையும் எண்ணுவான். அவர்கள் வீட்டில் வாய்விட்டுச் சத்தமாகப் பிரார்த்தனை சொல்லும் வழக்கமில்லை. குழந்தைகள் ஒவ்வொருவரும் தனிப்பட்ட வகையில் செபம் செய்வார்கள், வளர்ந்த பிறகு அந்தப் பழக்கம் மறைந்துவிட்டிருந்தது. பருவ வளர்ச்சியுடன் சேர்ந்து அது மறக்கப்படும்வரை அவர்கள் வீட்டில் பிள்ளைகள் தனிப்பட்ட பிரார்த்தனைகளைச் சொல்லிவந்தனர். அவனது அம்மா பெரும்பாலான மாலை வேளைகளில் தேவாலயத்திற்குச் செல்வாள். கையில் பணம் கொஞ்சம் அதிகமாக இருந்துவிட்டால் அவனது அப்பா ஓகானல் தெருமூலையில் இருந்த மதுவிடுதிக்குச் செல்வதுபோல, பிரார்த்தனை செய்வதற்கல்லாமல், அன்றைய நாளின் கொந்தளிப்புகளுக்கு அமைதியை நாடி தேவாலயம் சென்றாள். மோரன் ஐந்தாவது பத்துமணிகளைச் சொன்னார், பிறகும் பிரார்த்தனை தொடர்ந்தது: புனித அரசியே வாழ்க செபம், மன்றாட்டு மாலை, ஆசீர்வதிக்கப்பட்ட ஆலிவர் பிளங்கெட் செபம், புனித ஜூட் செபம், மகிழ்வான மரணத்தை அருள வேண்டிசெபம், இல்லாத குடும்ப உறுப்பினர்களுக்கான செபம். மன்றாட்டுகளுக்குப் பதில் சொல்வதுபோல வாயை மட்டும் அசைத்துக்கொண்டிருந்த மார்க், இனி அவற்றில் தான் அதிகக் கவனம் செலுத்த வேண்டியதில்லை என்று முடிவுசெய்தான். இந்த நேரம் லண்டனில் த்ரீ பிளாக்பேர்ட்ஸ் மதுவிடுதியில் யாரெல்லாம் இருப்பார்கள், அவர்கள் என்ன அருந்திக்கொண்டிருப்பார்கள் என்பதைக் கற்பனை செய்யத் தொடங்கினான். மர்ஃபியின் மக்கள் கூட்டம்

பொது அருந்தகத்தில் இன்னமும் பலகையில் எறியம்புகளை வீசிக்கொண்டிருக்கும், முகப்புமேடையில் பைண்ட் அளவு தம்ளர்களுக்குப் பக்கத்தில் ஒற்றைப் போத்தல்களின் ஒளி நிறைந்திருக்கும். மேகியும் ரோஸும் எழுந்து நின்றபோது கேட்ட நாற்காலிகள் நகரும் ஒலி ஆச்சரியமாக இருந்தது. மோரன் முழங்காலில் இருந்தபடியே ஜெபமாலையைக் கறுப்புப் பையில் போட்டார். பின்பு எழுந்தார்.

'சேர்ந்து பிரார்த்தனை செய்யும் குடும்பம் சேர்ந்து இருக்கும் என்று சொல்வார்கள்' என்றார் மோரன். 'குடும்பங்கள் சிதறிக் கிடந்தாலும் ஒன்றாக இருக்க முடியும் என்று நான் நினைக்கிறேன். அவ்வாறு இருக்க விரும்பும் பட்சத்தில். விருப்பம்தான் முக்கியம்.'

பிறகு மோரன் மார்க்கிடம் மிகுந்த அதிகாரத்துடன் கேள்வி கேட்கத் தொடங்கினார்: பள்ளியில் அவனுக்கு ஆர்வமுள்ள பாடங்கள் என்ன, இங்கிலாந்து செல்வதற்கு முன்பு அவன் என்ன செய்துகொண்டிருந்தான், இப்போது இங்கிலாந்தில் என்ன செய்துகொண்டிருக்கிறான்.

'இங்கிலாந்து போய்ச் சேர்ந்ததும் உடனே பணம் சம்பாதிக்கக் கட்டடங்கள்தான் ஏற்றவை' என்றான் மார்க்.

'ஆனால் வயது ஏற ஏற அப்படியிருக்க முடியாது' என்றார் மோரன்.

'நான் ஓட்டுநர் பயிற்சி எடுத்துக்கொண்டிருக்கிறேன்.'

'எதை ஓட்ட?'

'குப்பை எடுத்துச் செல்லும் வண்டியை ஓட்ட. பாரந்தூக்கி வண்டியை ஓட்ட முடிந்தால் நல்ல சம்பளம்.'

'எப்படி வண்டி ஓட்டக் கற்றுக்கொள்கிறீர்கள்?'

'அந்த வண்டி ஓட்டுபவர்களைப் பிடித்து, அவர்கள் வேலை முடிந்த பிறகு ஓட்டக் கற்றுக்கொள்வது. அவ்வளவுதான்.'

'எப்படி அது உங்களால் முடிகிறது?'

'அவர்கள் நம்மைப் போன்றவர்களாக இருக்க வேண்டும். அவர்களுக்குக் கொஞ்சம் மது வாங்கிக் கொடுக்க வேண்டும். நிறைய மது வாங்கிக் கொடுத்தால் நீண்டநேரம் கற்றுக்கொள்ளலாம்.'

'என் மூத்த மகனும் ஏறக்குறைய இதே தொழிலில்தான் இருக்கிறான் என்று நினைக்கிறேன்.' மோரன் தர்மசங்கடத்துடன் பேச்சு மாறினார்.

‘இல்லை. அவர் வீடுகளைப் புதுப்பித்துக் கட்டிக்கொண் டிருக்கிறார்’ என்று மார்க் பொறுமையாக விளக்கினான். ‘அவர்கள் பழைய வீடுகளை வாங்கி அடுக்குமாடிக் குடியிருப்பு களாக மாற்றுகிறார்கள். நான் பெரிய திறந்தவெளிக் கட்டுமானங்களில் வேலைசெய்கிறேன்.’

‘எனக்குத் தெரியாது’ என்றார் மோரன் எரிச்சலுடன். ‘அவன் என்ன செய்கிறான் என்பதை என்னிடம் சொல்ல விரும்புவதில்லை.’

‘அவர் அந்த வேலையில்தான் இருக்கிறார். அவர் அந்த நிறுவனத்தில் இயக்குநர்.’

‘எனக்குத் தெரியாது’ மோரனுக்கு இது போதும் என்று தோன்றியது. ‘அப்படி இருந்தால் அது ஒன்றும் பெரிய விஷயமில்லை. என் பிள்ளைகள் வாழ்க்கையில் எந்த நிலையில் இருந்தாலும் சரி, எல்லாப் பிள்ளைகளையும் நான் சமமாகப் பார்க்கிறேன். அவர்கள் யாரைக் குடும்பத்துக்குள் கொண்டுவர விரும்புகிறார்களோ அவர்களையும் அவ்வாறே பார்க்கிறேன்.’

ஒவ்வொரு இரவும் படுக்கைக்குச் செல்வதற்கு முன்பும் வழக்கமாக அவர்கள் அருந்தும் தேநீரை தயாரிக்கத் தொடங்கி னாள் ரோஸ். மதுவிடுதிகள் மூடப்படுவதற்கு இன்னும் நேரமிருப்பதை மார்க் உணர்ந்தான். நீண்ட மாலைப்பொழுதின் இறுக்கத்திற்குப் பிறகு, கணப்பின் அருகே நடந்த விசாரணைக்குப் பிறகு அவனுக்கு அது மிகவும் தேவையாக இருந்தது.

‘நான் மதுவருந்த விரும்புகிறேன்’ என்றான் மேகியிடம்.

‘நான்கு மைல்கள் போனால்தான் மதுவிடுதி’ என்றார் மோரன் சுருக்கென்ற வறண்ட குரலில்.

‘கிறிஸ்துமஸ் பண்டிகைக்குத் தயாரித்த ‘கார்டியல்கள்’ (போதை தராத பானங்கள்) கொஞ்சம் வீட்டில் இருக்கின்றன’ என்றாள் ரோஸ்.

‘நான் வெளியே சென்று மதுவருந்த விரும்புகிறேன். காரை எடுத்துக்கொள்ளலாமா?’

இப்படியொரு நேருக்கு நேரான துடுக்குத்தனத்தைக் கண்டு உறைந்து நின்றாள் மேகி. வெளியே சென்று மதுவருந்தியே ஆக வேண்டும் என்ற நிலையிலிருந்தான் மார்க். அது வீட்டுக்குள் மோரனின் வலுவான அதிகாரத்தை எதிர்த்து நிற்கவும் அவனுக்கு உதவியது.

எவ்வளவு மெதுவாக முடியுமோ அவ்வளவு மெதுவாக மோரன் தன் கால்சராய்ப் பையிலிருந்து கார்ச் சாவியை எடுத்து மேசைமீது போட்டார்.

'மது அருந்திவிட்டு வாகனம் ஓட்டுவது என்பது எனக்குப் பிடிக்காதது' என்றார்.

'நாங்கள் கவனமாக இருப்போம். நாங்கள் அதிகபட்சம் ஒன்று அல்லது இரண்டு சுற்றுகள் மட்டுமே அருந்துவோம். உண்மையில் இது வீட்டைவிட்டு வெளியே போய் வருவதற்காகத்தான்.'

'வெளிய போவதற்கு இப்போதே இவ்வளவு தீவிரமாக இருந்தால், ஒரு வாரம் இந்த வீட்டில் இருந்தால் என்ன செய்வீர்களென்று என்னால் கற்பனை செய்ய முடியவில்லை.' மோரன் கிண்டலாகச் சொன்னார். ஆனால் மார்க் அதைக் காதில் போட்டுக்கொள்ளவில்லை. கார்ச் சாவி அவன் கையில் இருந்தது. அப்போதே அவன் ஒரு விசித்திரமான மதுபான விடுதியின் வாயிலைத் தாண்டி நடந்து போர்ட்டர் பீரின் புத்துணர்ச்சியை முகர்ந்து, அந்த மிதமான குணமுள்ள மதுவை அருந்துவதான கற்பனையில் இருந்தான்.

மேகி தனது கோட்டை அணிந்துகொண்டு இரவு வணக்கம் சொல்லி முத்தமிட மோரனிடம் சென்றாள். அவர் அவளை முத்தமிட அனுமதித்தார். ஆனால் பதிலுக்கு அவளை முத்தமிடவில்லை.

சாவியைக் கையில் வைத்திருந்த மார்க் 'நீங்களும் ரோஸும் எங்களுடன் வரலாமே மைக்கேல்?' என்று கேட்கும் அளவுக்கு அந்த மௌனம் அசௌகரியமாக இருந்தது.

இந்த அழைப்பு மோரனுக்கு மிகவும் அபத்தமாகத் தோன்றியது, அடிப்படையில் அந்த எண்ணமே பளபளக்கும் மேற்சட்டையின் குணமாகத் தோன்றியது. அவர் கடுமையாகச் சிரிக்கத் தொடங்கினார். 'இல்லை மார்க். நாங்கள் உங்களுடன் வர விரும்பவில்லை, நீங்கள் மகிழ்ந்திருங்கள்.'

அவர்கள் காரை முடுக்கச் சிறிது நேரம் பிடித்தது. அது தெருவை நோக்கிய பாதையில் செல்லும் சத்தத்தைக் கேட்ட மோரன் ரோஸிடம் யோசனையுடன் சொன்னார்: 'கடைசியில் நாம் சமாதானம் ஆகிவிட்டோம். அடுத்து அந்த நகரத்து ஏழையை நம் குடும்பத்தில் ஏற்க வேண்டும்'.

‘அந்த மேற்சட்டை குறித்து எனக்குக் கவலையில்லை. இப்போதைய நாகரிகப் பாணி அதுதான். அது மாறும்’ என்றாள் ரோஸ் பரிதாபமாக.

‘மாற வேண்டியது மேற்சட்டை இல்லை. அதை அணிந்தவன்தான். சிறிது காலம் எங்கள் படையணியில் இப்படிப்பட்டச் சிலர் இருந்தார்கள். அவர்கள் பகட்டும் பெருமிதமுமாக இருப்பார்கள். ஆனால் நெருக்கடி என்று வரும்போது அவர்களுக்கு முதுகெலும்பு இல்லாமல் போகும்.’

‘அவன் அழகாக, மேகிக்குப் பொருத்தமானவனாக இருக்கிறான். பார்க்க அன்பானவன்போலத் தெரிகிறது.’

‘அன்பு இருக்கிறதாவென்று நான் அதிகம் பார்ப்பதில்லை, ஆனால் கவலைப்படாதே ரோஸ். அவன் அவளுக்குப் பொருத்தமானவனாக இருந்தானென்றால் எனக்கும் பொருத்தமானவனாக இருப்பான்’ என்றார்.

அவர்கள் படுக்கச் சென்றனர், ஆனால் கார் கொட்டகைக்குத் திரும்பும்வரை தூங்கவில்லை. கதவு தட்டப் பட்டது, அவர்கள் உள்ளே வரும்போது மார்க்கின் குரல் சத்தமாக ஒலித்தது. பின்னர் மேகி குரலைத் தாழ்த்துமாறு அவனை வற்புறுத்துவது கேட்டது.

‘அவர்களது வாழ்க்கை இப்படித்தான் இருக்கப்போகிறது’ என்றார் மோரன். ‘பணம் சேர்த்தல், விருப்பம்போலச் செலவு செய்தல், மேலும் பணம் சேர்த்தல், மீண்டும் விருப்பம்போலச் செலவு செய்தல். ஆனால் இப்படியே தொடர்வது எளிதாக இருக்கப் போவதில்லை. என் குடும்பத்தில் எவருக்கும் என்னால் முடிந்த உதவியைச் செய்வேன், ஆனால் அந்தக் கோட்டைத் தாண்டி விருப்பம்போலச் செலவு செய்வதைத் தொடர நான் உதவப்போவதில்லை.’

அடுத்தடுத்த நாட்கள் மிக எளிதாகக் கழிந்தன. அவர்களுள் மேகியே சுற்றத்தாரோடு கூடியிருப்பதை விரும்புபவளாக இருந்தாள். சுற்றியிருந்த ஒவ்வொரு வீட்டிலும் அவள் அறியப் பட்டிருந்தாள். இப்போது அவள் மார்க்கை அவர்களிடம் காட்டலாம். அத்தகைய அமைதியான இடத்தில், இளம் தம்பதியரைப் பற்றி உற்சாகமாகப் பேசிக்கொண்டனர். அவர்களைப் பற்றிய செய்திகள் பரவின. மார்க்கின் அழகு பாராட்டப்பட்டபோது மேகி மலர்ந்து புகழ்ச்சியில் இன்னும் அழகானாள். அவனுக்கு ஒரு பெரிய தம்ளர் விஸ்கியுடன் வழக்கமான தேநீரும் இனிப்பு கேக் அல்லது பிஸ்கட்டுகளும் வழங்கப்படும். தன்மீதான மற்றவரது கவனத்தினாலும்

மதுவினாலும் மார்க் முகம் மலர்ந்து, உற்சாகத்துடன் ரோஸ் தயாரிக்கும் உணவையருந்த உற்சாகத்துடன் வீட்டுக்கு வந்தான். குடும்பத்தின் தீவிர இறுக்கம் ஒருபக்கம் இருந்தாலும், மேகியை மையமாகக் கொண்டு இயங்கிய இந்த வீட்டுடன் நெருக்கத்திலிருப்பது பெருமையான விஷயம் என்று அவன் உணரத் தொடங்கினான். அத்தகைய மனநிலையில், மேகியின் தூண்டுதலின் பேரில், அவரைப் பார்த்துப் பேசிக் கொண்டிருக்கலாம் என வயல்வெளிகளில் மோரனைத் தேடிப்போனான். மோரன் அவனிடமிருந்து எந்த அச்சுறுத்தலும் இல்லை என்பதைக் கண்டு வழக்கத்துக்கு மாறாக மகிழ்ச்சி யாக இருந்தார். மேகிக்கு மகிழ்ச்சி தாளவில்லை, இருவரும் ஒன்றாக வீட்டுக்குள் வருவதைப் பார்த்தபோது அவளுக்குப் பேச வார்த்தை வரவில்லை. மாலையில் ஜெபமாலை சொல்லும் வரை, அவ்வப்போது கேட்ட நகைச்சுவைப் பேச்சுகளைத் தவிர்த்து மோரனின் விடாப்பிடியான, ஆழ்ந்த மௌனத்தை அவர்கள் கவனித்தனர். மார்க்குக்கு மிகவும் கடினமான விஷய மாக இருந்தது ஜெபமாலைதான். ஆனால் அதன் பின்னர் அவன் காரை மதுவிடுதிக்கு எடுத்துச்செல்லாம். அங்கே அவன் தனக்கென ஒரு மதுவிடுதியைக் கண்டுபிடித்திருந்தான். அதன் உரிமையாளருடனும் வழக்கமான வாடிக்கையாளர்கள் சிலருடனும் அவனுக்கு நெருக்கம் ஏற்பட்டிருந்தது.

அவர்கள் ரயில் நிலையம் புறப்படுவதற்குச் சில மணி நேரங்களுக்கு முன்பு, மேகி மட்டும் மிகுந்த பதற்றத்துடன் மோரனைத் தேடி வயல்களுக்குச் சென்றாள். வயலைச் சுற்றிய வேலியில் கீழே விழுந்துகிடந்த முள்வேலியைச் சரிசெய்து புதிய கழிகளை ஊன்றி அவற்றோடு அதனைப் பிணைத்துக் கொண்டிருந்தார். அவளைப் பார்த்தவுடனேயே அவள் எதற்காக வந்திருக்கிறாள் என்பதை அவர் புரிந்துகொண்டு அவள் அருகே வருவதற்குக் காத்திருந்தார்.

‘இன்று கிளம்புகிறோம் அப்பா.’

‘எனக்குத் தெரியும். நான் உங்களை ரயில் நிலையத்துக்கு அழைத்துச் செல்கிறேன், ஆனால் இன்னும் நேரம் ஆக வில்லையே.’

‘மார்க்கைப் பற்றி நீங்கள் என்ன நினைக்கிறீர்களென்று தெரிந்துகொள்ள விரும்புகிறேன் அப்பா.’

‘ஏன் கேட்கிறாய்?’

‘நாங்கள் திருமணம் செய்துகொள்ளலாம் என நினைக்கிறோம்.’

பற்றியிருந்த கம்பி இழையை விட்டுவிட்டு அவளை உற்றுப் பார்த்தார். 'அவரை உனக்குப் பிடித்திருக்கிறதென்றால் எனக்கும் பிடித்திருக்கிறதுதான்.'

'அப்படியானால் மார்க்மீது உங்களுக்கு எந்த வருத்தமும் இல்லையே?' அவரது பதில் அவள் எதிர்பார்த்ததைவிட மிகவும் சுருக்கமாக இருந்தது.

'என் பிள்ளைகள் அனைவரையும் நான் சமமாகப் பார்க்கிறேன். அவர்கள் குடும்பத்திற்குள் கொண்டுவர விரும்பும் எவரும் அதே வழியில்தான் பார்க்கப்படுவார்கள். நீ மார்க்கைத் திருமணம் செய்துகொண்டால், மற்றவர்களைப் போல அவரும் நமது குடும்பத்தின் உறுப்பினர். அதில் எதுவும் கூடுதலாகவோ, குறைவாகவோ இருக்காது. நான் உன்னிடம் ஒன்று சொல்ல விரும்புகிறேன். இது நான் எல்லோரிடமும் சொல்வதுதான். தினமும் இரவு மதுவிடுதிக்குப் போவது திருமணத்திற்கு ஆயத்தமாகும் சிறந்த வழி என நான் நினைக்க வில்லை.'

'இவை எங்களது விடுமுறை நாட்கள் என்பதால்தான், அப்பா.'

'அவ்வாறே நானும் நம்புகிறேன்' மோரன் உறுதியாகச் சொன்னார்.

'அப்படியானால் நான் மார்க்கைத் திருமணம் செய்து கொள்வதில் உங்களுக்குச் சம்மதம்தானே?'

'அவரை உனக்குப் பிடித்திருக்கிறதென்றால் எனக்கும் பிடித்திருக்கிறதுதான். நீங்கள் மகிழ்ச்சியாக இருப்பீர்கள் என்று நம்புகிறேன்.'

அவரை முத்தமிட்டபோது அவள் கண்கள் கசிந்திருந்தன. இனி வரும் வாரங்களில் இந்த முழு இசைவற்ற ஒப்புதல் அவள் மனதில் மார்க்குக்கு முழுக் குடும்பமும் வழங்கவிருக்கும் பெரும் உற்சாக வரவேற்பாக அவள் மனதுள் வளரும்.

ரோஸ் மேகியின் தோள்பட்டையிலிருந்து கைகள்வரை பிடித்துவிட்டாள். அவர்கள் போய்வருகிறோம் என்று சொல்லிக் கிளம்பியபோது பருவத்தில் பூரித்த அவளது உடலை அருகே பார்த்துப் பெருமிதம் கொண்டாள். 'உன் உடல்வடிவு அழகாக இருக்கிறது மேகி. ஒரு அழகான ஜோடி தங்கள் வாழ்க்கையைத் தொடங்குவதைப் பார்ப்பது அற்புதமான விஷயம்.'

மோரன் அவர்களை ரயில் நிலையம் அழைத்துச்சென்று ரயில் வரும்வரை நடைமேடையில் அவர்களுடன் காத்திருந்தார்.

‘எல்லாவற்றுக்கும் நன்றி மைக்கேல்’ அவர்கள் கைகுலுக்கிய போது வளர்ந்த ஆணுக்குரிய கம்பீரத்துடன் சொன்னான் மார்க்.

‘நீங்கள் இருவரும் மகிழ்ச்சியாக இருப்பீர்கள்’ என்றார் மோரன்.

‘நன்றிஅப்பா’ என்று முத்தமிட்டு விடைபெற எழுந்தபோது மேகியின் கன்னங்களில் கண்ணீர் வழிந்துகொண்டிருந்தது.

ரயில் நகரத் தொடங்கியவுடன் மார்க் சொன்னான் ‘எனக்கு மதுவருந்த வேண்டும் போலிருக்கிறது, நிறைய அருந்த வேண்டும் போலிருக்கிறது. ஏதோ சிறையிலிருந்து வெளியே வந்ததுபோல உணர்கிறேன்.’

மேகி அவன் சொன்னதன் அர்த்தத்தையறிந்து துணுக்குற்றாள். ‘நீங்கள் விரும்பிய இடத்துக்கெல்லாம் போக அனுமதிக்கப்பட்டீர்கள். அப்பா தினமும் இரவில் தன் காரை உங்களிடம் கொடுத்தார்.’

‘நான் குறைசொல்லவில்லை. இது ஒரு உணர்வு, அவ்வளவுதான். என்னதான் செய்திருந்தாலும் ஏதோ குறையாக இருந்ததுபோல ஒரு உணர்வு.’

‘அப்பா அப்படித்தான். அவருக்கு உங்களை மிகவும் பிடித்திருந்தது, ஆனால் அதை வெளியே காட்டுவது சிரமமாக இருந்தது. நாம் திருமணம் செய்துகொள்வதில் அவருக்கு மிகவும் மகிழ்ச்சி என்று சொன்னார்.’

‘அவருக்கு மகிழ்ச்சியோ மகிழ்ச்சியில்லையோ, எப்படியும் நாம் திருமணம் செய்துகொள்ளத்தானே போகிறோம்.’

‘அப்பாவின் சம்மதம் அதை மிகவும் இனிமையாக்கும்’ பணப்பையிலிருந்த நிச்சயதார்த்த மோதிரத்தை மீண்டும் எடுத்து விரலில் அணிந்துகொண்டாள் மேகி. அதில் பதித்திருந்த வைரம் போலிருந்த மூன்று மலிவுவிலைக் கற்களில் வெளியே பாய்ந்தோடும் ஒளி படுமாறு மோதிரத்தை ரயில் சன்னல் பக்கமாக உயர்த்தினாள். ‘இனி இந்த மோதிரம் இந்தக் கையைவிட்டு அகலாது’ என்றாள்.

‘நான் உனக்கு ஒரு பீர் கொண்டுவரட்டுமா?’ மார்க் கேட்டான். ‘நானும் உங்களுடன் வருகிறேன். மதுவருந்துமிடத்தில் நாம் இருவரும் சேர்ந்து அருந்தலாம்.’

இரண்டு பெட்டிகளுக்கு நடுவே இருந்த காலியான நடைவழியை அடைந்ததும் அவர்கள் தயங்கினர், பின்னர் மதுவருந்துமிடத்துக்குப் போகும் முன்பாக நீண்ட நேரம் ஒருவரையொருவர் கட்டித் தழுவியபடி நின்றனர்.

அடுத்து வந்த ஜூலையில் அவர்கள் லண்டனில் திருமணம் செய்துகொண்டனர். மோரனையும் ரோஸையும் தவிர மற்ற அனைவரும் திருமணத்துக்கு வந்திருந்தனர். மோனா மணப்பெண்ணின் தோழியாக இருந்தாள். லூக்கா மோரனின் இடத்தில் நின்றான், மேகி அவன் கையைப் பற்றியவாறு திருப்பலிப் பீடம் நோக்கி நடந்தாள். த்ரீ பிளாக்பேர்ட்ஸுக்கு மேலேயிருந்த ஒரு பெரிய அறையில் வரவேற்பு நடந்தது. விருந்தும், மணமக்களைப் பாராட்டி அருந்துதலும் முடிந்த பிறகு பியானோ இசைக்கு நடனமாடினர். பெரும்பாலானவர்கள் இருபதுகளிலிருந்த இளைஞர்கள். கட்டுமானத் தளங்களிலிருந்து வந்திருந்த தோல்நிறம் கன்றிய இளைஞர்கள், மருத்துவமனையிலிருந்து வந்திருந்த பெண்கள். இந்த வயதில் தானும் ரோஸும் பயணிக்க முடியாத தொலைவில் லண்டன் இருந்ததாகக் கடிதம் எழுதியிருந்த மோரன் வரவேற்பு நிகழ்வுக்கான செலவின் பெரும்பகுதித் தொகை எழுதியிருந்த ஒரு காசோலையையும் அதனுடன் இணைத்திருந்தார்.

'லண்டனில் உன் திருமணத்துக்கு வர இயலாதது குறித்து அப்பாவுக்கு மிகவும் வருத்தமாக இருக்கும்.' மோனாவும் ஷீலாவும் சேர்ந்து மேகியின் ஏமாற்றத்துக்குச் சமாதானம் சொல்ல முயன்றனர். 'அவரும் ரோஸும் இப்போது ஒன்றும் இளம் வயதினர் இல்லையல்லவா?'

அந்தத் திருமணமே வீட்டுடனான தங்கள் உறவுக்குள் ஒரு விரிசல் என்று நினைத்தவர்கள்போல, அது இன்னும் பெரிதாகாமல் இருக்க அந்தக் கோடையிலும் குளிர்காலத்திலும் முன்னெப்போதையும்விட வீட்டுக்கு வருவதில் அவர்கள் தீவிரமாக இருந்தனர். மோனாவும் ஷீலாவும் ஒவ்வொரு வாரஇறுதியிலும், பெரும்பாலும் சேர்ந்தே வீட்டுக்கு வந்தார்கள். அவர்கள் தங்கள் வருடாந்தர விடுமுறையைத் தீவனப்புல் சேகரிக்கும் காலத்தில் எடுத்துக்கொண்டனர். வருடத்தில் வேலைப்பளு மிக்க நாட்கள் என்றால் அவைதான். அவர்கள் புல்லைச் சேகரித்துக் கொட்டகைகளில் கொண்டுவைக்க மோரனுக்கும் ரோஸுக்கும் உதவினார்கள்.

கட்டட வேலையில் ஏற்பட்ட விபத்து ஒன்றில் மைக்கேலின் கால் முறிந்தது. அந்தக் குளிர்காலத்தில் கால் குணமடையப் பல வாரங்கள் வீட்டில் வந்து தங்கியிருந்தான். தந்தைக்கும் மகனுக்கும் இடையேயிருந்த பழைய மனக்குறைகள் எல்லாம் மறைந்துபோயின. தற்செயலாக ஒருமுறை அந்தப் பேச்சு வந்தபோது மைக்கேல் சத்தமாகச் சிரிக்கவே செய்தான்.

மைக்கேலை வீட்டில் பார்ப்பதில் ரோஸ் அவ்வளவு மகிழ்ந்தாள். பெண்களை விடவும் அவனே அவளுக்கு இயல்பான குழந்தையாக இருந்தான். தனிமையில் இருக்கும்போது அவர்கள் இருவரும் பேசும் சத்தம் கேட்கும், மோரன் அறைக்குள் நுழைந்த கணமே அவர்கள் தன்னியல்பாக, பேசுவதை நிறுத்திவிடுவார்கள். இந்த உரையாடல்களின்போது, தான் லண்டன் திரும்பியவுடன் இந்தத் தற்காலிக கூலிவேலைகளைக் கைவிட்டுவிடுவதாக ரோஸிடம் சொன்னான். தேர்வெழுதிக் கணக்காளராகத் தகுதிபெற வழிவகுக்கக்கூடிய ஒரு வேலையை நகரத்தில் அவனுக்குப் பார்த்துத் தருவதாக லூக்கா சொல்லியிருந்தான். கால் குணமாகிக்கொண்டிருக்கையில் லூக்கா அவனிடம் கொடுத்திருந்த புத்தகங்களை அவன் வாசிக்கத் தொடங்கியிருந்தான். ரோஸ் இந்தத் தகவல்கள் அனைத்தையும் மோரனுக்குச் சொன்னாள். ‘பள்ளிக்கூடக் காலத்தில் ஒழுக்கமாக இருந்திருந்தால் இந்நேரம் அவன் கணக்காளராக ஆகியிருப்பான். அவனுக்கு அதற்கான திறமை இருந்தது. இப்போது ஒழுக்கத்தைக் கடினமான வழியில் கற்றுக்கொள்ள வேண்டியிருக்கிறது.’

மோரன் அறைக்குள் நுழையும் கணத்தில் அவர்களது பேச்சில் லூக்காவின் பெயர் அடிபட்டுக்கொண்டிருந்தால் எந்த அளவுக்குப் பேச்சில் உற்சாகமிருந்ததோ அந்த அளவுக்குச் சங்கடமான மௌனம் சூழும். மோரன் லூக்காவுக்காக ரகசியமாக வருந்துவதாக ரோஸ் பெண்களிடம் சொன்னாள். அவர்கள் தங்களுக்குள் அதைப்பற்றி விவாதிக்க விவாதிக்க அவர்களது கோபம் கூடியது. லூக்காவின் நடத்தை இயற்கைக்கு மாறானது, கடினமானது, இரக்கமற்றது என்று அவர்கள் நினைத்தார்கள். அப்பாவைப் பற்றி எல்லோருக்குமே ஆதங்கமுண்டு. ஆனால் அதனைக் காலத்துக்கும் மனதில் வைத்துப்புகைந்துகொண்டிருப்பதில் எந்தப் பயனும் இல்லை.

லூக்காவைக் கேள்விக்கு உட்படுத்த வேண்டியிருந்தது. மேகி அவனிடம் பேச முன்வந்தாள். பணியிடத்திலிருந்து அவனுக்குத் தொலைபேசியில் பேசினாள். லெய்ஸ்டர் சதுக்கம் ரயில் நிலையத்துக்கு அருகேயிருந்த ஒரு சிறிய மதுவிடுதியில் சந்திக்க அவன் உடனே சம்மதித்தான். மேகியுடன் மார்க்கும் வந்திருந்தான். அவர்கள் வந்தபோது லூக்கா தனியே இருந்தான். மார்க் அவனை ஒரு பைன்ட் அளவு மதுவருந்தச் சொல்லி வற்புறுத்தினாலும், அவன் கடும் பீர் பாதிப்போத்தல் மட்டும் எடுத்துகொண்டு பேசி முடிக்கும்வரை அதனை மெல்ல அருந்திக்கொண்டிருந்தான். மார்க் பைன்ட்களாக மதுவையும், மேகி அரைப் போத்தலளவு லெகரையும் அருந்தினார்கள்.

அவர்கள் உடை அணிந்திருந்த தோரணை மாலை முழுவதையும் மதுவிடுதியில் கழிக்க ஆயத்தமாக வந்திருந்ததைப் போலத் தோன்றியது.

'என்ன ஆயிற்று உங்களுக்கு? உங்களுக்கு உடல்நிலை சரியில்லாததுபோலத் தோன்றவில்லையே?' மார்க் சிரித்துக் கொண்டே சொன்னான். இலகுவான மனநிலையில் இருந்த அவன் வசீகரமாகத் தோன்ற முயன்றான்.

'இது என்னை ஒன்றும் செய்யாது.' லூக்கா தனது கோப்பையை உயர்த்தினான்.

'இங்கேயும் அது ஒருபோதும் நடக்காது என்று நம்புகிறேன். அதிர்ஷ்டம் அமையட்டும்!'

'இத்தனை வருடங்களாக நீ வீட்டுக்கு வராததில் அப்பாவுக்கு வருத்தம். அவருக்கு இப்போது வயதாகிவிட்டது. நீ வீட்டுக்கு வர வேண்டுமென்று விரும்புகிறார்.'

'அதனால் பயனேதும் இல்லை.'

உயரமாக இருந்தாலும் லூக்கா எப்போதும் ஒல்லியான உடல்வாகு கொண்டவனாகவே இருந்தான், இடைப்பட்ட வருடங்களில் அவன் எடைகூடியிருக்கவில்லை. அவன் கண்கள் தெளிவாக இருந்தன. தனது தம்பியின் கவரும் தோற்றத்துக்கு நேர்மாறாக இறுக்கமாக, விழிப்புடன், வெளிப்படையற்ற தன்மையுடன் இருந்தான்.

'மனதுக்குள் அதிக வன்மம் வளர்த்துவைத்திருக்கிறாய்' என்றாள் மேகி.

'எந்த வன்மமும் இல்லை. அப்படி வைத்திருந்தால் அது முட்டாள்தனம். ஆனால் எனக்கு நல்ல நினைவாற்றல் இருக்கிறது.'

'உங்கள் அப்பா நீ வீட்டுக்கு வரவேண்டும் என்று விரும்புகிறார்.' மார்க் மேகிக்கு ஆதரவாகப் பேசினான்.

'அவர் என்னைச் சந்திக்க விரும்பியிருந்தால் உங்கள் திருமணத்துக்கு வந்திருக்கலாம், அங்கிருந்து என்னை வீட்டுக்கு அழைத்துச் சென்றிருக்கலாம். எதுவும் தனக்குத் தோதான வழியில் நடப்பதையே அவர் விரும்புகிறார்.'

'அப்பாவுக்கு இப்போது வயதாகிவிட்டது.'

'அவரைவிடவும் வயதானவர்கள் தங்கள் மகளின் திருமணத்துக்காக லண்டனுக்கு வருகிறார்கள். அவரது வயதைக்

குறித்து எனக்கு எந்தப் புகாருமில்லை. எல்லாவற்றையும் தனது கட்டுப்பாட்டில் வைத்திருக்க வேண்டுமென்ற அவரது எண்ணம்தான் என்னால் தாங்க முடியாதது.'

'அப்பா மாறிவிட்டார்.'

'நான் அதை நம்பவில்லை.'

'உண்மைதான்.' மார்க் ஆமோதிப்பாகச் சொன்னான்.

'மனிதர்கள் மாறுவதாக நான் நினைக்கவில்லை. அவர்களது சூழ்நிலைகள் வேண்டுமானால் மாறலாம். அது அவர்களைச் சிறிது மாற்றுகிறது, ஆனால் அது உண்மையான மாற்றம் அல்ல.'

'எனக்குப் புரியவில்லை' என்றான் மார்க். 'எனக்கு இன்னொரு பைன்ட் அருந்த வேண்டும்.'

'இது என்னுடைய முறை, மார்க்.'

'நீங்கள் குடிக்கவில்லையே.'

'அதெல்லாம் ஒன்றுமில்லை.' அவன் மார்க்குக்கு ஒரு பைன்ட் வரவழைத்தான். மேகி மேலும் அருந்த மறுத்தாள்.

'நீங்கள் வாங்கிக்கொடுக்க வேண்டிய முறை என்பதால்தான் கொஞ்சமாக அருந்துகிறீர்களா?' மார்க் கிண்டல் செய்தான்.

'எனக்கு வேலை இருக்கிறது.'

'உனக்குப் பின்பும் இங்கே வேலைகள் இருக்கும்' என்றாள் மேகி.

அவன் அவளுக்குப் பதில் தரவில்லை, அவனது மௌனம் பிடிகொடுக்காத மௌனமாக இருந்தது.

'இனி என் வாழ்நாள் முழுமைக்கும் எவ்வளவு தேவைப்படுமோ அந்த அளவுக்கு நீங்கள் ஏற்கெனவே வங்கியில் சேமித்திருப்பீர்கள் என நினைக்கிறேன்' என்று மார்க் நகைச்சுவையாகச் சொன்னான். மதுவினால் அவன் லகுவடைந்திருந்தான்.

லூக்கா அப்போதும் பதில் சொல்லவில்லை. நட்பார்ந்த விலகலைக் குறிக்கும் ஒரு புன்னகையை மட்டும் பதிலாகத் தந்தான்.

மார்க் தனது பைன்ட்டை முடித்துவிட்டு அடுத்த சுற்றுக்கு மது வாங்கத் தயாராகிக்கொண்டிருந்தான். 'இதற்குமேல்

நீங்கள் எதையும் எடுத்துக்கொள்ளவில்லையா?' என்று முட்டக் குடித்தவர்களுக்கேயுரிய சங்கடத்துடன் கேட்டான்.

'இதையே நான் இன்னும் முடிக்கவில்லை, இன்னும் சில நிமிடங்களில் நான் கிளம்ப வேண்டும்.'

'நாம் இந்த மாலைப்பொழுதை ஒன்றாய்க் கழிக்கப் போகிறோமென்று நினைத்தேன்' என்றாள் மேகி வெறுப்புடன். 'இப்போதெல்லாம் உன்னைப் பார்ப்பதே அரிதாக இருக்கிறது.'

'நான் தொலைபேசியில் அழைக்கிறேன். நீங்கள் ஏன் ஒருநாள் என்னுடைய இடத்துக்கு இரவு உணவுக்கு வரக் கூடாது?'

'நாங்கள் மாலையில் தேநீர் அருந்துவோம்.' மேசைக்குத் திரும்பிய மார்க் ஆக்ரோஷமாகச் சொன்னான்.

'நீங்கள் தேநீரும் அருந்தலாம். உங்கள் தெரிவுதான்.'

'அப்பாவைப் பார்க்க வீட்டுக்குப் போவாயா?'

'இல்லை, நான் வீட்டுக்குப் போகப்போவதில்லையென்று சொன்னேன்.'

'இது ஒன்றும் இயல்பாகத் தோன்றவில்லை.'

'எனக்குத் தெரியும். என் தந்தையை நான் தேர்ந்தெடுக்க வில்லை. அவர் என்னைத் தேர்ந்தெடுக்கவில்லை. இப்படி நடக்கும் என்று தெரிந்திருந்தால் நிச்சயம் அந்த மனிதரைத் தேர்ந்தெடுக்க மறுத்திருப்பேன். என் விஷயத்தில் அவரும் அப்படியே செய்திருப்பார் என்பதில் சந்தேகமில்லை' என்று முதன்முறையாகச் சிரித்தான் லூக்கா.

'இது ஒன்றும் வேடிக்கை இல்லை' என்றாள் மேகி கோபமாக.

'இது இயல்பான ஒன்றாக இல்லாமல் இருக்கலாம், ஆனால் அதுதான் உண்மை.'

'அப்படியானால் நீ வீட்டுக்குப் போக மாட்டாயா?'

'மாட்டேன்.'

'அப்படியானால் சரி. உன்னுடைய இடத்தில் பிரசித்தி பெற்ற அந்த விருந்துக்கு எங்களை அழைப்பதை நீ மறந்து விடலாம்' என்றாள் மேகி கிண்டலுடன்.

'அப்படியானால் என்னை மன்னித்துவிடு.' லூக்கா எழுந்து அவர்களிடம் விடைபெற்றான். ஒரு கணம் சங்கடத்துடன்

தயங்கியவன், அவர்களிடமிருந்து பதிலேதும் வராததால் தோள்களைக் குலுக்கிவிட்டு மதுவிடுதியை விட்டு வெளியேறி னான்.

'நிச்சயமாக நீங்களெல்லாம் ஒரு விசித்திரமான குடும்பத்தைச் சேர்ந்தவர்கள். உங்கள் அண்ணனை விடவும் உங்கள் அப்பா இலகுவானவர். அவர்கள் இருவரும் ஒருவருக்கொருவர் பேசிக்கொள்ள ஒன்றும் இல்லையென்றே நினைக்கிறேன்.' லூக்கா கிளம்பியவுடன் மார்க் சொன்னான்.

'அப்பா இவனைப் போல இவ்வளவு கடினமானவர் இல்லை.' மேகி கண்ணீருடன் மறுத்தாள்.

'அவர்கள் ஒருவருக்கொருவர் சளைத்தவர்களில்லை.'

'அப்பா வேறுபட்டவர். அவருக்கென்று வழிமுறைகள் இருக்கின்றன. லூக்கா இவ்வளவு கடினமாக இருப்பானென்று நான் ஒருபோதும் நினைத்ததில்லை. நான் விசித்திரமானவள் என்று நீங்கள் நினைக்க மாட்டீர்கள் என்று நம்புகிறேன்.'

'நீ வித்தியாசமானவள் என்று நான் சற்றும் நினைக்க வில்லை. நான் அடுத்த பைன்ட்டை அனுபவிக்கப்போகிறேன். நீ இப்படிப் பார்த்துக்கொண்டிருந்தால் இதனை நான் அனுபவித்து அருந்த முடியாது.'

❍

லூக்கா மீண்டும் கிரேட் மெடோவுக்கு வர மறுத்துவிட்டான் என்ற விஷயம் சில நாட்களில் வீட்டுக்குத் தெரிந்தது, ஆனால் அது மோரனுக்குத் தெரிவிக்கப்படவில்லை. பெண்கள் மூவராலும் அதை ஏற்றுக்கொள்ள முடியவில்லை. காலமும் தூரமும் எல்லாவற்றையும் சரிசெய்யும் என்று அவர்கள் எண்ணியிருந்தார்கள், ஆனால் மிகக்கூர்மையான கருத்து வேறுபாடுகளை அது நேர்செய்வதில்லை என்று உணர்ந்தார்கள். அதோடு ஏற்கெனவே மிகவும் காலம் கடந்துவிட்டது என்று அஞ்சினார்கள். எல்லா வேறுபாடுகளுக்கும் அப்பால் அடிப்படையில் குடும்பம் ஒன்றாக இருக்கிறது என்ற நம்பிக்கை இருந்தது. அவர்கள் ஒரே உலகமாக இருந்தனர், ஒன்றிணைந்து உலகை எதிர்கொள்ள ஆயத்தமாக இருந்தனர். இந்த உணர்வு இல்லாவிடில் அவர்கள் ஒன்றுமில்லாதவர்கள், சிதறிய மனிதர்கள், தனித்த உதிரிகள். சொந்தம் என்னும் உணர்வைப் பெறுவதற்காக அவர்கள் எதையும் சகித்துக்கொள்வார்கள், ஒருபோதும் அவர்கள் அதை விட்டுத்தர மாட்டார்கள். அதிலிருந்து யாரும் எளிதாக வெளியேறவும் அனுமதிக்க மாட்டார்கள்.

'நீ அவனிடம் சரியாகப் பேசினாயா?' ஷீலா கேட்டாள். 'உங்கள் திருமணத்தின்போது அவன் ரொம்ப நல்லவிதமாக நடந்துகொண்டானே.'

'மார்க் என்னுடன் இருந்தார். வேண்டுமென்றால் அவரைக் கேள். லூக்கா மிகவும் வசீகரமானவன், அவனுக்கு விருப்பமில்லாததைச் செய்யச் சொல்லாதபோது.'

'நாம் அனைவருமே அப்படித்தான் இல்லையா?' ஷீலா கேட்டாள். விரக்தியில் அவளது கிண்டல் தெளிவாகத் தெரிந்தது.

விஷயத்தை ரோஸிடம் சொன்னபோது, 'அப்பாவிடம் சொல்ல வேண்டிய அவசியம் இல்லை. அவர் வருத்தப்படுவார்' என்றாள்.

கடைசி முயற்சியாக, லூக்காவிடம் பேச மைக்கேலை அனுப்பப் பெண்கள் முடிவு செய்தனர். அவர்கள் இருவரும் சந்திக்க ஏற்பாடு செய்யப்பட்டது. மைக்கேல் வேலைசெய்த இடத்திற்கு அருகிலுள்ள ஒரு இத்தாலிய உணவகத்தைத் தேர்ந்தெடுத்திருந்த லூக்கா அங்கு மதிய உணவுக்கு அவனை அழைத்துச் சென்றான். உணவகத்தின் ஆடம்பரத்தில் மைக்கேல் குதூகலித்தான். உற்சாகமும் சிரிப்புமாக இருந்தான். தனது சகோதரிகள் வலியுறுத்தும் குடும்ப உணர்வு அவனுக்குப் புரிந்தது: அப்படிப்பட்டவொரு உணவகத்தில் தனது சகோதரனுடன் மதிய உணவருந்த அது முக்கியம்.

லூக்கா மைக்கேலின் வேலை, தேர்வுகள் குறித்துக் கேட்டான். ஏதாவது உதவி வேண்டுமா என்றும் கேட்டான். எல்லாம் நன்றாகப் போய்க்கொண்டிருக்கிறது என்றான் மைக்கேல். தேர்வெழுதித் தகுதி பெறும்வரை ஒன்றும் செய்ய முடியாது என்றான். அவர்கள் உணவு, ஆடம்பரம், மது, விசேஷ கவனிப்பு ஆகியவற்றை அனுபவித்தனர். அங்கிருந்த அனைவரும் இழந்ததை மீளுருவாக்கும் ஒரு கணநேரச் செயலில் கூடியிருந்தனர். அவர்களிடம் பேரத்துக்கோ, விற்பதற்கோ எதுவுமில்லை.

'எல்லாம் சரியாக இருந்ததா?' உணவின் முடிவில் லூக்கா கேட்டான்.

'பழகிக்கொள்ளலாம்' என்று மைக்கேல் சிரித்தான். 'அது ரொம்பச் சுலபம். இருந்தாலும் நான் ஒரு முக்கிய விஷயமாக வந்திருக்கிறேன் என்பதைச் சொல்லியாக வேண்டும்.'

'என்ன முக்கிய விஷயம்?'

மைக்கேல் தற்காப்பாகக் கையை உயர்த்துவதுபோல பாவனை செய்தான். 'சகோதரிகள் என்னை அனுப்பினார்கள். நான் உன்னை கிரேட் மெடோ வீட்டுக்குப் போகச் சொல்ல வேண்டும்.'

'ஏன்?'

'ஏனென்றால் அப்பா உன்னைப் பார்க்க விரும்புகிறார்.'

'நல்லது. நான் அப்பாவைப் பார்க்க விரும்பவில்லை.'

'நான் சொல்ல வேண்டியதைச் சொல்லிவிட்டேன். கூடுதலாக ஒரு வார்த்தையும் பேசமாட்டேன்.'

'அந்த ஆள் ஒரு பைத்தியக்காரன். அல்லது அப்படித்தான் அவரை மனதில் வைத்திருக்கிறேன்.'

மைக்கேலுக்கு இது வேடிக்கையாக இருந்தது. அவனது திடீரென்ற உரத்த சிரிப்பு பக்கத்து மேசைகளிலிருந்தவர்களது கவனத்தை ஈர்த்தது.

'நான் தீவிரமாகவே சொல்கிறேன்' என்றான் லூக்கா. 'உலகத்தில் பைத்தியக்காரர்கள் இருக்கிறார்கள், இல்லையா? பைத்தியக்கார மகன்களைப் பெற்றெடுக்கும் தந்தையரும் உண்டு. பைத்தியக்காரத் தந்தையரைக் கொண்ட மகன்களும் உண்டு. ஒன்று நான் பைத்தியம் அல்லது அவர்.'

பலரும் லூக்காவை வேடிக்கை பார்ப்பது மைக்கேலுக்கு இன்னும் வேடிக்கையாக இருந்தது.

'இதை ஒன்றும் பெரிதாக எடுத்துக்கொள்ளாதே' என்றான் லூக்கா. 'நீ வீட்டுக்குப் போய்வந்துகொண்டிரு. இப்போது என்னைவிட உனக்கு வீட்டைப் பற்றி அதிகம் தெரியும்.'

'அப்பா இப்போது நன்றாக இருக்கிறார். அவருக்கு வயதாகிவிட்டது, பழைய வீரியம் இல்லை. நீ அவர் பேச்சைக் கேட்க வேண்டியதில்லை. ரோஸை எப்படிச் சமாளிக்கிறார் என்பது மட்டும்தான் தெரியவில்லை.'

'நான் அங்கு திரும்பிச் செல்வதற்கான எந்தக் காரணமும் இல்லை. அந்தப் பாழாய்ப்போன இடத்தை விட்டு வெளியே வருவதற்கே எனக்கு அவ்வளவு கடினமாக இருந்தது.'

'அப்படியானால் நீ போக வேண்டாம். நீ போக மாட்டாயென்று அவர்களிடம் சொல்லிவிடுகிறேன்.'

'நான் போவதை அவர்கள் விரும்புவார்கள்.'

'அதனால் என்ன?' மைக்கேல் கேட்டான்.

'அதனால் என்ன!' என்று லூக்கா திருப்பிக் கேட்டுவிட்டு பில்லை வரவழைத்துப் பணம் கொடுத்தான்.

வெளியே நடைபாதையில் அவர்களைச் சுற்றித் தெருவின் பரபரப்பு. மைக்கேல் சொன்னான்: 'எல்லாவற்றையும் தாண்டி அந்தக் கிழட்டுத் தாயோழியை நேசிக்கிறேன் என்றே நினைக்கிறேன்.'

'நான் நேசிக்கவில்லை. அதுதான் பிரச்சினை.'

'அவர் நன்றாக இருப்பார்.' அவர்கள் பிரியும்போது மைக்கேல் சொன்னான். மக்கள் தங்களைத் தாங்களே ஒன்றுதிரட்டிக் கொள்ளும் பலவீனமான வழியில், அவனது சகோதரிகளைப் போலவே அவனும் அங்கீகாரத்திற்காக, தொடரும் தனது இருப்பின் அடையாளத்துக்காக கிரேட் மெடோவைச் சார்ந்திருந்தான்.

மைக்கேல் அந்தச் சந்திப்புக் குறித்த செய்தியைக் கொண்டு வந்தபோது, மேகி தனக்கும் மார்க்குக்கும் கிடைத்த அதே செய்தியாக இருக்குமோ என்று சந்தேகித்தாள்.

'அவனுக்கு அதுபற்றி நல்ல எண்ணம்தான். எனக்கு அற்புதமான மதிய உணவு தந்தான், ஆனால் அவன் வீட்டுக்கு வருவதற்கு விரும்பவில்லை.'

'உன்னை அவன் தனது சிந்தனை முறைக்கு மாற்றி விட்டான் என்று நினைக்கிறேன்.'

'இல்லை. எல்லாவற்றையும் தாண்டி எனக்கு அப்பாவைப் பிடிக்கும் என்று சொன்னேன். அவன் அப்பாவைப் பைத்தியக்காரன் என்று நினைக்கிறான். அதை அவன் மிகவும் இயல்பாகவும் துல்லியமாகவும் சொன்னான், அது ஏறத்தாழ என்னைக் கொன்றுவிட்டது.' உணவகத்தின் இறுக்கத்திலிருந்து விடுபட்டுக் கர்ஜிப்பதுபோலச் சிரித்தான்.

'உங்கள் இருவரில் யார் மோசமானவன் என்று எனக்குத் தெரியவில்லை' என்று மேகி சொன்னது மைக்கேலின் சிரிப்பை அதிகரிக்கவே செய்தது.

மேகிக்கு அந்தக் கோடையில் ஒரு பையன் பிறந்தான். குழந்தை பிறந்து ஒரு மாதத்திற்குப் பிறகு அவளும் மார்க்கும் கிரேட் மெடோவுக்குச் சென்றனர். மேகிக்கு மிகுந்த ஏமாற்ற மாக இருந்தது, மோரன் தனது பேரன்மீது சிறிதும் ஆர்வம்

காட்டவில்லை. மிகுந்த வற்புறுத்தலுக்குப் பிறகே வீட்டின் முன் தோட்டத்தில் குழந்தையுடன் புகைப்படம் எடுக்கச் சம்மதித்தார்.

'என்னைப் போன்ற ஒரு வயதானவனைப் பார்க்க யார் விரும்புகிறார்கள்?' என்று அவர் புகார் கூறினார். அந்தப் புகாரில் கிண்டல் இல்லை.

'இவ்வளவு சிறிய குழந்தை பயணத்தைத் தாங்காது.' மோரன் ரோஸிடம் சொன்னார். 'அவர்கள் தங்கள் பணத்தைத் தாங்களே வைத்துக்கொண்டு தங்களது வீட்டிலேயே இருந்து விட்டால் நல்லது.'

'இளம் தாய்மார்களைப் பற்றி உங்களுக்குத் தெரியும். சூரியன் தங்கள் குழந்தையின் மீது பிரகாசிக்கிறது என்று அவர்கள் நினைக்கிறார்கள்.'

'அவர்களது வாய்களிலிருந்தும் ஆசனவாய்களி லிருந்தும்கூடப் பிராகாசிக்கிறது' என்றார் மோரன் கசப்புடன். அவர்களது வருகையின்போது மேகியையும் குழந்தையையும்விட மார்க்மீது அவரது கவனம் அதிகமாக இருந்தது. மார்க்குக்கு அந்தக் கவனம் பெருமையாக இருந்தது. அவன் மோரனை ஆணுக்கும் ஆணுக்குமான உரையாடலில் ஈடுபடுத்த விரும்பி னான். தவிர்க்கவியலாத வகையில் உரையாடல் மோரனின் பெண்களையே சுற்றிவந்தது.

மைக்கேலை அவனுக்குப் பிடிக்காதபோதும் 'மைக்கேல் இளைஞன், பெண்களைப் பற்றி மட்டுமே சிந்திக்கிறான், ஆனால் அவன் சரியாகிவிடுவான். லூக்காவை விடவும் அவன் இயல்பாக இருக்கிறான்' என்றான் மார்க். 'லூக்கா வேறுமாதிரி. அவர் என்ன நினைக்கிறார் என்பதை நீங்கள் ஒருபோதும் அறிய முடியாது. அவர் தன்னை ஒரு வகையான ஆங்கிலேயராக மாற்றிக்கொண்டிருக்கிறார்.'

'அவன் எப்போதாவது வீட்டுக்கு வருவதைப் பற்றி பேசியிருக்கிறானா? இத்தனை வருடங்கள் கழித்து இதுபற்றி ஏதாவது சொல்லியிருப்பனென்று நினைத்தேன்.'

'நானும் மேகியும் அவர் வீட்டுக்கு வர வேண்டும் என்று சொன்னோம், ஆனால் அவர் மறுத்துவிட்டார்.'

'ஏதாவது காரணம் சொன்னானா?'

'நீங்கள் அதை நம்புவீர்களென்றால் சொல்கிறேன், குடும்ப விஷயங்களில் தனக்கு ஆர்வமில்லையென்று சொன்னார்.'

'அவன் நிறைய மனிதர்களோடு பழகுகிறானா?'

'பெரும்பாலும் ஆங்கிலேயர்களுடன். தன்னோடு பணிபுரிபவர்களுடன். அவர் எப்போதும் வேலை மும்முரத்தில் இருப்பார். மைக்கேல், நான் உங்களிடம் சொன்னேனில்லையா, அவர் தன்னை ஒரு வகையான ஆங்கிலேயனாக மாற்றிக் கொண்டார். ஒரு ஆங்கிலேயப் பெண்ணுடன் பழகுகிறார். அவள் காதலியா, மனைவியா, எஜமானியா என்று எனக்குத் தெரியாது. அவர்கள் இருவரும் சேர்ந்து வாழ்வதுபோலத் தெரிகிறது.'

'இதெல்லாம் எனக்குத் தெரிய வேண்டாமென்று நினைக்கிறேன் மார்க். இப்போதைய வாழ்வுக்கு அப்பால் நமக்கு வேறு பிறப்புகள் இருந்தன என்று சொல்பவர்கள் இருக்கிறார்கள். அப்படியானால், அந்த இன்னொரு பிறப்பில் நான் ஏதோ ஒரு பெரிய பாவத்தைச் செய்திருக்க வேண்டும். லூக்கா விஷயத்தில் இந்தக் காரணத்தைத்தான் நான் சொல்ல முடியும்.'

லண்டன் திரும்ப ரயிலுக்காக நிலையத்தில் காத்திருந்த போது, மார்க் பயணத்துக்காக சிகரெட் வாங்கிக்கொண்டிருந்தான். அப்போது மேகியிடம் மோரன் சொன்னார்: 'நான் மார்க்கைப் பாராட்டக் கற்றுக்கொண்டேன். அவர் நமது குடும்பத்தில் அக்கறை கொண்டுள்ளதுபோலத் தெரிகிறது.'

அவர்களது வருகையின்போதும் அவர்கள் சென்ற பிறகும், நோயினாலன்றி மனதின் சோம்பல் காரணமாகத் தனது பெரும்பாலான நேரத்தைப் படுக்கையில் கழிக்கத் தொடங்கினார் மோரன். தீவனப்புல் ஏற்கெனவே சேமித்துவைக்கப்பட்டிருந்தது. வயல்களில் பெரிய வேலை ஒன்றுமில்லை. ரோஸ் ஒருநாளைக்கு இரண்டு முறை கால்நடைகளை எட்டிப் பார்த்தால் போதும். ஏதாவது பிரச்சினை என்றால் அவள் மோரனிடம் சொல்வாள். இப்போது அவர்களிடம் பால் வற்றிய மாடுகள் மட்டுமே இருந்தன. அவை ஆரோக்கியமாகவும், கொழுத்தும், கணுக்காலளவு வளர்ந்த புல்லில் மேய்ந்தபடியும் இருந்தன.

ரோஸ் எதிர்பார்த்துக் காத்திருந்த, வருடத்தின் அந்த நேரம் வந்தது. கோடையின் அவசரமும் பதற்றமும் நீங்கிவிட்டன. குளிர்காலத்தின் இறுக்கம் இன்னும் ஆரம்பிக்கவில்லை. வீட்டில் இடமும் நேரமும் மிகுதியாக இருந்தன. குளிர்காலத்துக்காக முன் தோட்டத்தில் தனது பூச்செடிப் பாத்திகளைத் தயார் செய்ய அவளால் முடிந்தது. மோரன் அழைத்தால் கேட்பதற்கு ஏதுவாக வேலையின்போது அவள் கதவைத் திறந்து வைத்திருந்தாள். பழத்தோட்டத்தில் கடைசியாக எஞ்சிய பிளம்களையும் சில ஆப்பிள்களையும் பறித்துச் சேகரித்தாள்.

மோனாவும் ஷீலாவும் ஒவ்வொரு வாரஇறுதியிலும் டப்ளினி லிருந்து வந்தனர். ஒன்றாக அவர்கள் வீட்டு வேலைகளைச் செய்து முடித்ததும், காபியுடனும் சிகரெட்டுடனும் பெண்கள் இருவரோடும் அமர்வாள். சன்னல் வழியே உள்ளேவந்த அமைதியான சூரியவொளியில் தூசித் துகள்கள் மிதந்தன. சிலநேரம் அவர்கள் நீண்ட நேரம் பேசிக்கொண்டிருப்பது மோரனுக்கு எரிச்சலை ஏற்படுத்தும், அறைக்குள் இருந்தவாறே அவர்களை நோக்கிக் கத்துவார்.

பெண்களின் வாரஇறுதி வருகைகள், மோரனை பெண்கள் பொறுப்பில் விட்டுவிட்டு ஏரிக்கரையில் இருந்த தனது அம்மா வீட்டுக்குச் செல்ல ரோஸுக்கு உதவின. அது ஒரு மென்மையான புதுப்பித்தலாக இருந்தது. கிரேட் மெடோவுக்காகத் தனது சொந்த வீட்டைக் கைவிட்டுவிட்டதாகப் பல ஆண்டுகளாக அவள் எண்ணியிருந்தாள். அவள் காரை எடுக்கவில்லை. ‘நான் காரைக் கொண்டு எதையாவது மோதி விட்டேன் என்று கேள்விப்பட்டால் அப்பா அதிக நேரம் படுக்கையில் இருக்க மாட்டார் என்று நினைக்கிறேன்!’ அவள் சைக்கிளில் செல்வாள். எப்போதும் பிளம்கள், ஆப்பிள்கள், பழக்கூழ் ஆகியவற்றை சைக்கிளின் முன்புறம் பிரம்புக்கூடை யில் வைத்து எடுத்துவந்தாள். ‘திருமணமான புதிதில் நான் எங்கள் வீட்டுக்குப் போகும்போது பாதி வீட்டை என்னுடன் எடுத்துச் செல்வதாக அப்பா நினைப்பார். இப்போது நான் எதை எடுத்துச் செல்கிறேனென்று அவர் பார்ப்பதேயில்லை’ என்று பெண்களிடம் சொன்னாள் ரோஸ்.

‘ஏன் அவர் பார்ப்பதில்லை என்று தெரியுமா?’ ஷீலா சிரித்துக்கொண்டே கேட்டாள். அது அமைதியான கேள்வியாக இருந்தது, அதில் கிண்டல் தொனி இல்லை.

‘எனக்குத் தெரியாது. இப்போது அவருக்குப் பழகிவிட்ட தென்று நினைக்கிறேன். அப்பா விசித்திரமானவர்’ என்றாள் ரோஸ்.

‘அப்பாவுக்கு வயதாகிக்கொண்டிருக்கிறது.’ அவர்கள் பேசுவது காதில் விழாத தொலைவுக்கு ரோஸ் சைக்கிளில் சென்றபின் ஷீலா மோனாவிடம் எந்த உணர்ச்சியுமின்றிச் சொன்னாள். மோனா பயந்தவள்போல மூச்சை இழுத்துப் பிடித்துக்கொண்டாள் பிறகு ஆமோதிப்பாகத் தலையசைத்தாள்.

அந்த நேரத்தில் ஏன் படுக்கையில் கிடந்தார் என்பதற்கு அவர் எந்த விளக்கமும் அளிக்கவில்லை. யாரும் அவரைக் கேள்வி கேட்கவும் துணியவில்லை. கோடைக்காலத்தின்

பிற்பகுதியில் நோயின்றி படுக்கையில் கிடப்பது மிகவும் இயல்பானது போலவும், மீண்டும் எழுந்து தான் படுக்கையில் கிடக்கவேயில்லை என்பதுபோல வீட்டையும் வயல்களையும் சுற்றிவருவது அவ்வாறே இயல்பானது போலவும் அவருக்கு இருந்தது.

அந்தக் குளிர்காலத்தில் ஷீலா ஷான் ஃப்ளினுடன் நிச்சயதார்த்தம் செய்துகொள்ளப்போவதாகச் சொன்னாள். அதன் பிறகு அவள் வீட்டுக்கு வருவது குறைந்தது. அவளும் ஷானும் வீடு தேடிக்கொண்டிருந்தார்கள் என்பதுதான் அவள் சொன்ன சாக்கு. அவள் இல்லாத குறையை ஈடுகட்டுவது போல ஒவ்வொரு வாரஇறுதியிலும் மோனா தனியாகவே வீட்டுக்கு வந்தாள். மேகியை விடவும் சுதந்திரமானவளான ஷீலா, மோரனின் ஒப்புதல் இல்லாமலே நிச்சயதார்த்தம் செய்துகொண்டாள். ஷான் எளிமையாக இருந்தான். மோரன் தன்னை ஏற்றுக்கொள்ள வேண்டும் என்பதில் ஆர்வம் காட்டினான். ஆனால் அவனுமே மோரனை அச்சுறுத்தலாகப் பார்க்கவில்லை. ஷானுடனான உறவை ஷீலா ஆரம்பத்தி லிருந்து தானே கையாண்டாள். ஆனால் கடந்தமுறை அவர்கள் சேர்ந்து வீட்டுக்கு வந்தபோது மோரன் ஷானை முறையற்று நடத்திய விதத்துக்கு உடனே அவள் கடிவாளம் போட்டாள்.

அவள் பல்கலைக்கழகத்துக்குச் செல்வதற்குக் காட்டிய விருப்பத்தைப் போலவே, ஜூன் மாதத்தில் தனது கிராமத்தின் சிறிய தேவாலயத்தில் வெள்ளையுடை அணிந்து திருமணம் செய்துகொள்ள வேண்டுமென்பதிலும் காட்டினாள். இதை மோரனால் எதிர்கொள்ள முடியவில்லை. அவர் தனது வாழ்நாளெல்லாம் தவிர்த்துவந்த நபர்களுக்கு முன்னால் அவளைக் கைப்பிடித்துத் திருப்பலி மேடைக்கு அழைத்துச் செல்ல வேண்டும், அவர்களில் சிலரை ராயல் ஹோட்டலில் நடக்கும் வரவேற்புக்கு அழைக்க வேண்டும், அவர்கள் உண்பதற்கும் அருந்துவதற்கும் அவர் பணம் செலுத்த வேண்டும். இதை அவரால் சகித்துக்கொள்ள முடியவில்லை.

அவர் இந்த இக்கட்டிலிருந்து மீள ரோஸ் ஒரு வழி கண்டு பிடித்தாள் 'டப்ளினில் திருமணம் செய்துகொண்டால் இன்னும் எளிதாக இருக்கும்'. கலந்துகொள்ள முடியாதென்று முகத்துக்கு நேரே மறுத்துவிடுவார் என்று அவள் பயந்தாள். இந்தத் திருமணத்தை லண்டனில் ரகசியமாக நடத்தவும் முடியாது. 'எல்லோரையும் கூப்பிட வேண்டிய அவசியம் இருக்காது. இரண்டு குடும்பங்கள் மட்டும்தான் இருக்கும். நாம் ஷெல்போர்னுக்கோ கிரேஷாமுக்கோ போக வேண்டியது மில்லை. அங்கே பல சிறிய உணவு விடுதிகள் உள்ளன. ரவுண்ட்

ஹார்கோர்ட் ஸ்ட்ரீட், அங்கே ராயலைவிடக் குறைவாகவே செலவாகும்' என்று ரோஸ் மோரனிடம் விளக்கினாள்.

'ஒருவேளை அப்படித்தான் நாம் அதைச் செய்ய வேண்டியிருக்கும். திருமணத்துக்கு ஏன் தேவையற்ற இத்தனை பரபரப்பு என்று தெரியவில்லை. நாம் திருமணம் செய்துகொண்ட விதம் யாருக்கும் நிறைவானதாக இல்லையா என்ன?'

'அதை மறந்துவிடலாம் அப்பா. இப்போதெல்லாம் எல்லாப் பெண்களும் அது ஒரு பிரம்மாண்டமான நாளாக இருக்க வேண்டும் என்று விரும்புகிறார்கள். குறை சொல்ல நாம் யார்? அவர்கள் மற்றவர்கள் அவ்வளவு ஆடம்பரமாகத் திருமணம் செய்வதைப் பார்க்கிறார்கள், தங்களுக்கும் அதையே விரும்புகிறார்கள்' என்றாள் ரோஸ்.

ஷீலா சிறிதுநேரம் அழுதாள். தான் முதல் நற்கருணையையும் உறுதிபூசுதலையும் பெற்ற அதே திருப்பலிப் பீடத்தின் முன் திருமண வார்த்தைப்பாட்டை ஒப்புக்கொடுக்கப் போவதில்லை, தேவாலயத்தை விட்டு வெளியேறித் தன் குழந்தைப் பருவத்தைப் பாதுகாத்த அந்தப் பெரிய பசுமையான மரங்களின் நிழலுக்குள் நடந்துவரப்போவதில்லை. ஆனால் அவள் தன் திருமணத்தின்போது மோரன் இருக்க வேண்டுமென்று விரும்பினாள். எதைத் தேர்ந்துகொள்வது என்ற கேள்வியின் முன், அந்தத் திருப்பலிப் பீடத்தையும், பிரியமான மரங்களையும்விட மோரனின் இருப்பை அதிகம் விரும்பினாள். 'எப்படியிருந்தாலும் கினி ஃப்ளான்களை நினைக்காமல் நான் அந்த மரங்களைப் பார்ப்பதில்லை.' மற்ற பிள்ளைகளுடன் அவள் உறுதிப்பூசுதலுக்கான வகுப்புகளுக்குப் போய் வந்துகொண்டிருந்த காலத்தில், அந்த வறண்ட குளிர்கால மாலைகளில் பாதிரியார் தெருவில் இறங்கி வருவதற்காக வகுப்பில் அவர்கள் காத்திருந்தபோது, மரத்தில் ஏறி கினிக்கோழியைப் போலக் கடும் கூச்சலிட்டதால் அந்தப் பெயரைப் பெற்ற ஒரு சிறுவனைக் குறிப்பிட்டுத்தான் அப்படிச் சொன்னாள்.

'திருமண நாளில் இதுபோன்ற முட்டாள்தனமான ஒன்றை நினைவுபடுத்திக்கொள்ளாமல் இருப்பது நல்லது' என்று அவள் தன்னைத்தானே சமாதானப்படுத்திக்கொண்டாள், ஆனால் யாரையும் கலந்தாலோசிக்காமல் லூக்காவைத் தனது திருமணத்திற்கு அழைத்ததில் அவளுடைய கோபம் வெளிப்பட்டது.

ரோஸால் மோரனைச் சிலநாட்களுக்குப் பண்ணையை விட்டு வெளியே இருக்கவைக்க முடிந்தது. அவளது உறவினர்

ஒருவர் அவர்கள் இல்லாத நேரத்தில் கால்நடைகளைக் கவனித்துக்கொள்ள ஒப்புக்கொண்டார். அவர்கள் டப்ளினில் ரோஸின் சகோதரர் ஒருவர் வீட்டில் தங்கினர். திருமணத்திற்கு முந்தையநாள் மாலை ஷீலா தானும் ஷானும் வாங்கியிருந்த புதிய வீட்டைப் பார்க்க அவர்களை வெளியே அழைத்துச் சென்றாள். முன்புறத் தோட்டங்களில் இன்னும் கான்கிரீட்கூடக் காயாத, ஒரேமாதிரி கட்டப்பட்டிருந்த இருநூறு பங்களாக்கள் கொண்ட புதிய குடியிருப்பில் தாழ்வான இடத்தில் தனியே அமைந்திருந்த பங்களா அது. அப்போதே சில வீடுகளின் பின்புறத் தோட்டங்களில் காயப்போடப்பட்ட குழந்தைகளின் உள்ளாடைகள் படபடத்தன. வீட்டின் உள்ளே, தரைவிரிப்புகள் திரைச்சீலைகளுடன், விலை அதிகமற்ற நேர்த்தியான அறைக்கலன்கள் இருந்தன. ஷீலா ஒவ்வொரு அறையையும் – ஒவ்வொரு அறைக்கலனின் விலையையும் – நெகிழ்ச்சியும் பெருமிதமுமாகக் காட்டினாள்.

'ஆரம்பத்திலிருந்தே தன்னை வசதியாக வைத்துக் கொண்ட பெண் இல்லையா நீ?' ரோஸ் அவளைக் கட்டித் தழுவி வாழ்த்தினாள்.

'நாங்கள் அதிகம் செலவழித்துவிட்டோமென்று ஷான் கவலைப்படுகிறார்' என்று ரகசியமாகச் சொன்னாள் ஷீலா.

'அதுபற்றிக் கொஞ்சம்கூடக் கவலைப்படாதே' என்று ரோஸ் கிசுகிசுத்தாள். 'ஆண்கள் எல்லோரும் அப்படித்தான். வாய்ப்புக் கிடைக்கும்போதே உனக்குத் தேவையானதைப் பெற்றுக்கொள்' என்றாள்.

அவர்கள் சேர்ந்து வாழவிருக்கும் வாழ்க்கை தொடங்குவதற்காகக் காத்திருக்கும் வெற்றுமேடைபோல் தோன்றிய வீட்டினூடே மோரன் நடந்தார். சொல்வதற்காக எதையோ தேடிக்கொண்டிருந்தார். ஆனால் எதுவும் தோன்றவில்லை. 'எல்லாமே பணம் சம்பந்தப்பட்டதுதான்' என்றார் கடைசியில்.

'எங்கள் வாழ்நாள் முழுக்க இதற்குப் பணம் செலுத்த வேண்டியிருக்குமென்று நினைக்கிறேன்' ஷீலா தர்மசங்கடமாகப் பதில் சொன்னாள்.

'நீ இங்கே மகிழ்ச்சியாக இருப்பாய் என்று நம்புகிறேன். நீங்கள் மகிழ்ச்சியாக இருந்தால் போதும், வேறெதுவும் தேவையில்லை. வேண்டுகிற அனைத்தையும் நீங்கள் பெறலாம். ஆனால் நீங்கள் மகிழ்ச்சியாக இல்லையென்றால் அவற்றால் பயனில்லை' என்று சொன்னார் மோரன். அங்கிருந்து தப்பிச்செல்ல வேண்டுமென்ற தவிப்புடன் இருந்தார்.

‘இதோ பாருங்கள், அப்பா எந்த இடத்துக்கும் விரைவாக வந்துவிடுவார். ஆனால் மறுபடியும் வாசலுக்கு வெளியே போக வேண்டுமென்று விரும்புவார்’ என்று ரோஸ் அவரைக் கிண்டல் செய்தாள்.

கதவருகே வந்த ஷீலா இறுதியாக லூக்கா திருமணத்திற்கு வருவதை அவர்களிடம் சொன்னாள். திடுக்கிட்ட ரோஸ் உடனே மோரனைப் பார்த்தாள். அந்தச் செய்தியைக் கேட்டதும் அவர் முகம் இருண்டு தீவிரமடைந்தது.

‘நீங்கள் அவனை அழைத்ததில் மகிழ்ச்சி’ என்றார் அவர். ‘என் குடும்ப உறுப்பினர் யாரும் குடும்ப விழாக்களிலிருந்து விலக்கப்பட்டதாக நான் நினைக்கவில்லை.’ ஆனால் அவர் வீட்டை விட்டு வெளியேறும்போது அவரது நடை மகிழ்ச்சியை உணர்த்துவதாக இல்லை.

லூக்கா, மேகி, மைக்கேல் மூவரும் திருமணத்திற்கு ஒன்றாக விமானத்தில் வந்தனர். அன்று மாலையே லூக்கா லண்டனுக்குத் திரும்ப வேண்டியிருந்தது. மைக்கேலும் மேகியும் கிரேட் மெடோவுக்குச் செல்வதற்காகச் சில நாட்கள் விடுப்பு எடுத்துக்கொண்டு வந்திருந்தனர்.

‘தயவுசெய்து அப்பாவை வருத்தப்படுத்தும் வகையில் எதுவும் செய்யாதே.’ விமானம் தரையிறங்கத் தயாரானபோது மேகி அவனிடம் மன்றாடிக் கேட்டுக்கொண்டாள்.

‘நிச்சயமாக இல்லை. நான் இங்கே இன்று இல்லையென்று எண்ணிக்கொள்’ என்றான் லூக்கா.

‘என்ன சொல்ல வருகிறாய்?’ என்றாள் குழப்பத்துடன்.

‘இன்றைக்கு ஷீலாவுக்கு முக்கியமான நாள். என்மீது கவனத்தை ஈர்ப்பது நன்றாக இருக்காது.’ அவன் கறுப்புக் காலணிகள், கோடுபோட்ட அடர் வண்ண சூட், அடர் சிவப்புக் கழுத்துப்பட்டை ஆகியவற்றை அணிந்திருந்தான். கண்ணைப் பறிக்கும் நீலநிற சூட் அணிந்த மைக்கேலுக்கு அருகே மிகவும் நிதானமாக நின்றிருந்தான். விமான நிலையத்திலிருந்து ஒரு வாடகைக் காரைப் பிடித்துத் தேவாலயத்திற்குச் சென்ற அவர்கள்தான் திருமணத்துக்கு முதலில் வந்தவர்கள். தேவாலயத்துக்கு வெளியே காலியான கான்கிரீட் தரையில் லூக்கா பதற்றத்துடன், ஆனால் அதை வெளிக்காட்டிக் கொள்ளாமல், அவர்களுடன் காத்திருந்தான். மேகியின் ஒவ்வொரு மௌனமான கேள்விக்கும் நம்பிக்கையுடன் புன்னகைத்தான். மைக்கேல் அந்தச் சூழலையே வேடிக்கையாக

எடுத்துக்கொண்டான். பலமுறை அடக்க முடியாமல் வெடித்துச் சிரித்தான்.

'உனக்கு எல்லாமே வேடிக்கையாகத் தெரிவதில் எனக்கு மிகவும் சந்தோஷம்' என்று மேகி சொன்னது அவனை மீண்டும் சிரிப்பில் ஆழ்த்தியது.

'இதை வேறு வழியில் என்னால் எடுத்துக்கொள்ள முடியாது.'

'இதில் வேடிக்கை என்ன இருக்கிறது?' என்று எரிச்சலுடன் கேட்டாள்.

'இந்த ஏற்பாடு எல்லாமும்தான்' என்று சிரித்தான். 'நாம் எல்லோருமே கிறுக்கர்கள்தான். இதற்குத் தலைமைப் பொறுப்பை ஏற்றிருக்கும் உன்னுடைய ஆள் உட்பட.'

'அதைச் சமாளிக்க இது ஒரு வழி' என்று மேகியை அமைதிப்படுத்தும் விதமாக லூக்கா சொன்னான். 'இதைவிட மோசமான வழிகளும் மோசமான ஏற்பாடுகளும் உண்டு என்பதை நானறிவேன்'.

மணமகனும் அவரது குடும்பத்தினரும்தான் முதலில் வந்தனர். ஷான் ஃப்ளின் அவர்களை மேகிக்கும் இரண்டு சகோதரர்களுக்கும் விரைவாக அறிமுகப்படுத்தினான்.

'நாம் எல்லோரும் உள்ளே போய்விடலாமென்று நினைக்கிறேன்' என்றான் ஷான்.

'மணமகள் வரும்வரை நான் காத்திருக்கிறேன்' என்று லூக்கா சொல்ல, மூவரும் காத்திருந்தனர். ஷீலா, ரோஸ், மோனா, மோரன் அனைவரும் ஒரே காரில் வந்தனர். மோனாதான் மணப்பெண்ணின் தோழி. ஷீலாவையும் மோனாவையும் கட்டித் தழுவிய பிறகு, லூக்கா ரோஸுடனும் மோரனுடனும் சம்பிரதாயமாகக் கைகுலுக்கினான்.

'நீ இங்கு வந்ததில் எனக்கு மகிழ்ச்சி' என்றார் மோரன் நயமற்ற குரலில்.

'இங்கே வந்ததில் எனக்கு மகிழ்ச்சி.'

'நாம் உள்ளே போவது நல்லது' என்றார் மோரன். ஷீலா பதற்றத்துடன் லூக்காவிடம், 'இப்போதெல்லாம் திருமண விழாக்களைத் தவிர வேறெங்கும் உன்னைப் பார்க்க முடிவதில்லை' என்றாள்.

'மற்றெல்லா இடங்களை விடவும் அவை சிறந்தவை அல்லவா?' என்றான் அவன். 'அதிலும் முக்கியமாக உன் கல்யாணம் நடக்குமிடம், ஷீலா.'

'நாம் உள்ளே போவது நல்லது' என்று மோரன் மீண்டும் சொன்னார்.

ஷீலா அவரது கையைப் பற்றிக்கொண்டாள். அவர்கள் அமைதியாக நடைவழியில் நடந்துசென்றனர். அங்கு ஷான் ஃப்ளினும் அவனது சகோதரனும் திருப்பலிப் பீடத்துக்கு முன்னாலிருந்த கிராதியருகே காத்திருந்தனர். மணச்சடங்கின் போது ஒரேயொருமுறை மகிழ்ச்சியான தம்பதியரின் கண்கள் சந்தித்தன, இருவரும் ஒப்புக்கொண்ட விஷயத்தில் ஒருவர் மற்றவரை நடத்திச் செல்லும் பரஸ்பர அக்கறை அதில் தெரிந்தது.

தேவாலயத்துக்கு வெளியே காற்று செய்தித்தாள்களைக் கான்கிரீட் தரையில் புரட்டியபோது, புகைப்படங்கள் எடுக்கப் பட்டன. பெண்கள் தங்களது தொப்பிகள், முகத்திரைகள் மீது கைகளை வைத்து அழுத்திப் பிடித்தனர். அலங்கார வண்ணக் காகிதத் துண்டுகள் விசிறப்பட்டன. நீண்ட வெள்ளைநிறத் துணிப்பட்டைகள் தொங்கவிடப்பட்ட அலங்கரிக்கப்பட்ட கார் அவர்களைச் சாலை வழியே ஏவான்மோர் உணவு விடுதிக்கு அழைத்துச் சென்றது. உணவுவிடுதியின் திரைச்சீலை யிட்ட கண்ணாடிக் கதவின் குறுக்கே மூலைவிட்டங்களைத் தொட்டவாறு நீண்ட கைப்பிடி காணப்பட்டது.

வரவேற்பறையின் திறந்த கதவை நோக்கியபடி கூடத்தில் ஒரு அரைவட்ட வடிவ மேசை போடப்பட்டிருந்தது. உள்ளே ஒரு நீண்ட மேசை போடப்பட்டிருந்தது. அவர்களுக்குத் திருமணம் செய்துவைத்த இளம் பாதிரியார் மேசையின் தலைமாட்டில் அமர்ந்திருக்க, இரண்டு குடும்பத்தாரும் மேசையின் குறுகலான பக்கவாட்டில் ஒருவரையொருவர் பார்த்தபடி அமர்ந்தனர். ஷெரி ஒயினும் விஸ்கியும் வழங்கப் பட்டன, ஆனால் பெரும்பாலானவர்கள் ஆரஞ்சுச் சாறு எடுத்துக்கொண்டனர். குடிக்க விரும்பியவர்கள் ஷெரியை எடுத்துக்கொள்வது மிகவும் நாகரிகமானது என்று நினைத்தார்கள். பாதிரியார் மட்டும் நினைவூட்டவில்லை யென்றால், அவர்கள் பேச்சுக்கோ, கோப்பையுயர்த்தி நலன் பாராட்டவோ இடைநிறுத்தாமல் சூப்பிலிருந்து கோழியிறைச்சிக்கும், அங்கிருந்து ஷெரி இனிப்புக்கும் சென்று விட்டிருப்பார்கள் என்பது வெளிப்படை. குடும்பம் என்பதன் முக்கியத்துவத்தை வலியுறுத்தி மோரன் தனது மிக நீண்ட உரையை ஆற்றினார். சில சமயங்களில் தனது சுயமுக்கியத்துவம்

குறித்த உணர்வு அவரை ஆட்கொண்டாலும், குரலினுடையதும் கவனமாக வடிவமைக்கப்பட்ட பேச்சினுடையதுமான தீவிரத்தன்மையை அது குறைக்கா வண்ணம் பேசினார். கடிதங்கள் எழுதுவதில் இருந்த பழைய பயிற்சி அவருக்கு நல்ல உதவி செய்தது. பேசிமுடித்து அவர் உட்கார்ந்தபோது ரோஸுக்கும் பெண்களுக்கும் கண்களில் கண்ணீர் சுரந்திருந்தது. இதற்கு நேர்மாறாக, மணமகனின் தந்தை ஷீலாவைத் தனது குடும்பத்திற்கு வரவேற்கும் ஒரு சிறிய வாக்கியத்தை முடிக்கவே தடுமாறியவராய்க் கடும் துயரத்தின் சித்திரமாகத் தோற்றமளித்தார். அவர் பேசிக்கொண்டிருக்கும்போதே அவரது பிரம்மாண்டமான கை அவரது ஷெரி தம்ளரை அது ஏதோ புல்லின் தண்டு என்பதுபோல சுற்றி வளைத்தது.

இசையும் மதுவும் நடனமும் சேர்ந்த ஒரு பெரிய கொண்டாட்டமாக அது இருந்திருந்தால் அந்த நிகழ்ச்சியின் தர்மசங்கடத்தை அது மறைத்திருக்கும். ஷானின் அம்மாவின் வாடிய முகம் மட்டுமே தூய உணர்ச்சியின் பிரதிபலிப்பாய் இருந்தது. ஷான்தான் அவளுடைய மூத்த பையன், அவளுக்குப் பிரியமானவன். சிறுவயதிலிருந்தே அவனைப் படிக்க ஊக்குவித்துப் பண்ணையின் கடினமான வேலைகளிலிருந்து அவனைப் பாதுகாத்தாள். சிலநேரம் அவனது சகோதர சகோதரிகளுக்குத் தெரியாமல் தனியே வைத்து அவனுக்கு உணவளித்திருக்கிறாள். நீண்ட கோடைக்காலங்களில் அவன் உறைவிடப் பள்ளியிலிருந்து வீட்டுக்கு வந்தபோது, அவனது சகோதரிகள் பண்ணை வேலை செய்ய வற்புறுத்தப் பட்டபோதும்கூட, அவன் படிப்பதையும் நடைகள் செல்வதையும் அவள் உறுதிசெய்தாள். அவன்தான் அவளுடைய விசேஷமான பிள்ளை. ஒருநாள் அவள் முழங்காலிட்டு, உள்ளூர் தேவாலயத்தில் அவன் நற்கருணை அப்பத்தை உயர்த்திக் காட்டுவதைப் பார்ப்பாள் என்றும் அவள் இறந்தபின் அவளுடைய ஆத்ம சாந்திக்காக அவன் திருப்பலி ஒப்புக் கொடுப்பான் என்றும் எண்ணியிருந்தாள். அவன் மேனூத்தில் படிப்பைத் தொடராமல் குடிமைப்பணியில் நுழைந்த போது உண்டான ஏமாற்றம் உடற்காயம்போலப் பல மாதங்கள் அவளுடன் இருந்தது. இப்போது அவள் அவனை வேறொரு பெண்ணிடம் இழந்துகொண்டிருந்தாள். அவன் சாதாரண ஆணைப்போல பெண்ணுடன் வாழும் வாழ்வைத் தேர்ந்துகொண்டிருந்தான். அவன் புறப்படத் தயாரான போது அவளது கண்கள் அவனை மௌனமாக இறுகப் பற்றிக்கொண்டன. அவன் அவளைக் கட்டித் தழுவுகையில் 'அம்மா, உடம்பைக் கவனித்துக்கொள்!' என்றபோது

கடைசியாக அவள் நிம்மதியின் கண்ணீரைச் சொரிந்தாள். விமானநிலையத்திற்கு அழைத்துச் செல்லும் காரின் பின்புறச் சன்னலில் சட்டமிடப்பட்ட இரண்டு தலைகளும் போக்குவரத்து நெரிசலில் மறைந்துபோவதை அவள் பார்த்தாள். அவன் ஒருமுறைகூட திரும்பிப் பார்க்கவில்லை.

ஷீலா தன் கணவனுடன் கிளம்பும் முன் லூக்காவிடம் சென்றாள். 'இப்போது நீ வழி கண்டுபிடித்துவிட்டாய், அதனால் அடிக்கடி வீட்டுக்கு வரவேண்டும்.'

'நீங்கள் இருவரும் மிகவும் சந்தோஷமாக இருப்பீர்கள்' என்று அவன் பதிலளித்தான். அவள் அவனை அன்புடன் முத்தமிட்டாலும், தன் கேள்விக்குப் பதில் சொல்வதை அவன் தவிர்ப்பது தனக்குத் தெரியும் என்பதை அவனுக்குப் புரியவைத்தாள்.

அவன் பிற்பகல் முழுவதும் அமைதியாகக் காணப் பட்டான். தன்னிடம் பேசியவர்களிடம் காதுகொடுத்துக் கேட்டான். பணிவாகக் கேள்விகள் கேட்டான், புன்னகைத்தான், கோப்பையை உயர்த்தினான். அவன் மோனாவுக்கும் மைக்கேலுக்கும் நடுவில் அமர்ந்தான். மோரன் அவன் பக்கம் பார்க்காததால் சாப்பாடு முடியும்வரை எந்தச் சிரமமும் இருக்கவில்லை. மக்கள் நிம்மதியுடன் அவரவரது தனித்த பாதைகளில் செல்லத் தயாராகிக் கொண்டிருந்தனர். மோரன் லூக்காவைத் தவிர்ப்பதைக் காண முடிந்தது. அவர் தார்மீகக் காயம் என்னும் மேகத்தின்மீது நின்றார். இதைக் கவனித்த லூக்கா நேரே மோரனிடம் சென்றான். தங்கள் அண்ணன் நேராக அப்பாவிடம் செல்வதைக் கண்ட பெண்கள் வன்முறை குறித்த பழைய பயத்தில் உறைந்துபோனார்கள்.

'நான் உங்களுக்கு நன்றி சொல்ல வேண்டும்' என்றான் லூக்கா. 'எதற்கு?' என்றார் மோரன்.

'சாப்பாட்டுக்காக, இந்த நாளுக்காக, எல்லாவற்றுக்காகவும்.'

'சாப்பாட்டுக்காக உன்னுடைய அப்பாவுக்கு நீ நன்றி சொல்ல வேண்டிய நிலை வராது என்று நம்புறேன்.'

'நான் இன்னொருவருக்கும் நன்றி சொல்ல வேண்டும்.' கண்ணீரை அடக்கச் சிரமப்பட்டுக்கொண்டிருந்த ரோஸிடம் தலைதாழ்த்தி வணங்கினான் லூக்கா.

'இத்தனை வருடங்கள் கழித்து வந்திருக்கிறாய், இதைத் தாண்டிப் பயணம் செய்யவில்லையா?' மகன் திரும்ப எத்தனித்தபோது மோரன் கேட்டார்.

'நான் இன்று மாலை லண்டன் திரும்ப வேண்டும்.'

'எதற்கு?'

'எனக்கு அங்கே வேலை இருக்கிறது.'

'நீ இறந்துபோன பிறகும் வேலை இருக்கும்.'

'அது எனக்குத் தெரியும், ஆனால் அது என்னுடைய வேலையாக இருக்காது.' அன்றைய தினம் லூக்காவின் முதல், ஒரே தீர்க்கமான பேச்சின் உறுதிமிக்க குறிப்பு அதில் இருந்தது.

'கடவுள் உன்னைக் காப்பாற்றட்டும்' என்றார் மோரன்.

'அப்படியானால் விடைபெறுகிறேன். நீங்கள் எப்போதாவது லண்டன் வந்தால் உங்களைப் பார்ப்பதில் மகிழ்வேன்.'

'நாங்கள் லண்டன் வரமாட்டோம்' கைகுலுக்க நீட்டிய அவனது கரத்தை மோரன் ஏற்கவில்லை.

விமான நிலையத்துக்குச் செல்லவிருந்த லூக்கா மேகியிடம், 'இதோ பார், நான் என் வாக்குறுதியைக் காப்பாற்றிவிட்டேன். இன்று இங்கே இருந்தது நான் இல்லை' என்றான்.

'இவ்வளவு காலம் கழித்து வந்திருக்கிறாய், இன்னும் சற்று முயன்றிருக்கலாம்' என்றாள் மேகி கண்டிக்கும் தொனியில். திருமணத்தில் கலந்துகொள்ளவும் அதன்பிறகு பதினைந்து நாட்கள் கிரேட் மெடோவில் சுதந்திரமாக இருப்பதற்காகவும் அவள் தனது மகனை லண்டனில் ஒரு மைத்துனியிடம் விட்டுவிட்டு வந்திருந்தாள்.

'என்னால் இயன்ற அளவுக்கு முயன்றிருக்கிறேன்' என்றான். 'நான் அயர்லாந்தைவிட்டு வெளியேறி நீண்ட காலமாகிறது'.

'நாம் எல்லோருமே அயர்லாந்தைவிட்டு வெளியேறி விட்டோம்' என்று அவர்களுடன் நின்றிருந்த மைக்கேல் சிரித்தான். 'சீக்கிரம் வெளியேறாவிட்டால் அயர்லாந்தில் நாம் எல்லோரும் செத்துவிடுவோமோ என்று பயமாக இருந்தது' என்று சொல்லிவிட்டு இன்னும் சத்தமாகச் சிரித்தான். அவனும் அன்று மாலை கிரேட் மெடோ வீட்டுக்குச் செல்லத் திட்டமிட்டிருந்தான்.

இடம் பற்றாமல் மோனா, மேகி, மைக்கேல் ஆகியோர் பின்னிருக்கையில் நெருங்கி அமர்ந்திருக்க அந்தச் சிறிய கார் முழுவதும் நிரம்பியதாய் நகரத்தை விட்டு வெளியேறியது. மோரன் மௌனமாக வண்டியை ஓட்டினார். அவருக்குப் பக்கத்தில் உட்கார்ந்திருந்த ரோஸ், அந்த மெதுவான பயணத்தை

அழகான சிறுசிறு பேச்சுகளால் இலகுவாக்க முயன்றாள். அவை ஒவ்வொன்றும் அவளது சொந்தக் கருத்தாகவோ தீர்மானமாகவோ அல்லாமல் மற்றவர்களுக்கான வெளிப்படையான ஆலோசனையாக இருந்தது. 'ஆக, ஷீலா நம்மை விட்டுச் சென்றுவிட்டாள்' என்றாள் கடைசியாக.

'நீங்கள் என்னை விட்டொழித்துவிட்டதாக எண்ணுகிறீர்களா? இல்லை, இனி வரப்போகும் நாட்களிலும் உங்கள் வாழ்க்கையில் என்னைச் சகித்துக் கொண்டுதான் இருக்க வேண்டும்' என்றாள் மேகி.

'நாங்கள் எங்களால் முடிந்ததைச் செய்தோம், ஆனால் முடியவில்லை' என்றான் மைக்கேல்.

'நீ பேசத் தகுதியான ஆள் இல்லை' என்று ரோஸ் அவனுக்கு நினைவூட்டினாள்.

'நான் சும்மா நகைச்சுவைக்காகச் சொன்னேன்.'

'அவர்களாக அதை விரும்பினாலொழிய குடும்பத்திலிருந்து யாரும் வெளியேற முடியாது' என்ற தனது பழைய பல்லவியை உணர்ச்சியின்றிச் சொன்னார் மோரன்.

'பாவம் ஷீலா, தன் புது மாமியாருடன் எப்படி இருக்கப் போகிறாள் என்று எனக்கு ஆச்சரியமாக இருக்கிறது' என்றாள் ரோஸ். 'அவள் மனிதர்களை நிறுத்துப் பார்ப்பவளாயிற்றே?'

'பார்க்க அவர்கள் ஒழுக்கமான, கடின உழைப்பாளிகளாகத் தெரிந்தார்கள்' என்றார் மோரன்.

'மாப்பிள்ளையின் அம்மா திருமணத்தின்போது அவ்வளவு ஒன்றும் உற்சாகமாக இல்லை' என்றாள் மேகி.

'பாவம், அவள் வருத்தத்துடன் காணப்பட்டாள். திருமணம் அவளுக்கு மிகவும் விசித்திரமாக இருந்தது என்று நான் நினைக்கிறேன்.'

'அல்லது ஷீலா அவளது செல்லப் பையனைத் திருடிக் கொண்டுவிட்டதாக எண்ணியிருப்பாள்.'

'இதெல்லாம் பழைய கதை என்று நினைக்கிறேன்' என்றார் மோரன். ஆனால் கதை என்னவென்று அவர் சொல்லவில்லை. தனது மௌனத்திலிருந்து அவர் வெளியே வந்ததில் அவர்களுக்கு நிம்மதி.

கார் லாங்ஃபோர்டை அடைந்தபோது அவர்கள் சோர்வுடன் நெருங்கி அமர்ந்திருந்தனர். ஆனாலும் மோரன்

காரை நிறுத்த முன்வரவில்லை. 'இப்போது ஜெபமாலை சொல்ல ஆரம்பித்தால் வீட்டுக்குப் போவதற்குள்ளாகவே அதனை முடித்துவிடலாம்'.

'அது நல்ல உபாயம்' என்றாள் ரோஸ்.

'ஷீலாவின் மகிழ்ச்சிக்காக இந்தப் புனித ஜெபமாலையை ஒப்புக்கொடுப்போம்' என்று ஆரம்பித்தார் மோரன்.

'அருள் நிறைந்த மரியே', 'அருள் நிறைந்த மரியே' ஆகியவற்றைத் தொடர்ந்து 'பரலோகத்தில் இருக்கிற எங்கள் பிதாவே' என்ற முணுமுணுவென்ற மன்றாட்டுகள் டிரோமோட், டிரம்ஸ்னா, ஜேம்ஸ்டவுன் ஆகியவற்றைக் கடந்து சென்ற கார் எஞ்சினின் உறுமல் போலவே மென்மையாக, ஒரே லயத்தில் ஒலித்தன. மேகி தனது பத்து மணியைச் சொல்கையில் மரியாதையற்ற வகையில் அவளுக்குச் சிரிப்பூட்ட முயன்றான் மைக்கேல். ஆனால் பதிலுக்கு முழங்கையால் அவள் இடித்த இடி அவனது குறும்பை மாற்றிக்கொள்ளும் அளவுக்கு வலுவாக இருந்தது. கடைசி மன்றாட்டு முடியும்போது அவர்கள் கேரிக்கில் இருந்த பாலத்திற்கு வந்திருந்தனர். தாங்கள் கடந்து சென்ற வீடுகளின் பெயர்களை முணுமுணுப்பது தவிர்த்து யாரும் எதுவும் பேசவில்லை.

'வீட்டுக்கு வந்துவிட்டோம்!' வாசல் கதவுக்கு மேலே இருட்டில் நின்றிருந்த யூ மரம் கண்ணில் பட்டவுடன் மைக்கேல் சொன்னான்.

'ஒரு கோப்பைத் தேநீருக்காக எவ்வளவு நேரமாக ஏங்கிக் காத்திருக்கிறேன் தெரியுமா?' என்றாள் ரோஸ். காரில் இருந்த அனைவரும் ஒடுங்கி அமர்ந்திருந்ததன் சோர்வில் இருந்தனர். கைகால்களை நீட்டவும், திறந்தவெளியில் நடக்கவும், வெளிக்காற்றைச் சுவாசிக்கவும் முடிந்ததில் நிம்மதி அடைந்தனர்.

ஷீலாவும் ஷானும் தங்களது ஒருவாரத் தேனிலவை மயோகாவில் கழித்தனர், பின்னர் விடுமுறையின் கடைசி வாரத்தில் மற்றவர்களுடன் இருக்க நேராக கிரேட் மெடோவுக்கு வந்தனர். இத்தனை வருடங்களாக வீடு இவ்வளவு நிரம்பியிருந்த தில்லை. தம்பதியருக்கு வழிவிடும் வகையில் மைக்கேல் பின்புறம் ஒரு பண்டக அறைக்கு மாற்றப்பட்டான். அவன் அபூர்வ மாகவே வீட்டுக்கு வருவான். நடனங்களுக்குச் செல்வது, பெண்களுடன் நேரம் கழிப்பது என எப்பொழுதும் இரவில் வெகுநேரம் வெளியே இருப்பான். மதியப்பொழுதுவரை நன்றாகத் தூங்குவான். பெரும்பாலும் அவனும் மோரனும்

ஒருவரையொருவர் புறக்கணித்தனர். அதனால் இருவருக்கும் பிரச்சினை இல்லாமல் கடந்தது.

மோரன் தனது புதிய மருமகன்மீது அதிகக் கவனம் செலுத்தினார். அவனது வேலை, கனவுகள், லட்சியங்கள் பற்றி விசாரித்தார். தான் எந்த முயற்சியும் செய்யாமலே மற்றவரால் விரும்பப்படுவோம் என ஷான் எதிர்பார்த்தான். அவன் சுரத்தின்றி பதிலளித்தான். கேள்வி கேட்டவரைப் பார்த்துச் செருக்குச் சேர்ந்த சகிப்புத்தன்மையுடன் புன்னகைத்தான். இது மோரனுக்கு மிகுந்த எரிச்சலை ஏற்படுத்தியது, கடந்த வார திருமண வரவேற்புக்கான செலவு அவர் மனதில் இன்னும் பசுமையாக இருந்தது. எந்தவித முன்னறிவிப்பும் இன்றித் தாக்குதல் நடந்தது.

'குடிமைப்பணி குறித்து நீங்கள் பெரிதாக ஒன்றும் நினைக்கவில்லை என்றால் என்ன அர்த்தம்?'

'அது ஒரு பணி. அவ்வளவுதான். இதற்கு மேல் சொல்ல ஒன்றுமில்லை. அது ஒன்றும் பெரிய விஷயமில்லை.'

'நீங்கள் நகைச்சுவையாகச் சொல்கிறீர்கள்' என்றார் மோரன் ஏளனமாக.

'அது அவ்வளவு முக்கியமான ஒன்றில்லை. அதைத் தாண்டியும் வாழ்க்கையில் நிறைய இருக்கின்றன.'

'முதுமைவரை செய்யக்கூடிய அலட்டிக்கொள்ளத் தேவையில்லாத பணி, பிறகு அதன் முடிவில் ஓய்வூதியம். இது முக்கியமான ஒன்றில்லை என்கிறீர்களா? நீங்கள் வேறு ஏதோ ஓர் உலகத்தைப் பற்றிப் பேசிக்கொண்டிருக்கிறீர்கள் என நினைக்கிறேன்.'

'அது மற்ற அனைத்துக்கும் வெகு தொலைவில் உள்ளது என்றே நான் நினைக்கிறேன்.' ஃபிளின் தன்னால் இயன்றவரை தனது கருத்தை நிலைநிறுத்த முயன்றான்.

'நீங்கள் தெரிந்துகொள்ள வேண்டியவை நிறைய இருக்கின்றன என நினைக்கிறேன். நீங்கள் தனியராக இருந்த போது இப்படி எண்ணியிருக்கலாம். இப்போது உங்களுக்குத் திருமணம் ஆகிவிட்டது. என் குடும்ப உறுப்பினர்கள் அதிக முதிர்ச்சியுள்ளவர்களாக இருக்க வேண்டுமென எதிர்பார்க்கிறேன்.'

'பாதுகாப்பைவிட வாழ்க்கையில் நிறைய இருக்கின்றன. பாதுகாப்பை வாழ்வின் மரணம் என்று நினைப்பவர்களும்

இருக்கிறார்கள்.' ஷான் தனது தரப்பை நிலைநிறுத்த இன்னும் முயன்றான். ஆனால் மோரன் மௌனமாக விவாதத்திலிருந்து பின்வாங்குவதில் திருப்தி கண்டார்.

இந்தத் தாக்குதல் சம்பவத்தை அறிந்த ஷீலா கடும் கோபம் கொண்டாள். 'அவரது வீட்டில் இருந்தபோது நான் இவ்வளவு அவமானப்படுத்தப்பட்டது இல்லை. அவருக்கு ஒரு நாயின் பழக்கவழக்கங்கள் உள்ளன என்று லூக்கா பல ஆண்டுகளுக்கு முன்பு சொன்னது சரிதான்' என்று அவள் உணர்ச்சிவசப்பட்டவளாய் ரோஸிடம் சொன்னாள்.

'அப்பா மனதுக்குள் எதையும் வைத்துக்கொண்டு அதைச் சொல்லவில்லை'என்றாள் ரோஸ்.

'மனதுக்குள் எதையும் வைத்துக்கொண்டு சொல்ல வில்லை?' என்று கோபம் கலந்த கிண்டலுடன் திரும்பத் திரும்பக் கேட்டாள். 'சும்மா விளையாட்டுப் பண்ணாதீர்கள்.'

மோரனை நேரடியாக எதிர்கொள்வது அவளுக்கு எளிதாக இருக்கவில்லை. 'இப்போதெல்லாம் உங்களைப் பார்க்க வருபவர்களின் எண்ணிக்கையைக் குறைக்க நீங்கள் முயல்கிறீர்கள் என்று எனக்குத் தோன்றுகிறது.'

'வாழ்க்கையின் சில நிதர்சனமான உண்மைகள் தவிர்த்து உன் கணவரிடம் நான் எதுவும் சொல்லவில்லை.'

'அவர் உங்கள் வீட்டு விருந்தாளி என்பதை மறந்து விட்டீர்கள் போலிருக்கிறது.'

'இப்போது எல்லோரையும் போல அவரும் ஒரு குடும்ப உறுப்பினர்.'

'அவர் விரும்பினால்தான் இந்தக் குடும்பத்து உறுப்பினர்' என்றாள் ஷீலா கோபமாக. 'அவமானத்துக்குள்ளாக அவர் இங்கு வரவில்லை.'

முன்பே அவருக்கு ஷான்மீது மரியாதை இல்லை. இப்போது தன் கதையை ஒரு பெண்ணிடம் சொன்னதற்காக அவனை வெறுத்தார். தனது அதிகாரத்தை மகள் மீறியதில் அவருக்குக் கோபம். 'என் வீட்டில் எது நல்லது, எது கெட்டது என்று உன்னிடம் கேட்குமளவுக்கு நான் நொடித்துவிடவில்லை.'

'அப்படிச் செய்தால் சில நாகரிகமான விஷயங்களை நீங்கள் கற்றுக்கொள்ளலாம்.'

'நான் புல்வயல்களில் புல்லை வெட்டிச் சீராக்கப் போகிறேன்' என்று தடாலடியாகச் சொன்னார். 'நீ எதையாவது சீராக்க விரும்பினால் உன்னுடைய ஏழைக் கணவனைச் சீராக்கு.

அந்த வேலைக்கு நீதான் பொருத்தமான ஆள்.' அவள் பதில் சொல்லும் முன் அவர் வயலுக்குச் சென்றுவிட்டார்.

வானிலை முன்னறிவிப்புகள் பல நாட்களுக்கு வெப்பமான காலநிலை நிலவும் என்று கூறின. அதோடு வீட்டினரின் உதவியும் இருந்ததால், மோரன் எல்லாப் புல்வெளிகளையும் வெட்ட முடிவுசெய்தார். வயல்களைச் சுற்றிவந்து புல்லை வெட்டும் இயந்திரத்தின் சத்தமும், டிராக்டர் நிரப்பப்பட்டுக் கிளம்பிச் செல்லும் உறுமலும் மணிக்கணக்காகக் கேட்டுக்கொண்டிருந்தன. மோரன் தேநீர் அருந்த வராததால், ரோஸும் மேகியும் ஒரு குடுவை நிறைய இனிப்புச் சேர்த்த தேநீரையும் சாண்ட்விச்சையும் வயலுக்கு எடுத்து வந்தனர். புற்கள் வெட்டப்பட்டுக் குவியல்களாகக் கிடந்த இரண்டு புல்வெளிகளின் மீது அவர்கள் நடந்தார்கள். மூன்றாவது புல்வெளியின் நடுவில் ஒரு பகுதி மட்டுமே வெட்டப்படாமல் நின்றுகொண்டிருந்தது. புற்கள் அதிர்ந்து நடுங்குவதையும் வெட்டும் இயந்திரக் கைக்கு முன்னால் வெட்டுப்பட்டு விழுவதையும் பார்த்துக்கொண்டே அவர்கள் வயலோரம் காத்திருந்தனர். கடைசிப் புல்கற்றை மட்டும் எஞ்சியிருந்த போது இரண்டு முயல் குட்டிகள் துள்ளி வெளிவந்தன. 'சரியாகக் கடைசி நிமிடம் அவை வெளியே வந்துவிட்டன' என்றாள் ரோஸ் நிம்மதியுடன். 'அப்பாவுக்கு அவற்றைக் கொல்வது பிடிப்பதில்லை, ஆனால் அவை புல்வெளியில் இருக்கக் கூடாது.' இளம் முயல்கள் தொலைவுக்கு ஓடியபின் ஒருகணம் திகைப்புடன் தயங்கி நின்றன. ஆனால் டிராக்டர் உறுமியபடி மீண்டும் திரும்புவதைக் கண்டதும் முயல்கள் வயலிலிருந்து துள்ளியோடி மறைந்தன. காத்திருந்த பெண்களைக் கவனித்த மோரன், கடைசிப் புல்கற்றையை வெட்டியதும் எஞ்சினை நிறுத்தினார். புல் வெட்டப்பட்ட வயல் முற்றிலும் வெறுமையாக, சுத்தமாக இருந்தது. ரோஸும் பெண்களும் குவியல்களைக் கடந்து டிராக்டரை நோக்கிச் சென்றபோது, தனது கூட்டில் அமர்ந்திருந்த ஒரு காட்டுப் பெட்டைக் கோழிமீது தடுக்கி விழப்போனார்கள். அது ஏன் பறக்கவில்லை என்று அவர்கள் வியந்தபோதுதான் அதன் இறகுகள் அங்கே சிதறிக் கிடப்பதைப் பார்த்தனர். அதன் கால்கள் வெட்டுப்பட்டிருந்தன. அதன் கண்கள் பளபளப்பாக, உயிர்ப்புடன் இருந்தன, கழுத்திலும் உடலிலும் இறுக்கமான அமைதி, தனது உள்ளுணர்வில் அது உறைந்துபோயிருந்தது.

'பாவம்' என்றாள் ரோஸ். 'இன்னும் அங்கேயே உட்கார்ந்திருக்கிறது.' இருவராலும் அதை மீண்டும் திரும்பிப் பார்க்க இயலவில்லை.

‘உங்களுக்கு ஒரு காட்டுக்கோழி கிடைத்திருக்கிறது’ என்று ரோஸ் குவளைத் தேநீரை அவரிடம் கொடுத்துவிட்டு, டிராக்டரின் சிவப்பு நிற முகப்பில் சாண்ட்விச்சுகளை வைத்தாள்.

‘எனக்குத் தெரியும். அவை புல் வயலில் இருக்கக் கூடாது. முயல்கள் எப்படியோ தப்பித்துவிட்டன.’

சாப்பிட்டு முடித்ததும் ‘புதுமணத் தம்பதியர் எங்கே?’ என்று கேட்டார்.

‘அவர்கள் நடை போயிருக்கிறார்கள்.’

‘அடுத்த சில நாட்களுக்கு அவர்களுக்கு நடைப்பயிற்சி தேவைப்படாது. உடற்பயிற்சியில் அவர்களுக்கு அனுபவம் கூடியிருக்கும். கடைசிப் புல்வெளியை மட்டுமே வெட்ட வேண்டும். இந்த வாரம் ஒன்று எல்லாவற்றையும் வெல்கிறோம் அல்லது எல்லாவற்றையும் இழக்கிறோம்.’

அவர்கள் சாண்ட்விச்சுகளையும், மிச்சம் இருந்த தேநீரையும் எடுத்துக்கொண்டு புல்வெளியை விட்டு வெளியேற ஆயத்தமானபோது, டிராக்டர் திணறிச் சத்தமெழுப்பியது ஆனால் இயங்கவில்லை. மோரன் டிராக்டரிலிருந்து இறங்க வேண்டியிருந்தது. ரோஸும் மேகியும் கவலையுடன் காத்திருக்க, அவர் இணைப்புக் கம்பிகளையும் எரிபொருள் ஏற்றியையும் என்னவோ செய்துபார்த்தார். அவர் இரண்டாவது முறையாக முடுக்கியபோது மீண்டும் திணறிப் பின் இயங்க ஆரம்பித்தது. ‘அந்த டிராக்டரைப் பற்றி அப்பாவைவிட அதிகம் தெரிந்த ஒரே நபர் ஹென்றி ஃபோர்ட் மட்டும்தான் என்று நினைக்கிறேன்’ என்று புல்வெளியைவிட்டு வெளியேறும் போது ரோஸ் சொன்னாள். மோரன் இயந்திர விஷயங்களில் பெரிய தேர்ச்சியுள்ளவர் அல்ல என்பதாலும், அது ஒரு பழைய போர்ஷ் டிராக்டர் என்பதாலும் அது தூய உணர்வின் பிரதிபலிப்பாக இருந்திருக்க வேண்டும்.

மறுநாள் மாலைவரை புற்குவியல்களை அங்கேயே கிடக்க விட்டு, புல்உலர்த்தும் இயந்திரம் கொண்டு அவற்றை உதறிக் காயவைத்தனர். இளமையாக இருந்த காலத்தில் கவனமாக ஒவ்வொரு வயலாகத்தான் புற்களை வெட்டுவார் மோரன். ஆனால் இப்போது வீட்டினரின் உதவி இருப்பதால், ரோஸுடன் தனியே கிடந்து அல்லாடாமல் இருப்பதற்காகத் துணிந்து ஒரே வீச்சில் எல்லா வயல்களிலும் புல்லை வெட்டினார்.

காட்டுக்கோழியில் எஞ்சியிருந்தவை காய்ந்துகொண்டிருந்த புற்குவியல்கள்மீது சிதறிக் கிடந்த இறகுகளும்

மென்னிறகுகளும்தான். 'நரியோ, பூனையோ, சாம்பல் காகமோ – யாருக்குத் தெரியும்?'

மறுநாள் காலை வெண்ணிற மூடுபனி புல்வெளிகளின் ஓரமிருந்த பீச் மரங்களின் கரும்பச்சை உருவங்களை மறைத்தது. சிலந்தி வலைகள் பின்னிக் கிடந்த மேய்ச்சல் நிலங்களில் செருப்புகள் பச்சைச் சேறு தெறிக்க அவர்கள் நடந்தனர். பழத்தோட்டத்து பிளம், ஆப்பிள் மரங்களின் மீது வெள்ளை நூலாம்படை தொங்கிக் கொண்டிருந்தது. நிச்சயம் அது வெப்பமிக்க வறண்ட ஒரு நாளாக இருக்கப்போகிறது. மாலையில்கூட மழைபெய்ய வாய்ப்பில்லை. சூரியன் மூடுபனியை எரித்துப் புற்குவியல்களை உலர்த்தும்வரை எந்த வேலையும் செய்ய முடியாது. ரோஸ் பொறித்த உருளைக் கிழங்குடன் பழுப்புவண்ண சோடா ரொட்டியும், ஆவி பறக்கும் தேநீரும் தயாரித்தாள். இரவுவரை அவர்கள் நிதானமாகச் சாப்பிட அமையாது. அதற்குள் அவர்கள் சாப்பிடவியலாதபடிக்கு மிகவும் சோர்வடைந்துவிடுவார்கள். நல்ல வெயில் அமையப்போவதையும், வீடு முழுவதும் தனக்கு உதவக்கூடியவர்கள் இருப்பதையும் எண்ணிய மோரன் வானிலையுடனான சூதாட்டத்தில் தான் வென்று விடுவோம் என்ற நம்பிக்கையில் காலை உணவின்போது மகிழ்ச்சியாக இருந்தார். மாலைக்குள் புல்லின் பெரும்பகுதி சேமிக்கப்பட்டுவிடும், இன்னும் ஒரு வருடத்திற்கு அதைப் பற்றிக் கவலைப்படத் தேவையில்லை.

'உங்கள் ஊர்ப்பக்கம் நிறைய புல் சேர்த்துவைப்பார்களா ஷான்?' கறுப்பு புடிங்கையும் தொத்திறைச்சியையும் கவனமாக எடுத்தபடி இனிமையாகக் கேட்டார்.

'மோசமான கோடைகாலத்தில் புல்லையும், பசும் தீவனத்தையும் சேகரித்து வைப்பார்கள்.'

'அப்படியானால் உங்களுக்கு அது நன்றாகப் பழகிப் போயிருக்குமே?'

'அப்படியெல்லாம் இல்லை. மற்றவர்கள் புல்வெட்டுதலில் ஈடுபட்டிருப்பார்கள். கோடைக்காலத்தில் நான் படிக்க வேண்டி யிருந்தது.'

'கோடையில் படிப்பது அவ்வளவாகப் பயன்தராது' என்றார் மோரன் அலட்சியமாக.

'நல்ல பயனுண்டு. அடுத்த வருடத்துக்கான பாடப் புத்தகங்களைப் படிக்கலாம். வகுப்புகள் தொடங்கியவுடன் அது எனக்குச் சிறப்பான தொடக்கத்தைக் கொடுத்தது' என்று அவன்

உடனடியாகப் பதிலளித்தான். அந்தப் பதில் ஒரு சங்கடமான மௌனத்தை ஏற்படுத்தியது. மோரன்கள் சிறுபிள்ளைகளாக இருந்தபோதிலிருந்தே வயல் வேலையில் உதவ வேண்டி யிருந்தது. பள்ளியும், அறுவடை, நடவு, புல்வெட்டுதல் போன்ற வயல் வேலைகளும் ஒன்றுடன் ஒன்று முரண்பட்டு மோதி நின்றன.

'என்னைக் கேட்டால், படிப்புக்குத் தேவையில்லாத முக்கியத்துவம் தரப்படுகிறது' என்றார் மோரன். 'ஒன்று உனக்குத் தேவை எவ்வளவோ அதை மட்டும் படிக்க வேண்டும், அல்லது படிக்காமல் விட்டுவிட வேண்டும்.'

'சிரமப்படாமல் படிப்பில் ரொம்ப தூரம் போக முடியாது.' ஷான் அவர் கருத்தை ஏற்க மறுத்தது மோதலை மேலும் கூர்மையாக்கியது.

'அதை இன்னொருமுறை சொல்லுங்கள்' என்றாள் ஷீலா அவனுக்கு ஆதரவாக.

'நீங்கள் நெடுஞ்சாலையில் பயணியுங்கள், நான் சாதாரண சாலையில் செல்கிறேன். ஆனால் உங்களுக்கு முன் நான் ஸ்காட்லாந்தில் இருப்பேன்' என்று விசிலடித்தபடி எழுந்தார் மோரன்.

அவர் புல்வெளிக்குச் சென்றார். புற்குவியல்கள் இன்னும் உலரவில்லை, எனவே அவர் புல் உலர்த்தும் இயந்திரத்தில் பல சிறிய மாற்றங்களைச் செய்தார். ஷானுடனான மோதல் அவரது மனநிலையை பாதித்திருந்தது. அவர் கவலையுடன் இருந்தார். பெரும்பாலான வருடங்களில் இயந்திரங்கள் பழுதடையாமல் புல்தீவனச் சேகரிப்பை அவர் கடந்து வந்ததே இல்லை. இன்று வீட்டினர் அனைவருக்கும் முன்னால் புல்லை அவர் வரிசையாகப் பரப்பிவைக்க வேண்டும். வயல்களின் சமதளமான பகுதிகளில் முதலில் தொடங்கினார். டிராக்டர் இயங்கும் சத்தம் கேட்டதும் ரோஸ் மற்றவர்களை ஒன்றுதிரட்டி வெளியே அழைத்து வந்தாள். அவர்கள் பழத்தோட்டத்தின் வழியாகச் செல்லும்போது நகைச்சுவைகளைச் சொன்னாள், கேலி செய்தாள், ஆனால் அவை அவளது கவலையை வெளிக்காட்டுவனவாக இருந்தன.

புல் உலர்த்தும் இயந்திரம் புல்லை அடர்த்தியான கோதுமைநிற வரிசைகளாகப் பரப்பிவைத்து, வரிசைகளுக் கிடையேயான வெளியைச் சுத்தமாகப் பெருக்கிவைத்த தரையைப் போலாக்கியது. மோரன் டிராக்டரில் விறைப்பாக

உட்கார்ந்திருந்தார். தனக்குப் பின்னால் இடமும் வலமுமாகச் சுழன்று கொண்டிருந்த உலோக முளைகளைக் கவலையுடன் பார்த்துக்கொண்டிருந்தார்.

‘டிராக்டரும் அப்பாவும் ஒருவர் மற்றவரது அங்கம் என்று தோன்றும்’ என்றாள் ரோஸ்.

அவர்கள் உடனடியாக உலர்ந்த புல்வரிசைகளைக் குவியல்களாக்கினர். ரோஸ் திறமையானவள். மைக்கேலும் அப்படித்தான், இன்று தனது வேகத்தையும் வலுவையும் அவன் காட்ட விரும்பினான். கனத்தப் புல் குவியலுக்குள் குதித்துப் புல்லைச் சேகரித்தான். காய்ந்த புற்கள் கவைக்கோல் களில் இனிய சலசலப்பை ஏற்படுத்தின. அவன் முன்னேறிச் செல்லச் செல்ல ரோஸ் புல் குவியல்களைச் சீராக்கியபடி வந்தாள். விரைவிலேயே பரப்பிய புல்வரிசைகளின் இடத்தில் புற்குவியல்கள் நிற்கத் தொடங்கின. ஷீலாவைத் தவிர மற்ற எல்லாப் பெண்களும் நன்றாக வேலை செய்தார்கள், அவள் வேலையைவிட ஷானில் அதிகக் கவனம் செலுத்தினாள். முழுமனதுடன் முயன்றாலும் அவனுக்குக் கருவிகளை எவ்வாறு பயன்படுத்துவதென்று தெரியவில்லை, அடுத்தவருக்கு உதவிகரமாக இருந்ததைவிடவும் அதிகமும் இடையூறாக இருந்தான். அவனது பயனற்ற அசைவுகளைப் பார்த்த மோரன் ‘ஒல்லியாக உயரமாக இருந்தால் புல்வயலில் இன்னும் உபயோகமாக இருப்பார்’ என்று தனக்குத்தானே சொல்லிக் கொண்டார். ‘அவர் யாரையாவது காயப்படுத்தி விடப் போகிறார்’.

பிறகு ஓய்வுபெற்ற பள்ளி ஆசிரியரான முதியவர் ரியான் மரங்களால் சூழப்பட்ட புல்வயல்களுக்கு வெகுதூரத்திலிருந்த தனது வீட்டிலிருந்து வெளியே வந்தார். சுவரில் சாய்ந்தவாறு அவர்கள் வேலை செய்வதைப் பார்த்தார்.

‘உண்மையில் எனக்கு ஆட்சேபணை எதுவுமில்லை, ஆனால் என்னுடைய மனைவி குறைசொல்லத் தொடங்கி விட்டாள்’ என்று மைக்கேல் ரியானைப்போலப் பேசிக்காட்ட, பெண்கள் மத்தியில் மெல்லிய சிரிப்பலையொன்று ஓடியது. ஆனால் முதலில் அவனை உற்றுப் பார்த்த ஷீலா, அவன் ஷானைக் கேலி செய்கிறான் என்று நினைத்தாள். கிடைத்த எதிர்வினை மைக்கேலுக்கு மகிழ்ச்சியைத் தந்தது, அடுத்துக் கவைக்கோல் நிறையப் புல்லை எடுத்துப் போடுகையில் சந்தோஷத்தில் வாய்விட்டுச் சத்தமாகச் சிரித்தான். சமதளம் முழுவதிலும் புல்லைப் பரப்பி முடித்ததும் மோரன் டிராக்டரை

நிறுத்திவிட்டு அவர்களருகே வந்தார். அவர்கள் அனைவரும் வேலையை நிறுத்திவிட்டுப் பாலும் தண்ணீரும் கலந்த பானத்தைக் குடித்தனர்.

‘நீ நன்றாக, விரைவாக வேலை செய்துகொண்டிருக்கிறாய்’ என்றார் மோரன் நன்றி கலந்த குரலில். ‘சுலபமான பகுதி முடிந்துவிட்டது.’ அவர் குரலில் கவலை தொனித்தது. ‘ஏதாவது ஒரு துரதிர்ஷ்டம் நிகழாமல் அந்த மேட்டு நிலப்பகுதியிலிருந்து ஒருபோதும் நான் வெளியேறுவதில்லை.’

‘உங்களால் முடியாதென்றால், வேறு யாராலும் முடியாது அப்பா’ என்றாள் ரோஸ், ஆனால் இந்த உற்சாகப் பேச்சு அவளை அவர் கேள்விக்குறியுடன் பார்க்க மட்டுமே செய்தது.

‘கிழவர் ரியான் ஏற்கெனவே வாயைப் பிளந்துகொண்டு பார்த்தபடி சுவரருகே நிற்கிறார் இல்லையா’ என்றார் மோரன். ‘ஏதாவது நொறுங்குவதைப் பார்க்க அவர் விரும்புகிறார் என உறுதியாக நம்புகிறேன். இந்த ஊர்க்காரர்களால் செய்ய முடிந்ததெல்லாம் இவ்வளவுதான் என்று தோன்றுகிறது – வாயைப் பிளந்துகொண்டு பார்ப்பது.’

‘உண்மையில் எனக்கு ஆட்சேபணை எதுவுமில்லை, ஆனால் என்னுடைய மனைவி குறைசொல்லத் தொடங்கி விட்டாள்’ மைக்கேல் மீண்டும் குரல் மாற்றிப் பேசிச் சிரிப்பூட்ட முயன்றான். ஆனால் மோரன் சிரிக்கவில்லை. அவனை முறைத்துப் பார்த்துவிட்டு டிராக்டரிடம் சென்றார்.

இரண்டுமுறை அவர் மேட்டுநிலத்தைச் சுற்றிப் பாதுகாப்பாக டிராக்டரில் வலம் வந்தார். ஆனால் ஒரு பீச் மரத்தருகே புல் உலர்த்தியின் உலோக முளைகள் ஒரு வேரையோ, பாறையையோ மோதும் கடும் சத்தம் கேட்டது. டிராக்டர் நின்றது. மோரன் கீழே இறங்கி இயந்திரத்தைப் பரிசோதித்தார். அவர்கள் அனைவரும் தங்கள் கவைக்கோல்களைத் தரையில் ஊன்றிவிட்டு பீச் மரத்தை நோக்கி வந்தனர்.

‘மறுபடியும் அந்த நாசமாய்ப்போன பீச் வேர்கள்’ என்று திருகிக்கொண்ட முளைகளை ஆராய்ந்தபடி சொன்னார் மோரன்.

‘எத்தனை உடைந்திருக்கின்றன?’ மோனா கேட்டாள். ‘இரண்டுதான். நான் அதைச் சரியான நேரத்தில் கியரிலிருந்து எடுத்துவிட்டேன்.’

‘நீங்கள் முளைகளை மாற்றலாமே’ மைக்கேல் பரிந்துரைத்தான்.

‘நிலத்தை மாற்ற முடியாதே.’

கடைசியில் முளைகள் உடைந்தது ஒருவகையில் அவருக்கு நிம்மதியாக இருந்தது. சமமற்ற தரையில் புற்களை இயந்திரம் கொண்டு பரப்பிவைக்க முடியும் என்பதில் அவருக்கு நம்பிக்கை இல்லை. குறைந்தபட்சம் இப்போது அவரது அச்சம் முடிவுக்கு வந்துவிட்டது.

ரோஸ் கவனமாக அதைப் பார்த்தாள். ‘அப்பாவால் முடியாவிட்டால் வேறு யாராலும் இதை இயங்க வைக்க முடியாது.’

இந்தப் பேச்சே ஆழ்ந்த சமரசம் என்பதுபோல அவளை அவர் கோபமாகப் பார்த்தார். இருப்பினும் அவரால் நிராகரிக்க முடியாத பேச்சு அது. ‘நாம் மீண்டும் பழையபடி வாருகோலுக்கும் கவைக்கோலுக்கும் திரும்ப வேண்டும். கடவுளுக்கு நன்றி, மழை வருவதுபோலத் தெரியவில்லை. இந்த டிராக்டருக்கு அருகே நாம் இன்னும் நீண்டநேரம் இருந்தால், ரியானின் ஆர்வம் அந்தக் கேடுகெட்ட சுவரைத் தாண்டி அவரை இங்கே கொண்டுவந்துவிடும்.’

அவர்கள் வரிசைகளின் கடைசிப்பகுதியை நெருங்கிக் கொண்டிருக்கையில் முதியவர் ராடனும் அவரது கிடைக்காவல் நாயும் வயலில் தென்பட்டனர். வெளிமூலையில் நின்றிருந்த மரங்களுக்கிடையேயான முள்வேலிக்குள் யாருக்கும் தெரியாமல் நுழைந்து இருவரும் உள்ளே வந்திருந்தனர். ராடன், வைக்கோல் தொப்பியும் மென்கம்பளிக் காற்சட்டையும், நேர்த்தியான வெள்ளைச்சட்டைக்கு மேல் அகலமான சிவப்பு வண்ண தாங்குப் பட்டைகளும் அணிந்திருந்தார். கழுத்துப் பொத்தான்களை மூடியிருந்தார். அன்று நிலவிய வெப்பத்தைப் பொருட்படுத்தாமல் கழுத்துப்பட்டியை அதற்குரிய அலங்கார ஊசி செருகி அணிந்திருந்தார். ரோஸும் மோரனும் புன்னகையுடன் கைகளை விரித்தபடி அவரை நோக்கி வந்தனர். புல்வயலில் அவரை வரவேற்பதை மோரன் கௌரவமாகக் கருதினார். ராடன் ஒரு புராட்டஸ்டன்ட். அவரது பண்ணை மோரனின் பண்ணையை ஒட்டியிருந்தது, ஆனால் குறைந்தது அது மோரனுடையதைவிட ஆறு அல்லது ஏழு மடங்கு பெரியது, அவர் சமீபத்தில் அதனைத் தனது மகனிடம் ஒப்படைத்திருந்தார். மோரன் சிறார் பருவம் முடிந்து சற்று வயது கூடிய காலத்திலிருந்தே கொரில்லாப் போராளியாக இருந்தபோதிலும், இந்தச் சண்டை ஒருபோதும் புராட்டஸ்டண்டுகளுடனானது இல்லை என்று எப்போதும் வலியுறுத்திவந்திருக்கிறார். இப்போது அவர் தனது கத்தோலிக்க

அண்டை வீட்டாரை விடவும் முற்றுகைக்கு ஆளான இவர்களுடன் தன்னை அதிகம் அடையாளம் கண்டார். சூழல் தனக்கு எவ்வளவு சாதகமாக மாறினாலும் சரி, தான் எப்போதும் நிரந்தரமாக எதிர்நிலையில் இருக்கும்படி பார்த்துக்கொள்வார்.

'புதுமணத் தம்பதியரை வாழ்த்த வந்தேன்' என்றார் ராடன். 'அவர்கள் வீட்டில் இருப்பதாகக் கேள்விப்பட்டேன். இயந்திரம் வேறு இயங்காமல் சும்மா இருந்தது.' ஷீலாவையும் ஷானையும் பல்லாண்டுக் காலம் மகிழ்ச்சியாக இருக்க வாழ்த்தி, தன் மனைவி அவர்கள் கிளம்பும் முன்னர் நான்கு மணிக்குத் தேநீர் விருந்துக்கு அழைத்திருப்பதையும் தெரிவித்தார். அவர் அவர்களது வேலையையும் வானிலையையும் பாராட்டினார், பின்னர் கேட்டார் 'நீங்கள் ஏன் புல்உலர்த்தியைப் பயன்படுத்த வில்லை? அது பல மணிநேரத்தை மிச்சப்படுத்துமே.'

'நான் அதன் முளைகளை உடைத்துவிட்டேன். அந்த மேட்டுநிலத்தில் என்னால் ஒருபோதும் அதைப் பயன்படுத்த முடிவதில்லை.'

'உங்களிடம் உதிரி முளைகள் இல்லையா?'

'நிறைய இருக்கின்றன.'

மோரனை உடைந்த ஆரக்கம்பிகளை மாற்றச் சொன்னவர், தானே பல சிறு மாற்றங்களைச் செய்தார். பின்னர் ஆரக்கம்பிகளை மெதுவாகச் சுழற்றுமாறு மோரனிடம் கூறினார், அவை சுழலுவதைப் பார்த்து மேலும் சிலவற்றை மாற்றியமைத்தார், பின்னரே அவை சமமாக உள்ளன என்று திருப்தி அடைந்தார். 'இது இப்போது எந்த வகையான நிலத்திலும் வேலைசெய்யும் என்று நினைக்கிறேன்' என்றார் ராடன். பின்னர் மோரன் புல்உலர்த்தியைக் கொண்டு வேண்டுமென்றே இருப்பதிலேயே மிகவும் கரடுமுரடான நிலத்தில் புற்களைப் பரப்பத் தொடங்கினார், ராடன் தனது கைத்தடியில் சாய்ந்து நின்றவாறு அதைப் பார்த்துக்கொண்டிருந்தார். புல்உலர்த்தி, அது ஏதோ மேசை என்பதுபோல கரடுமுரடான நிலத்தில் திறம்பட வேலை செய்தது, மோரனாலேயே அதை நம்ப முடியவில்லை. சிறிதுநேரம் பார்த்துக்கொண்டிருந்த ராடன் தனது கைத்தடியை அசைத்து, கிளம்புறேன் என்று சமிக்ஞை செய்தார். மோரன் டிராக்டரை நிறுத்திவிட்டு, உள்ளூரில் வழங்கி வந்த மரபான மரியாதையின் நிமித்தம் புல்வயலை விட்டு வெளியேறும் இடம்வரை ராடனுடன் நடந்தார். பெண்களும் ரோஸும் ஷானும் அவரைப் பார்த்துக் கையசைத்தனர்.

மைக்கேல் அந்த அழகான கறுப்பு வெள்ளை கோலி நாய்க்குப் பிரியாவிடை தந்தான்.

'இயந்திரம் அந்த நிலத்தில் புல்லை இவ்வளவு நன்றாகப் பரப்பியதேயில்லை. எப்படி அதைச் செய்தீர்கள்?' வேலியருகே அவரைக் கொண்டு விட்ட பின் மோரன் கேட்டார்.

'அதெல்லாம் ஒன்றுமில்லை. அது கொஞ்சம் இறுக்க மாக இருந்தது, அவ்வளவுதான்.' தற்பெருமை பேசுவது தாழ்வுமனப்பான்மையின் அறிகுறி என்று ராடனுக்குச் சிறுவயதிலேயே கற்பிக்கப்பட்டிருந்தது. 'சின்னச் சின்ன மாற்றங்களைத்தான் செய்தேன்.'

ரோஸும் ஷீலாவும் வீட்டிலிருந்து சூடான தேநீர்க் குடுவையுடன், காலையில் தயாரித்த சாண்ட்விச்சுகள், பன்றித் தொடையிறைச்சி, பச்சைக் காய்க்கலவை, கோழியிறைச்சி ஆகியவற்றையும் கொண்டுவந்தனர். அனைவரும் பாதி வேலை முடிந்த புற்குவியலைச் சுற்றியமர்ந்து, குடுவையிலிருந்து குவளைகளுக்குள் தேநீரை நிறைத்து, அட்டைப் பெட்டியிலிருந்து சாண்ட்விச்சுகளை எடுத்தனர். அப்போதே அவர்கள் மிகவும் சோர்ந்துவிட்டிருந்தனர். அதிகம் பேசவோ அல்லது மனப்பூர்வமாகச் சாப்பிடவோகூட அவர்களால் இயலவில்லை. அது அசௌகரியமான வெயிலாக இருந்தது. ராடனைப் பற்றியோ புல் உலர்த்தியைப் பற்றியோ யாரும் பேசவில்லை.

மோரன் மீண்டும் டிராக்டரை எடுத்தபோது, பீச் மரங்களுக்கு இடையிலும் அதைச் சுற்றியும் மிக வேகமாக ஓட்டினார். ராடனின் பழுதுபார்ப்புகளைச் சோதனைக்கு உட்படுத்துவதில் அவர் உறுதியாக இருப்பதுபோலிருந்தது. ஆனால் புல்உலர்த்தி தாக்குப்பிடித்தது. அவர் எப்படி ஓட்டினாலும் ஆரக்கம்பிகள் புற்களை ஒழுங்காக, அழகாகப் பரப்பிக்கொண்டே வந்தன.

'ஹென்றி ஃபோர்ட் இப்போது விரைவாகவும் திறம்படவும் வேலைசெய்கிறார் போலிருக்கிறது' அவர்கள் ஒருவருக்கொருவர் நெருக்கமாக நின்று புற்களை வாரிக் குவித்துக்கொண்டிருந்தபோது மைக்கேல் ரோஸைக் கிண்டல் செய்தான். அவள் அவனைக் கண்டிப்பான ஒரு பார்வை பார்த்துவிட்டு முகத்தைத் திருப்பிக்கொண்டாள். பெண்கள் யாரும் எதுவும் பேசவில்லை.

ஒரு மணிநேரத்தில் அனைத்து வயல்களிலும் புற்களைப் பரப்பிவிட்டார் மோரன். கையால் செய்ய வேண்டிய பல மணி நேரக் கடின உழைப்பைத் தேவையில்லாமல் செய்துவிட்டார்.

அவர் டிராக்டரிலிருந்து இறங்கி புல்வரிசைகளைக் கூட்டிச் சேர்க்கும் மற்றவர்களுடன் சேர்ந்து வேலைசெய்தார். பிறகு இயந்திரத்தில் ராடன் செய்த மாற்றங்களைச் சிறிது நேரம் ஆராய்ந்தார். அவற்றிலிருந்து அவருக்கு விளங்கிக்கொள்ள அதிகம் இருக்கவில்லை. அதிர்ஷடத்தினாலன்றி அந்தப் பொறியமைப்பை ஒருபோதும் மீண்டும் கண்டறிய முடியாது என்று அவரது உள்மனம் அறிந்திருந்தது. மற்றவர்களோடு வரிசையில் சேர்ந்து மீண்டும் அவர் வேலைசெய்ய ஆரம்பித்த போது ஷீலாவும் ஷானும் அங்கு இல்லாததைக் கண்டார். ‘ஜோடியை எங்கே காணவில்லை?’ மோரன் அழுத்தமாகக் கேட்டார்.

‘அவர்கள் வீட்டுக்குப் போயிருக்கிறார்கள்’ என்று மழுப்பலாகச் சொன்னார்கள்.

‘எதற்கு?’

‘அவர்கள் சொல்லவில்லை. அப்படியே போய்விட்டார்கள்.

வேலை தொடங்கி ஒரு மணிநேரம் கழித்து ஷானின் கைகள் கன்றிப்போய் கொப்புளங்கள் உண்டாகியிருந்தன. பெண்களின் கைகளிலும் கொப்புளங்கள், ஆனால் கருவிகளை எப்படிக் கையாள்வது என்பது அவர்களுக்குத் தெரியும். மதியம் தேநீரும் சாண்ட்விச்சும் சாப்பிட்டுவிட்டு ஷான் எழுந்தபோது அவனால் நகரக்கூட முடியாத அளவுக்கு உடல் இறுகிவிட்டிருந்தது. குழந்தைகளாக இருந்த காலத்திலிருந்தே இந்த வேலையை வெறுத்துவந்தவளான ஷீலாவிடம் இதை அவன் சொன்னான். அவள் அவனை ஆளற்ற புல்வரிசைக்கு அழைத்துச்சென்றாள். அங்கே அவர்கள் தங்களால் இயன்ற வேகத்தில் புற்களைக் கூட்டிச் சேகரிக்கலாம். தனிமையில் அவர்கள் மகிழ்ச்சியாக இருந்தனர். அவர்கள் ஒருவர் மற்றவரில் ஆழ்ந்திருந்ததால், சில அடிகள் தொலைவில் வரிசை யாக மற்றவர்கள் ஆவேசமாகக் புற்களைக் கூட்டிவாரிச் சேகரித்துக்கொண்டிருப்பதை அறியாதது போலத் தோன்றியது. அவர்கள் இருவரும் கிசுகிசுப்பாகப் பேசிக்கொண்டனர். ஒரே நேரத்தில் தலையைச் சாய்த்துக்கொண்டு சிரித்தனர். ஷான் ஷீலாவைத் தந்திரமாக அவர்கள் சேகரித்து வைத்திருந்த சிறிய வைக்கோல் குவியலுக்குள் பக்கவாட்டில் தள்ளினான். அவள் நாணி முகம் சிவந்து படபடப்புடன் எழுந்தாள், அப்போதும் அவள் தங்களைச் சுற்றியிருந்தவர்களைப் பற்றிய பிரக்ஞையின்றி இருந்தாள். சீக்கிரமே அவர்கள் முன்புபோலவே சேர்ந்து சிரித்துப் பேச ஆரம்பித்தார்கள். தம்பதியரிடமிருந்து தங்களைத் தற்காத்துக்கொள்ளும் முகமாக மற்றவர்கள் இன்னும்

கடுமையாக வேலைசெய்து அவர்களைத் தாண்டி முன்னே செல்ல முயன்றனர், ஆனால் நண்பகலின் அசைவற்ற வெப்பம் அவர்களைச் சோர்ந்துபோகச் செய்திருந்தது. ஷீலாவும் அவள் கணவனும் வயலோர வேலியைத் தாண்டும்போதுதான் அவர்கள் வெளியேறுவதை மற்றவர்கள் கவனித்தார்கள். இருவரும் கைகோத்து நடந்தார்கள். செம்பழுப்புப் பீச்மரம் தங்களைப் புல்வயலிலிருந்து மறைத்திருக்கிறது என்று அவர்கள் எண்ணியபோது, ஷான் ஷீலாவின் தோளைப் பிடித்துத் தன் பக்கம் இழுத்து வாயில் நீண்ட நேரம் முத்தமிட்டான். அவர்கள் செம்பழுப்பு பீச் மரத்தினருகே நின்று முத்தமிட்டு விட்டுக் கைகோத்து வீட்டை நோக்கிச் செல்வதை மோரனைத் தவிர வயலில் இருந்த அனைவருமே பார்த்தனர். அங்கு நிலவிய கடும் அசௌகரிய உணர்வில் யாரும் பேசவில்லை.

ஆனால் கவைக்கோல்கள் உலர்ந்த புற்களில் ஓசை யெழுப்பிக் கொண்டிருக்கையில் மனதிற்குள் அந்த இருவரையும் பின்தொடர வேண்டிய கட்டாயம் அவர்களுக்கு ஏற்பட்டது, அவர்கள் எப்படி ஆடைகளைக் களைந்திருப்பார்கள், எப்படி ஒருவரை நோக்கி மற்றவர் நிர்வாணமாக நெருங்கி யிருப்பார்கள்... இப்படி அவர்களைப் பின்பற்றிச் செல்வதை அவர்கள் வெறுத்தார்கள். அது அவர்கள் கண் முன்னால் புல்வயலில் நடந்திருந்தால் உண்டாகியிருக்கக் கூடிய தொந்தரவைக் காட்டிலும் அதிகத் தொந்தரவு தரக்கூடிய தாக இருந்தது. அவர்கள் மறக்க முயன்றாலும்கூட அது மாறாது அப்படியே இருந்தது. ‘அவர்கள் இன்னும் சற்றுப் பொறுத்திருந்திருக்கலாம்.’ அமைதியாகச் சொன்னான் மைக்கேல், அது அவன் தன்மீது கொண்ட வெறுப்பை ஆமோதிப்பதாக இருந்தது. வீட்டின் விதிகளை மீற முடியாத தன்மையை, அதன் உண்மையான தூய்மையை அவர்கள் இருவரும் தங்களது ஆழ்ந்த சுயநலத்துக்காகப் புறக்கணிப்பதாக மற்றவர்கள் எண்ணினார்கள்.

‘மார்க்குக்கு லண்டனில் நண்பர்கள் இருக்கிறார்கள். க்ரீகன்கள். அவர்களது திருமணத்துக்கு நாங்கள் போயிருந்தோம்’ என்றாள் மேகி. ‘ஒருமுறை மார்க் இல்லாத சமயத்தில் அவர்களைப் பார்க்கச் சென்றிருந்தேன். கடைசி ரயிலைத் தவறவிட்டுவிட்டேன். அங்கே ஒரு அறையும் ஒரு பெரிய படுக்கையும் மட்டுமே இருந்தன. நான் தரையில் தூங்க விரும்பினேன், ஆனால் ரீட்டா அதைக் கேட்கவில்லை. படுக்கையின் வெளிப்பக்கமாக அவளுக்கு அருகில் தூங்க என்னை வற்புறுத்தினாள். க்ரெக்கி சுவரோரம் தரையில் படுத்திருந்தான். நீண்டநேரம் கழித்து க்ரெக்கி ‘அவள்

தூங்கிவிட்டாளா?' என்று கேட்கப் பதிலுக்கு ரீட்டா 'நீ சற்று நேரம் காத்திருக்க முடியாதா?' என்று சொல்வதைக் கேட்டேன். மூச்சுவிடவே பயமாக இருந்தது. படுக்கை பயங்கரமாக ஆடியது. யாரோ ஒருவரது கால் என்னைத் தொட்டது. நான் போர்வையை வாயில் திணித்துக்கொள்ள வேண்டியிருந்தது. கிட்டத்தட்ட இறந்தே போய்விட்டேன்.'

'பாவம் மேகி' என்றாள் ரோஸ் நகைச்சுவையுடனும் அனுதாபத்துடனும். 'வீட்டைவிட்டுப் போன பிறகு நீங்கள் எவற்றையெல்லாம் சகித்துக்கொள்ள வேண்டியிருக்கிறது.'

மோரன் டிராக்டரை நிறுத்தியவுடன் புற்களைக் குவித்துக்கொண்டிருந்தவர்கள் தனித்தனிக் குழுக்களாகப் பிரிந்தனர். ரோஸும் மோரனும் சேர்ந்து வேலைசெய்தனர். மோனாவும் மேகியும் தனியே ஒரு வரிசையை உருவாக்க மைக்கேலுக்கு உதவினர். ஏறக்குறையக் குவியலாக்கிய அதே வேகத்தில் புற்களைக் கட்டுகளாக்கினர். வயலில் இப்போது மோரனை விட மைக்கேல் வலுவாக இயங்கினான். காலை யிலிருந்து எப்பொழுதும் இல்லாத வேகத்தில் புற்கட்டுகள் வரிசையில் தென்படத் தொடங்கின.

'அந்த இரண்டு பேரும் எஞ்சிய நாள் முழுவதையும் வீட்டில்தான் கழிக்க வேண்டும்.' நீண்ட நேரம் கழித்து எரிச்சலுடன் சொன்னார் மோரன்.

'ஷானின் கைகள் எல்லாம் கொப்புளங்கள். புல்வயல் அவர்களுக்குச் சற்று அதிர்ச்சியாக இருந்தது என்று நினைக்கிறேன்.' ரோஸ் அவர்கள் இல்லாத விஷயத்தைச் சாதாரணமாக்க முயன்றாள்.

'பாவம் அந்த ஆள் எவ்வளவோ முயன்றார், ஆனால் அவரால் எந்தப் பயனும் இல்லை. பாதிரியாராவதற்காக வளர்க்கப்பட்டவர் அவர்.'

தம்பதியர் புல்வெளிக்குத் திரும்பிவந்தபோது, அவர்கள் குளித்துத் தலைவாரி, புதிய ஆடைகளை அணிந்திருந்தனர். இனிப்புச் சேர்த்த தேநீர்க் குடுவை ஒன்றை ஷீலா கொண்டு வந்தாள். மோரனைத் தவிர எல்லோரும் அதை அருந்தினர். அவர்களைப் பார்ப்பதையோ அல்லது அவர்களின் கண்களைச் சந்திப்பதையோ அவர் தவிர்த்தார்.

'கவைக்கோலைப் பிடித்து வேலைசெய்ததில் ஷானின் கைகளில் கொப்புளங்கள் உண்டாகிவிட்டன. நாங்கள் திருமதி ராடனின் அழைப்பின் பேரில் தேநீர் விருந்துக்குப் போகிறோம்' என்று விளக்கம் சொன்ன ஷீலாவின் குரல் நடுங்கியது.

‘மிஸஸ் ரோடன் சொல்வதற்கு நிறைய கதைகள் வைத்திருப்பார்.’ அவர்கள் கிளம்பும்போது ரோஸ் மட்டும் அவர்களிடம் பேசினாள்.

ஷீலா தான் அச்சுறுத்தலுக்கு ஆளாகக் கூடாது என்பதில் சமரசமின்றி உறுதியாக இருந்தாள். எளிமையாகச் சொன்னால், ஏற்கெனவே அவள் குடும்பத்தில் தனது இடத்தைப் பணயம் வைத்திருந்தாள். அவள் குடும்பத்தைச் சேர்ந்தவளாக இருப்பாள், ஆனால் அது எந்த நிபந்தனையின் பேரிலும் இருக்காது. அந்த இடம் இல்லாமல் தன்னால் வாழ முடியாது என்பதை அவள் உள்ளூர அறிந்திருந்தாள். அவளுக்கு அது தேவை, அவள் அதைப் பயன்படுத்துவாள். ஆனால் தான் விரும்பிய வழியில் தவிர வேறுவழியில் தன்னை அது பயன்படுத்திக்கொள்ள அனுமதிக்க மாட்டாள்.

‘இளம் வயதில் கில்ரோனானில் நிலவொளியில் குளிக்கும் கொண்டாட்டம் பற்றி திருமதி ராடன் சொன்னாரா?’ அவர்கள் தேநீர் அருந்திவிட்டு வந்ததும் ரோஸ் கேட்டாள்.

‘சொன்னார்’ என்றாள் ஷீலா. ‘புத்திசாலிகள் தாங்கள் இப்போது முதன்முறையாகச் செய்வதாக நினைப்பதை எல்லாம் அவர்கள் எப்படி அப்போதே செய்தார்கள்?’

வயலில் குளிர் அதிகரித்திருந்தது. தம்பதியர் உதவ முயன்றார்கள். ஆனால் அவர்கள் உதவியை யாரும் எதிர்பாக்க வில்லை. எல்லோருமே பேசக்கூட இயலாத அளவுக்குக் களைத்துப் போயிருந்தார்கள். அவர்கள் ஒதுக்கப்பட்டதாக உணரக் கூடாது என்பதற்காக ரோஸ் அவர்களிடம் வீட்டிலிருந்து மேலும் தேநீரும் சாண்ட்விச்சும் கொண்டுவர உதவுமாறு கேட்டாள்.

பீச் மரங்களின் நிழல்கள் புற்குவியல் வரிசைகளின்மீது நீண்டபோதும் என்ன செய்கிறோம் என்ற பிரக்ஞையின்றி அவர்கள் இயந்திரத்தனமாகப் புற்களைக் கூட்டிச் சேர்த்துக்கொண்டிருந்தனர். சிலநேரம் வயலில் நின்றபடி மெய்மறந்தவர்களாய் புல்வரிசைகளை வெறித்துப் பார்த்துக் கொண்டிருக்குமளவுக்கு அவர்கள் மிகவும் களைத்துப் போயிருப்பார்கள். வெளிச்சம் குறையத் தொடங்கியபோது அவர்களுக்கு நிம்மதியாகவும் ஆறுதலாகவும் இருந்தது. தங்களது ஆடைகள் ஈரமாகிவருவதைக் கண்டு அவர்கள் வேலைசெய்வதை நிறுத்தினார்கள். வானத்தில் மழைக்கான அச்சுறுத்தல் இல்லை. காலையில் மீண்டும் புத்துணர்ச்சி யுடன் இருக்கும்போது, சில மணிநேரத்திலேயே எஞ்சியிருக்கும்

வேலையை முடித்துவிடுவார்கள். பிறகு குவித்த புற்களைக் கட்டிவைப்பார்கள். மோரனும் மைக்கேலும் வயலைவிட்டுக் கடைசியாக வெளியேறினர்.

'கடவுள் உன்னை ஆசிர்வதிக்கட்டும் மகனே. இன்று ஒரு மகத்தான நாள்.'

சாலையில் கடந்துசென்ற கார்களின் முகப்பு விளக்குகள் எரிந்தன. சாலையின் அந்தப் பக்கம் எங்கேயோ ஒற்றைப் புறா தொண்டைக் கரகரப்புடன் குனுகிக்கொண்டிருந்தது. பழத்தோட்டத்தின் வழியாக விளக்கெரிந்துகொண்டிருந்த வீட்டை நோக்கி சிரமத்துடன் அவர்கள் நடந்தனர்.

காலையில் அவர்கள் அனைவருக்கும் உடல்வலி. வேலையில் உடனே இறங்கும் அவசரம் இல்லை. நண்பகலில், மெதுவாகவும் நிதானமாகவும் வரிசைகளில் எஞ்சியவற்றைக் குவியல்களாக்கினார்கள். வானிலை மாற்றமின்றி இருந்தது. பிறகு ஏற்கெனவே போட்டிருந்த குவியல்களை அலசி ஓரங்களைச் சீராக்கி உச்சிப்பகுதியை வெட்டிவிட்டுக் கயிற்றால் கட்டிவைத்தார்கள். வார இறுதியில் வானிலை மாறியது. வெதுவெதுப்பான மழை வயல்களை நிறைத்துப் பெய்தது, சன்னல்களில் மோதியது. வயல்களில் புற்கட்டுகளைப் பாதுகாப்பாக வைக்கப் போதுமான அவகாசம் இருந்தது. புற்கட்டுகளின் சீராக்கிய பக்கங்களில் மழை நழுவி ஓடியது. அவற்றுக்கு இனி நல்ல வானிலை தேவைப்படாது. ஓரிரு வாரங்களில் காற்று வீசும் எந்த நாளிலும் மழை ஓயும் இடைவெளியில் அவற்றைத் தொழுவத்துக்கு எடுத்துச் செல்லலாம். ரோஸும் மோரனும் செய்ய வேண்டியிருந்தது அது மட்டும்தான்.

மழை வந்ததும் எல்லோரும் அவரவரது இடங்களுக்குத் திரும்பத் தொடங்கினார்கள். மேகியை லண்டன் திரும்பச் சொல்லித் தந்தி வந்தது. அவளுடைய மகனுக்கு உடல்நிலை சரியில்லை. உடனே கிளம்பிவிட்டாள். புல்சேகரிப்பின்போது தான் கிரேட் மெடோவை விட்டுப்போய் திருமணம் செய்து கொண்டது ஏறத்தாழ அவளுக்கு மறந்தேவிட்டிருந்தது. மைக்கேலைத் தவிர மற்ற அனைவரும் அவளுடன் விமான நிலையம் சென்றனர். ஒரு வாரத்தின் பெரும்பகுதி அவன் மோரனுடன் தனியே இருந்தான். பகலில் படுத்து உறங்காத நேரத்தில் வீட்டில் சிறுசிறு வேலைகளில் மோரனுக்கு உதவினான். அவர்கள் இருவரும் நெருங்கிவந்தனர். அவன் கிளம்பிய அன்று மாலை, அவர்கள் ஜெபமாலைக்காக மண்டியிடுவதற்கு முன் ரோஸ் மோரனிடம் யோசனையுடன்

சொன்னாள்: 'வீடு மீண்டும் நிறைந்திருக்க நீண்டகாலம் ஆகும் என்று நினைக்கிறேன்.'

மோரன் இப்படிச் சொல்வது தவறு அல்லது துரதிர்ஷ்டம் என்பதுபோல் அவளைப் பார்த்தார். வீடு இதுபோல மீண்டும் ஒருமுறைதான் நிறைந்திருக்கப் போகிறது.

○

கிரேட் மெடோவில் வருடங்கள் மாறியதைத் தவிர வேறொன்றும் நிகழவில்லை. வெளியே பலநாட்களுக்கு மழை பெய்தது. ரோஸ் வீட்டினுள் கவனமாக வளையவந்தாள். நனைந்த தரை பலத்த காற்றில் காய்ந்து, மோரன் மெதுவாக வெளியே சென்றுவரத் தொடங்கிய பின்னர்தான் அவளால் இயல்பாகப் புழங்க முடிந்தது.

வார இறுதி நாட்களில் வீட்டில் பரபரப்பு நிலவியது. மோனா இப்போது டப்ளினிலிருந்து ஏறத்தாழ ஒவ்வொரு வாரஇறுதியிலும் வீட்டுக்கு வந்தாள். பெண்களில் மிகவும் அழகானவளான அவள் திருமணமே செய்துகொள்ளவில்லை. அவளை ஆராதிக்கப் பலர் இருந்தனர். பல ஆண்களுடன் அவள் பழகினாள், அவர்களில் பலரை வாரஇறுதிகளில் தன்னுடன் வீட்டுக்கு அழைத்து வந்தாள். அவர்கள் அமைதியான, மரியாதைக்குரிய, பொதுவாக அவளைவிட வயதான ஆண்கள். தீவிரமாக யாதொன்றையும் கோராமல் அவளது அழகின் அதிகாரத்துக்குள் இயங்குவதில் திருப்தி அடைந்தவர்கள். தீவிரமாக எதையாவது வேண்டுபவர்கள் உடனடியாக விடுவிக்கப்பட்டார்கள். அந்த ஆண்களில் யாரும் மோரனுக்கு அச்சுறுத்தலாக இல்லாததால் அவர்களோடு அவர் எப்போதும் நட்பாகவும், சிலநேரம் அவர்களை வசீகரிக்கும் வகையிலும் இருந்தார். ஏனென்றால் இப்போதெல்லாம் அவருக்கு அரிதாகவே புதிய சகவாசம் கிடைத்தது. அதோடு அவர் அந்த சாதாரண தோழமையை அனுபவிப்பதாகவும் தோன்றியது. மோனாவின் வருகைகள் வீட்டில் அதிகம் கவனிக்கப்படாதவை அல்லது பேசப்படாதவை என்றாலும், காலப்போக்கில் அவளை அவர்கள் சார்ந்திருக்க ஆரம்பித்தனர். அவர்களது வாழ்வில் அதிகம் பாதிப்பைச் செலுத்திய வெளியுலகத்துடன் மிகவும் நம்பகமான தொடர்பாக அவள் இருந்தாள்.

மார்க் ஓடோனோகு தனது வேலையை இழந்த அதேநேரத்தில் மேகிக்கு லண்டனில் இரண்டாவது குழந்தை பிறந்தது. அவள் தனது இரண்டு குழந்தைகளுடனும் கிரேட் மெடோ வீட்டுக்கு வந்தாள். ஆறு மாதங்கள் அங்கே தங்கி யிருக்கத் திட்டமிட்டிருந்தாள். ஒரு நல்ல வேலை தேடவும்,

ஒரு வீடு வாங்கத் தேவையான வைப்புத்தொகையைச் சேமிக்கவும் வேண்டி லண்டனிலேயே தங்கியிருந்தான் மார்க். இந்த ஏற்பாடு மோரனுக்குப் பிடிக்கவில்லை. மேகி வீட்டில் இருந்தபோது பல நாட்களை அவர் வயல்களிலோ, தொழுவங்களிலோ கழித்தார். அவரும் மேகியின் குழந்தைகளும் வீட்டுக்குள் ஒன்றாக இருந்தபோது சூழ்நிலை பதற்றமாக இருந்தது. இரண்டு மாதங்களுக்குப் பிறகு மேகி புறப்பட்டுச் சென்றாள். தான் சீக்கிரம் புறப்பட்டதற்கு கிரேட் மெடோவுடன் தொடர்புடைய எதையும் குற்றம் சொல்ல முடியாத அளவுக்குக் கர்வமுடையவளாகவும், வீட்டைச் சார்ந்தவளாகவும் அவள் இருந்தாள். வழக்கம்போலக் கோடையில் திரும்பிவந்து மூன்று வாரங்களை அங்கே கழிக்க அவள் திட்டமிட்டிருந்தாள். லண்டன் திரும்பிய மேகி, தான் இல்லாத நேரத்தில் மார்க் தான் சம்பாதித்த அனைத்தையும் குடியில் செலவிட்டிருந்ததை யும், பணம் எதையும் சேமித்திருக்கவில்லை என்பதையும் அறிந்தாள். குழந்தைகளைப் பகல்நேரக் காப்பகத்தில் விட்டுவிட்டு மீண்டும் முழுநேர செவிலிப் பணிக்குச் சென்றாள். அன்றிலிருந்து எப்போதும் அவள் தனது உழைப்பில் சம்பாதித்தப் பணத்தைத் தன்னோடே வைத்திருந்தாள்.

'மேகியும் அவளது குழந்தைகளும் லண்டனுக்குத் திரும்பிச் சென்றுவிட்டனர். தேவைப்படும்வரை ரோஸுடனும் என்னுடனும் இந்தக் கூரையின்கீழ் தங்குவதற்கு அவர்கள் வரவேற்கப்படுகிறார்கள்' என்று மோரன் ஒரு கடிதத்தில் எழுதினார். 'ஆனால் அவள் மார்க்கிடம் திரும்பிச் செல்வதில் எனக்கு மிகவும் மகிழ்ச்சி. மனைவியின் இடம் அவள் கணவன் இருக்குமிடம்தான்.'

ஷீலாவும் அவ்வப்போது வீட்டுக்கு வருவாள் என்றாலும் அவளது வருகை மிகவும் கவனமாக இருக்கும். வார இறுதி நாட்களில் ஷானுடனும் மோனாவுடனும் வருவாள் அல்லது லண்டனிலிருந்து மேகி வீட்டுக்கு வரும்போது அவளுடன் வருவாள். ஷீலாவுக்கு மூன்று ஆண்டுகளில் மூன்று குழந்தைகள். மற்றவர்களைவிடவும் குறைவாகவே அவள் வீட்டுக்கு வருகிறாள் என்று மோரன் புகார் செய்தால் அதற்குச் சரியான சாக்காக அவளது குழந்தைகள் இருந்தனர். மோரன் தனது நிலைப்பாடுகளை அழுத்தமாக நிறுவத்தொடங்கும் போதெல்லாம் அவளிடமிருந்த பழைய வெறுப்பு வெளிப்பட்டது. தன் குழந்தைகளைப் பார்த்து அவர் கத்துவதை அவளால் சகிக்க முடியவில்லை.

ஒரு முறை குழந்தைகளின் கட்டுப்பாடற்ற விளையாட்டு அவருக்குக் கோபமுண்டாக்கியபோது 'இந்தக் குழந்தைகள்

வயல்வெளியில் வளர்க்கப்பட்டவர்கள் என்று நினைப்பார்கள்' என்று அவளைப் பார்த்துக் கர்ஜித்தார்.

'நல்லது, அவர்கள் அந்த வயலுக்கே திரும்பிச் செல்வார்கள்' என்று கோபத்துடன் அவருக்குப் பதிலடி கொடுத்தவள், உடனே குழந்தைகளை அழைத்துக்கொண்டு சென்றுவிட்டாள்.

'சில கூச்சல்களை அவ்வளவு தீவிரமாக எடுத்துக்கொள்ள வேண்டிய அவசியமில்லை' என்றார் மோரன். ஆனால் மிகக் குறுகிய தங்கல்களைத் தவிர்த்துத் தனது குழந்தைகளைப் பின்னர் ஒருபோதும் அவள் வீட்டுக்கு அழைத்துவரவில்லை. குழந்தைகள் புத்திசாலிகளாக, தன்னம்பிக்கையுடன் இருந்தனர். அந்த நம்பிக்கை, தனக்கு நிகழ்ந்தது போலவே, குலைவதை அவள் விரும்பவில்லை. தனது விசுவாசம் யாரிடத்தில் என்பதில் அவள் தெளிவற்றிருக்கலாம். அவளது சுயத்தின் ஆழ்ந்தவொரு பகுதி அவளது சகோதரிகள், இந்த மனிதர், இந்த வீடு ஆகியவற்றுடன் பிணைக்கப்பட்டிருக்கிறது என்பதையும் அவள் அறிவாள். அதை மாற்ற முடியாது. ஆனால் தன் குழந்தைகள் இவற்றில் யாதொன்றையும் கொண்டிருக்க அவள் விரும்பவில்லை. அவளுக்குப் பூட்டப்பட்ட கதவுகள் அவர்களுக்குத் திறந்திருக்கும், அவர்களின் வாழ்க்கை வேறுபட்ட ஒன்றாக இருக்கும்.

எப்போதாவது ஒருமுறை என்ற வகையில் மைக்கேலும் வீட்டுக்கு வந்துகொண்டிருந்தான். பொதுவாகவே அவன் முன்னறிவிப்பின்றி வந்தான். அவனைத் தன் விருப்பத்திற்கேற்ப வளைக்கும் முயற்சியைக் கைவிட்ட மோரன், அவனை அவனது விருப்பத்திற்கே விட்டுவிடுவதில் திருப்தியடைந்தார். அவனைப் பார்ப்பதில் கிடைத்த மகிழ்ச்சி போதுமென்றிருந்தது. சில உடலசைவுகள், பழக்கவழக்கங்கள் தெளிவாக அவனது தந்தையிடமிருந்து வந்திருந்தன, ஆனால் தந்தையின் முசுட்டுத்தனம் இல்லை. சிலசமயம் அவன் விருப்பத்துடன் வந்து பண்ணை வேலைகளில் தன்னை ஈடுபடுத்திக்கொள்வான். ஒரு வாரத்தில் மோரன் எவ்வளவு வேலைகளை முடிப்பாரோ அத்தனை வேலைகளையும் ஒருநாளில் செய்து முடித்துவிட்டு, திடீரென்று வந்த வேகத்திலேயே கிளம்பிப் போய்விடுவான். 'அவன் எனக்குச் சேற்றுநிலத்தில் வேலையில் உதவினான். ரோஸுக்கும் எனக்கும் இந்த வாரம் முழுவதையும் உற்சாகமாக்கினான். மைக்கேல் அற்புதமானவன்' என்று அவனது திடீர் வருகை ஒன்றுக்குப் பிறகு மோரன் மேகிக்கு எழுதினார்.

பள்ளிப்படிப்பை நிறுத்திவிட்டு கிரேட் மெடோவை விட்டு வெளியேறிய அதே வழியில் அவன் திருமணமும்

செய்துகொண்டான். டப்ளினில் இருந்த தனது சகோதரிகளிடமும், லண்டனில் தனது சகோதரனிடமும் உதவியை நாடினான்.

'அவளுக்கு என்ன வேண்டுமாம்?' மைக்கேல் ஆசிரியையான ஒரு ஆங்கிலப் பெண்ணோடு பழகியதாகவும், அவள் கர்ப்பமாக இருப்பதாகவும் சொன்னபோது லூக்கா கேட்டான்.

'அவள் என்னைத் திருமணம் செய்துகொள்ள விரும்புகிறாள்.'

'என்ன செய்யப்போகிறாய்?'

'எனக்கு உறுதியாகத் தெரியவில்லை. அவளுக்கு இருபத்தெட்டு வயதாகிறது.'

'உனக்கு அவள்மீது விருப்பமிருந்தாலும் பரவாயில்லை. உனக்கு உறுதியாகத் தெரியவில்லையென்றால் குழந்தை பிறக்கும்வரை நீங்கள் சேர்ந்து வாழலாம். பிறகு என்ன செய்வதென்று நீங்கள் இருவரும் முடிவு செய்துகொள்ளலாம்,'

'அவள் அதற்கு ஒருபோதும் சம்மதிக்க மாட்டாள். அவள் ஆங்கிலேயர், ஆனால் கத்தோலிக்கர். பல வழிகளில் அவர்கள் நம்மைவிட மிகவும் கண்டிப்பானவர்கள்.'

'அவளால் அவ்வளவு கண்டிப்பாக இருக்க முடியாது' உணர்ச்சியற்றக் குரலில் சொன்ன லூக்கா தனது சகோதரனின் அசௌகரியத்தைப் பார்த்ததும் பேச்சை மாறினான். 'இந்தப் பெண்ணிடம் உனக்குப் பிடித்தது என்ன?'

'என்னை முக்கியமானவனாக உணரவைத்த யாரையும் நான் இதற்கு முன்பு சந்தித்ததில்லை.' மைக்கேல் உணர்ச்சிவசப்பட்டான். இப்போது அண்ணன் அசௌகரியமாக உணர்ந்தான்.

'திருமணம் செய்துகொள்வது சரியாக இருக்குமென்று நினைக்கிறாயா?' மைக்கேல் கேட்டான்.

'சரியாக இருக்குமென்றுதான் நினைக்கிறேன், நீங்கள் இருவரும் அதை விரும்பும் பட்சத்தில்.'

'நான் அப்பாவிடம் ஏதாவது கேட்க வேண்டுமா?'

'நீ விரும்பினால் கேட்கலாம், இல்லையென்றால் தேவையில்லை. நானாக இருந்தால் என் பாட்டுக்குச் செய்ய வேண்டியதைச் செய்வேன். அவள் பெயர் என்ன?'

'ஆன் ஸ்மித். சகோதரிகளுக்கு இது பிடிக்காது, அது நிச்சயம்' என்று அவன் மகிழ்ச்சியாகச் சிரித்தான்.

அவள் ஆழ்ந்த நிறம் கொண்ட, அழகான பெண். தனது வழிகளில் திட்டவட்டமானவள், மைக்கேல்மீது ஐயமற மையல் கொண்டிருந்தாள். அவளது ஆங்கிலேயக் குடும்பத்தார் அனைவரும் திருமணத்தில் ஆர்வம் காட்டினார்கள். திருமணத்தன்று மோரன்கள் அனைவருக்கும் வெவ்வேறு வழிகளில் தாங்கள் வந்தேறிகள் என்பது உணர்த்தப்பட்டது. மோனாவும் ஷீலாவும் திருமணத்திற்கு வந்திருந்தனர். பெண்களில் யாருக்கும் ஆன் ஸ்மித்தைப் பிடிக்கவில்லை. அவளிடம் குறைகளைத் தேடினர். ஆனால் உண்மையான குறைபாடு அவள் அத்துமீறி நுழைந்த ஒரு வெளியாளாகப் பார்க்கப்பட்டதுதான். அவளை ஒருபோதும் தங்களது நெருங்கிய வட்டத்துக்குள் அவர்கள் அனுமதிக்க மாட்டார்கள். அவர்களது குடும்பத்துக்குள் அவள் ஒரு வந்தேறி. திருமணம் முடித்த கையோடு மைக்கேல் அவளை நேரே கிரேட் மெடோவுக்கு அழைத்துவந்தான்.

அவனது இளமைக்காலம், அவனது வரலாறு, பொதுவாக அவனது முன்கணிக்க முடியாத நடத்தை இவற்றை வைத்து, மைக்கேல் ஒரு ஆங்கில ஆசிரியையைத் திருமணம் செய்துகொள்கிறான் என்ற செய்தி நகைச்சுவை கலந்த அவநம்பிக்கையுடன் எதிர்கொள்ளப்பட்டது.

'பாவம் மைக்கேல்.' ரோஸ் பிரியம் மாறாமல் சிரித்தாள். 'அவன் ஒரு வீட்டின் தலைவனாக உருவெடுப்பதைப் பார்க்க எனக்குக் கஷ்டமாக இருக்கிறது.'

'அவனைப் போன்றவர்கள் பெரும்பாலும் சிறந்த குடும்பத் தலைவராகி விடுகிறார்கள்' என்று மோரன் அவனுக்கு ஆதரவாகப் பேசினார். அவர்கள் இருவருக்கும் ஆன் ஸ்மித்தைப் பிடித்துவிட்டது, பெண்களது விமர்சனங்களுக்கு அவர்கள் செவிசாய்க்கவில்லை.

'அவள் நல்ல புத்திசாலிப் பெண். மைக்கேல் – கடவுள் என்னை மன்னிப்பாராக – தன்னைப் போல ஒரு கோமாளியை அவன் பிடித்திருந்தால் ஒன்றுக்கும் உதவியிருக்காது. இப்போதுவரை அவள் பட்டங்கள், பட்டயங்கள் எனப் படிப்பில் மும்முரமாக இருக்கிறாள். அவன் தனது படிப்பை முடித்துத் தகுதி பெறும்வரை அவர்கள் இருவரையும் அவளது சம்பாத்தியம் காப்பாற்றும். இதை நினைக்கும்போது, அவன் எவ்வளவு கொடுத்து வைத்தவன் என்று தெரிகிறதா?' ரோஸ் நகைச்சுவை கலந்த பிரியத்துடன் வாதிட்டாள்.

'அவள் மைக்கேலுக்குப் பொருத்தமாக இருந்தால், அவள் எனக்கும் பொருத்தமானவள்தான் என்று உறுதியாக

நம்புகிறேன்' என்றார் மோரன். 'என்னைப் பொருத்தவரை அவள் இன்னொரு மகள்.' பெண்கள் தங்களால் ஒருபோதும் ஏற்றுக்கொள்ள முடியாததை மௌனமாகக் கேட்டுக்கொண் டிருந்தனர். வெளியுலகம் அவர்களுக்குத் தொலைவாக இருக்கும்படி அவர்கள் வளர்க்கப்பட்டார்கள். இப்போது அவர்களது அப்பா அதை வரவேற்று வீட்டுக்குள் கொண்டு வந்திருக்கிறார்.

மோரன் தனது உடையைப் பற்றி அலட்சியம் கொள்ளத் தொடங்கியிருந்தார், முன்பெல்லாம் நகரத்துக்கோ தேவாலயத் துக்கோ செல்லும்போது ஏதோ இந்த உலகத்தையே எதிர் கொள்ள வெளியே செல்வதைப் போல உடை அணிந்திருப்பார். ரோஸின் கவனமிகு கண்கள் அவரது தோற்றம் அழகாக இருக்கும்படி பார்த்துக்கொண்டன. அவர்களுக்கு இப்போது இரண்டு ஓய்வூதியங்கள் கிடைத்தன. இராணுவ ஓய்வூதியத் துடன் சேர்த்து முதியோருக்கான ஓய்வூதியமும் வந்தது. புற்களைச் சேகரித்துவைக்க முடிந்ததா இல்லையா என்பது இப்போதெல்லாம் ஒரு விஷயமேயில்லை. வயலில் புற்கள் அழிவதற்கு முன்பே பெரும்பான்மையான கால்நடைகள் விற்கப்பட்டுவிட்டன. எஞ்சியிருந்த சிலவும் வயல்களில் வேலிகளுக்கு அடியில் கிடைத்தவற்றை மேய்ந்து சமாளித்துக்கொண்டன. தொழுவங்கள், தீவனம் குறித்து அண்டைவீட்டாரைக் கவலைப்பட வைத்த பனிப்பொழிவுக் காலம் அவர்களைப் பொருத்தமட்டில் நேரம்போக்க உதவிய இனிமையான இடைவேளையாக மாறியது.

பரபரப்பற்ற அமைதியான உலகில், தங்களுக்கு மேலே பளபளக்கும் வெண்ணிறச் சமவெளிகள் ஒளிர்ந்தபடியிருக்க ஐவி கொடிகளால் மூடப்பட்டிருந்த சிறிய மரங்களை அவர்கள் வெட்டி வந்தனர். வறண்ட காற்றில் தாங்கள் செய்த இந்தச் செயலால் மகிழ்ந்தவர்களாய் அடர்வண்ண ஐவி இலைகளைக் கால்நடைகள் பசியுடன் கிழித்துத் தின்பதைப் பார்த்தபடி அவர்கள் நின்றிருந்தார்கள். தங்களிடம் இப்போது நிறையப் பணம் இருக்கிறது என்று ரோஸ் அவருக்கு நினைவூட்டிக்கொண்டே இருந்தாள். அவர்கள் இனி நிலத்துக்கு அடிமையாக இருக்க வேண்டிய அவசியமில்லை. அவர்களிடம் தேவைக்கு அதிகமான பணம், அவர்களால் செலவழிக்க முடிந்ததைவிட அதிகமான பணம், எஞ்சியிருந்த வாழ்நாளுக்கும் அதிகமான பணம் இருந்தது. ஆனாலும் அதன்பொருட்டு மோரன் ஓய்வுகொள்ளவில்லை. அடிக்கடி மாலை நேரங்களில், தன்னிடம் எவ்வளவு இருக்கிறது, எவ்வளவு

செலவாகிறது, எப்படியான நஷ்டங்கள் ஏற்படுகின்றன என்று பல மணிநேரம் கணக்குப் போடுவதில் செலவழிப்பார்.

அவர் மீண்டும் கடிதங்கள் எழுதத் தொடங்கினார். லண்டனில் இருந்த மேகிக்கோ மைக்கேலுக்கோ அவர் கடிதம் எழுதாத வாரமே இல்லை. கடிதங்களை அஞ்சலில் சேர்க்கவும், வரும் கடிதங்களை வாங்கிவரவும் அவர் இப்போதும் தபால் அலுவலகத்துக்குச் சென்றார். ஆனால் ரோஸ் அவரை அங்கு அழைத்துச்சென்று வெளியே காரில் காத்திருந்தாள். ஆனியும் லிஸியும் தொடர்ந்து தபால்அலுவலகத்தை நடத்திவந்தனர், அலுவலகம் பளபளப்பாக இருந்தது. அழுக்கின் மீதான அவர்களின் வெறுப்புக்கு இப்போது சட்டம் வலுவூட்டியிருந்தது. அழுக்கு பூட்ஸ்களையோ, குதிகாலுயர்ந்த ரப்பர் வெலிங்டன்களையோ அணிந்து யாரும் இப்போது உள்ளே நுழைய முயல்வதில்லை. மாறாக வெளியிலிருந்தே தங்கள் அலுவல்களை முடித்தனர், தங்களது அஞ்சல் ஆணை, பணம் போன்றவற்றை வாடிக்கையாளர்கள் ஒப்படைப்பதற்காகக் கதவு திறக்கப்பட்டது. மளிகைச் சாமான்கள், கடிதங்கள், அல்லது சில்லறைக்காக மீண்டும் கதவு திறக்கப்பட்டது, அவற்றைச் சுத்தமான காலணிகளுடன் உள்ளே காத்திருந்த வாடிக்கையாளர்கள் பெற்று வெளியே நிற்பவர்களிடம் வழங்கினர். நம்ப முடியாத அளவுக்குத் தரை தேய்ந்திருந்தது, ஆனால் அது முடிவின்றித் துடைக்கப்பட்டதில் மெல்லிய பளபளக்கும் வெண்ணிறத்தைப் பெற்றிருந்தது. ஆனியும் மோரனும் ஒருவர் மற்றவரது முன்னிலையில் கவனமாக நடுநிலையைக் கடைப்பிடித்தனர். இப்போது அவர்கள் ஒருவரையொருவர் நன்கு அறிந்திருந்தார்கள், ஆனால் அவர் அந்தச் சிறிய அறையை விட்டு வெளியேறியவுடன் அவருக்குப் பாதுகாப்பில்லை. சிலரே பாதுகாப்பாக இருந்தனர்.

'திரு மோரன் இப்போதெல்லாம் எப்படி இருக்கிறார்?' என்று அவர் கிளம்பியவுடன் ஒரு வாடிக்கையாளர் நைச்சிய மாகக் கேட்டார். 'நன்றாக இல்லை. அவர் ஒருபோதும் நன்றாக இருந்ததில்லை, ஆனால் எப்போதும் அவர் தன்னை நன்றாகக் கவனித்துக்கொள்வதில் சிறந்தவர். கடவுள் அவரை ஆசீர்வதிக்கட்டும்' என்று சொல்லிவிட்டு அவளது நகைச்சுவையைப் பாராட்டும் தொனியிலான சிரிப்பின் அலை அடங்கும் வரை ஆனி தபால்தலைகள் ஏட்டின்மீது தலைகவிழ்த்து நின்றாள். 'சென்ற வாரம் அவர்கள் வீட்டுக்குள் வெள்ளம் வந்ததில் அவர்மீது எந்தத் தவறுமில்லை என்றார்கள். ஆனால் இரண்டு நாள் முழுக்கத் தன்னைப் பற்றி யோசிக்க அவருக்கு நேரமே இல்லையாம்.'

பெண்கள் நடுவே 255

மோரன் தன் வாழ்நாள் முழுவதும் மூர்க்கமாகத் திணிக்க முயன்ற ஒரு கருத்தை உடனடியாக அழித்துவிடும் அளவுக்கு அந்தச் சிரிப்பு அலட்சியமானதாக, அதனை நிராகரிப்பதாக இருந்தது.

அந்தச் சிரிப்புத் தன் அதிகார எல்லையை ஊடுருவினால் ஆனி உடனே அதைக் கட்டுப்படுத்துவாள். 'ஒருவேளை அவர் இப்போது நன்றாக இல்லையோ என்னவோ. நம்மில் மற்றவர்களைப் போலவே அவரும் இருப்பார் என எண்ணுகிறேன். கடவுள் நம் அனைவருக்கும் உதவட்டும்.'

'ஆனியின் இடத்தில் நாம் முதன்முதலில் சந்தித்தது உங்களுக்கு நினைவிருக்கிறதா?' மழை ஈரம் மிகுந்த ஒரு மாலையில் அவர்கள் தபால் அலுவலகத்திலிருந்து வெளியே வரும்போது ரோஸ் பழைய நினைவிலும் பிரியத்திலும் கேட்டாள்.

அவர் பதில் சொல்லவில்லை. குறுகலான பாலத்தைக் கடக்கும்போது வேகத்தைக் குறைக்க அவள் ஒழுங்கற்ற வகையில் கியரை மாற்றினாள். 'கடவுளே! பெண்ணே நீ என்ன செய்கிறாய் என்பதில் கவனம் செலுத்த மாட்டாயா? கியர் பெட்டியின் குடலைப் பிடுங்கி எறியாமலிருக்க உன் காலை முழுவதும் கீழே வைத்திருக்க வேண்டுமென்று தினம் தினம் சொல்லியிருக்கிறேன் இல்லையா?' கடந்த காலத்தின் மீதான அவரது வெறுப்பு எப்பொழுதும்போல வலுவாக இருந்தது. அவர்களுடைய ஆரம்பகால வாழ்க்கை இப்போது கடந்த காலமாகிவிட்டது.

'மன்னித்துக்கொள்ளுங்கள். நான் அதை யோசிக்கவில்லை.'

'சரி, இப்போது யோசிக்கத் தொடங்கு. நான் கேட்க விரும்புகிறேன், நீ எப்போதாவது யோசித்திருக்கிறாயா? நீ யோசிக்கத் தொடங்கும் நாள் ஆசீர்வதிக்கப்படும்.' அவரது எரிச்சல் தானாகவே கொழுந்துவிட்டு எரிந்தது, அவள் எதிர்த்து எதுவும் சொல்லவில்லை. அவள் மீண்டும் கியரை மாற்ற வேண்டியிருக்கும் இடமான காக்ஸ் ஹில்லை கார் அடையவே கூடாது என்று விரும்பியவளாய் மழையில் மெதுவாக ஓட்டினாள்.

ஒரு மழைநாளில் இருவரும் ஸ்ட்ராண்ட்ஹில் செல்லலாமா என்று ரோஸ் கேட்டாள். அது அவரது அமைதியின்மையைப் போக்கும் என்று அவள் நம்பினாள். முதலில் இந்த யோசனையை அவர் கேலிசெய்தார், ஆனால் பின்னர் திடீரென்று ஒப்புக்கொண்டார். அவர்கள் ஒரு வெப்பக் குடுவையில்

தேநீரும், சாண்ட்விச்சுகளும் எடுத்துச் சென்றனர். கோல்ஃப் மைதானத்தின் ஒரு பகுதியை நடந்தே கடந்தனர். கடைகளைப் பராக்குப் பார்த்தனர். காரில் அமர்ந்து தேநீர் அருந்தியபடி கடல் கரைமீது வந்துவிழுவதை வேடிக்கை பார்த்தனர். அவர்கள் கிளம்புவதற்கு முன்பு, அலை விளிம்பையொட்டி நடந்து செல்ல வேண்டும் என்று விளையாட்டாக வற்புறுத்தினார். அங்கே, ஓடிவந்த அலை கடைசியாகக் கரையில் நின்ற இடத்தில் குனிந்து கையால் அள்ளினார். உதட்டருகே கொண்டு சென்று உப்பைச் சுவைத்தார், பின் ரோஸுக்கும் சுவைக்கக் கொடுத்தார்.

'நல்லது, அது ஒரு அற்புதமான பயணம்.' அவர்கள் வீட்டுக்கு வந்தபோது ரோஸின் குரலில் ஒரு நிம்மதி தெரிந்தது.

'நாள் முழுக்க வெறுமனே வீட்டுக்குள் முடங்கிக் கிடப்பதை விட இது எவ்வளவோ மேல்.'

அடுத்த பயணத்தில் அவர்கள் வடக்கே எல்லையைத் தாண்டி எனிஸ்கிலனுக்குச் சென்றனர். முடிவில்லாத நாட்களை மூடிய அறைகளில் கழிப்பதிலிருந்து தப்பிக்க அவர்கள் இந்தப் பயணங்களில் ஈடுபட்டனர். பல நாட்கள் வீட்டுக்குள்ளேயே அடைபட்டுக் கிடந்தனர். சில வருடங்களுக்கு முன்பு நெல் மோரஹனும் மைக்கேலும் தங்களது சோம்பலான தினங்களைக் கழித்த எல்லா நகரங்கள், இடங்களுக்கும் மெல்ல அவர்கள் சென்றுவரத் தொடங்கினர்.

அந்த வீடு மிகவும் மூர்க்கமாகப் பற்றிக்கொண்டிருந்த மாற்ற முடியாத ஒரு பிம்பம், இப்போது படிப்பறிவற்ற, அக்கறை யற்ற வெளியுலகின் மாறுபட்ட யதார்த்த நோக்கினால் சிறு அளவில் அச்சுறுத்தலுக்கு ஆளானது. ஸ்ட்ராண்ட்ஹில் அல்லது எனிஸ்கிலனில் நாளைக் கழிப்பதற்குப் பதிலாக, வங்கிக்குச் சென்று, தான் வைத்திருந்த சில அரசுப் பத்திரங்களை விற்கலாமா அல்லது தொடர்ந்து வைத்திருக்கலாமா என்பது குறித்து மேலாளரின் ஆலோசனையைப் பெற மோரன் முடிவு செய்தார்.

ரோஸும் மோரனும் மேலாளரைப் பார்க்க வேண்டும் என்று கேட்டபோது வங்கி ஊழியர்கள் யாருக்கும் அவர்களைத் தெரியவில்லை. மேலாளர் அறைக்கு வெளியே காத்திருக்கச் சொன்னார்கள்.

'கிறிஸ்துமஸுக்கு முந்தைய நாளன்று நாம் பாவசங்கீர்த்தனம் செய்யப் போவதுபோல என்று நீ நினைக்க லாம்.' நீண்ட நேரம் கழித்து ரோஸிடம் புகார் சொன்னார்

மோரன். 'அதிக நேரம் ஆகாது. அவருக்கு வேறு ஏதாவது வேலை இருக்க வேண்டும்.'

மேலாளர் வெளியே வந்தபோது, அவர் ஒரு வாடிக்கை யாளருடன் நட்புடன் உரையாடிக்கொண்டிருந்தார், அவரைப் பிரதான நுழைவாயிலுக்கு மரியாதையுடன் அழைத்துச் சென்றார். ஊழியர் ஒருவர் நாற்காலிகளில் காத்திருந்த வயதான தம்பதியரைக் காட்டினார். திரும்பி வந்ததும் அவர்களை அறைக்குள் அழைத்தார். மேலாளர் உயரமாக, நரைத்த தலைமுடியுடன் இருந்தார். அவர் அவர்களை அறிந்திருக்கவில்லை. அவர் மோரனின் கோப்பைத் தேடிக் கொண்டிருந்தபோது, ஒரு பெண் கதவைத் தட்டி, தட்டில் வைத்த கோப்பையுடன் உள்ளே நுழைந்தாள். காபியின் வாசனையை அவர்களால் உணர முடிந்தது. தட்டின் விளிம்பில் இரண்டு அத்தி பிஸ்கட்டுகள் வைக்கப்பட்டிருந்தன. அப்போது தொலைபேசி ஒலித்தது. அழைத்தவர் யார் என்று அறிந்ததும் கோப்பைத் தேடுவதை விட்டுவிட்டு, நாற்காலியை மேசை அருகே இழுத்துப் போட்டார் மேலாளர். கோல்ஃப் சங்கத் தேர்தலைப் பற்றி ஒரு நீண்ட உரையாடல் தொடங்கியது. அப்போது மேலாளர் இரண்டு அத்தி பிஸ்கட்டுகளையும் சாப்பிட்டார், கோப்பைக் காபியையும் அருந்தி முடித்தார். ரோஸ் பலமுறை கவலையுடன் மோரனைப் பார்த்தாள். அவர்கள் முதன்முதலில் சந்தித்த காலத்தில் இது நடந்திருந்தால் அவர் எப்போதோ அந்த அறையிலிருந்தும் வங்கியிலிருந்தும் எழுந்து வெளியே வந்திருப்பார். மாறாக இப்போது அவர் தன்னைச் சுற்றிலும் பார்க்காமல் ஏமாற்றத்துடனும் சற்றுச் சோர்வுடனும் உட்கார்ந்திருந்தார். மேலாளர் தொலைபேசியை வைத்துவிட்டு அவர்களிடம் மன்னிப்புக் கேட்டபோது மோரன் அங்கேயே அமர்ந்திருந்தார். எப்படியோ அவர்கள் வந்த விஷயம் முடிந்துவிட்டது என்று நினைத்தவர்போலப் பெருந்தன்மையுடன் அவர்களுக்குக் கதவைத் திறந்து காட்டினார். அவர்கள் ஒன்றும் பேசாமல் கிளம்பினார்கள். நடைபாதையில் இறங்கியபோது ரோஸ்தான் தன்னைமீறிய கோபத்தில் இருந்தாள்.

'என் வாழ்நாளில் இப்படி ஒருவர் நடந்துகொண்டதை நான் பார்த்ததே இல்லை.'

'யாருக்கு இதுபற்றியெல்லாம் அக்கறை?' மோரன் சொன்னார். 'யாரும் கவலைப்படுவதில்லை.'

'நான் கவலைப்படுகிறேன்' என்றாள் ரோஸ் உணர்ச்சிவயப்பட்டவளாய்.

'அதெல்லாம் ஒன்றுமேயில்லை. இப்போதெல்லாம் யாரும் கவலைப்படுவதில்லை.'

வார இறுதியில் ரோஸ் இந்தச் சம்பவத்தை மோனா விடம் தீவிரமாக முறையிட்டாள். மோனாவுக்குக் கோபம் கூடிக்கொண்டே போனது. திங்கட்கிழமை விடுப்பு எடுத்துக் கொண்டு மேலாளரைப் பார்க்க வருகிறேன் என்றாள்.

'ஒருகாலத்தில் அப்பாவிடம் அப்படி நடந்துகொண் டிருக்க முடியாது. நான் அந்த மேலாளருடன் பேசிய பின் அவருக்கு அது புரியும். பிறகு அவர்மீது புகார் தருவேன்.'

'அவருக்காக ஒரு நாளை வீணாக்காதே.' ரோஸ் இப்போது அவளுக்கு அறிவுரை சொன்னாள். 'போகட்டும் விடு. அவன் அவ்வளவு அறியாமை கொண்டவனாக இருந்தால், உன்னால் அவன் ஒரு விஷயத்தைக் கற்றுக்கொள்வான்' என்று தனது பழைய சிரிப்பைச் சிரிக்க ஆரம்பித்தாள்.

'அந்தக் காலமாக இருந்திருந்தால் அப்பா அவனை ஒருவழி செய்திருப்பார்.'

'நான் அந்த மேலாளர்மீது புகார் செய்யப்போகிறேன்' என்றாள் மோனா. ஆனால் அவள் அப்படிச் செய்யவில்லை.

நீண்ட இரவுகளின்போது, தன்னிடம் இருந்த பணத்தை மீண்டும் ஒருமுறை அவர் கூட்டிக் கணக்குப் பார்த்தபோது, மைக்கேலுக்கு அல்லது மைக்கேலின் மனைவிக்கு, அல்லது பெண்களில் ஒருத்திக்குக் கடிதம் எழுதும்போது, தனது பிள்ளைகளில் ஒருவரிடம் மட்டுமே உண்மையிலேயே தோல்வியுற்றதாக உணர்ந்ததாகவும், அது வாழ்நாள் முழுவது மான அவரது மற்ற எந்த நடவடிக்கையையும்விட அவரை மிகவும் தொந்தரவு செய்வதாகவும் ரோஸிடம் திரும்பத் திரும்பச் சொல்லிக்கொண்டே இருந்தார்.

'நான் அவனுக்கு ஏதோ தவறு அல்லது தீங்கு செய்து விட்டதாக அவன் நினைக்கிறான் என்று தோன்றுகிறது.'

'அது உண்மை இல்லை என்று உங்களுக்குத் தெரியும். லூக்கா அந்த விஷயங்களை மிகவும் தனிப்பட்ட வகையில் எடுத்துக்கொண்டான். எல்லாக் குடும்பங்களிலும் கருத்து வேறுபாடுகள் ஏற்படுகின்றன, ஆனால் அவனைப் போல யாரும் அவற்றுக்கு அவ்வளவு கவனம் கொடுப்பதில்லை' என்றாள் ரோஸ்.

'நான் அவனைப் பார்க்க விரும்புகிறேன். ஆனால் அவன் வர மாட்டான் என்று எனக்குத் தெரியும். அவன்மீது

எனக்கு எந்தக் கோபமும் இல்லை. என்னைப் பொருத்தவரை அனைத்தையும் மன்னித்துவிட்டேன். இதை அவனுக்கு எழுதினால் தவறு என்னுடையதல்ல என்ற நிம்மதியாவது இருக்கும். அவன் என் மனசாட்சிக்கு உறுத்தலாக இருக்க மாட்டான்.'

பல இரவுகள் அவர் அந்தக் கடிதத்தை எழுதிக் கொண்டிருந்தார். எழுதும்போது அவரது பழைய மூர்க்கமும் கோபமும் கொஞ்சம் திரும்பி வந்தன. எழுதி முடித்தக் கடிதம் சுருக்கமாக இருந்தது. அதை அவர் ரோஸிடம் காட்டவில்லை. 'என் மனநலம் குறித்து நான் சிந்தித்த தருணங்கள் என் வாழ்க்கையில் உண்டு' என்று அது தொடங்கியது. 'என்னையும் உன்னையும் தவிர அவர்கள் எல்லோரும் பைத்தியக்காரர்கள். என்மீது எனக்குச் சந்தேகமுண்டு. வாழ்க்கையில் மற்றவர் களைப் போலவே நாமும் நல்லவர்கள் அல்லது கெட்டவர்கள் என்று ரோஸ் நினைக்கிறாள். உண்மையாகவோ அல்லது கற்பனையாகவோ, ஒரு வெறுப்பை நீடித்திருக்கச் செய்ய முடியாத அளவுக்கு என் வாழ்க்கை இப்போது மிகவும் குறுகியதாக இருக்கிறது. என்னால் என்னவெல்லாம் இயல்கிறது என்பது இப்போது அவ்வளவு முக்கியமான விஷய மில்லை. கடந்த காலத்தில் உனக்குத் தீங்கு செய்ய நான் விரும்பியதில்லை. எதிர்காலத்திலும் உனக்குத் தீங்கு செய்ய எண்ண மாட்டேன். என் சிந்தனையாலோ, சொல்லாலோ, செயலாலோ அவ்வாறு நடந்திருந்தால் நான் வருந்துகிறேன். டாஃபடில்கள் பூக்கும் நிலையில் செழித்து நிற்கின்றன, புதர்களும், பூக்களும், பழங்களும் கூடத்தான். விரைவில் விதைப்பதற்கான நேரம் வரும். களைத்துக் கிடக்கிறேன். இப்போது அந்த நினைவாலும்தான். யாருக்கு அதுபற்றிக் கவலை? – அப்பா.'

கடிதத்தைப் படித்த பிறகு அவர் மரணத்தை நெருங்கிக் கொண்டிருக்கிறாரோ என்று லூக்கா நினைத்தான். முதலில் அதைப் புறந்தள்ளினான். ஆனால் அதை மீண்டும் படித்த பிறகு, எந்தவொரு மனிதனிடமும் அவன் கொள்ளும் உணர்ச்சியைப் போன்றே அவரிடத்திலும் கொண்டான். கனிவாக ஒரு பதில் கடிதம் எழுதினான். அவரைப் பற்றி அவனுக்கு எவ்விதக் கசப்போ, வருத்தமோ தோன்றவில்லை. மன்னிக்க எதுவுமில்லை. அவன் வருத்தம் தெரிவித்தான், தன்னால் அவர் காயப்பட்டிருந்தால் மன்னிக்கும்படிக் கேட்டுக்கொண்டான். அவன் அதை விரும்பவில்லை. ஆனால் அதைச் செய்ய வேண்டுமென நினைத்தான்.

மேகி தொலைபேசி செய்து, தான் வீட்டுக்குச் செல்வதாக வும், லூக்கா தன்னுடன் வர வேண்டுமென்றும் கேட்டுக் கொண்டாள். அவர்கள் அனைவரும் மோனஹன் தினத்திற்காக கிரேட் மெடோவுக்குச் சென்றனர். 'அப்பாவுக்கு உடல்நிலை சரியில்லை. பல வருடங்களுக்கு முன்பு மோனஹன் தினத்துக்காக மெக்வெய்ட் நம் வீட்டுக்கு வந்தது நினைவிருக் கிறதா? நாம் அங்கு இருந்தால் அது அப்பாவுக்கு உற்சாகமும் நம்பிக்கையும் தருவதாக இருக்குமென நினைக்கிறோம். கிறிஸ்துமஸுக்கு நாங்கள் அனைவரும் அங்கு சென்றுவந்த பிறகு அவர் மிகவும் நன்றாக இருப்பதாக ரோஸ் கூறினாள்.'

'என்னால் எந்தப் பயனும் ஏற்படப்போவதில்லை' என்றான் லூக்கா. 'என்னால் வர முடியாது.'

'அவர் உன்னைப் பார்க்க விரும்புகிறார்.'

'அவர் எனக்கு ஒரு கடிதம் எழுதினார்.'

'எனக்குத் தெரியும்.'

'நான் பதில் எழுதிவிட்டேன்.'

'அவருக்கு இன்னும் அந்தக் கடிதம் கிடைக்கவில்லை.'

'அவர் எழுதியது போலவே நானும் எழுதினேன். எனக்கு மனக்கசப்பு ஏதுமில்லை. என்னிடம் ஒன்றுமில்லை.'

'அப்படியானால் நீ ஏன் எங்களோடு வீட்டுக்கு வரக் கூடாது?'

'என்னால் ஏதும் பயனில்லை. எங்களுக்குள் ஒத்துவராது.'

'ஒருபோதும் நீ உண்மையாக முயன்றதில்லை.'

'இப்போது மிகவும் தாமதமாகிவிட்டது.'

'உன்னால் எங்களுக்கு உதவியில்லை. உன்னால் எங்களுக்கு எந்த உதவியுமே இல்லை.'

மோரனைப் பொருத்தவரை கவனிப்புக்குக் குறை வில்லை. எல்லாப் பெண்களும் வீட்டுக்கு வந்தார்கள், திரும்பத் திரும்ப வந்தார்கள். முடிந்தவரை ரோஸைத் தனியே விடக் கூடாதென்னும் நோக்கில் கோடைக்காலம் முழுமைக்கும் திட்டமிட்டு ஏற்பாடு செய்தனர். மைக்கேலும் அவன் மனைவியும், அவர்களது இரண்டு குழந்தைகளும் ஆகஸ்ட் மாதம் வந்தனர். கோடைக்காலம் முடிந்த பின் ஒவ்வொரு வார இறுதியிலும் மோனா டப்ளினிலிருந்து வருவாள். எப்போதெல்லாம் முடியுமோ அப்போதெல்லாம் ஷீலாவும்

வந்தாள். மோரன் பலவீனமடைந்துகொண்டே வந்தார். அவருக்குப் பலமுறை வலிப்பு வந்துபோனது. ஒருகாலத்தில் தங்கள் வாழ்வின் பிரிக்க முடியாத அங்கமாக இருந்த இந்தச் சக்திவாய்ந்த மனிதர் எந்தநேரத்திலும் தங்களிடமிருந்து நழுவிச் சென்றுவிடக்கூடும் என்பதை அவர்கள் உணரத் தொடங்கினர். கிறிஸ்துமஸுக்கு அவர்கள் அனைவரும் வந்தனர். பின்னர் பிப்ரவரி இறுதியில் மோனஹன் தினத்தை மீட்டுருவாக்க மீண்டும் வர முடிவு செய்தனர். மெக்வெய்ட் எப்படி ஒரு பெரிய தேநீர் விருந்துக்கு வீட்டுக்கு வருவார் என்பதை அவர்கள் ரோஸிடம் விளக்கினார்கள். அந்த நாளின் பதற்றத்தை, உற்சாகத்தை, பேசப்பட்ட கதைகளின் மகத்துவத்தை, மெக்வெய்ட் அருந்திய விஸ்கியை என அனைத்தையும் நினைவுகூர்ந்தனர்.

ரோஸுக்கு ஆரம்பத்திலிருந்தே இந்த யோசனை குறித்துச் சந்தேகம் இருந்தது. இதுவரை அவளே கேள்விப் பட்டிராத ஒரு நாளின் எளிய மீட்டுருவாக்கத்தால் என்ன அற்புதம் நிகழ்ந்துவிட முடியும் என்று அவளுக்குப் புரியவில்லை. ஆனால் பெண்கள் அந்த யோசனையை மிகவும் இறுகப் பற்றிக்கொண்டதால், அவர்கள் வழியில் குறுக்கே நிற்க முடியாது என்பதை ரோஸ் உணர்ந்தாள். அது ஒரு திடீர் ஆச்சரியமாக இருக்க வேண்டும் என்று அவர்கள் விரும்பினர். எப்படியாவது மோரன் மெதுவாக வீழ்ச்சியடைவதை மாற்றிப் பழைய உற்சாகத்தை ஒரே பாய்ச்சலில் மீட்டெடுக்க லாம் என்று அவர்கள் நினைத்தார்கள்.

அவர்கள் மோனஹன் தினத்துக்காக வந்தார்கள். அவரது குளிர்ந்த கைகளுக்குக் கையுறைகளைக் கொண்டுவந்தார்கள். அவர்கள் தனக்காக வெகுதூரம் வந்துவிட்டார்கள் என்பதை நன்றியுடன் நினைத்த அவர், கடந்த காலத்தின்மீது தான் விதித்திருந்த தடையை உடைத்து, போர், மெக்வெய்ட், இழந்த மோனஹன் தினங்கள் ஆகியவை குறித்துப் பேசினார். அந்த நாளை நிறைவு செய்த ஜெபமாலையின் முடிவில், அவர் ஜேம்ஸ் மெக்வெய்டின் ஆத்மாவுக்காகச் செபித்தார். ஆனால் அந்தத் தினத்தை முன்வைத்து மோரனை மீளுருவாக்கம் செய்யும் முயற்சி பலனளிக்கவில்லை.

எதையும் மாற்ற முடியாமல் போனது. அவரைத் தங்களிடமிருந்து நழுவவிடக் கூடாது என்ற அவர்களின் உறுதியை அது வலுப்படுத்தவே செய்தது. அவர்கள் தங்களது வீடுகளைவிட கிரேட் மெடோவில் அதிக நாட்கள் இருக்கத் தொடங்கினர். கைவிடப்பட்ட குழந்தைகளைப் பற்றிய மௌனமானப் புகார்கள், மேகியின் விமானப் பயணக்

கட்டணம் அதிகரித்தது ஆகியவற்றை அவர்கள் எதிர்கொள்ள வேண்டியிருந்தது. ஆனால் மோரன் மீதான அவர்களது அக்கறையில் குறுக்கீடு செய்யும் எது குறித்தும் அவர்கள் மிகவும் வருந்தினார்கள். புகார்களைப் புறந்தள்ளினார்கள். ஏனெனில் தீவிர கொந்தளிப்பை எதிர்கொள்ளும்போது சாதாரணத் தொந்தரவுகளை வெளியே எறிவது எளிதாக இருந்தது. விமானக் கட்டணங்களைப் பின்னர் செலுத்திக்கொள்ளலாம், இழந்த வேலை நேரத்தை உழைத்து ஈடுகட்டலாம். நெருங்கி யிருக்கையில் வலுவுடன் இருப்பதாக உணரவைக்கும் ஒரு நோயினால் அவர்கள் தீவிரமாகப் பிணைக்கப்பட்டிருந்தார்கள். தாங்கள் ஒன்றுசேர்ந்து அவரது எண்ணத்தை மாற்ற முடிந்தால்தான், தங்களது அன்புக்குரியவரை வாழ்வில் நிலைத்திருக்கச் செய்ய முடியும் என்று அவர்கள் உணர்ந்த உள்ளுணர்வின் வலிமை அத்தகையது. பிறப்பின் சக்தி அவர்களிடம் இருந்ததால், அவரது வாழ்வை மரணத்திலிருந்து விடுபட்டதாக மாற்றுவதற்காக ஏன் அவர்கள் தீர்மானம் கொள்ளக் கூடாது? தன் வாழ்வில் முதல்முறையாக அவர்களைக் கண்டு அஞ்சத் தொடங்கினார் மோரன்.

‘நீங்கள் உடம்பைச் சற்று ஒழுங்குக்குக் கொண்டுவர வேண்டும் அப்பா. நீங்கள் முயன்று உங்களை மேம்படுத்திக் கொள்ள வேண்டும்.’

‘அதுபற்றி எனக்கு அக்கறையில்லை. எப்படிப் பார்த்தாலும் அதில் எனக்கு அக்கறையில்லை’

அவர்கள் அவரை மீண்டும் நல்ல உடல்நலமுள்ளவராக மாற்ற எண்ணினார்கள், அவர் செய்ய வேண்டியதெல்லாம் தனது வாழ்க்கையை மாற்றிக்கொள்வதுதான். இது அவர் தனது வாழ்க்கையை நிர்வகித்த விதத்திற்கு எதிரானது. தன் வாழ்நாள் முழுக்க எதற்காகவும் அவர் அடுத்தவரிடம் பணிந்ததில்லை. இப்போது அவர் தப்பிச்செல்ல விரும்பினார். வீட்டிலிருந்தும், அறையிலிருந்தும், தான் குணமடைய வேண்டும் என்ற அவர்களது வற்புறுத்தலிலிருந்தும், தனது நோயிலிருந்தும் தப்பிச் செல்ல விரும்பினார். முதல்முறை அவர் காணாமல் போனபோது அவர்கள் பீதியடைந்தார்கள். குளியலறையிலும், வீட்டின் மற்ற எல்லா அறைகளிலும் தேடினர். அவர்கள் கல்பாவிய நடைவழியை அடைந்தபோது முன்கதவு திறந்திருப்பதைக் கண்டனர்.

வீட்டின் பின்புறம் இருந்த மரக்கம்பத்தில் களைப்புடன் சாய்ந்தபடி புல்வெளியின் வெறுமையை அவர் வெறித்துப் பார்த்துக்கொண்டிருந்ததை அவர்கள் கண்டார்கள். அவரை

வீட்டுக்கு அழைத்து வந்தபோது அவர் பேசவில்லை. தங்களது கூர்ந்த கவனத்தை அவர் இப்படிச் சோதித்துப்பார்ப்பது முறையற்ற செயல் என்று அவர்கள் நினைத்தார்கள். அதன்பிறகு அவர்கள் அவரை இன்னும் உன்னிப்பாகக் கவனிக்கத் தொடங்கினார்கள். ஆனால் சில சமயங்களில் அவர்களது கண்காணிப்பையும் மீறி அவர் வயல்வெளி களுக்குச் சென்றார், எப்போதும் ஒரே திசையில்தான் சென்றார். சுவரின் பின்னணியில் பளிச்செனத் தெரியும் வெண்ணிற மலர்கள் பூத்து நிறைந்திருக்கும் வயதான பேரிக்காய் மரத்தையும், மரத்தினடியில் கைவிடப்பட்டுக் கிடந்த புல்வெட்டும் இயந்திரத்தில் சிக்குண்டிருந்த சென்ற வருடத்தின் சுணைச்செடிகளையும், வீட்டையொட்டிக் கட்டியிருந்த மழைநாட்களுக்கான பட்டறையின் நெளிந்த கூரையையும் தாண்டிப் புல்வயல்களுக்குச் சென்றுவிட்டிருந்தார்.

புல்வயல் இப்போது வெறுமையாக இல்லை, புதிதாக ஏதோ வளர்ந்து வயலை நிறைத்திருந்தது, இளம்புற்களின் செழித்த பச்சையில் மெல்லிய நீலத் தீற்றல். சாவு என்பது இதையெல்லாம் இனி ஒருபோதும் பார்க்க முடியாமல் போவது. அது மற்றவர்களது பார்வையில் வாழும், அவரது பார்வையில் அல்ல. தன்னம்பிக்கைமிக்க வாழ்வு வாழ்ந்த போது, எவ்வளவு அற்புதமான பெருமையின் ஒரு பகுதியாகத் தான் இருந்தோம் என்பதை அவர் ஒருபோதும் உணர்ந்த தில்லை. தன் பெயர் பதற்றத்துடன் அழைக்கப்படுவதை அவர் கேட்டார். பின்னர் அவரைத் திட்டி அவர்கள் வீட்டுக்கு அழைத்துச்சென்றனர். கதவுக்கு முன்னால் பிடிவாத மாக நின்றார். 'இறப்பது இவ்வளவு கடினம் என்று எனக்குத் தெரியாது' என்று அவர் சாதாரணமாகச் சொன்னார்.

ஒரு நாள் கழித்துப் பாதிரியார் அவரிடம் பாவசங்கீர்த்தனம் கேட்கவும், அவருக்கு நற்கருணை, நோயில்பூசுதல் வழங்கவும் வீட்டுக்கு வந்தார். 'மரணத்தைக் கண்டு அஞ்சாத ஒரு பாதிரியாரை நான் இதுவரை சந்தித்ததில்லை. அதற்கு என்ன அர்த்தம் என்று நினைக்கிறாய்?' என்று ரோஸிடம் கேட்டார்.

'அதனால்தானோ என்னவோ அவர்கள் பாதிரியார் ஆகிறார்கள்.'

'அதனால் அவர்களுக்கு என்ன நன்மை?'

'இவ்விதம் பரலோகத்தில் தங்களுக்கான இடத்தை அவர்கள் நிச்சயப்படுத்திக்கொள்கிறார்கள்.'

'அப்படியானால் அவர்கள் இறப்பதற்கு அஞ்சக்கூடாது.'

'எல்லோருமே மரணத்துக்கு அஞ்சுகிறார்கள்.'

'தாங்கள் உபதேசிப்பதை அவர்கள் நம்பினால் அவர்கள் அஞ்ச வேண்டியதில்லை. எப்படிப் பார்த்தாலும் யாருக்கு இதுபற்றிக் கவலை? யாருக்குத்தான் கவலை?'

ஒருநாள் மாலை அவர் தூங்கிவிட்டதாக நினைத்துக் கொண்டு அவருடைய படுக்கையருகே உட்கார்ந்திருந்தாள் மோனா, 'நான் இறந்துவிட்டேன் என்று நினைத்தாயா, மோனா?' என்று கேட்டு அவளை வியப்பிலாழ்த்தினார்.

'நிச்சயமாக இல்லை.' அவள் ஆச்சரியத்துடன் அவரைக் கடிந்துகொண்டாள். 'நாங்கள் உங்களைக் குணமாக்க விரும்பினால் நீங்கள் அதற்கு ஒத்துழைக்க வேண்டும். வெளியே சென்று புல்வயலைப் பார்க்க முயல்வதில் எந்தப் பயனும் இல்லை.'

ஒரு நாள் பின்னிரவில் மோனா ரோஸிடம் சொன்னாள் 'அப்பா ஏன் புல்வயலைப் பார்க்க இவ்வளவு ஆசைப்படு கிறார் என்று எனக்கு ஆச்சரியமாக இருக்கிறது. எப்போதும் ஒரே இடத்தில் அமர்ந்து பார்த்துக்கொண்டே இருக்கிறார். அவருக்கு அங்கே ஏதாவது தெரிகிறது என நினைக்கிறேன்.' இரண்டு பெண்களும் காரணமின்றித் திடீரென அழ ஆரம்பித்தார்கள். பெண்கள் தங்களது வீடுகளுக்குத் திரும்ப வேண்டியிருந்தது. மோரன் மேலும் நலிவுற்றார். துறவிகள் அணியும் பழுப்பு வண்ண அங்கி வாங்கிவரப்பட்டு வீட்டுக்குள் ஒளித்துவைக்கப்பட்டது. திரும்பி வந்தபோது அவருடைய நிலையைக்கண்ட பெண்களுக்கு அவர் உயிரோடு இருக்கும்வரை வீட்டைவிட்டு வெளியே போக வேண்டும் என்ற எண்ணமே எழவில்லை. அவர்கள் மைக்கேலை வரவழைத்தார்கள். அவன் தனது மகனுடன் வந்தான்.

சிலர் மரணத்தின் விளிம்பில் போராடுவார்கள், உளறுவார்கள். மற்றவர்கள் அது ஒரு கடினமான பிரசவம் என்பதுபோலச் சிரமப்படுவார்கள், ஆனால் மோரன் வாழ்விலிருந்து இயல்பாக நீங்கினார். அவர்களது கண் முன்னாலேயே அவர் மங்கிக்கொண்டு வந்தார். எல்லோரும் அவரைச் சூழ்ந்து நின்றார்கள்.

'ஏன் பிரார்த்தனை செய்யவில்லை?' என்று உயிர் பிரிவதை அறிந்தவர்போலக் கேட்டார்.

அவர்கள் உடனே படுக்கையைச் சுற்றி மண்டியிட்டனர். 'ஆண்டவரே, நீர் என் உதடுகளைத் திறவும்' என்று தொடங்கி னாள் ரோஸ்.

'பரலோகத்தில் இருக்கிற எங்கள் பிதாவே', 'அருள்நிறைந்த மரியே.' மன்றாட்டுகளை அவர்கள் திரும்பத் திரும்பச் சொன்னபோது அவர்களின் முகங்களில் கண்ணீர் வழிந்தது. மோரன் பேச முயல்கிறார் என்பது தெளிவாகத் தெரிந்த போது தனது தேவரகசியத்தைத் தொடங்கிய மேகி அப்படியே நிறுத்தினாள். அறை நிசப்தமாக இருந்தது. சந்தேகத்திற்கு இடமின்றி மெல்லிய அந்தக் கிசுகிசுப்புக் கேட்டது: 'வாயை மூடு!' அவர்கள் பயத்துடனும் குழப்பத்துடனும் ஒருவரை யொருவர் பார்த்துக்கொண்டனர், ஆனால் ரோஸ் கிசுகிசுப்பான அந்தக் கட்டளையைப் புறக்கணித்து ஜெபமாலையைத் தொடர்ந்து சொல் என்ற சமிக்ஞையாக மேகியைப் பார்த்துத் தீவிரமாகத் தலையசைத்தாள். 'அப்பா போய்விட்டார்' என்று மோனா கதறியபோது அவள் மன்றாட்டுகளின் தாளகதிக்குத் திரும்பப் போராடினாள். அவர்கள் முழங்காலி லிருந்து எழுந்து கட்டிலைச் சுற்றி நின்றார்கள். சத்தம் போட்டு அழுதபடி மேகியும் ஷீலாவும் ஒருவரையொருவர் கட்டித் தழுவிக்கொண்டனர். மோனா கோபத்துடன் அறையை விட்டு வெளியே ஓடிவந்தாள், வழியில் கதவுகளை அறைந்து சாத்தினாள். 'இன்று காலை மருத்துவர் அந்த ஊசியைப் போட அனுமதித்திருக்கக் கூடாது' என்று கத்தினாள். ரோஸ் மேகியை நோக்கித் திரும்பினாள். 'நீ கொஞ்சம் மோனா பின்னால் போய் அவள் நன்றாக இருக்கிறாளா என்று பார்க்கிறாயா? அது மைக்கேலின் காராக இருக்க வேண்டும் என்று நினைக்கிறேன், வாயிலில் திரும்பும் சத்தம் கேட்கிறது.'

மைக்கேல் கூடத்தில் தோன்றியவுடன் மரணத்தின் மீதான கோபத்தில் சிறிது அவனை நோக்கித் திரும்பியது. என்ன நடக்கிறது என்பதை அவர்கள் அவனுக்குச் சொல்லவில்லை, சலிப்படைந்த அவன் தனது மகனுடன் நகரத்துக்குச் செல்ல எத்தனித்தான். 'நீ ஒரு நல்ல கனவான். அப்பா உயிர்பிரியும் நேரத்தில்கூட உன்னால் வீட்டில் இருக்க முடியவில்லை.' என்ன நடந்தது என்பதை முதலில் அவன் உணரவில்லை. முரட்டுத்தனமான, எவ்வகையிலும் இணங்கிப்போக முடியாத அந்தப் பெண்களிடம் சரணடைவதைப் போல வேடிக்கையாகக் கைகளை உயர்த்தினான். ஆனால் அப்போதுதான் தனது அப்பாவின் உயிர் பிரிந்துவிட்டது என்பதை அறிந்ததும் முகம் வெளிறி அசையாது நின்றான். மெதுவாக ரோஸ் அறைக்கதவைத் திறந்தாள், அவன் அவளிடம் மௌனமாகத் தலையசைத்துவிட்டு உள்ளே சென்றான். பிறகு அவள் மைக்கேலின் மகனது கையைப் பற்றிக்கொண்டாள். சிறுவனும் அவளும் ஒவ்வொரு அறையாகச் சென்று

வீட்டின் ஒவ்வொரு கடிகாரத்தையும் நிறுத்திக் கண்ணாடி ஒவ்வொன்றையும் மூடினார்கள்.

பல நடைமுறை விஷயங்களை விரைவாகக் கவனிக்க வேண்டியிருந்தது ஓர் ஆசீர்வாதம்போல அமைந்தது. வந்து உடலை எடுத்து வைக்கும்படி வுட்ஸுக்குத் தகவல் சொல்லியனுப்ப வேண்டியிருந்தது. துக்கம் விசாரிக்க வருபவர்களுக்காக விஸ்கி, ஷெரி, கடும் வீரியமுள்ள மது ஆகியவற்றை வாங்கி வைக்க வேண்டியிருந்தது. சாண்ட்விச் தயாரிக்க வேண்டியிருந்தது, பாதிரியாருக்கும் மருத்துவருக்கும் தகவல் தெரிவிக்க வேண்டியிருந்தது. ரோஸ் இறுதிச் சடங்கை ஏற்று நடத்துவோரிடம் தானே சென்று பேச வேண்டும் என்பதை வலியுறுத்தினாள். அவர்களது கடையில் இருந்த சவப்பெட்டிகள் அனைத்தையும் பார்த்துவிட்டு, மிகவும் விலையுயர்ந்த அழகான ஓக்மர சவப்பெட்டியைத் தேர்ந்தெடுத்தாள். சவக்குழி தோண்ட வேண்டியிருந்தது. லூக்காவுக்கு அறிவிக்கலாமா வேண்டாமா என்பது குறித்துப் பெண்களிடையே வாக்குவாதம் ஏற்பட்டது. தந்தி அனுப்பி னார்கள். அவன் பதில் சொல்லவுமில்லை, வரவுமில்லை.

வுட்ஸ் வீட்டுக்கு வந்தபோது, பிரான்சிஸ்கன் அங்கி அதன் மறைவிடத்திலிருந்து எடுக்கப்பட்டது. அவர் உடலை வெளியே வைத்து அறையின் கதவு மூடப்பட்டது. அவரது ஜெபமாலையை அந்தச் சிறிய கறுப்புப் பணப்பையிலிருந்து வெளியே எடுத்து, பழுப்பு வண்ண அங்கியின் மார்பில் ஒட்டியிருந்த அவரது விரல்களோடு பிணைத்தார்கள்.

அன்று மாலை அந்த நிசப்தமான வீட்டுக்குத் துக்கம் விசாரிக்க ஒன்றிரண்டு பேர் வந்துபோயினர். ரோஸ், மைக்கேல், பெண்கள் மூவருடனும் கைகுலுக்கி அவர்கள் ‘வருந்துகிறோம்’ என்று முணுமுணுத்தார்கள். அறைக்குள் நுழைந்தபோது சிலுவையிட்டுக்கொண்டார்கள். படுக்கையின் கால்புறம் மண்டியிட்டுப் பிரார்த்தனை செய்தார்கள். அவர்கள் எழுந்த போது விடைபெறும் முகமாக இறந்தவரது கைகள் அல்லது நெற்றியைத் தொட்டார்கள். பின்னர் அவர்கள் படுக்கைக்கு அருகில் இருந்த நாற்காலிகளில் அமர, அவர்களுக்கு விஸ்கி, பீர், ஒயின் அல்லது தேநீர் வழங்கப்பட்டது. துக்கம் விசாரிக்க வந்தவர்களில் சிலர் இதற்குமுன் அந்த வீட்டுக்கு வந்திருக்க வில்லை. அவர்கள் வெட்கமற்ற ஆர்வத்துடன் தங்களைச் சுற்றிலும் பார்த்தார்கள்.

இரவு முழுவதும் அவர்கள் அவரருகே விழித்திருந்தனர். காலம் கடிகாரங்களோடு நின்றுபோயிருக்க வேண்டும். அதற்குப்

பதிலாக அவற்றின் டிக் டிக் வலியுறுத்தலின்றி சோர்வின் மெருகூட்டப்பட்டக் கனவில் அது நகர்ந்தது. வயல்களின்மீது சத்தமின்றிப் பொழுது விடிந்தது. துக்கம் விசாரிப்பவர்கள் நாள் முழுவதும் வந்துகொண்டே இருந்தனர். ஆறு மணிக்கு உடலைத் தேவாலயத்துக்கு எடுத்துச்செல்ல வேண்டும். ஆறு மணியை நெருங்க நெருங்க நேரம் விரைந்து ஓடுவது போலிருந்தது.

வாசல் மரக்கதவருகே திரும்பிச் சவவூர்தி வந்துகொண்டிருந்தது. சாலையில் வரிசையாகக் கார்கள் நின்றன. காலிச் சவப்பெட்டி உள்ளே எடுத்துச் செல்லப்பட்டது. வீடு பூட்டப்பட்டது.

எல்லோரும் கடைசி முறையாக அவரைப் பார்ப்பதற்காக அறைக்குள் சென்றனர். மீண்டும் இந்த உலகில் அவரை அவர்கள் பார்க்க முடியாது. அவர் அவர்களிடமிருந்து போய்விட்டார். பின்னர் சவப்பெட்டி அறைக்குள் கொண்டுவரப்பட்டுப் படுக்கைக்கு அருகில் உள்ள நாற்காலிகளில் வைக்கப்பட்டது. அறை மூடியிருந்தது. யாரோ ஒருவர் ஜெபமாலையின் பத்து மணியைத் தொடங்கினார், அதைக் கதவுக்கு வெளியே சிறிய புல்வெளியின் பூப் படுகைகளுக்கு நடுவே நின்றுகொண்டிருந்தவர்கள் தொடர்ந்தனர். மூடிய, கனத்த சவப்பெட்டி மெதுவாக அறையை விட்டு வெளியே வந்தபோது வீட்டுக்குள்ளிருந்து ஒரு அழுகுரல் கேட்டது. முன்கதவு திறந்தது. சவப்பெட்டியைச் சவவூர்தியின் திறந்திருந்த கதவை நோக்கி எடுத்துச் சென்றார்கள். சவவூர்தி ஊர்ந்து இரும்பு வெளிவாயில் கதவை அடைந்து வலப்புறம் திரும்பியது. அன்றிரவு முழுவதும் சவப்பெட்டி தேவாலயத்தின் உயர்ந்த பலிபீடத்தின் முன் வைக்கப்பட்டிருக்கும். ரோஸை மணந்த அன்று தனது மாப்பிள்ளைத் தோழனுக்காக அவர் பொறுமையிழந்து காத்திருந்த இடத்திலிருந்து சில அடி தூரத்தில்தான் சவப்பெட்டி இருந்தது.

தேவாலயத்திலிருந்து அவர்கள் திரும்பிவந்த நேரம் மனதை நொறுக்கும் அழகான மே மாத மாலை. ஆனால் வெளிச்சத்தில் மரங்களினூடே நடப்பதை அவர்களால் தாங்கிக்கொள்ள முடியவில்லை. வீட்டைச் சுற்றிவந்து ஒவ்வொரு சன்னல் ஒளித்தடுப்பையும் மூடினார்கள். பிறகு தேநீர் தயாரித்தார்கள்.

‘என் கை ஒரு பிழியும் கருவிக்குள்ளே போய்வந்தது போலிருக்கிறது’ என்றாள் மோனா.

‘என்னுடையதும் அப்படித்தான். இந்த வரிசை முடிவடை யாது என்று நினைத்தேன். சிலரது கைகள் மண்வெட்டிகள் போல இருந்தன’ என்றாள் ஷீலா.

‘அவர்கள் உங்களிடம் நட்பார்ந்து இறுக்கமாகக் கைகுலுக்க விரும்புகிறார்கள்.’ ரோஸ் தன்னை மிகவும் கட்டுப்படுத்திக் கொண்டிருந்தாள். இப்போதும் தனது மெல்லிய, மனமார்ந்த புன்னகையை வெளிப்படுத்தினாள். ‘அது நல்ல இறுக்கமான கைகுலுக்கலாக இல்லையென்றால் அவர்கள் தங்களது துக்கத்தை உண்மையாகத் தெரிவிக்கவில்லையென்று நீங்கள் எண்ணக்கூடும் என்று அவர்கள் நினைக்கலாம்.’

‘பாவம், அவர்கள் நன்றாகவே துக்கம் தெரிவித்தார்கள்’ என்று மைக்கேல் சண்டையிடும் குரலில் சொன்னான். ஆனால் அவர்கள் அதனைக் கண்டுகொள்ளவில்லை.

மேலும் பல ஏற்பாடுகளைச் செய்ய வேண்டியிருந்தது. ஷானும் ஷீலாவின் குழந்தைகளும் இறுதிச் சடங்கில் கலந்துகொள்ளக் காலையில் வந்தார்கள். அவர்கள் இரவு தங்க முடிவு செய்தால் எங்கு தூங்குவது என்ற விவாதம் தொடங்கியது. உரையாடல் தொடங்கும் முன்பே, இறுதிச் சடங்கு முடிந்த பிறகு அவர்கள் அனைவரும் கண்டிப்பாகத் திரும்பிச் சென்றுவிடுவார்கள் என்றாள் ஷீலா. சோர்வினால் அவர்கள் அனைவருக்கும் உணர்ச்சி மரத்துப்போயிருந்தது. ஆனால் யாரும் படுக்கைக்குச் செல்ல விரும்பவில்லை. அன்றைய நாளைக் கைவிடப் பயந்தவர்கள்போல அவர்கள் தொடர்ந்து பேசியபடியும் கோப்பை கோப்பையாகத் தேநீர் தயாரித்தபடியும் இருந்தார்கள்.

காலைத் திருப்பலிக்குப் பிறகு இதுவரை யாரும் அடக்கம் செய்யப்படாத புதிய கல்லறையில், ஒரு யூ மரத்தினடி யில் அவரை அடக்கம் செய்தனர். தங்களது பிரதேசத்தின் ஓக், ஆஷ் உள்ளிட்ட பசுமையான மரங்களின் உயர்ந்த கிளை களில் பறவைகள் பாடின. தாழ்வான கல்லறைச் சுவரையொட்டி சிறிய ரென்களும் ராபின்களும் இங்குமங்கும் பறந்தன. சமவெளி களைச் சூரியவொளி மூழ்கடித்திருந்தது. கற்சுவர்களுக்கு இடையே இருந்த வயல்வெளிகளில் வீடற்ற கால்நடைகள் அதிகாலைப் புற்களை ஆவலுடன் மேய்ந்துகொண்டிருந்தன.

சிறப்புத் திருப்பலி, அதைத் தொடர்ந்த மெதுவான இறுதி ஊர்வலம் முழுவதும் மங்கிய மூவர்ணக் கொடி சவப்பெட்டியை மூடியிருந்தது. கல்லறையின் விளிம்பில் சவப்பெட்டி வைக்கப்பட்டிருந்தபோது, பிரசித்திபெற்ற

போர்வீரர் ஃபியோனுடனும் அவரது மகன் ஒய்சினுடனும் சண்டையிடும் அளவுக்கு விறைப்பானவராக இருந்த, உயர்ந்த பழுப்புத் தொப்பி அணிந்த ஒரு குள்ளமனிதர் கூட்டத்திலிருந்து முன்னே வந்தார். ஆழ்ந்த மரியாதையுடன் தனது தொப்பியைக் கழற்றிவிட்டு மங்கிய கொடியை எடுத்து மடித்தார், பிறகு மீண்டும் கூட்டத்துக்குள் சென்று கலந்தார். துப்பாக்கியைச் சுட்டு மரியாதை செய்யவில்லை.

அலங்கரிக்கப்பட்ட பளபளப்பான ஓக் மரச் சவப்பெட்டி கயிறுகள் கொண்டு இறக்கப்பட்டபோது, கூட்டத்தில் தலைகள் திரும்பும் அளவுக்கு உரத்த குரலில் ஒரு கிசுகிசுப்புக் கேட்டது, 'இவ்வளவு பணம் தன்னோடு மண்ணில் புதைவது தெரிந்தால் அந்த மனிதர் நொந்துபோயிருப்பார்.'

இறுதிச் சடங்கு முழுவதிலும் முக்கியத்துவம் பெறுவதில் ஒருவருக்கொருவர் போட்டியிட்ட இரண்டு உள்ளூர் அரசியல்வாதிகள் பிரார்த்தனை தொடங்கியதும் கூட்டத்திலிருந்து பின்வாங்கினார்கள். அவர்கள் எல்லைச்சுவரை நோக்கிச் சென்று இணக்கமான சதிகாரத் தோழமையில் கற்களின்மீது ஒன்றாகச் சாய்ந்து நின்றனர். சிலமுறை தங்கள் தலையைத் திருப்பி வெளிப்படையான வெறுப்புடன் கல்லறையைச் சுற்றிக் கூடியிருந்த கூட்டத்தைப் பார்த்தனர்.

ரோஸ் பெண்கள் புடைசூழக் கல்லறையை விட்டு வெளியேறினாள். சிறிது தூரத்தில் மைக்கேல் தனது மகனுடன் லண்டனிலிருந்து வந்திருந்த ஷான் ஃப்ளின், மார்க் ஓடோனகு ஆகியோருக்கு அருகில் நின்றான். வயது மார்க்கிடமிருந்து எல்விஸின் தோரணையை விலக்கிவிட்டிருந்தது. அவனது பொலிவிழந்த முகத்தைத் தவிர்த்துப் பார்த்தால் அவன் ஷானைப் போன்ற மற்றொரு குடிமைப் பணி ஊழியனாகத் தோன்றினான். துக்கம் அனுஷ்டிப்பதில் தங்கள் இடம் என்னவென்று தெரியாத ஆண்கள், துயருடன் வெளியேறிய பெண்களைத் தயக்கமும் மரியாதையும் கலந்த இடைவெளியில் பின்தொடர்ந்தனர்.

வேதனைமிக்க சிறிய நெருக்கமான பெண்கள் குழு மெதுவாகக் கல்லறைத் தோட்டத்தை விட்டு வெளியேறிய போது, தாங்கள் எடுத்துவைத்த ஒவ்வொரு அடியிலும் அவர்கள் வலிமை பெறுவதாகத் தோன்றியது. அவர்களுடைய முதல் அன்பும் விசுவாசமும் இந்த ஒரு வீட்டுக்கும் அதன் மனிதருக்கும் சமரசமின்றி அடகு வைக்கப்பட்டது போலவும், அவர்களது வாழ்க்கையின் எல்லாப் பகுதிகளிலும் அவர் எப்போதும் உயிர்ப்புள்ள மையமாக இருந்திருக்கிறார் என்பதை

அவர்கள் அறிவதுபோலவும் அது இருந்தது. இப்போது அவர்கள் அந்த உறுதிமொழியை மீறாதது மட்டுமல்ல, தங்கள் நடுவே வந்து அவரை மணந்துகொண்ட மற்றொரு பெண்ணுடன் இரண்டாவது முறையாக அதனை அவர்கள் புதுப்பித்துக் கொண்டிருந்தார்கள். அவர்கள் தொடர்ந்து வீட்டுக்கு வருவது அதன் இடைவிடாத இருப்பை உறுதிப்படுத்துவதாக இருந்தது. இப்போது அவர்கள் அவரை யூ மரத்தின்கீழ் விட்டுச் சென்றபோது, தாங்கள் ஒவ்வொருவரும் வெவ்வேறு வழிகளில் அப்பாவாக மாறிவிட்டதைப் போல உணர்ந்தனர்.

'அவர் தனது வீட்டுக்குத் திரும்பிவிட்டிருக்கலாம், ஆனால் எப்போதும் அவர் நம்முடன் இருப்பார்' என்று மேகி அவர்கள் அனைவரது சார்பாகவும் பேசினாள். 'இனி அவர் நம்மை விட்டுப் போகவே மாட்டார்.'

'பாவம் அப்பா' என்று தனது எண்ணங்களிலிருந்து தன்போக்கில் வெளிப்பட்ட வார்த்தைகளால் உணர்வு மீண்ட ரோஸ் பெண்களை நோக்கித் திரும்பினாள்.

வாசலில் அவர்கள் உறுதியாக நின்று, பாதையில் மிகவும் பின்தங்கி, சுற்றிலும் தங்கள் குழந்தைகள் இருக்க அரட்டை யடித்துக் கொண்டும் சிரித்துக் கொண்டுமிருந்த வீட்டின் ஆண்களுக்காகக் காத்திருந்தார்கள்.

பின்னால் மெதுவாக நடத்துவரும் அவர்களது அற்பத்தனத்தைக் குறிப்பிட்டு, 'ஆண்களைப் பாருங்கள். அவர்களும் பெண்கள் கூட்டத்தைப் போலத்தான் இருக்கிறார்கள்' என்றாள் ஷீலா. 'நகைச்சுவை நாடகக் காரன் மைக்கேல், ஷானையும் மார்க்கையும் சிரிக்க வைத்துக் கொண்டிருப்பதைப் பார்த்தால், அவர்கள் ஏதோ ஒரு நடன விருந்து முடிந்து வருகிறார்கள் என்று தோன்றும்.'